Chuẩn bị hoàn hảo cho cấp 3-4 TOPIK II

TOPIK II

한국어 능력시험 **3-4**급

토픽

김현정 지음

Chuẩn bị hoàn hảo cho cấp 3-4 TOPIK II

TOPIK II
한국어 능력시험 3-4급
토픽

초판 인쇄 2021년 06월 01일
초판 3쇄 2024년 12월 01일

지은이 김현정
베트남어 번역 및 감수 호앙 티 투이 띠엔
펴낸이 임승빈
펴낸곳 ECK북스
출판사 등록번호 제 2020-000303호
출판사 등록일자 2000. 2. 15
주소 서울시 마포구 창전로2길 27 [04098]
대표전화 02-733-9950 | **이메일** eck@eckedu.com

제작총괄 염경용
편집책임 정유항, 김하진 | **편집진행** 송영정
표지 디자인 방혜자 | **내지 디자인** 오미원 | **조판** 디자인캠프 | **일러스트** 강지혜
마케팅 이서빈 | **영업** 이동민, 김미선 | **인쇄** 북토리

ISBN 979-11-91132-71-7
정가 18,000원

ECK교육 | 세상의 모든 언어를 담다
기업출강 · 전화외국어 · 비대면교육 · 온라인강좌 · 교재출판 · 통번역센터 · 평가센터

ECK교육 www.eckedu.com
ECK온라인강좌 www.eckonline.kr
ECK북스 www.eckbook.com

유튜브 www.youtube.com/@eck7687
네이버 블로그 blog.naver.com/eckedu
페이스북 www.facebook.com/ECKedu.main
인스타그램 @eck__official

Chuẩn bị hoàn hảo cho cấp 3-4 TOPIK II

TOPIK II

한국어 능력시험 3-4급

토픽

김현정 지음

ECK Books

머리말

처음 한국어를 배우던 기억이 나시나요? 선생님의 입 모양을 보고 '아, 어' 따라 하고 한 단어씩 읽으면서 두근거렸던 기억이 나실 겁니다. 하지만 한국어를 공부하면 할수록 더욱 어려워 포기하고 싶은 순간도 있었을 거라 생각합니다. 그래도 포기하지 않고 지금까지 한국어를 공부하시는 여러분을 진심으로 응원합니다.

여러분이 한국어능력시험 TOPIK을 준비하시면서 가장 많이 설정하는 목표는 3, 4급이라고 생각합니다. 하지만 한국어능력시험 TOPIK II 시험을 처음 접하면서 생각보다 높은 어휘 문법 수준과 다양한 주제에 관한 지문에, 쓰기 평가까지 당황스럽고 걱정이 많이 되실 겁니다.

그래서 기존의 책과 달리 여러분이 가장 필요한 TOPIK 3, 4급 취득에 집중한 기본 안내서를 집필하게 되었습니다. 본 책은 최근 늘어난 국내 베트남 유학생뿐만 아니라 베트남 현지 수험생들을 위한 완벽한 번역 설명을 넣은 TOPIK II 시험의 기본 안내서가 될 것입니다. 또한 베트남인을 대상으로 한국어능력시험을 가르치시는 현장의 한국어 교원분들에게도 도움이 되기를 바랍니다.

본 책을 집필하면서 처음 '외국어로서의 한국어 교육'이라는 낯선 분야의 전공을 선택한 순간부터 10년 넘게 국내외 교육 현장에서 만난 수많은 학생들과의 추억까지 모든 순간이 떠올랐습니다. 지금도 늦은 시간까지 수업 자료를 준비하시는 교육 현장의 모든 선생님들과 한국어와 고군분투하고 있는 우리 학생들이 꿈꾸는 모든 일이 이뤄지길 응원합니다.

마지막으로 많은 어려움 속에서도 책을 마무리할 수 있도록 도와주신 편집장님과 출판사에 감사 인사를 드립니다. 그리고 누구보다 항상 저를 최고라고 믿고 응원해주는 가족들과 많은 도움을 주신 현장의 선생님들께 감사드립니다.

저자 김현정 올림

Các bạn còn nhớ về những ngày đầu học tiếng Hàn Quốc không? Chắc là các bạn sẽ còn nhớ lúc vừa nhìn khẩu hình của thầy cô giáo rồi ê a tập đọc theo các chữ cái 'ㅏ, ㅓ' vừa náo nức hồi hộp. Nhưng tôi nghĩ là hẳn đã có những khoảnh khắc các bạn muốn từ bỏ việc học vì càng học càng thấy tiếng Hàn Quốc quá khó. Tôi thật tâm cổ vũ cho các bạn, những người dù thế vẫn không bỏ cuộc và đã cố gắng đến ngày hôm nay.

Tôi nghĩ mục tiêu mà nhiều bạn hướng đến khi chuẩn bị cho kỳ thi năng lực tiếng Hàn Quốc TOPIK II là cấp 3, 4. Nhưng nếu lần đầu tiếp xúc với cuộc thi năng lực tiếng Hàn Quốc TOPIK II, do tiêu chuẩn từ vựng và ngữ pháp khó hơn mức mà các bạn nghĩ, các bài viết với các chủ đề cũng đa dạng và có cả phần đánh giá khả năng viết nên nhiều bạn sẽ cảm thấy hoang mang và lo lắng.

Do đó, tôi đã bắt tay vào viết nội dung mà các bạn đang rất cần, chính là nội dung hướng dẫn cơ bản tập trung cho việc đạt được cấp 3, 4 của TOPIK khác hẳn với những quyển sách khác đang có trên thị trường. Quyển sách này có cả phần giải thích bằng tiếng Việt, sẽ trở thành cẩm nang hướng dẫn cơ bản cho kỳ thi TOPIK II không những dành cho những bạn du học sinh ngày càng đông đảo tại Hàn Quốc mà còn dành cho các thí sinh tại Việt Nam. Tôi cũng hy vọng quyển sách này sẽ giúp ích cho các giáo viên tiếng Hàn Quốc đang luyện thi năng lực tiếng Hàn Quốc cho người Việt Nam.

Trong thời gian soạn thảo quyển sách này, những ký ức từ ngày đầu chọn đi theo chuyên ngành lạ lẫm là 'Giáo dục tiếng Hàn Quốc như một ngoại ngữ' cho đến những ký ức gặp gỡ các học sinh trong quãng thời gian hơn 10 năm dạy tiếng Hàn Quốc ở trong và ngoài nước đã ùa về trong tôi. Tôi xin chúc cho tất cả, từ những giáo viên hiện vẫn miệt mài chuẩn bị tài liệu giảng dạy đến đêm muộn cho đến những học sinh đang chiến đấu đơn độc với tiếng Hàn Quốc sẽ thực hiện được những ước mơ của mình.

Cuối cùng, tôi xin gửi lời cảm ơn đến Tổng biên tập và Nhà xuất bản đã giúp tôi hoàn thành quyển sách này trong hoàn cảnh đầy khó khăn. Và tôi cũng xin cảm ơn gia đình, những người luôn tin tưởng vào năng lực của tôi và ủng hộ cho tôi hơn ai hết, và cả những giáo viên đã giúp đỡ tôi trong môi trường giảng dạy.

Tác giả Kim Hyunjung

1. 영역별 유형 분석 및 풀이 전략 제시 Phân tích dạng câu hỏi theo từng phần và đưa ra chiến lược giải để

토픽 듣기, 읽기, 쓰기의 영역별 문제 유형을 꼼꼼하게 분석하고 유형별 풀이 전략을 제시하였습니다.

Phân tích tỉ mỉ dạng câu hỏi theo từng phần Nghe, Đọc hiểu, Viết của kì thi TOPIK và đưa ra chiến lược giải để theo từng dạng.

2. 기출문제 분석 Phân tích đề thi trước đây

기출문제를 자세한 풀이와 함께 유형별로 정리하였으며, 기출 패턴을 분석하여 자주 출제되는 문법 및 어휘를
정리하였습니다.

Các đề thi trước đây đã được sắp xếp theo từng dạng câu hỏi cùng với bài giải chi tiết, và những điểm ngữ pháp cũng như từ vựng thường
xuất hiện trong đề thi cũng đã được đưa vào quyển sách.

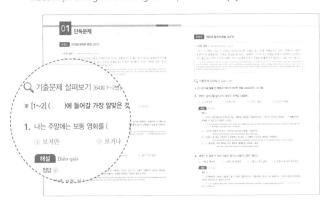

3. 연습문제 Bài luyện tập

기출 유형을 바탕으로 한 다양한 연습문제를 제공합니다.

Quyển sách cung cấp cho các bạn bộ đề luyện tập đa dạng theo các dạng câu hỏi của đề thi đã ra trước đây.

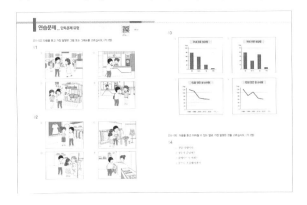

4. 실전 모의고사 _Đề thi thử_

토픽 3·4급용 실전 모의고사 2회분을 제공합니다.

Gồm 2 đề thi thử tương ứng với trình độ TOPIK cấp 3-4.

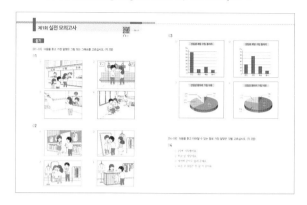
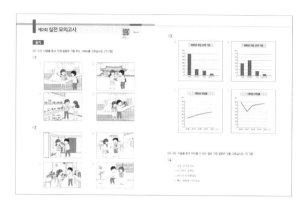

5. 정답 및 해설 _Đáp án và Diễn giải_

연습문제 및 실전 모의고사의 정답을 자세한 해설과 함께 실었습니다.

Đáp án của đề luyện tập và đề thi thử đã được đưa vào sách cùng với phần diễn giải chi tiết.

6. 문법 및 어휘 _Ngữ pháp và Từ vựng_

토픽 3·4급에 필요한 문법과 어휘를 총망라하여 자세히 정리하였습니다.

Tất cả các điểm ngữ pháp và từ vựng cần cho TOPIK cấp 3-4 đã được tổng hợp và đưa vào quyển sách này.

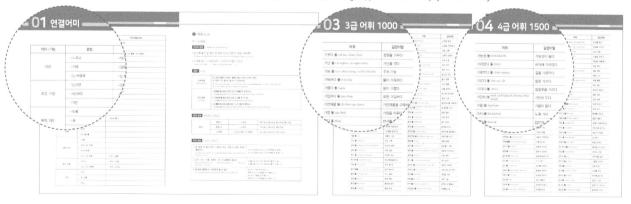

 MP3 다운로드 방법

본 교재의 **MP3** 파일은 **www.eckbooks.kr**에서 무료로 다운로드 받을 수 있습니다.
QR 코드를 찍으면 다운로드 페이지로 이동합니다.

목차

한국어능력시험 TOPIK 개요 Khái quát về cuộc thi năng lực tiếng Hàn Quốc TOPIK 10

CHAPTER 01 듣기 Nghe

1. 단독문제 Câu hỏi đơn

① 알맞은 그림/도표 고르기 Chọn tranh/biểu đồ đúng 22
② 이어지는 말 고르기 Chọn nội dung được nói tiếp theo 27
③ 이어지는 행동 고르기 Chọn hành động diễn ra tiếp theo 30
④ 일치하는 내용 고르기 Chọn nội dung đồng nhất 33
⑤ 중심 생각 고르기 Chọn suy nghĩ trọng tâm 37

연습문제(단독문제 유형) Bài luyện tập(dạng câu hỏi đơn) 40

2. 통합문제 Câu hỏi tích hợp

① 중심 생각 고르기 + 일치하는 내용 고르기 Chọn suy nghĩ trọng tâm + Chọn nội dung đồng nhất 46
② 담화 상황 고르기 + 일치하는 내용 고르기 Chọn tình huống đàm thoại + Chọn nội dung đồng nhất 49
③ 화자의 의도/목적 고르기 + 일치하는 내용 고르기 Chọn ý định/mục đích của người nói + Chọn nội dung đồng nhất 51
④ 담화 참여자 고르기 + 일치하는 내용 고르기 Chọn nhân vật tham gia trong đàm thoại + Chọn nội dung đồng nhất 53

연습문제(통합문제 유형) Bài luyện tập(dạng câu hỏi tích hợp) 56
종합문제 Bài luyện tập tổng hợp 59

CHAPTER 02 읽기 Đọc hiểu

1. 단독문제 Câu hỏi đơn

① 빈칸에 알맞은 문법 고르기 Chọn ngữ pháp đúng điền vào ô trống 70
② 의미가 비슷한 문법 고르기 Chọn ngữ pháp có ý nghĩa tương tự 71
③ 화제 고르기 Chọn chủ đề câu chuyện 74
④ 일치하는 내용 고르기 Chọn nội dung đồng nhất 81
⑤ 순서대로 문장 배열하기 Sắp xếp câu theo thứ tự 84
⑥ 빈칸에 알맞은 말 고르기 Chọn nội dung điền vào ô trống 86
⑦ 신문 기사 제목 설명하기 Giải thích tựa đề bài báo 88

연습문제(단독문제 유형) Bài luyện tập(dạng câu hỏi đơn) 94

2. 통합문제 Câu hỏi tích hợp

① 빈칸에 알맞은 말 고르기 + 중심 내용(주제) 고르기............................. 101
　　Chọn nội dung điền vào ô trống + Chọn nội dung trọng tâm(chủ đề)

② 빈칸에 알맞은 말 고르기 + 일치하는 내용 고르기............................. 104
　　Chọn nội dung điền vào ô trống + Chọn nội dung đồng nhất

③ 인물의 태도/심정 고르기 + 일치하는 내용 고르기.............................117
　　Chọn thái độ/tâm trạng của nhân vật + Chọn nội dung đồng nhất

연습문제(통합문제 유형) Bài luyện tập(dạng câu hỏi tích hợp)................. 120
종합문제 Bài luyện tập tổng hợp.. 123

CHAPTER 03 쓰기 Viết

1. 쓰기의 기초 Cơ sở của kỹ năng viết

① 원고지 쓰기 Cách viết trên giấy viết đáp án................................ 136
② 서술문제 형식 Hình thức của thể văn tường thuật......................... 139

2. 51~53번 쓰기 유형 Dạng câu hỏi Viết từ câu 51 đến câu 53

① 실용문 빈칸 쓰기 Viết văn thường nhật vào chỗ trống..................... 140
② 설명문 빈칸 쓰기 Viết văn giải thích vào chỗ trống....................... 145
③ 자료 설명하는 글 쓰기 Viết đoạn văn giải thích tài liệu.................. 150

종합문제 Bài luyện tập tổng hợp.. 156

CHAPTER 04 실전 모의고사 Đề thi thử

제1회 실전 모의고사 Đề thi thử số 1... 162
제2회 실전 모의고사 Đề thi thử số 2... 186

책 속 책 Sách trong sách

[정답 및 해설 Đáp án và Diễn giải]
[문법 및 어휘 Ngữ pháp và Từ vựng]

한국어능력시험 TOPIK 개요

❶ TOPIK(Test of Proficiency in Korean) 시험이란?

(1) 목적

- 한국어를 모국어로 하지 않는 재외동포·외국인의 한국어 학습 방향 제시 및 한국어 보급 확대
- 한국어 사용 능력을 평가하여 그 결과를 국내 대학 유학 및 취업 등에 활용

(2) 대상

한국어를 모국어로 하지 않는 재외동포 및 외국인으로서
- 한국어 학습자 및 국내 대학 유학 희망자
- 국내·외 한국기업체 및 공공기관 취업 희망자
- 외국 학교에 재학 중이거나 졸업한 재외국민
- 영주권 및 비자 발급 희망자

(3) 시험의 활용처

학업	정부 초청 외국인장학생 진학 및 학사 관리
	외국인 및 12년 외국 교육 과정을 이수한 재외동포의 국내 대학 및 대학원 입학
취업	한국기업체 취업희망자의 취업비자 획득 및 선발, 인사 기준
	외국인 의사자격자의 국내 면허 인정
	외국인의 한국어교원 자격 심사(국립국어원) 지원 서류
거주	결혼이민자 비자 발급 신청
	사회통합프로그램 이수 인정(TOPIK 등급에 따라 배정)

❷ TOPIK(PBT) 시험의 구성

(1) 등급 기준

시험 수준	TOPIK I		TOPIK II			
시험 등급	1급	2급	3급	4급	5급	6급
등급 결정	80점 이상	140점 이상	120점 이상	150점 이상	190점 이상	230점 이상

(2) 문항 구성

시험 수준	교시	영역	유형	문항 수	배점	총계
TOPIK I (1~2급)	1교시	듣기 (40분)	객관식	30	100	200
		읽기 (60분)	객관식	40	100	
TOPIK II (3~6급)	1교시	듣기 (60분)	객관식	50	100	300
		쓰기 (50분)	주관식	4	100	
	2교시	읽기 (70분)	객관식	50	100	

객관식: 선택형 문항 (4지선다형)
주관식: 서답형 문항 (쓰기 영역)
- 문장 완성형 (단답형): 2문항
- 작문형: 2문항 (200~300자 정도의 중급 수준 설명문 1문항, 600~700자 정도의 고급 수준 논술문 1문항)

(3) 쓰기 영역 작문 문항 평가 범주

문항	평가 범주	평가 내용
51-52	내용 및 과제 수행	제시된 과제에 맞게 적절한 내용으로 썼는가?
	언어 사용	어휘와 문법 등의 사용이 정확한가?
53-54	내용 및 과제 수행	• 주어진 과제를 충실히 수행하였는가? • 주제에 관련된 내용으로 구성하였는가? • 주어진 내용을 풍부하고 다양하게 표현하였는가?
	글의 전개 구조	• 글의 구성이 명확하고 논리적인가? • 글의 내용에 따라 단락 구성이 잘 이루어졌는가? • 논리 전개에 도움이 되는 담화 표지를 적절하게 사용하여 조직적으로 연결하였는가?
	언어 사용	• 문법과 어휘를 다양하고 풍부하게 사용하며 적절한 문법과 어휘를 선택하여 사용하였는가? • 문법, 어휘, 맞춤법 등의 사용이 정확한가? • 글의 목적과 기능에 따라 격식에 맞게 글을 썼는가?

(4) 시험 시간

구분	교시	영역	입실 시간	시작	종료	시험 시간(분)
TOPIK I	1교시	듣기, 읽기	09:10	09:30	11:10	100
TOPIK II	1교시	듣기, 쓰기	12:10	12:30	14:20	110
	2교시	읽기	14:40	14:50	16:00	70

※ 한국어능력시험의 성적 유효 기간은 성적 발표일로부터 2년입니다.
※ 한국어능력시험의 공식 일정은 한국어능력시험 공식 홈페이지(www.topik.go.kr)에서 확인하십시오.

❸ TOPIK 등급별 기준

시험 수준	평가 등급	평가 기준
TOPIK I	1급	자기 소개하기, 물건 사기, 음식 주문하기 등 생존에 필요한 기초적인 언어 기능을 수행할 수 있으며 자기 자신, 가족, 취미, 날씨 등 매우 사적이고 친숙한 화제에 관련된 내용을 이해하고 표현할 수 있다. 약 800개의 기초 어휘와 기본 문법에 대한 이해를 바탕으로 간단한 문장을 생성할 수 있다. 또한 간단한 생활문과 실용문을 이해하고, 구성할 수 있다.
TOPIK I	2급	전화하기, 부탁하기 등의 일상생활에 필요한 기능과 우체국, 은행 등의 공공시설 이용에 필요한 기능을 수행할 수 있다. 약 1,500~2,000개의 어휘를 이용하여 사적이고 친숙한 화제에 관해 문단 단위로 이해하고 사용할 수 있다. 공식적 상황과 비공식적 상황에서의 언어를 구분해 사용할 수 있다.
TOPIK II	3급	일상생활을 영위하는 데 별 어려움을 느끼지 않으며 다양한 공공시설의 이용과 사회적 관계 유지에 필요한 기초적 언어 기능을 수행할 수 있다. 친숙하고 구체적인 소재는 물론, 자신에게 친숙한 사회적 소재를 문단 단위로 표현하거나 이해할 수 있다. 문어와 구어의 기본적인 특성을 구분해서 이해하고 사용할 수 있다.
TOPIK II	4급	공공시설 이용과 사회적 관계 유지에 필요한 언어 기능을 수행할 수 있으며, 일반적인 업무 수행에 필요한 기능을 어느 정도 수행할 수 있다. 또한 뉴스, 신문 기사 중 비교적 평이한 내용을 이해할 수 있다. 일반적인 사회적·추상적 소재를 비교적 정확하고 유창하게 이해하고 사용할 수 있다. 자주 사용되는 관용적 표현과 대표적인 한국 문화에 대한 이해를 바탕으로 사회·문화적인 내용을 이해하고 사용할 수 있다.
TOPIK II	5급	전문 분야에서의 연구나 업무 수행에 필요한 언어 기능을 어느 정도 수행할 수 있으며 정치, 경제, 사회, 문화 전반에 걸쳐 친숙하지 않은 소재에 관해서도 이해하고 사용할 수 있다. 공식적·비공식적 맥락과 구어적·문어적 맥락에 따라 언어를 적절히 구분해 사용할 수 있다.
TOPIK II	6급	전문 분야에서의 연구나 업무 수행에 필요한 언어 기능을 비교적 정확하고 유창하게 수행할 수 있으며 정치, 경제, 사회, 문화 전반에 걸쳐 친숙하지 않은 주제에 관해서도 이해하고 사용할 수 있다. 원어민 화자의 수준에는 이르지 못하나 기능 수행이나 의미 표현에는 어려움을 겪지 않는다.

❹ TOPIK II 3·4급 유형 정리

1. 듣기

■ 단독문제 (1~20번)

	유형	문항	문항 수	배점	총 배점
1	알맞은 그림/도표 고르기	1~3번	3	2	6
2	이어지는 말 고르기	4~8번	5	2	10
3	이어지는 행동 고르기	9~12번	4	2	8
4	일치하는 내용 고르기	13~16번	4	2	8
5	중심 생각 고르기	17~20번	4	2	8

■ 통합문제 (21~30번)

	유형	문항	문항 수	배점	총 배점
1	중심 생각 고르기 + 일치하는 내용 고르기	21~22번	2	2	4
		25~26번	2	2	4
2	담화 상황 고르기 + 일치하는 내용 고르기	23~24번	2	2	4
3	화자의 의도/목적 고르기 + 일치하는 내용 고르기	27~28번	2	2	4
4	담화 참여자 고르기 + 일치하는 내용 고르기	29~30번	2	2	4

2. 읽기

■ 단독문제 (1~18번, 25~31번)

	유형	문항	문항 수	배점	총 배점
1	빈칸에 알맞은 문법 고르기	1~2번	2	2	4
2	의미가 비슷한 문법 고르기	3~4번	2	2	4
3	화제 고르기	5~8번	4	2	8
4	일치하는 내용 고르기	9~12번	4	2	8
5	순서대로 문장 배열하기	13~15번	3	2	6
6	빈칸에 알맞은 말 고르기	16~18번	3	2	6
		28~31번	4	2	8
7	신문 기사 제목 설명하기	25~27번	3	2	6

■ 통합문제 (19~24번)

	유형	문항	문항 수	배점	총 배점
1	빈칸에 알맞은 말 고르기 + 중심 내용(주제) 고르기	19~20번	2	2	4
2	빈칸에 알맞은 말 고르기 + 일치하는 내용 고르기	21~22번	2	2	4
3	인물의 태도/심정 고르기 + 일치하는 내용 고르기	23~24번	2	2	4

3. 쓰기

■ 쓰기 (51~53번)

	유형	문항	문항 수	배점	총 배점
1	실용문 빈칸 쓰기	51번	1	10	10
2	설명문 빈칸 쓰기	52번	1	10	10
3	자료 설명하는 글 쓰기(200~300자)	53번	1	30	30

Khái quát về cuộc thi năng lực tiếng Hàn Quốc TOPIK

❶ TOPIK(Test of Proficiency in Korean) là gì?

(1) Mục đích

- Đưa ra phương hướng học tập tiếng Hàn Quốc và mở rộng việc phổ cập tiếng Hàn Quốc cho những kiều bào, người nước ngoài không sử dụng tiếng Hàn Quốc như ngôn ngữ mẹ đẻ.
- Đánh giá khả năng sử dụng tiếng Hàn Quốc và sử dụng kết quả thi cho việc du học hoặc xin việc v.v...

(2) Đối tượng

- Người học ngôn ngữ Hàn Quốc và người có mong muốn du học đại học ở Hàn Quốc;
- Người có mong muốn xin việc tại các doanh nghiệp Hàn Quốc và cơ quan nhà nước ở trong và ngoài nước;
- Người Hàn Quốc đang học tập hoặc đã tốt nghiệp ở trường nước ngoài;
- Người có mong muốn được cấp quyền cư trú vĩnh viễn và visa;

với tư cách là Hàn kiều và người nước ngoài không sử dụng tiếng Hàn Quốc như ngôn ngữ mẹ đẻ.

(3) Những nơi sử dụng kết quả thi

Học tập	Nơi quản lý sinh viên người nước ngoài được học bổng của chính phủ Hàn Quốc
	Nơi nhận hồ sơ nhập học hệ đại học và cao học của sinh viên nước ngoài và kiều bào đã tiếp nhận chương trình giáo dục của nước ngoài trong 12 năm
Tìm việc	Xin visa làm việc, tuyển chọn nhân viên và tiêu chuẩn nhân sự cho người nước ngoài mong muốn làm việc tại doanh nghiệp
	Công nhận giấy phép trong nước cho người nước ngoài có tư cách bác sỹ
	Hồ sơ đăng ký thẩm tra tư cách giáo viên tiếng Hàn Quốc của người nước ngoài (Viện Quốc ngữ Quốc gia)
Cư trú	Đăng ký cấp visa di dân theo diện kết hôn
	Công nhận hoàn thành chương trình 'Hội nhập xã hội Hàn Quốc' (tính theo cấp TOPIK)

❷ Cấu trúc đề thi TOPIK

(1) Tiêu chuẩn phân cấp

Trình độ thi	TOPIK I		TOPIK II			
Cấp	Cấp 1	Cấp 2	Cấp 3	Cấp 4	Cấp 5	Cấp 6
Điểm phân cấp	Trên 80 điểm	Trên 140 điểm	Trên 120 điểm	Trên 150 điểm	Trên 190 điểm	Trên 230 điểm

(2) Cấu trúc câu hỏi

Trình độ thi	Tiết	Phần	Hình thức câu hỏi	Số câu hỏi	Điểm từng phần	Tổng điểm
TOPIK I (cấp 1~2)	1	Nghe (40 phút)	Trắc nghiệm	30	100	200
		Đọc hiểu (60 phút)	Trắc nghiệm	40	100	
TOPIK II (cấp 3~6)	1	Nghe (60 phút)	Trắc nghiệm	50	100	300
		Viết (50 phút)	Viết	4	100	
	2	Đọc hiểu (70 phút)	Trắc nghiệm	50	100	

Hình thức câu hỏi: trắc nghiệm lựa chọn (chọn đáp án trong 4 câu trả lời cho sẵn)

Hình thức câu hỏi: biện luận (phần viết)

- Hoàn thành câu (dạng câu ngắn): 2 câu
- Viết văn: 2 câu (1 câu viết đoạn văn giải thích trình độ trung cấp khoảng 200~300 chữ, 1 câu viết tiểu luận trình độ cao cấp khoảng 600~700 chữ)

(3) Phạm trù đánh giá câu hỏi viết

Câu hỏi	Phạm trù đánh giá	Nội dung đánh giá
51-52	Nội dung và trả lời câu hỏi	Có viết nội dung phù hợp với câu hỏi đã được đưa ra không?
	Ngôn ngữ sử dụng	Từ vựng và ngữ pháp được sử dụng có chính xác không?
53-54	Nội dung và trả lời câu hỏi	• Đã thực hiện nhiệm vụ được cho một cách hoàn chỉnh chưa? • Đoạn văn có được cấu thành bởi nội dung liên quan chủ đề không? • Có thể hiện nội dung một cách phong phú và đa dạng không?
	Cấu trúc triển khai bài văn	• Cấu trúc bài văn có rõ ràng, logic không? • Cấu trúc từng đoạn theo nội dung bài văn có rõ ràng không? • Có sử dụng phù hợp các liên từ nối câu giúp ích cho việc triển khai tính logic của bài văn để liên kết các câu một cách có tổ chức không?
	Ngôn ngữ sử dụng	• Có sử dụng ngữ pháp và từ vựng đa dạng, phong phú và phù hợp không? • Có sử dụng ngữ pháp, từ vựng, phép chính tả chính xác không? • Đã viết đúng cách thức theo mục đích và chức năng của bài văn chưa?

(4) Thời gian thi

Phân biệt	Tiết	Phần	Thời gian vào phòng thi	Thời gian bắt đầu thi	Thời gian kết thúc	Tổng thời gian thi(phút)
TOPIK I	1	Nghe, Đọc hiểu	09:10	09:30	11:10	100
TOPIK II	1	Nghe, Viết	12:10	12:30	14:20	110
	2	Đọc hiểu	14:40	14:50	16:00	70

※ Thời gian hiệu lực của chứng chỉ Năng lực tiếng Hàn Quốc là 02 năm tính từ ngày công bố kết quả thi.

※ Vui lòng kiểm tra lịch thi chính thức tại trang chủ của cuộc thi Năng lực tiếng Hàn Quốc (www.topik.go.kr).

❸ Tiêu chuẩn đánh giá theo từng cấp của TOPIK

Trình độ thi	Cấp đánh giá	Tiêu chuẩn đánh giá
TOPIK I	Cấp 1	Có thể thực hiện các kỹ năng ngôn ngữ cơ bản cần thiết trong cuộc sống, chẳng hạn như tự giới thiệu bản thân, mua sắm, gọi đồ ăn v.v... đồng thời có thể hiểu và diễn đạt nội dung liên quan đến các chủ đề mang tính cá nhân và quen thuộc như bản thân, gia đình, sở thích, thời tiết v.v... Có thể đặt câu đơn giản dựa trên khoảng 800 từ vựng sơ cấp và ngữ pháp cơ bản. Ngoài ra, có thể hiểu và viết văn về cuộc sống và văn thường nhật một cách đơn giản.
	Cấp 2	Có thể thực hiện các kỹ năng cần thiết cho cuộc sống hàng ngày như gọi điện thoại, nhờ vả, và các kỹ năng cần thiết cho việc sử dụng các công trình dịch vụ công cộng như bưu điện, ngân hàng. Có thể dùng khoảng 1.500 đến 2.000 từ vựng để hiểu và sử dụng các đoạn văn về các chủ đề quen thuộc và mang tính cá nhân. Có thể phân biệt và sử dụng ngôn ngữ cho các tình huống trang trọng và không trang trọng.
TOPIK II	Cấp 3	Không cảm thấy khó khăn trong cuộc sống hàng ngày và có thể thực hiện các kỹ năng ngôn ngữ cơ bản cần thiết để sử dụng các công trình dịch vụ công cộng đa dạng và duy trì các mối quan hệ xã hội. Có thể diễn đạt hoặc hiểu các đoạn văn dựa trên chủ đề xã hội quen thuộc với bản thân ngoài các chủ đề quen thuộc và cụ thể. Có thể phân biệt đặc tính cơ bản của văn viết và văn nói, từ đó hiểu và sử dụng được.
	Cấp 4	Có thể thực hiện các kỹ năng ngôn ngữ cần thiết cho việc sử dụng các công trình dịch vụ công cộng và duy trì các mối quan hệ xã hội, và thực hiện ở một mức độ nào đó các kỹ năng cần thiết cho công việc thông thường. Ngoài ra có thể hiểu nội dung tin tức và các bài báo tương đối đơn giản. Cũng có thể hiểu và sử dụng tương đối chính xác và thông thạo các tài liệu mang tính xã hội và trừu tượng thông thường. Có thể hiểu và sử dụng các nội dung xã hội-văn hóa dựa trên sự hiểu biết về các thành ngữ thường dùng và văn hóa tiêu biểu của Hàn Quốc.
	Cấp 5	Có thể thực hiện một số kỹ năng ngôn ngữ cần thiết để tiến hành nghiên cứu hoặc làm việc trong một lĩnh vực chuyên ngành, và cũng có thể hiểu và sử dụng các tài liệu không quen thuộc dựa trên chủ đề chính trị, kinh tế, xã hội và văn hóa. Có thể phân biệt và sử dụng theo ngữ cảnh trang trọng và không trang trọng, cũng như văn nói và văn viết một cách phù hợp.
	Cấp 6	Có thể thực hiện các kỹ năng ngôn ngữ cần thiết để tiến hành nghiên cứu hoặc làm việc trong lĩnh vực chuyên ngành một cách tương đối chính xác và thông thạo, đồng thời có thể hiểu và sử dụng các chủ đề không quen thuộc về chính trị, kinh tế, xã hội và văn hóa. Dù không đạt đến trình độ của người bản ngữ nhưng không gặp khó khăn trong việc thực hiện các kỹ năng hoặc diễn đạt ý nghĩa.

④ Cấu trúc đề thi TOPIK II cấp 3-4

1. Nghe

■ **Câu hỏi đơn (Câu 1~20)**

	Dạng câu hỏi	Câu hỏi	Số câu hỏi	Điểm mỗi câu	Tổng điểm
1	Chọn tranh/biểu đồ đúng	Số 1~3	3	2	6
2	Chọn nội dung được nói tiếp theo	Số 4~8	5	2	10
3	Chọn hành động diễn ra tiếp theo	Số 9~12	4	2	8
4	Chọn nội dung đồng nhất	Số 13~16	4	2	8
5	Chọn suy nghĩ trọng tâm	Số 17~20	4	2	8

■ **Câu hỏi tích hợp (Câu 21~30)**

	Dạng câu hỏi	Câu hỏi	Số câu hỏi	Điểm mỗi câu	Tổng điểm
1	Chọn suy nghĩ trọng tâm + Chọn nội dung đồng nhất	Số 21~22	2	2	4
		Số 25~26	2	2	4
2	Chọn tình huống đàm thoại + Chọn nội dung đồng nhất	Số 23~24	2	2	4
3	Chọn ý định/mục đích của người nói + Chọn nội dung đồng nhất	Số 27~28	2	2	4
4	Chọn nhân vật tham gia trong đàm thoại + Chọn nội dung đồng nhất	Số 29~30	2	2	4

2. Đọc hiểu

■ Câu hỏi đơn (Câu 1~18, Câu 25~31)

	Dạng câu hỏi	Câu hỏi	Số câu hỏi	Điểm mỗi câu	Tổng điểm
1	Chọn ngữ pháp đúng điền vào ô trống	Số 1~2	2	2	4
2	Chọn ngữ pháp có ý nghĩa tương tự	Số 3~4	2	2	4
3	Chọn chủ đề câu chuyện	Số 5~8	4	2	8
4	Chọn nội dung đồng nhất	Số 9~12	4	2	8
5	Sắp xếp câu theo thứ tự	Số 13~15	3	2	6
6	Chọn nội dung điền vào ô trống	Số 16~18	3	2	6
		Số 28~31	4	2	8
7	Giải thích tựa đề bài báo	Số 25~27	3	2	6

■ Câu hỏi tích hợp (Câu 19~24)

	Dạng câu hỏi	Câu hỏi	Số câu hỏi	Điểm mỗi câu	Tổng điểm
1	Chọn nội dung điền vào ô trống + Chọn nội dung trọng tâm (chủ đề)	Số 19~20	2	2	4
2	Chọn nội dung điền vào ô trống + Chọn nội dung đồng nhất	Số 21~22	2	2	4
3	Chọn thái độ/tâm trạng của nhân vật + Chọn nội dung đồng nhất	Số 23~24	2	2	4

3. Viết

■ Viết (Câu 51~53)

	Dạng câu hỏi	Câu hỏi	Số câu hỏi	Điểm mỗi câu	Tổng điểm
1	Viết văn thường nhật vào chỗ trống	Số 51	1	10	10
2	Viết văn giải thích vào chỗ trống	Số 52	1	10	10
3	Viết đoạn văn giải thích tài liệu (200~300 chữ)	Số 53	1	30	30

TOPIK II

CHAPTER

01

듣기

Nghe

유형① **알맞은 그림/도표 고르기**

> • 유형 설명 • Giải thích hình thức câu hỏi
>
> 듣기 1번부터 3번까지는 듣고 대화의 상황 장면을 파악하는 문제입니다. 짧은 대화나 설명을 듣고 내용을 파악해서 적절한 그림이나 그래프를 고르는 문제가 출제됩니다. 듣기 1, 2번 문제는 남자와 여자의 대화 (남자-여자-남자 혹은 여자-남자-여자)를 듣고 알맞은 상황을 나타낸 그림을 고르는 문제입니다. 듣기 3번은 설문 조사를 통한 통계 결과를 정확하게 표현한 표나 그래프를 고르는 문제가 출제됩니다.
>
> Câu 1 đến câu 3 phần Nghe là dạng câu hỏi nghe và xác định tình huống. Câu hỏi được ra dưới dạng nghe một đoạn hội thoại hoặc giải thích ngắn rồi chọn tranh hoặc biểu đồ phù hợp. Câu 1 và câu 2 là nghe đoạn hội thoại giữa nhân vật nam và nữ (nam-nữ-nam hoặc nữ-nam-nữ) rồi chọn tranh thể hiện tình huống tương ứng. Câu 3 là chọn bảng hay biểu đồ thể hiện chính xác kết quả thống kê thông qua khảo sát.

🔍 기출문제 살펴보기 [64회 1번]

Có thể nghe câu hỏi của phần Nghe bằng cách quét mã QR.

※ [1~3] 다음을 듣고 알맞은 그림을 고르십시오. (각 2점)

🎧 01-1

> **여자** 고객님, 어떤 문제가 있으세요?
> **남자** 노트북 화면이 안 나와서요.
> **여자** 네, 언제 구입하셨지요?

1.

①  ②

③  ④

해설 Diễn giải

정답 ②

여자가 '고객님'이라는 호칭을 사용하여 남자와 대화를 시작했다. 먼저 대화 참여자의 관계는 친근한 관계나 동료가 아닌 '직원과 고객'의 대화라는 것을 예측할 수 있다. 이어 남자가 노트북 화면이 안 나온다는 문제를 말했으므로 ②의 수리 센터(AS센터)에서 노트북 수리를 접수하는 상황이 정답이 된다.

Nhân vật nữ gọi nhân vật nam là '고객님'(khách hàng) và bắt đầu cuộc hội thoại. Trước tiên, có thể đoán được mối quan hệ của các nhân vật không phải là quan hệ thân thiết hoặc đồng nghiệp mà là 'nhân viên và khách hàng'. Tiếp theo, nhân vật nam đã nói vấn đề là màn hình máy tính xách tay không lên, nên đáp án là tình huống ② tiếp nhận sửa máy tính ở trung tâm sửa chữa (trung tâm AS).

단어 및 표현

고객(님) khách hàng   문제 vấn đề   노트북 máy tính xách tay   화면 màn hình   구입하다 mua

✓ 1, 2번 듣기 유형은 문제를 듣기 전에 선택지의 그림을 보면서 대화 장소와 상황을 미리 예측해야 합니다. 대화를 나누는 장소나 상황을 먼저 파악하고 단어 하나하나에 집중하기 보다는 전체적인 대화 상황을 이해하면서 알맞은 정답을 찾아야 합니다.

Đối với dạng câu hỏi 1 và 2 phần Nghe, người học phải nhìn tranh trong các đáp án rồi đoán địa điểm và tình huống hội thoại trước khi nghe câu hỏi. Người học vừa phải nắm bắt trước địa điểm hay tình huống diễn ra hội thoại và cố gắng hiểu toàn bộ tình huống hội thoại vừa chọn đáp án mà không phải chỉ tập trung vào từng từ vựng.

✓ 이 유형에서는 기존에 자주 출제된 장소와 관계, 상황을 파악하고 대화의 예시를 살펴보며 정답을 찾는 연습을 합니다.

Người học cần nắm rõ địa điểm, mối quan hệ, tình huống thường xuất hiện trong đề thi, xem các hội thoại mẫu và luyện tập tìm đáp án.

최근 기출문제 파악하기

기출 상황 및 대화

장소 địa điểm	상황 tình huống	관계 mối quan hệ	예시 hội thoại mẫu
집 nhà	집안일(청소, 설거지, 요리 등) việc nhà (dọn dẹp, rửa bát, nấu ăn v.v...)	남편 – 아내 chồng – vợ	남자 : 청소 다 했는데 설거지 좀 도와줄까요? 여자 : 괜찮아요. 거의 다 했으니까 앉아서 좀 쉬어요. 남자 : 그럼 설거지 끝나면 차 한 잔 같이 마셔요. Nam : Anh đã dọn dẹp xong rồi, anh giúp em rửa bát nhé? Nữ : Không cần đâu. Em làm gần xong rồi, anh ngồi nghỉ một chút đi. Nam : Thế em rửa bát xong thì chúng ta cùng uống trà nhé.
회사 công ty	안내 데스크 quầy hướng dẫn	직원 – 방문객 nhân viên – khách	남자 : 어서 오십시오. 무엇을 도와 드릴까요? 여자 : 저, 신입 사원 지원 서류를 내러 왔는데요. 남자 : 3층으로 가시면 됩니다. 저쪽 엘리베이터를 이용하세요. Nam : Xin mời vào. Tôi có thể giúp gì ạ? Nữ : Tôi đến để nộp hồ sơ ứng tuyển nhân viên mới. Nam : Mời chị đến tầng 3. Chị sử dụng thang máy bên đó nhé.
공공시설 (유실물센터) công trình dịch vụ công cộng (trung tâm cất giữ đồ thất lạc)	분실물 접수 tiếp nhận khai báo mất đồ	직원 – 방문객 nhân viên – khách	여자 : 무엇을 도와 드릴까요? 남자 : 이 지갑, 누가 잃어버린 것 같아요. 이 앞에 있었어요. 여자 : 네, 이쪽으로 주세요. Nữ : Tôi có thể giúp gì cho anh? Nam : Ai đó đã làm mất cái ví này. Nó nằm ở phía trước. Nữ : Vâng, mời anh đưa đây ạ.
병원 bệnh viện	진료 접수 tiếp nhận đăng ký khám bệnh	병원 직원 – 환자 nhân viên bệnh viện – bệnh nhân	여자 : 어디가 아파서 오셨어요? 남자 : 배가 아파서 왔는데요. 여자 : 그럼 여기 이름과 생년월일을 쓰시고 잠깐 기다리세요. Nữ : Anh bị đau ở đâu mà đến bệnh viện ạ? Nam : Tôi bị đau bụng. Nữ : Mời anh điền tên và ngày tháng năm sinh vào đây rồi chờ một chút.

체육시설 cơ sở rèn luyện thể chất	볼링장에서 볼링 배우기 học bowling ở sân chơi bowling	친구 – 친구 bạn – bạn	남자 : 공을 잘 들고 앞 쪽을 봐. 여자 : 이렇게? 그 다음에는 어떻게 해? 남자 : 천천히 걸어가면서 공을 굴려 봐. Nam : Cậu cầm bóng chắc và nhìn phía trước nhé. Nữ : Thế này à? Sau đó thì làm thế nào? Nam : Cậu vừa bước chậm chậm vừa lăn bóng đi.
세탁소 tiệm giặt là	세탁소에 세탁물 맡기기 gửi quần áo giặt ở tiệm giặt là	점원 – 고객 nhân viên – khách hàng	여자 : 이거 좀 봐 주실래요? 옷에 커피를 쏟았어요. 남자 : 어디 좀 볼까요? 음…… 세탁하면 깨끗해질 거예요. 언제까지 해드리면 돼요? 여자 : 내일까지 해 주세요. Nữ : Anh xem giúp tôi cái này một chút nhé? Tôi đã làm đổ cà phê lên áo. Nam : Để tôi xem nào? Ưm... Giặt thì sẽ sạch thôi. Chị muốn khi nào xong? Nữ : Ngày mai nhé.
카페 quán cà phê	커피 주문하기 gọi cà phê	친구 – 친구 bạn – bạn	남자 : 넌 뭐 마실래? 커피? 여자 : 응. 난 따뜻한 커피 한 잔 마실래. 남자 : 그럼 먼저 자리 잡고 앉아 있어. 내가 가지고 갈게. Nam : Cậu uống gì? Cà phê? Nữ : Ừ. Tớ muốn uống một cốc cà phê nóng. Nam : Thế cậu lấy chỗ rồi ngồi chờ nhé. Tớ sẽ mang cà phê đến.

➕ 더 하기 Mở rộng

공원, 기차역, 공항, 영화관, 미용실 등 일상생활과 관련된 다양한 상황이 출제되었고 경찰서, 도서관, 미술관 등 공공시설 관련 상황도 잘 출제됩니다. 다양한 장소에 맞는 대화 표현을 이해하고 연습해야 하는 유형입니다.

Đề thi đã ra các tình huống đa dạng liên quan đến cuộc sống hàng ngày như ở công viên, ga tàu hỏa, sân bay, rạp chiếu phim, tiệm làm tóc v.v... Ngoài ra các tình huống liên quan đến công trình dịch vụ công cộng như đồn cảnh sát, thư viện, phòng trưng bày mỹ thuật v.v... cũng thường được ra đề. Đây là loại câu hỏi mà người học phải hiểu và luyện tập các cách diễn đạt hội thoại phù hợp với các địa điểm khác nhau.

※ [1~3] 다음을 듣고 알맞은 그림을 고르십시오. (각 2점)

🎧01-2

| 해설 | Diễn giải |

> **남자** 2015년 이후 영화관을 찾는 관객 수가 계속해서 감소하고 있습니다. 관객 수가 줄고 있는 이유로는 '여가 활동이 다양해져서'가 가장 많았고, '영화를 모바일로 보는 경우가 늘어서', '관람료가 올라서'가 그 뒤를 이었습니다.

정답 ③

첫 문장에서 '2015년 이후 관객 수가 감소하고 있다'라고 했으므로 하향 곡선의 그래프를 선택해야 한다. 그러므로 선택지 1, 2번의 그래프는 정답이 아니다. 이어 관객 수가 줄고 있는 이유로 '여가 활동이 다양해져서'가 가장 많았으므로 1위이고, 이어지는 설명으로 2, 3위를 선택하면 정답은 ③이다.

Vì nội dung của câu đầu tiên là 'Số lượng khách xem phim giảm từ năm 2015' nên phải chọn biểu đồ có đường đồ thị đi xuống. Vì thế biểu đồ ở đáp án 1, 2 không phải là đáp án đúng. Tiếp theo, ở phần lý do khách xem phim giảm, 'vì các hoạt động giải trí đã trở nên đa dạng hơn' được chọn nhiều nhất nên nằm ở vị trí thứ 1, tiếp theo là các nguyên nhân thứ 2 và thứ 3, nên số ③ là đáp án.

3.

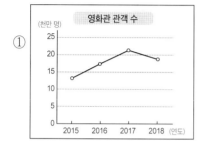

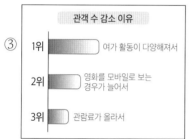

풀이 전략 Chiến lược giải câu hỏi

✓ 3번은 표와 그래프에 자주 사용되는 어휘를 학습하는 것이 도움이 됩니다. 주로 순위와 변화를 나타내는 그래프가 출제됩니다.

Học các từ vựng được sử dụng thường xuyên trong bảng dữ liệu hay biểu đồ sẽ giúp ích khi giải câu số 3. Để thi thường ra các biểu đồ thể hiện thứ hạng và sự biến đổi.

✓ 보통 선택지 1, 2번과 3, 4번의 그래프 제목과 그래프 유형이 동일하게 출제됩니다. 첫 문장에서는 먼저 주제를 소개하거나 주제에 대한 질문을 합니다. 이어 조사 결과를 바탕으로 한 순위, 연도별 변화, 연령별 혹은 성별 비교 정보 등을 제시합니다. 이 정보를 듣고 적절한 그래프를 선택해야 합니다. 즉, 설문 조사의 제목(주제)을 먼저 파악하고 그래프 세부 항목 정보를 파악해야 합니다.

Thường thì tên biểu đồ và loại biểu đồ của đáp án số 1 và 2, 3 và 4 sẽ giống nhau. Câu đầu tiên giới thiệu chủ đề trước hoặc hỏi về chủ đề. Câu tiếp theo cung cấp thông tin về thứ hạng, thay đổi theo năm, thông tin so sánh theo độ tuổi hoặc giới tính v.v...Người học phải nghe thông tin và chọn biểu đồ phù hợp. Tức là phải nắm bắt đề mục (chủ đề) của bản khảo sát trước rồi đến thông tin hạng mục chi tiết của biểu đồ.

단어 및 표현

감소하다 giảm, sụt   줄다 giảm, giảm sút, giảm đi   여가 활동 hoạt động giải trí   다양하다 đa dạng   모바일 điện thoại di động
관람료 tiền vé

최근 기출문제 파악하기

1. 기출 그래프 주제

영화관 관객 수 số lượng khách của rạp chiếu phim	관객 수 감소 이유 lý do số lượng khách giảm
직장인들의 점심시간 thời gian nghỉ trưa của nhân viên công ty	직장인들의 점심 식사 후 활동 hoạt động sau khi ăn trưa của nhân viên công ty
생활 체육 참여율 tỷ lệ tham gia hoạt động rèn luyện cơ thể	운동별 참여율 tỷ lệ tham gia theo môn thể dục thể thao
연령별 구매율 tỷ lệ mua sắm theo độ tuổi	분야별 판매율 tỷ lệ bán ra theo lĩnh vực
인터넷 사용 시간 thời gian sử dụng internet	인터넷 활용 방법 phương pháp tận dụng internet

2. 자주 출제되는 그래프 표현

유형 loại hình	문장 패턴 mẫu câu	예시 hội thoại mẫu
주제 제시 đưa ra chủ đề	• (대상)은 (주제)를 하십니까?/어떻게 보낼까요? • (주제)가 변화하고 있습니다. • (주제)가 감소 · 증가하고 있습니다.	여러분은 운동을 자주 하십니까? Các bạn có thường tập thể dục không? 직장인들은 점심시간을 어떻게 보낼까요? Nhân viên công ty thường trải qua giờ nghỉ trưa như thế nào? 출판 시장의 소비층이 변화하고 있습니다. Tầng lớp người tiêu dùng của thị trường xuất bản đang thay đổi.
조사 기관, 대상 cơ quan, đối tượng điều tra	• (조사 기관)이 (주제)에 대해 조사했다. • (조사 기관)의 조사 결과에 따르면 • (조사 기관)이 (대상)에게	문화체육관광부 조사 결과에 따르면 Theo kết quả khảo sát của Bộ Văn hóa Thể thao Du lịch 한 보고서에 따르면 Theo một báo cáo
수량 표현 cách diễn đạt số lượng	• A는 **%였고, B는 **%였다. • 이상, 이하, 미만, 절반	직장인의 점심시간은 한 시간이 70%였고, 한 시간 삼십 분은 20%, 한 시간 미만은 10%였습니다. 70% nhân viên văn phòng có thời gian nghỉ trưa là 1 giờ, 20% là 1 giờ 30 phút, và 10% là dưới 1 giờ.
순위 표현 cách diễn đạt thứ hạng	• (항목)이 가장 많았다. • (항목)이 1위를 차지했다. • (항목)이 가장 높게(많이) 나타났다. • (항목)라는 응답이 가장 많았다. • (항목)을 1위로 꼽았다.	'여가 활동이 다양해져서'가 가장 많았고 'Vì hoạt động giải trí trở nên đa dạng' nhiều nhất, 가장 많이 하는 운동은 '걷기'였으며 Môn thể dục được thực hiện nhiều nhất là 'đi bộ', 20대가 가장 많이 이용하는 것으로 나타났으며 Khảo sát cho thấy những người ở độ tuổi 20 sử dụng nhiều nhất,
	• (항목)이 뒤를 이었다. • (항목1), (항목2) 순이었다. • (항목1), (항목2) 순으로 나타났다.	'관람료가 올라서'가 그 뒤를 이었습니다. Tiếp theo là 'Vì tiền vé tăng'. 그 다음은 '등산', 그리고 '헬스'가 그 뒤를 이었습니다. Tiếp theo là 'leo núi', và sau đó là 'tập gym'.
변화 표현 cách diễn đạt sự thay đổi, biến đổi	• (크게, 급격히, 꾸준히, 지속적으로, 계속해서) 증가 · 감소한 것으로 나타났습니다. • 증가하다가 감소하였다.	2014년 이후 계속해서 증가한 것으로 나타났습니다. Khảo sát cho thấy tăng liên tục từ sau năm 2014.

• 유형 설명 • Giải thích hình thức câu hỏi

듣기 4번부터 8번까지는 대화를 듣고 '이어지는 말'을 고르는 문제입니다. 대화의 상황을 이해하면서 마지막 문장의 질문이나 제안, 부탁 등의 표현을 이해하여 적절한 대답을 찾는 문제입니다. 이 문제를 풀기 위해서는 대화의 마지막 문장의 정확한 이해가 중요하며 '부탁하기', '요청하기', '제안하기' 등의 기능적 표현에 대해 알면 도움이 됩니다.

Câu 4 đến câu 8 phần Nghe là nghe đoạn hội thoại và chọn 'câu nói tiếp theo'. Đây là câu hỏi yêu cầu người học hiểu tình huống hội thoại và hiểu câu hỏi, gợi ý, hoặc yêu cầu của câu nói cuối cùng để tìm câu trả lời thích hợp. Để giải câu hỏi này, việc hiểu chính xác câu cuối cùng của cuộc trò chuyện rất quan trọng và sẽ hữu ích nếu biết các cách diễn đạt chức năng của 'nhờ vả', 'yêu cầu' và 'đề xuất'.

🔍 기출문제 살펴보기 [64회 4번]

※ [4~8] 다음 대화를 잘 듣고 이어질 수 있는 말을 고르십시오. (각 2점)

🎧 01-3

여자	저는 내일 모임에 못 갈 것 같아요.
남자	왜요? 무슨 일이 있어요?
여자	_____

4.

① 모임 장소로 오세요.
② 내일은 갈 수 있어요.
③ 고향에서 친구가 와서요.
④ 못 만날까 봐 걱정했어요.

해설 Diễn giải

정답 ③

마지막 말 '무슨 일이 있어요?'라는 질문에 모임에 참석하지 못하는 이유가 이어지는 것이 정답이다. 그러므로 모임에 참석할 수 없는 상황을 말하는 '고향에서 친구가 와서요'가 정답이 된다.

Câu hỏi cuối là 'Có việc gì thế', nên lý do không thể tham gia cuộc gặp mặt nối tiếp phía sau là đáp án. Vì thế 'Do bạn từ quê ra' giải thích lý do không thể tham gia là đáp án đúng.

단어 및 표현

모임 cuộc gặp mặt, cuộc hội họp   장소 địa điểm   고향 quê, quê hương

✓ 먼저 선택지의 내용을 읽어보며 앞의 대화를 추측합니다. 마지막 질문이나 대화를 잘 들어야 하며, 특히 '어디', '누구', '얼마', '무슨' 등을 묻는 의문사가 있다면 그것을 중심으로 정답을 찾아야 합니다.

Người học đọc trước nội dung trong đáp án và đoán nội dung hội thoại phía trước. Phải nghe kỹ câu hỏi hoặc nội dung hội thoại cuối cùng, đặc biệt nếu có từ hỏi 'ở đâu', 'ai', 'bao nhiêu', 'gì' v.v...thì phải lấy các từ hỏi đó làm trọng tâm để tìm đáp án đúng.

✓ 대부분은 '회사', '학교', '집' 등의 일상생활과 관련된 장소에서 대화가 이뤄지고, '약속', '안부', '격려' 등의 일상적인 대화 주제가 나오므로 그와 관련된 어휘와 대화 표현을 공부하는 것이 도움이 됩니다.

Hội thoại chủ yếu diễn ra ở các địa điểm liên quan đến cuộc sống hàng ngày như 'công ty', 'trường học', 'nhà' v.v...và chủ đề hội thoại mang tính thường nhật như 'hứa hẹn', 'hỏi thăm', 'khích lệ' v.v...nên việc học các từ vựng và cách diễn đạt liên quan sẽ có ích.

최근 기출문제 파악하기

1. 자주 출제되는 대화 장소

회사 công ty	학교 trường học	집 nhà	식당 quán ăn
병원 bệnh viện	세탁소 tiệm giặt là	커피숍(카페) quán cà phê	가게 cửa hàng
지하철역 ga tàu điện ngầm	기차역 ga tàu hỏa	서비스센터 trung tâm dịch vụ	숙박업소 nhà nghỉ và khách sạn

2. 자주 출제되는 대화 표현

기능 kỹ năng	표현 cách diễn đạt	예시 hội thoại mẫu
요구하기 yêu cầu	-(으)세요	연락하세요. Anh/chị **hãy** liên lạc nhé.
	-아/어 보세요	문의해 보세요. Anh/chị **hãy** hỏi thử nhé.
	-아/어 줄 수 있어요?	복사해 줄 수 있어요? Anh/chị **có thể** photo **giúp tôi không**?
	-아/어 보시겠어요?	사무실에 문의해 보시겠어요? Anh/chị **hỏi thử** ở văn phòng nhé?
질문하기 hỏi	-아/어요?	무슨 일이 **있어요?** Anh/chị **có** việc gì?
		어디로 **바뀌었어요?** **Được đổi** sang đâu?
		방학 계획은 **세웠어요?** Bạn **đã lên** kế hoạch nghỉ chưa?
	-(으)ㄹ까(요)?	약국이 **있을까?** **Có** nhà thuốc **không nhỉ?**

부탁하기 nhờ vả	–(으)ㄹ 수 있어요?	확인할 수 있어요? Anh/chị **có thể** kiểm tra **không**?
	–(으)면 안 될까요?	내일까지 수선해 **주시면 안 될까요**? Anh/chị **không thể** sửa giúp tôi trước ngày mai **à**?
	–(으)면 안 돼(요)?	이것도 **주문하면 안 돼**? **Đặt** cái này nữa **thì không được à**?
	–아/어 주세요/주시겠습니까?	메모를 남겨 **주시겠습니까**? Anh/chị **để lại** lời nhắn **nhé**?
제안하기 để xuất	–아/어/여 드릴까요?	창가 쪽으로 예약을 **해 드릴까요**? Tôi đặt chỗ ở phía cửa sổ **cho anh/chị nhé**?
	–(으)면 어때(요)?	담당자에게 먼저 **여쭤 보면 어때**? Anh/chị **hỏi** người phụ trách trước **thì thế nào**?
	–아/어/여 보세요	계획을 세워 보세요. **Anh/chị thử lên** kế hoạch **nhé**.
	–(으)ㄹ래(요)?	자리를 **옮길래**? Bạn **đổi** chỗ **nhé**?
계획하기 lên kế hoạch	–(으)려고요	수리를 **하려고요**. Tôi **định** sửa.
	–기로 했어요	옷을 **교환하기로 했어요**. Tôi **đã định đổi** áo.
	–(아/어야)겠어요/–겠습니다	다음 주에 **만나야겠어요**./**알아보겠습니다**. Tuần sau **phải gặp mới được**./Tôi **sẽ tìm hiểu**.
	–(으)ㄹ게요	전화 **드릴게요**. Tôi **sẽ** gọi điện thoại **cho** anh/chị.
명령하기 mệnh lệnh	–(으)세요	주말까지 업무를 **끝내세요**. Anh/chị **hãy kết thúc** việc này trước cuối tuần.
	–도록 하세요	결과보고서를 **작성하도록 하세요**. Anh/chị **hãy viết** báo cáo kết quả.
	–아/어야 돼(요)	오늘은 꼭 **찾아야 돼**. Hôm nay nhất định **phải tìm**.
허락하기 cho phép	–(으)면 돼(요)	이메일로 **공지하면 돼요**. **Thông báo** bằng email **là được**.

• 유형 설명 • Giải thích hình thức câu hỏi

듣기 9번부터 12번까지는 대화를 듣고 여자의 '이어지는 행동'을 고르는 문제입니다. 대화의 상황뿐만 아니라 남자와 여자의 계획 혹은 제안, 명령 표현 등을 잘 이해해야 하는 유형입니다. 대화 상황을 이해하고 대화 참여자들의 관계를 파악하는 것도 중요합니다. '상사-부하', '손님-직원', '친구-친구' 등 다양한 관계가 나오는 유형입니다.

Câu 9 đến câu 12 phần Nghe là dạng câu hỏi yêu cầu nghe hội thoại và lựa chọn 'hành động diễn ra tiếp theo' của nhân vật nữ. Đây là dạng để đòi hỏi người học hiểu rõ không chỉ về tình huống của cuộc trò chuyện mà còn cả các cách diễn đạt về kế hoạch, đề xuất hoặc mệnh lệnh của nhân vật nam và nữ. Ngoài việc hiểu bối cảnh của cuộc trò chuyện thì việc nắm bắt được mối quan hệ giữa những người tham gia hội thoại cũng quan trọng. Các mối quan hệ xuất hiện ở dạng câu hỏi này thường đa dạng, có thể là 'cấp trên-cấp dưới', 'khách-nhân viên', 'bạn-bạn', v.v.

🔍 기출문제 살펴보기 [64회 9번]

※ [9~12] 다음 대화를 잘 듣고 여자가 이어서 할 행동으로 알맞은 것을 고르십시오. (각 2점)

🎧 01-4

> **여자** 선물도 샀고 꽃도 준비했고, 케이크는 어떻게 됐지?
> **남자** 케이크는 민수가 사 온다고 했어.
> **여자** 그럼 난 생일 카드 좀 쓰고 있어야겠다.
> **남자** 그래. 난 민수 어디쯤 왔는지 전화해 볼게.

9.

① 꽃을 가져온다.
② 선물을 고른다.
③ 생일 카드를 쓴다.
④ 민수한테 전화한다.

해설 Diễn giải

정답 ③

'여자'의 이어질 행동을 찾는 것이 핵심이다. 남자의 마지막 말 '전화해 볼게'라는 말을 듣고 오해하지 않도록 한다. 여자가 '생일 카드 좀 쓰고 있어야겠다'라는 '계획'을 말하고 있으므로 여자가 이어서 할 행동은 ③ '생일 카드를 쓴다'이다.

Việc tìm hành động diễn ra tiếp theo của 'nhân vật nữ' là trọng tâm của câu hỏi. Người học không được hiểu lầm khi nghe câu nói cuối của nhân vật nam 'Tôi sẽ gọi điện thoại'. Vì nhân vật nữ đã nói 'kế hoạch' là 'Tôi sẽ viết thiệp sinh nhật', nên hành động mà nhân vật nữ sẽ làm tiếp theo là ③ 'viết thiệp sinh nhật'.

단어 및 표현

준비하다 chuẩn bị   고르다 chọn

✓ 대화의 상황을 이해하면서 중요한 요구사항이나 행동의 순서를 나타내는 부분을 잘 들어야 합니다.

Người học phải hiểu tình huống hội thoại và nghe kỹ phần thể hiện yêu cầu quan trọng hoặc trình tự của hành động.

✓ 만약 마지막 문장에 '-(으)세요', '-아/어 줄래요?'처럼 명령/제안 표현이 있다면 그것을 이어서 할 확률이 높으니 잘 들어야 합니다.

Nếu cuối câu xuất hiện ngữ pháp diễn đạt mệnh lệnh/đề xuất như '-(으)세요', '-아/어 줄래요?' thì có khả năng hành động tiếp nối theo sau đó nên phải nghe kỹ.

✓ 대화에 '먼저', '어서', '우선' 같은 첫 순서를 나타내는 표현이 있다면 그 부분을 잘 들어야 합니다. 이 유형은 대화가 끝난 후 '바로' 이어질 행동을 찾는 문제라는 점을 유념해야 합니다.

Nếu trong hội thoại có các cách diễn đạt thể hiện thứ tự đầu tiên như 'trước', 'nhanh lên', 'trước tiên' thì phải nghe kỹ phần đó. Phải nhớ đây là câu hỏi yêu cầu tìm hành động diễn ra phía sau 'ngay' sau khi hội thoại kết thúc.

최근 기출문제 파악하기

자주 출제되는 대화 유형

대화 유형 hình thức hội thoại	대화 문법 ngữ pháp hội thoại	예시 hội thoại mẫu
남자 : 명령(제안) 여자 : 수용 **nhân vật nam**: mệnh lệnh(đề xuất) **nhân vật nữ**: tiếp nhận	남자 : -아/어 주세요(-아/어 줘) 여자 : 네, -겠습니다	남자 : 이 보고서 한 번 더 **확인해 주세요**. 여자 : 네, 다시 확인해 **보겠습니다**. **Nam**: Chị **vui lòng kiểm tra** báo cáo này một lần nữa. **Nữ** : Vâng, tôi **sẽ thử** kiểm tra lại.
	남자 : -아/어 주시겠어요? 여자 : 네, 알겠어요/알았어요	남자 : 신분증 좀 **보여주시겠어요**? 여자 : 네, 잠깐만요. **Nam**: **Chị cho tôi xem** chứng minh thư **được không**? **Nữ** : Vâng, anh chờ một chút ạ.
	남자 : -아/어 보세요 여자 : 네, 그게 좋겠네요	남자 : 서비스센터에 먼저 **문의해 보세요**. 여자 : 네, 그게 좋겠네요. **Nam**: **Chị vui lòng hỏi** ở trung tâm dịch vụ **trước**. **Nữ** : Vâng, chắc vậy thì tốt hơn.
여자 : 계획(제안) 남자 : 대답/질문 **nhân vật nữ**: lên kế hoạch(đề xuất) **nhân vật nam**: trả lời/hỏi	여자 : -(으)ㄹ게요 남자 : 네, 알았어요	여자 : 제가 어디 있는지 **볼게요**. 남자 : 네, 알았어요. 없으면 말해요. **Nữ** : **Tôi sẽ xem thử** (nó) ở đâu. **Nam**: Vâng, tôi biết rồi. Nếu không có thì nói tôi nhé.
	남자 : 어때요? 어디예요? 여자 : -(으)ㄹ게요	남자 : 이 그릇은 **어때요**? 여자 : 제가 가서 얼마인지 **알아 볼게요**. **Nam**: Cái bát này thế nào? **Nữ** : **Tôi sẽ tìm hiểu xem** giá bao nhiêu.
여자 : 계획(제안) 남자 : 계획(제안) **nhân vật nữ**: lên kế hoạch(đề xuất) **nhân vật nam**: lên kế hoạch(đề xuất)	여자 : -아/어야겠다 남자 : -아/어 볼게	여자 : 그럼 나는 카드 좀 쓰고 **있어야겠다**. 남자 : 나는 **전화해 볼게**. **Nữ** : Vậy mình **sẽ viết thiệp**. **Nam**: Mình **sẽ gọi điện thoại thử xem**.

남자 : 계획(제안) 여자 : 거절 + 부탁 **nhân vật nam**: lên kế hoạch (đề xuất) **nhân vật nữ**: từ chối + nhờ vả	남자 : -(으)ㄹ게(요) 여자 : 아니야, -아/어 줘(요)	남자 : 내가 **가져올게**. 여자 : **아니야**, 내가 찾을게. 너는 시계 좀 **내려 줘**. **Nam**: Mình sẽ **mang đến**. **Nữ** : **Thôi**, mình sẽ tìm. Cậu **để** đồng hồ **xuống giúp mình với**.
여자 : 설명 남자 : 제안 + 계획 **nhân vật nữ**: giải thích **nhân vật nam**: đề xuất + lên kế hoạch	여자 : 설명 남자 : -(으)세요 　　　　제가 -(으)ㄹ게요	여자 : 지원자가 적습니다. 남자 : 인사과에 **전화해 보세요**. 전 부장님께 말씀드릴게요. **Nữ** : Người ứng tuyển ít quá. **Nam**: Chị **hãy thử gọi** cho Phòng Nhân sự. Tôi sẽ nói với trưởng bộ phận.
여자 : 제안 남자 : 수락 + 질문 여자 : 대답 **nhân vật nữ**: đề xuất **nhân vật nam**: đồng ý + hỏi **nhân vật nữ**: trả lời	여자 : -아/어 드릴까요? 남자 : 네, -(으)세요 + 질문 여자 : 대답	여자 : 지금 자료를 **출력해 드릴까요**? 남자 : 네, 바로 **뽑아 주세요**. 시간은 알려 줬죠? 여자 : 어제 확인 이메일 보냈습니다. **Nữ** : Bây giờ tôi **in tài liệu cho anh nhé**? **Nam**: Vâng, **chị in** ngay **giúp tôi nhé**. Chị cho biết thời gian rồi phải không? **Nữ** : Hôm qua tôi đã gửi email xác nhận rồi.

· 유형 설명 · Giải thích hình thức câu hỏi

듣기 13번부터 16번까지 문제는 들은 내용과 일치하는 것을 고르는 문제입니다. 내용은 지인과의 대화, 강의, 강연, 뉴스 등이 출제될 수 있으며, 들은 내용의 세부 내용을 파악하고 이해하는 능력을 측정하는 문제 유형입니다.

Câu 13 đến câu 16 phần Nghe là dạng câu hỏi chọn đáp án giống với nội dung đã nghe. Nội dung có thể là hội thoại với người quen, bài giảng, diễn thuyết, tin tức v.v...Đây là loại câu hỏi đánh giá khả năng nắm bắt và hiểu nội dung chi tiết của phần đã nghe.

🔍 **기출문제 살펴보기** [64회 13번]

※ [13~16] 다음을 듣고 내용과 일치하는 것을 고르십시오. (각 2점)

🎧 01-5

여자	민수야, 너 작년에 심리학 개론 수업 들었지?
남자	응. 진짜 좋았어. 너 그 수업 들으려고?
여자	수강 신청은 했는데 다른 학과 수업이라 걱정이 돼서.
남자	그 수업, 내용도 재밌고 어렵지 않아서 괜찮을 거야.

13.

① 여자는 심리학과 학생이다.
② 여자는 수강 신청을 하지 못했다.
③ 남자는 심리학 개론 수업을 만족했다.
④ 남자는 여자와 심리학 개론 수업을 들었다.

해설 Diễn giải

정답 ③

여자의 '심리학 개론 수업 들었지?'라는 질문에 남자가 '응, 진짜 좋았어'라고 답하는 걸로 보아 남자는 심리학 개론 수업에 만족했다. 정답은 ③.

Nhân vật nam trả lời 'Ừ, tuyệt lắm' cho câu hỏi 'Cậu đã học lớp đại cương tâm lý học phải không?' của nhân vật nữ, cho thấy nhân vật nam hài lòng về lớp học đại cương tâm lý học. Đáp án là ③.

단어 및 표현

심리학 tâm lý học   개론 đại cương, khát quát   수강 신청 đăng ký môn học   만족하다 hài lòng

✓ 일치 문제 유형은 아래와 같이 다양한 유형이 출제됩니다. 14~16번까지는 더 공식적이고 공적인 내용의 듣기가 출제되므로 평소에 뉴스나 기사문을 읽고 듣는 것이 도움이 됩니다. 또한 문제를 듣기 전에 미리 선택지의 내용을 읽으면 대략적인 주제나 내용을 추측할 수 있어서 도움이 됩니다.

Hình thức câu hỏi chọn đáp án giống với nội dung đã nghe đa dạng như bảng bên dưới. Vì câu 14 đến câu 16 có nội dung mang tính trang trọng hơn, nên việc đọc và nghe tin tức hoặc bài báo sẽ rất hữu ích. Ngoài ra, đọc nội dung đáp án trước khi nghe câu hỏi sẽ giúp người học có thể đoán khái quát chủ đề hoặc nội dung.

듣기 13번 câu 13 phần Nghe	지인과의 대화 hội thoại với người quen	일상생활에서 친숙한 이야기나 주제로 대화한다. 친구와의 관계에서는 반말을 사용하기도 한다. Hội thoại về câu chuyện hoặc chủ đề quen thuộc trong đời sống hàng ngày. Lối nói thân mật (반말) cũng được sử dụng trong mối quan hệ giữa bạn bè.
듣기 14번 câu 14 phần Nghe	안내 방송 phát thanh hướng dẫn	공공장소에서 안내하는 방송이 주로 출제되므로 자주 출제되는 장소와 내용을 미리 파악하면 도움이 된다. Hình thức phát thanh hướng dẫn ở nơi công cộng thường xuất hiện trong đề thi nên việc nắm bắt trước địa điểm và nội dung thường được ra đề sẽ có ích.
듣기 15번 câu 15 phần Nghe	뉴스 tin tức	사건 사고, 생활 정보, 일기예보, 교통 정보 등 뉴스에서 자주 출제되는 어휘를 잘 학습해야 한다. Người học phải học các từ vựng thường xuất hiện trong tin tức như tai nạn sự cố, thông tin đời sống, dự báo thời tiết, thông tin về giao thông v.v...
듣기 16번 câu 16 phần Nghe	인터뷰 phỏng vấn	선택지를 보고 미리 인터뷰의 큰 틀을 파악하고 첫 질문에서 인터뷰의 주제를 더 정확히 파악한다. 답변에서 모두 정답을 찾을 수 있으므로 답변 부분을 잘 들어야 한다. Xem trước đáp án và nắm bắt khung sườn của cuộc phỏng vấn, rồi nắm bắt chính xác hơn chủ đề của cuộc phỏng vấn từ trong câu hỏi đầu tiên. Có thể tìm đáp án đúng trong phần trả lời nên phải nghe kỹ phần này.

🖊 최근 기출문제 파악하기

1. 자주 출제되는 장소 및 주제

장소·주제 địa điểm · chủ đề	세부 주제 chủ đề chi tiết
아파트 chung cư	협조 안내, 고장 안내, 안전 점검 안내, 수도관(가스관) 교체 안내, 정기 소독 안내, 소방차 전용 주차 구역 안내, 지하 주차장 청소 안내, 바자회 개최 안내 hướng dẫn về hỗ trợ, hướng dẫn về hỏng hóc, hướng dẫn kiểm tra an toàn, hướng dẫn thay ống nước (ga), hướng dẫn khử trùng định kỳ, hướng dẫn khu vực đỗ xe dành cho xe cứu hỏa, hướng dẫn về dọn dẹp vệ sinh bãi đỗ xe ở tầng hầm, hướng dẫn về mở hội chợ quyên góp
백화점 trung tâm mua sắm	분실물 안내, 특별 상품권 안내, 문화 센터 강연 안내, 사은 행사 안내, 세일 안내 hướng dẫn tìm đồ thất lạc, hướng dẫn về phiếu mua hàng đặc biệt, hướng·dẫn về diễn thuyết ở trung tâm văn hóa, hướng dẫn về sự kiện tri ân khách hàng, hướng dẫn về giảm giá

공원 công viên	미아 발생 안내, 셔틀 버스 운행 안내, 분실물 찾기 안내, 영화 촬영 협조 안내, 관람 일정 및 주의 사항 안내 thông báo tìm trẻ lạc, hướng dẫn thông tin về xe buýt đưa đón, hướng dẫn tìm đồ thất lạc, hướng dẫn về hỗ trợ quay phim, hướng dẫn lịch trình tham quan và điều cần chú ý
도서관 thư viện	개방 시간 및 주의 사항 안내, 자료실 이용 규칙 안내, 공사 안내, 열람실 이용 시간 안내 hướng dẫn thời gian mở cửa và điều cần chú ý, hướng dẫn về quy tắc sử dụng phòng tài liệu, hướng dẫn về công trình, hướng dẫn thời gian sử dụng phòng đọc
학교 trường học	강연 안내, 신입생 건강 검진 안내, 방문 일정 안내, 방송반 프로그램 안내 hướng dẫn về buổi diễn thuyết, hướng dẫn khám sức khỏe cho học sinh mới, hướng dẫn lịch trình tham quan, hướng dẫn chương trình phát thanh
회사 công ty	에너지 절약 방침 안내, 소방 시설 점검 안내, 영화 촬영 협조 안내 hướng dẫn chính sách tiết kiệm năng lượng, hướng dẫn về kiểm tra cơ sở vật chất phục vụ phòng cháy chữa cháy, hướng dẫn về hỗ trợ quay phim
기숙사 ký túc xá	공동 세탁실 이용 안내, 대청소 안내, 화재 대피 안내 hướng dẫn sử dụng máy giặt công cộng, hướng dẫn tổng vệ sinh, hướng dẫn sơ tán khi có hỏa hoạn
공연장/영화관/강연장 nơi biểu diễn/rạp chiếu phim/nơi diễn thuyết	관람 시 주의 사항 안내, 관객과 배우와의 대화 안내, 강연 내용 및 일정 안내 hướng dẫn những điều cần chú ý khi xem, hướng dẫn về giao lưu giữa khán giả và diễn viên, hướng dẫn về nội dung và lịch trình của buổi diễn thuyết
공항(비행기) sân bay(máy bay)	비행기 지연 도착 안내, 도착 시간 및 탑승 시간 안내, 여권 발급 서비스 안내, 주의 사항 안내 thông báo máy bay hạ cánh muộn, hướng dẫn thời gian đến và thời gian lên máy bay, hướng dẫn dịch vụ cấp hộ chiếu, hướng dẫn những điều cần chú ý
사건 사고 sự cố tai nạn	교통사고, 정전 사고, 등반 사고, 화재 사고, 식중독 사고, 물놀이 사고, 낚시 사고, 공연장 사고, 지하철 사고, 기차 사고, 비행기 사고 tai nạn giao thông, sự cố mất điện, tai nạn khi leo núi, tai nạn hỏa hoạn, ngộ độc thực phẩm, tai nạn khi chơi các trò chơi dưới nước, tai nạn khi câu cá, tai nạn tại nơi biểu diễn, tai nạn tàu điện ngầm, tai nạn tàu hỏa, tai nạn máy bay
일기예보 dự báo thời tiết	날씨에 따른 사건 사고 sự cố, tai nạn do thời tiết
생활 정보 thông tin đời sống	새로운 정책이나 변화된 정책 소개, 실생활에 유용한 정보 소개 giới thiệu về chính sách mới hoặc chính sách đã được sửa đổi, giới thiệu về thông tin hữu tích cho cuộc sống
관광지 소개 giới thiệu điểm tham quan	유명한 장소, 관광명소 소개 giới thiệu địa điểm nổi tiếng, thắng cảnh du lịch
교통 정보 thông tin giao thông	시내 및 고속도로 교통 현황 등 tình hình giao thông trong nội thành và đường cao tốc v.v...

2. 자주 출제되는 어휘·문법

주제 chủ đề	어휘·문법 từ vựng, ngữ pháp
지인과의 대화 hội thoại với người quen	-지(요)?, -고(요)?, -(으)ㄹ까요? -(으)ㄴ 적이 있어(요)?, -잖아(요), -거든(요)
안내 방송 phát thanh hướng dẫn	고객님, 주민 여러분, 부탁드립니다, 드리다, 점검하다, 안내하다, 예정이다 -기 바랍니다, -(으)ㅂ시오, -(으)니
인터뷰 phỏng vấn	-지(요)?, -가요?, -나요?, -고(요), -는데요, -아/어 주다
사건 사고 sự cố, tai nạn	구조하다 cứu hộ, 교통사고 tai nạn giao thông, 도둑 trộm, 무단 횡단 qua đường trái phép, 부상자 người bị thương, 부실 공사 công trình kém chất lượng, 뺑소니 tẩu thoát (sau khi gây tai nạn), 대책 đối sách, 대피하다 sơ tán, 사망자 người tử vong, 소매치기 móc túi, 실종자 người mất tích, 음주 운전 lái xe khi có nồng độ cồn, 응급 환자 bệnh nhân cấp cứu, 응급실 phòng cấp cứu, 인명 피해 thiệt hại về người, 접촉 사고 tai nạn do va chạm, 졸음운전 lái xe khi buồn ngủ, 피해자 người bị hại (nạn nhân), 정전 mất điện, 불편을 겪다 gặp vấn đề bất tiện, cảm thấy khó chịu, 혼란이 있다 rối rắm, 충돌하다 va chạm, 추돌하다 đâm vào từ phía sau, 차량 통행 xe cộ lưu thông, 정체가 풀리다 giảm tắc nghẽn
일기예보(날씨) dự báo thời tiết (thời tiết)	계절 mùa, 기상청 sở khí tượng thủy văn, 꽃샘추위 đợt rét đầu mùa xuân, 냉방병 bệnh dị ứng máy lạnh, 단풍놀이 ngắm lá phong, 벚꽃놀이 ngắm hoa đào, 사계절 4 mùa, 삼한사온 3 ngày lạnh 4 ngày ấm, 습도 độ ẩm, 안개 sương mù, 열대야 đêm nhiệt đới, 영상 trên 0 độ C, 영하 dưới 0 độ C (âm ~ độ), 영향 sự ảnh hưởng, 일교차 sự chênh lệch nhiệt độ trong ngày, 자외선 tia tử ngoại, 저기압/고기압 khí áp thấp/khí áp cao, 장마 mưa dầm, 전국 toàn quốc, 중부 miền trung, 남부 miền nam, 집중 호우 mưa to tập trung ở một khu vực, 찜통더위 cái nóng như lửa đốt, 체감 온도 nhiệt độ thực tế cơ thể cảm nhận, 최저 기온/최고 기온 nhiệt độ thấp nhất/nhiệt độ cao nhất, 천둥 sấm, 폭설 bão tuyết, 폭우 mưa to, 폭염 sự nóng bức, 호우주의보 sự cảnh báo có mưa to, 황사 bụi cát vàng, 건조하다 khô, 덥다 nóng, 따뜻하다 ấm áp, 무덥다 oi bức, 상쾌하다 sảng khoái, 서늘하다 se lạnh, 선선하다 mát lạnh, 습하다 ẩm, 시원하다 mát mẻ, 쌀쌀하다 lành lạnh, 중단하다 gián đoạn, 저물다 chạng vạng/xẩm tối, 찌다 nóng bức (như trong nồi hấp), 춥다 lạnh, 쾌적하다 sảng khoái, 포근하다 ấm áp, 풀리다 bớt lạnh, đỡ lạnh, 화창하다 trong lành, 후덥지근하다 nóng nực, oi bức, 불편을 겪다 gặp vấn đề bất tiện, cảm thấy khó chịu

• 유형 설명 • Giải thích hình thức câu hỏi

듣기 17번부터 20번까지 문제는 남자의 중심 생각을 파악하는 문제입니다. 그러므로 여자의 말보다 남자의 말을 집중해서 들어야 합니다. 주로 일상생활이나 회사에서의 대화가 출제됩니다.

Câu 17 đến câu 20 phần Nghe là câu hỏi mà thí sinh phải nắm bắt suy nghĩ trọng tâm của nhân vật nam. Vì thế người học phải tập trung nghe phần thoại của nhân vật nam hơn của nhân vật nữ. Và đề chủ yếu ra dưới dạng hội thoại trong cuộc sống hàng ngày hoặc trong công ty.

🔍 기출문제 살펴보기 [64회 17번]

※ [17~20] 다음을 듣고 <u>남자</u>의 중심 생각을 고르십시오. (각 2점)

🎧 01-6

남자 아무래도 요가 학원에 다녀야겠어. 혼자서 운동을 하니까 동작이 맞는지 모르겠고 효과도 없는 것 같아.

여자 요즘은 인터넷 요가 영상도 많이 있던데, 그걸 보는 건 어때?

남자 영상만으로는 안 될 것 같아. 내 동작이 틀려도 알 수 없잖아.

17.

① 운동을 제대로 배워서 하고 싶다.
② 인터넷의 운동 정보는 도움이 된다.
③ 건강을 위해 꾸준히 운동을 해야 한다.
④ 따라 하기 쉬운 요가 영상을 선택해야 한다.

해설 Diễn giải

정답 ①

남자가 대화 첫 마디에 '요가 학원에 다녀야겠어'라며, 의지를 표현하는 '-겠'을 사용하며 자신의 생각을 말하고, 여자의 제안에도 동의하지 않고 결국 자신의 첫 생각을 유지하는 것으로 보아 첫 문장이 중심 생각이 된다. 그래서 비슷한 의미로 ① '운동을 제대로 배워서 하고 싶다'가 정답이 된다.

Câu nói đầu tiên của nhân vật nam là 'Mình phải đi học ở trung tâm yoga mới được', câu này sử dụng ngữ pháp '-겠' thể hiện ý chí của người nói, và nhân vật nam vẫn giữ quan điểm đầu tiên của mình mà không đồng ý đề nghị của nhân vật nữ, nên câu đầu tiên là suy nghĩ trọng tâm của nhân vật. Vì vậy số ① 'Muốn học và luyện tập một cách bài bản' là đáp án đúng do mang ý nghĩa tương tự.

단어 및 표현

아무래도 dù sao đi nữa, dù gì đi nữa   학원 trung tâm, học viện   효과 hiệu quả   영상 video   동작 động tác   제대로 một cách bài bản, đúng cách
꾸준히 một cách đều đặn, bền bỉ   선택하다 lựa chọn

✓ 중심 생각을 나타내는 문형을 학습하여 남자의 말을 집중해서 들어야 합니다.

Người học phải trau dồi các mẫu câu thể hiện suy nghĩ trọng tâm và tập trung nghe câu thoại của nhân vật nam.

✓ 여자의 생각에 이어 남자의 생각이 동의(찬성), 반대(반론), 권유, 설명 등 다양한 형태로 제시되므로 미리 숙지하면 좋습니다.

Tiếp nối sau suy nghĩ của nhân vật nữ, suy nghĩ của nhân vật nam được đưa ra dưới nhiều hình thức khác nhau như đồng ý (tán thành), phản đối (bác bỏ), khuyến nghị, giải thích v.v... người học nên hiểu rõ để giải câu hỏi.

최근 기출문제 파악하기

1. 자주 출제되는 표현

문형 mẫu câu	예시 hội thoại mẫu
–겠다	요가 학원에 **다녀야겠어**. Tôi **phải đi học** ở trung tâm yoga.
– 는 것 같다	정보를 너무 많이 **요구하는 것 같아**. **Có vẻ yêu cầu** quá nhiều thông tin.
–(으)ㄹ 것 같다	너무 작게 하면 **서운할 것 같아**. Nếu làm nhỏ quá thì **chắc sẽ tiếc đấy**.
좋다(낫다)/중요하다/필요하다	이렇게 한 번 더 보게 되니까 전 **좋은 것 같아요**. Tôi thấy được xem lại một lần nữa như thế này **có lẽ tốt**.
–고 싶다/–(으)면 좋겠다	내일까지 **준비하면 좋겠어요**. Đến ngày mai **chuẩn bị xong thì tốt**.
–는게 어때요?/–아/어 보세요	직접 보고 **사는 게 어때요?** Trực tiếp xem rồi **mua thì thế nào?**
–아/어야 –아/어야 하다(되다)	짧지만 명확하게 **소개해야** 소비자들이 제품을 이해할 수 있어요. **Phải giới thiệu** ngắn nhưng rõ ràng thì người tiêu dùng mới có thể hiểu sản phẩm.
	행사의 목적이 무엇인지 잘 **파악해야 합니다**. **Phải nắm bắt được** mục đích của sự kiện là gì.
–(ㄴ/는)다고/라고 생각하다/보다	가수가 가진 목소리가 최고의 악기라고 **생각합니다**. **Tôi nghĩ** giọng hát của ca sỹ là nhạc cụ tuyệt vời nhất.
	목소리만으로도 아름다운 음악을 만들 수 있다고 **본다**. **Tôi nghĩ** chỉ với giọng hát cũng có thể tạo ra được âm nhạc đẹp đẽ.

2. 자주 출제되는 대화 유형

대화 유형 hình thức hội thoại	예시 hội thoại mẫu
반대/거절 phản đối/từ chối	**여자** : 빵 지금 할인하네. 우리도 사자. **남자** : 조금씩 사서 먹는 게 오히려 돈을 아끼는 거라고. *Nữ* : Bánh đang giảm giá. Chúng mình cũng mua đi. *Nam:* Mua từng chút để ăn ngược lại là cách tiết kiệm tiền đó.
부정/불만 phủ định/bất mãn	**여자** : 요즘 작은 결혼식이 유행이거든. **남자** : 하지만 너무 작게 하면 서운할 것 같아. *Nữ* : Dạo này lễ cưới đơn giản đang thịnh hành. *Nam:* Nhưng anh nghĩ làm đơn giản quá thì chắc là sẽ tiếc đấy.
수긍/동의 chấp nhận/đồng ý	**여자** : 디자인이 참 특이하죠? **남자** : 그렇네요. 그림이 있는 것도 인상적이고요. *Nữ* : Thiết kế quá độc đáo phải không? *Nam:* Đúng vậy. Việc cho tranh vẽ vào cũng rất ấn tượng.
질문/대답 hỏi/đáp	**여자** : 어떤 부분에 신경 써야 하나요? **남자** : 행사의 목적이 무엇인지 잘 파악해야 합니다. *Nữ* : Tôi phải lưu ý đến phần nào? *Nam:* Chị phải nắm rõ mục đích của sự kiện là gì.
조언/권유 khuyên/khuyên nhủ	**여자** : 먼저 한번 봐 주시겠어요? **남자** : 짧지만 명확하게 설명해야 소비자들이 제품을 잘 이해할 수 있어요. *Nữ* : Anh có thể xem trước giúp tôi được không? *Nam:* Phải giải thích ngắn nhưng rõ ràng thì người tiêu dùng mới có thể hiểu hết về sản phẩm được.
다른 방법 제시 đưa ra phương pháp khác	**여자** : 학교 이름이 들어간 수첩으로 할까요? **남자** : 글쎄요. 이번에는 우산이 어떨까요? *Nữ* : Chúng ta làm sổ tay có tên trường nhé? *Nam:* Xem nào. Lần này làm ô đi mưa thì thế nào?

[01~03] 다음을 듣고 가장 알맞은 그림 또는 그래프를 고르십시오. (각 2점)

01

①

②

③

④

02

①

②

③

④

03

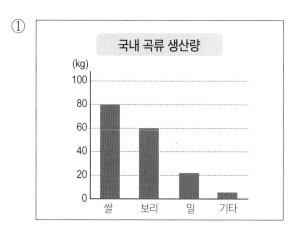

① 국내 곡류 생산량

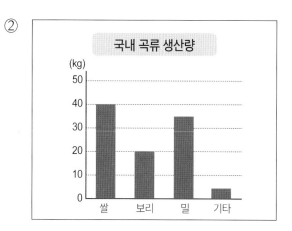

② 국내 곡류 생산량

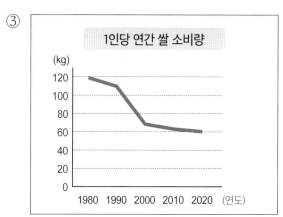

③ 1인당 연간 쌀 소비량

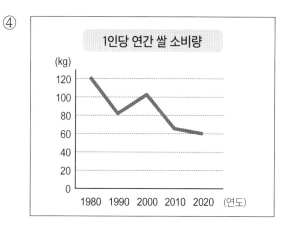

④ 1인당 연간 쌀 소비량

[04~08] 다음을 듣고 이어질 수 있는 말로 가장 알맞은 것을 고르십시오. (각 2점)

04

① 정말 다행이다.

② 청소가 끝났어?

③ 룸메이트가 어때?

④ 앞으로 조심해야겠어.

05

① 아프면 쉬어야지요.
② 검사를 받아보길 잘했어요.
③ 안 그래도 오후에 가려고요.
④ 검사가 빨리 끝날 줄 몰랐어요.

06

① 네, 그럼 환불해 드릴게요.
② 네, 다른 가게는 멀어서요.
③ 네, 바로 전화해 보겠습니다.
④ 네, 다른 옷을 추천해 드릴게요.

07

① 컴퓨터가 필요해서요.
② 그럼 어떻게 해야 하죠?
③ 어디에서 컴퓨터를 샀어요?
④ 언제부터인지 기억이 안 나요.

08

① 그럼 이메일로 보내주세요.
② 회의가 길어질 것 같은데요.
③ 그럼 다시 전화드리겠습니다.
④ 회의가 끝나는 대로 연락드리겠습니다.

[09~12] 다음을 듣고 여자가 이어서 할 행동으로 가장 알맞은 것을 고르십시오. (각 2점)

09

① 빵을 산다.
② 공원에 간다.
③ 간식을 만든다.
④ 옷을 갈아입는다.

10

① 편의점에 간다.
② 봉투를 찾는다.
③ 쓰레기통에 껍질을 버린다.
④ 쓰레기봉투에 껍질을 넣는다.

11

① 전화를 건다.
② 회의에 간다.
③ 보고서를 쓴다.
④ 보고서를 찾아본다.

12

① 회의 자료를 만든다.
② 회의 자료를 전달한다.
③ 회의 자료를 책상에 놓는다.
④ 회의 자료를 이메일로 보낸다.

[13~16] 다음을 듣고 들은 내용과 같은 것을 고르십시오. (각 2점)

13

① 남자는 집들이를 했다.
② 여자는 민수 씨를 만났다.
③ 남자는 고향에 내려갔다 왔다.
④ 여자는 친구와의 약속을 잊어버렸다.

14

① 일반인도 할인받을 수 있다.
② 할인 행사는 하루 동안 진행한다.
③ 볼펜이나 공책은 할인하지 않는다.
④ 학생이면 책을 저렴하게 살 수 있다.

15

① 내일은 오늘보다 더울 것이다.
② 비가 그치고 기온이 내려갈 것이다.
③ 장마가 일주일 동안 계속될 것이다.
④ 내일은 하루 종일 비가 내릴 것이다.

16

① 요즘 노동 인구가 줄어들었다.
② 1960년대에는 아이들이 적었다.
③ 최근 가족의 형태가 단순해졌다.
④ 최근 가족 정책이 문제가 되고 있다.

[17~20] 다음을 듣고 남자의 중심 생각으로 가장 알맞은 것을 고르십시오. (각 2점)

17

① 신발은 디자인이 중요하다.

② 신발은 가게에서 사는 게 낫다.

③ 신발 사이즈를 잘 알아야 한다.

④ 신발을 온라인으로 구매하면 더 저렴하다.

18

① 취직을 하려면 부지런해야 한다.

② 취직을 하려면 자격증이 필요하다.

③ 졸업 전에 취직 준비를 시작해야 한다.

④ 경험을 통해 적성을 찾는 것이 우선이다.

19

① 여행을 가서 사진을 많이 찍어야 한다.

② 여행을 가면 유명한 관광지에 가야 한다.

③ 여행을 가면 지역 시장에 가는 것이 좋다.

④ 지역 사람들이 운영하는 식당에 가야 맛이 좋다.

20

① 축제에서 음식을 먹으면 안 된다.

② 축제 자원봉사자가 더 많이 필요하다.

③ 축제에 더 많은 사람들이 참가했으면 좋겠다.

④ 성공적인 축제를 위해서 질서를 지켜야 한다.

02 통합문제

유형① **중심 생각 고르기 + 일치하는 내용 고르기**

• 유형 설명 • Giải thích hình thức câu hỏi

듣기 21~22번, 25~26번은 대화를 듣고 2문제를 풀어야 하는 통합문제 유형입니다. 첫 번째 문제는 중심 생각을 찾는 문제이고 두 번째는 일치하는 내용을 찾는 문제로, 앞에서 학습한 단독문제의 두 유형을 통합한 것이므로 각 유형에 해당하는 학습 전략을 참고하면 됩니다.

Câu hỏi 21,22 và 25,26 là dạng đề tích hợp, nghe hội thoại rồi trả lời 2 câu hỏi. Câu hỏi thứ nhất là tìm suy nghĩ trọng tâm và câu tiếp theo là tìm nội dung giống với nội dung đã nghe, vì đây là dạng đề tổng hợp 2 dạng câu hỏi đã học ở phía trước nên người học tham khảo cách học của 2 phần trước là được.

■ 21~22번의 대화는 공식적/비공식적 내용이 둘 다 출제될 수 있습니다. 공식적인 대화의 경우에는 회사에서 일어나는 회의와 업무 지시가 출제되었고, 비공식적(개인적)인 대화 내용으로는 자신의 의견을 말하거나 조언을 구하는 내용이 출제되었습니다. 보통 '여자-남자-여자-남자'/'남자-여자-남자-여자'의 형식으로 대화가 이루어집니다.

Nội dung hội thoại của câu 21, 22 có thể mang tính trang trọng hoặc không trang trọng. Đối với nội dung mang tính trang trọng thì các câu hỏi đã được ra trước đây là nội dung về cuộc họp hoặc chỉ thị công việc trong công ty, còn nội dung mang tính không trang trọng (mang tính cá nhân) thì câu hỏi đã được ra trước đây là nội dung trình bày ý kiến của bản thân hoặc tìm kiếm lời khuyên. Thường thì hội thoại được ra theo hình thức 'nữ-nam-nữ-nam' hoặc 'nam-nữ-nam-nữ'.

■ 25~26번 대화는 인터뷰 형식입니다. 질문을 하면 대답하는 형식으로 '남자의 대답'을 잘 듣고 중심 생각 문제를 풀어야 합니다.

Câu 25, 26 có hình thức một đoạn phỏng vấn. Vì là hình thức hỏi và trả lời nên người học phải nghe kỹ 'phần trả lời của nhân vật nam' và tìm suy nghĩ trọng tâm.

※ 통합 문제부터는 두 번씩 들려주기 때문에 앞에서 놓친 부분을 다시 들을 수 있으므로 2문제 모두 풀이할 수 있도록 연습합니다.

Từ phần câu hỏi tích hợp thì thí sinh sẽ được nghe 2 lần nên có thể nghe lại nội dung không thể nghe lần trước, do đó cần luyện tập để có thể giải được cả 2 câu.

🔍 기출문제 살펴보기 [64회 21~22번, 25~26번]

※ [21~22] 다음을 듣고 물음에 답하십시오. (각 2점)

🎧 02-1

남자	최근 조사 자료를 보면 여행객들이 호텔을 선택할 때 가장 많이 참고하는 게 이용 후기라고 해요.
여자	맞아요. 우리도 후기 관리에 더 신경을 써야 할 것 같아요. 우리 호텔은 고객 만족도는 높은 데 비해 이용 후기는 적은 편이잖아요.
남자	그래서 고객들에게 후기 작성에 대해 적극적으로 알려야 할 것 같아요. 후기를 많이 남길 수 있도록 하는 이벤트도 해 보고요.
여자	좋네요. 그럼 어떤 이벤트가 좋을지 한번 생각해 봐요.

해설 Diễn giải

21. 정답 ③

남자가 '후기 작성에 대해 적극적으로 알려야'와 '후기를 많이 남길 수 있도록'이라고 말하는 부분에서 이용 후기를 늘릴 필요가 있다고 생각하고 있음을 알 수 있다. 정답은 ③.

21. 남자의 중심 생각으로 알맞은 것을 고르십시오.

① 여행객들의 성향을 조사해야 한다.
② 고객 만족도를 높이는 것이 우선이다.
③ 이용 후기를 늘릴 수 있도록 해야 한다.
④ 후기 분석을 적극적으로 할 필요가 있다.

22. 들은 내용으로 맞는 것을 고르십시오.

① 이 호텔에서는 후기 작성 이벤트를 하고 있다.
② 남자는 호텔과 관련된 자료를 조사할 예정이다.
③ 이 호텔을 이용한 고객들은 후기를 많이 남겼다.
④ 여자가 일하는 호텔은 고객 만족도가 높은 편이다.

※ [25~26] 다음을 듣고 물음에 답하십시오. (각 2점)

🎧 02-2

> **여자** 오늘은 소방복을 재활용한 가방을 만들어 화제가 된 대학생들을 만나러 왔습니다. 어떻게 이런 일을 하게 되셨습니까?
>
> **남자** 소방관들이 시민을 위해 얼마나 힘든 환경에서 일하고 있는지를 알리고 싶었어요. 그래서 작년부터 저희의 전공을 살려 버려진 소방복을 재활용해 가방을 만들게 되었습니다. 가방의 소재가 특이하다 보니 자연스럽게 사람들의 관심을 모을 수 있었고 판매까지 하게 되었습니다. 현재는 가방을 판매한 수익금을 소방관의 활동을 알리는 데에 사용하고 있습니다. 저희의 작은 노력이 소방관의 어려움을 한 번 더 떠올리는 계기가 되었으면 좋겠습니다.

25. 남자의 중심 생각으로 알맞은 것을 고르십시오.

① 소방관의 근무 환경을 개선해야 한다.
② 사람들이 소방관에 대해 관심을 가지면 좋겠다.
③ 사람들은 소방관의 희생정신을 본받아야 한다.
④ 소방관의 안전을 보장하기 위한 대책이 필요하다.

26. 들은 내용으로 맞는 것을 고르십시오.

① 남자는 소방관으로 일하고 있다.
② 이 가방은 사람들에게 판매되지 않는다.
③ 이 가방은 소방복을 재활용해 만든 것이다.
④ 남자가 만든 가방은 아직 알려지지 않았다.

Nhân vật nam nói 'Phải tích cực quảng bá việc viết đánh giá sau khi sử dụng (review)' và 'để có nhiều đánh giá', có thể biết anh ấy nghĩ cần phải tăng số lượng đánh giá sau khi sử dụng, do đó đáp án đúng là số ③.

22. 정답 ④

여자가 '우리 호텔은 고객 만족도는 높은 데 비해'라고 말하는 부분에서 정답을 찾을 수 있다.

Có thể tìm đáp án trong câu nói của nhân vật nữ 'so với mức độ hài lòng cao của khách hàng về khách sạn chúng ta.'

25. 정답 ②

남자가 첫 번째와 마지막 문장에서 소방관의 환경을 알리고 싶고, 어려움을 한 번 더 떠올리는 계기가 되었으면 좋겠다고 했으므로 남자의 중심 생각은 소방관에 대해 관심을 가지면 좋겠다는 것이다.

Ở câu nói đầu tiên và cuối cùng, nhân vật nam nói là muốn cho mọi người biết đến môi trường của lính cứu hỏa cũng như mong muốn đây là cơ hội để gợi nhớ về những khó khăn, nên suy nghĩ trọng tâm của nhân vật nam là mong muốn mọi người quan tâm đến lính cứu hỏa.

26. 정답 ③

① 남자는 대학생이다.
　Nhân vật nam là sinh viên.

② '판매까지 하게 되었다'고 했으므로 오답이다.
　Nhân vật nam đã nói 'đã được bán ra', do đó đây không phải là đáp án đúng.

④ 남자가 만든 가방은 화제가 될 만큼 알려졌다.
　Túi xách mà nhân vật nam làm ra đã được biết đến rộng rãi đến độ trở thành chủ đề nóng.

✓ 21~22번 문제도 앞의 문제와 마찬가지로 선택지를 먼저 읽고 대화 내용이나 장소를 미리 예측해야 합니다. 21번 중심 생각 문제는 보통 '남자'의 중심 생각을 묻기 때문에 남자의 말을 잘 듣고 풀이합니다. 22번 일치 내용을 찾는 유형은 선택지를 정확하게 읽고 대화를 들으면서 틀린 내용을 찾는 연습을 해야 합니다.

Khi làm câu 21 và câu 22, cũng giống như câu trước, người học phải đọc nội dung đáp án trước, sau đó đoán nội dung hoặc địa điểm của cuộc hội thoại. Và đối với câu hỏi về suy nghĩ trọng tâm ở câu 21, thông thường đề thi sẽ hỏi về suy nghĩ trọng tâm của 'nhân vật nam', do đó cần nghe kỹ câu nói của nhân vật nam rồi giải câu hỏi. Đối với câu 22 là dạng đề tìm đáp án giống với nội dung đã nghe thì phải luyện tập đọc chính xác nội dung đáp án rồi vừa nghe vừa tìm nội dung sai.

✓ 25번은 남자의 중심 생각을 묻고, 26번은 선택지의 내용이 대화 내용과 반대이거나 혹은 일부분만 맞는 경우가 있으므로 꼼꼼하게 선택지를 읽어야 합니다.

Câu 25 hỏi về suy nghĩ trọng tâm của nhân vật nam và ở câu 26 thì có trường hợp đáp án có nội dung trái ngược với nội dung đã nghe hoặc chỉ đúng một phần, do đó phải đọc các đáp án thật kỹ.

※ 단독문제 유형에서 '중심 생각 고르기'와 '일치하는 내용 고르기' 부분을 참고해서 학습하는데, 4급 수준으로 어휘 수준이 올라가고 내용이 길어지므로 주의해야 합니다. 하지만 두 번 들려주기 때문에 끝까지 집중해서 들으면 정답을 충분히 찾을 수 있습니다.

Người học tham khảo phần 'chọn suy nghĩ trọng tâm' và 'chọn nội dung đồng nhất' trong dạng câu hỏi đơn, nhưng độ khó của từ vựng sẽ được nâng lên cấp 4 và nội dung cũng dài hơn nên phải chú ý. Tuy nhiên vì được nghe 2 lần nên sẽ có thể tìm được đáp án đúng nếu tập trung nghe đến cuối.

단어 및 표현

참고하다 tham khảo   이용 후기 đánh giá sau khi sử dụng (review)   작성(하다) viết, soạn thảo   이벤트 sự kiện   소방복 quần áo cứu hỏa
재활용(하다) tái sử dụng   화제 chủ đề nóng, chủ đề bàn tán   소재 chất liệu, tài liệu   특이하다 độc đáo   수익금 tiền lãi, lợi nhuận
떠올리다 làm hiện lên, nhớ đến   계기 cơ hội, động cơ   근무 làm việc   개선하다 cải thiện   희생 sự hy sinh   정신 tinh thần   본받다 noi gương
안전 sự an toàn   보장하다 đảm bảo   대책 đối sách

- 유형 설명 • Giải thích hình thức câu hỏi

듣기 23, 24번에 해당하는 유형으로, 23번 문제는 '남자가 무엇을 하고 있는지'를 고르는 문제이고 24번 문제는 일치하는 내용을 찾는 문제입니다. 이 문제 유형은 '공공시설'에서 하는 대화로 시설 이용자가 요청이나 질문을 한 후 직원의 답변을 듣고 다시 질문, 답변하는 형식입니다.

Câu 23, 24 thuộc dạng câu hỏi này, câu 23 yêu cầu chọn 'nhân vật nam đang làm gì', và câu 24 là tìm đáp án giống với nội dung đã nghe. Câu hỏi này thường được ra dưới dạng một đoạn hội thoại ở 'công trình dịch vụ công cộng', sau khi người sử dụng công trình dịch vụ yêu cầu hoặc hỏi thì nhân viên trả lời, rồi lại hỏi và trả lời.

🔍 기출문제 살펴보기 [64회 23~24번]

※ [23~24] 다음을 듣고 물음에 답하십시오. (각 2점)

🎧 02-3

> 여자 여보세요. 제가 운전면허증을 잃어버려서 다시 발급을 받고 싶은데요.
> 남자 운전면허 시험장으로 오시면 당일에 받을 수 있습니다. 오실 때 신분증을 꼭 챙겨 오셔야 하고요.
> 여자 인터넷으로 신청이 안 되나요? 면허 시험장이 너무 멀어서요.
> 남자 인터넷으로도 가능합니다. 신청하실 때 가까운 경찰서를 지정해서 면허증을 받으시면 돼요. 그런데 시간은 두 주 정도 걸립니다.

23. 여자가 무엇을 하고 있는지 고르십시오.

① 면허증 재발급 방법을 문의하고 있다.
② 면허증 재발급 기간을 확인하고 있다.
③ 면허 시험장의 위치를 알아보고 있다.
④ 면허증 발급을 위한 서류를 요청하고 있다.

24. 들은 내용으로 맞는 것을 고르십시오.

① 경찰서에서도 면허증을 받을 수 있다.
② 여자는 인터넷으로 신청서를 제출했다.
③ 여자는 면허 시험장에서 가까운 곳에 있다.
④ 인터넷을 이용하면 당일에 면허증 발급이 가능하다.

해설 Diễn giải

23. 정답 ①

여자는 운전면허증을 잃어버려서 다시 발급을 받으려면 어떻게 하면 되는지 묻는다. 그러므로 '재발급 방법'을 문의하고 있다.

Nhân vật nữ bị mất giấy phép lái xe nên hỏi làm thế nào để được cấp lại. Vì thế cô ấy đang hỏi 'phương pháp cấp lại'.

24. 정답 ①

남자가 '경찰서를 지정해서 면허증을 받으시면 돼요'라고 했으므로 정답은 ①.

Nhân vật nam đã nói 'Cô chọn sở cảnh sát rồi nhận giấy phép lái xe là được', do đó đáp án đúng là số ①.

※ 위 23번은 2021년 개선 이전의 기출문제입니다. 개선된 시험부터는 '남자'의 행동을 고르는 문제가 출제됩니다.

Câu 23 ở trên là câu hỏi đã được ra đề trước khi sửa đổi đề thi vào năm 2021. Sau khi đề thi được sửa đổi, câu hỏi là chọn hành động của 'nhân vật nam'.

단어 및 표현

운전면허증 giấy phép lái xe   발급하다 cấp, cấp phát   시험장 nơi thi, địa điểm thi   당일 trong ngày, đúng ngày đó   신분증 chứng minh thư
지정하다 chỉ định   재발급 cấp lại   문의하다 hỏi   확인하다 kiểm tra, xác nhận   요청하다 yêu cầu   서류 hồ sơ   제출하다 trình, nộp

✓ 23번은 남자가 무엇을 하는지 찾는 문제입니다. 선택지에 자주 출제되는 어휘를 숙지하고 있어야 합니다. 특히 자주 출제되는 선택지 기출 동사를 학습해야 합니다.

Câu 23 là câu hỏi yêu cầu xác định nhân vật nam đang làm gì. Người học phải nhuần nhuyễn từ vựng thường xuất hiện trong nội dung đáp án. Đặc biệt phải học các động từ thường xuất hiện trong đáp án.

✓ 24번은 선택지를 먼저 읽고 대화의 내용이나 장소를 예측한 후 두 번 들으면서 틀린 정보를 찾는 연습을 합니다.

Để giải câu 24, người học luyện tập bằng cách đọc trước nội dung đáp án và đoán nội dung hoặc địa điểm của cuộc hội thoại, sau đó nghe 2 lần rồi tìm thông tin sai.

최근 기출문제 파악하기

1. 듣기 23번 기출 어휘

예약하다 tóm tắt	신청하다 đăng ký	취소하다 hủy	변경하다 thay đổi, sửa đổi
요청하다 yêu cầu	권하다 khuyên nhủ, khuyến khích	요구하다 yêu cầu, đòi hỏi	제안하다 đề xuất
확인하다 kiểm tra, xác nhận	문의하다 hỏi	알아보다 tìm hiểu, nhìn ra	점검하다 kiểm tra, rà soát
안내하다 hướng dẫn	조사하다 điều tra	주문하다 đặt (hàng hóa, món ăn)	주장하다 khẳng định
강조하다 nhấn mạnh	상담하다 tư vấn	보고하다 báo cáo	발표하다 phát biểu

2. 듣기 23~24번 기출 장소 및 주제

장소 địa điểm	주제 chủ đề
운전면허 시험장 nơi thi/sát hạch giấy phép lái xe	운전면허증 재발급 cấp lại giấy phép lái xe
청년희망센터 trung tâm hy vọng tuổi trẻ	정장 대여 cho thuê đồ công sở
어린이 박물관 bảo tàng thiếu nhi	이용 문의 hỏi về việc sử dụng
호텔 khách sạn	호텔 진행 프로그램 문의 hỏi về chương trình khách sạn tiến hành
	회의장 예약 문의 hỏi về việc đặt địa điểm họp

• 유형 설명 • Giải thích hình thức câu hỏi

듣기 27~28번에 해당하는 유형으로 27번은 화자의 의도를 찾는 문제이고 28번은 일치하는 내용을 찾는 문제입니다. 이 문제 유형에서는 '사회 문제'나 '정보 전달' 혹은 '개인적인 고민' 등에 대한 대화 내용이 출제되었습니다.

Câu hỏi 27~28 thuộc dạng câu hỏi này, câu hỏi 27 yêu cầu tìm ý định của người nói, câu 28 là tìm đáp án giống với nội dung đã nghe. Ở dạng câu hỏi này, nội dung hội thoại về 'vấn đề xã hội', 'truyền đạt thông tin', hoặc 'phiền muộn mang tính cá nhân' v.v...đã từng được ra đề.

🔍 기출문제 살펴보기 [64회 27~28번]

※ [27~28] 다음을 듣고 물음에 답하십시오. (각 2점)

🎧 02-4

> 남자 이번에 김 과장님도 육아 휴직을 신청했대요. 요즘 회사 남자 직원들 중에 육아 휴직을 신청하는 사람들이 점점 많아지고 있어요.
> 여자 그러게요. 제도가 바뀌면서 휴직 기간 동안 월급도 주고 경력 인정도 되니까 예전보다 신청에 대한 부담이 적어진 거겠죠.
> 남자 제 생각엔 남성 육아를 긍정적으로 보는 시각이 많아진 게 큰 이유인 것 같아요. 정부나 회사에서 남성 육아를 권장하기도 하고요.
> 여자 하긴 요즘 분위기가 많이 달라진 것 같긴 해요.

27. 남자가 여자에게 말하는 의도를 고르십시오.

① 남성 육아의 필요성을 일깨우기 위해
② 남성 육아를 위한 제도를 설명하기 위해
③ 남성 육아의 문제점에 대해 지적하기 위해
④ 남성 육아에 대한 인식 변화를 말하기 위해

28. 들은 내용으로 맞는 것을 고르십시오.

① 남자의 회사에서 육아 휴직 신청자가 없다.
② 육아 휴직을 해도 경력을 인정받을 수 있다.
③ 육아 휴직 기간에는 월급이 지급되지 않는다.
④ 정부에서는 육아 휴직 제도의 시행을 준비하고 있다.

해설 Diễn giải

27. 정답 ④

남자 직원들 중에 '육아 휴직을 신청하는 사람이 많아지고 있다', '남성 육아를 긍정적으로 보는 시각이 많아진 게 큰 이유인 것 같다'는 말에서 남성 육아의 긍정적인 인식 변화를 말하고 있으므로 정답은 ④이다.

Trong các nhân viên nam 'ngày càng có nhiều người đăng ký nghỉ phép chăm con nhỏ', 'có lẽ lý do là cái nhìn tích cực đối với việc nam giới chăm con ngày càng nhiều' cho thấy họ đang nói về sự thay đổi nhận thức mang tính tích cực về vấn đề nam giới chăm con nhỏ, do đó ④ là đáp án đúng.

28. 정답 ②

여자가 '경력 인정도 되니까'라고 말하고 있다.

Nhân vật nữ nói 'cũng được công nhận kinh nghiệm'.

단어 및 표현

육아 chăm sóc nuôi dạy con cái   휴직 nghỉ việc tạm thời   제도 chế độ   경력 kinh nghiệm   인정(하다) công nhận, thừa nhận
부담 gánh nặng   긍정적 tích cực   권장하다 khuyến khích   일깨우다 đánh thức   지급하다 chi trả   시행하다 thi hành

✓ 보통 27번 선택지에서는 의도를 나타내는 '-(으)려고'나 '-기 위해서' 같은 문법을 사용하고 있습니다. 그리고 자주 출제되는 어휘를 학습해서 선택지를 정확하게 이해해야 합니다.

Thông thường các ngữ pháp thể hiện ý định như '-(으)려고' hoặc '-기 위해서' được sử dụng ở nội dung các đáp án của câu 27. Và người học phải học các từ vựng thường xuất hiện trong đề thi để hiểu chính xác đáp án.

✓ 28번의 일치하는 내용을 찾는 유형은 앞에서 학습한 내용을 참고하시기 바랍니다.

Vui lòng tham khảo nội dung học ở phần trước cho câu 28 - tìm đáp án giống với nội dung đã nghe.

📝 최근 기출문제 파악하기

1. 기출 선택지 표현

필요성을 일깨우기 위해 để nhận ra tính cần thiết	설명하기 위해 để giải thích	문제점을 지적하기 위해 để chỉ ra vấn đề
인식 변화를 말하기 위해 để nói về sự thay đổi nhận thức	의의를 말하려고 định nói về ý nghĩa	참여를 부탁하려고 định nhờ tham dự
방식을 바꾸려고 định thay đổi phương thức	이유를 알려주기(설명하기) 위해 để cho biết (giải thích) lý do	불만을 제기하기 위해 để trình bày sự bất mãn
영향을 파악하기 위해 để nắm rõ sự ảnh hưởng	효과를 강조하기 위해 để nhấn mạnh hiệu quả	감사하려고 định cảm ơn
소중함을 일깨워 주려고 định làm cho nhận ra sự quan trọng	의미를 알려 주려고 định cho biết ý nghĩa	방법에 대해 조언하려고 định khuyên về phương pháp
중요성을 알리기 위해 để cho biết tính quan trọng	활동을 홍보하기 위해 để quảng bá hoạt động	참여할 것을 권유하기 위해 để khuyên nhủ tham gia

2. 기출 어휘

일깨우다 đánh thức, làm cho thức tỉnh	설명하다 giải thích	지적하다 chỉ trích, chỉ ra
부탁하다 nhờ vả	바꾸다 đổi	알려 주다 cho biết
제기하다 đề xuất, nêu ra, đưa ra	파악하다 nắm bắt, nắm vững	강조하다 nhấn mạnh
조언하다 khuyên	홍보하다 quảng bá	확인하다 kiểm tra, xác nhận
권유하다 khuyên nhủ	언급하다 đề cập	전달하다 truyền đạt
지시하다 chỉ thị	상담하다 tư vấn	의논하다 trao đổi, bàn bạc, thảo luận
비판하다 phê phán	제안하다 đề xuất	알리다 cho biết, cho hay
변화 sự thay đổi, sự biến đổi, sự biến hóa	의의/의미 ý nghĩa	참여 sự tham gia
필요성 tính cần thiết	방식 phương thức	효과 hiệu quả
중요성 tính quan trọng	의견 ý kiến	동조 sự đồng tình/đồng ý
우려 sự lo ngại, sự lo lắng	걱정 sự lo lắng	불만 sự bất mãn

• 유형 설명 • Giải thích hình thức câu hỏi

듣기 29~30번에 해당하는 유형으로 29번은 남자가 누구인지 고르는 문제이고 30번은 일치하는 내용을 찾는 문제입니다. 29번은 '축구 선수', '축구 감독', '의사', '신문 기자' 같은 특정 직업명이 선택지로 나오기도 하지만 'N을/를 하는 사람'으로 출제되는 경우가 많습니다. 그러므로 구체적으로 하는 일 (관리하다, 조사하다, 개발하다 등)을 찾아야 합니다.

Câu 29~30 thuộc dạng câu hỏi này, câu 29 là chọn nhân vật nam là ai và câu 30 là tìm đáp án phù hợp với nội dung đã nghe. Trong nội dung các đáp án ở câu 29, các từ chỉ nghề nghiệp như 'cầu thủ bóng đá', 'huấn luyện viên bóng đá', 'bác sỹ', 'ký giả báo chí' xuất hiện nhưng cách diễn đạt 'người làm ~' ('N을/를 하는 사람') cũng xuất hiện nhiều. Do đó, người học phải tìm các công việc cụ thể (quản lý, điều tra, phát triển, v.v.).

🔍 기출문제 살펴보기 [64회 29~30번]

※ [29~30] 다음을 듣고 물음에 답하십시오. (각 2점)

🎧 02-5

남자	사장님께서 만든 전자책 구독 서비스의 인기 비결이 뭐라고 생각하세요?
여자	독서를 위한 다양한 서비스를 제공한다는 점이겠죠. 우선 매달 이용료를 내면 수만 권의 책을 얼마든지 읽을 수 있고요. 어려운 책은 전문가의 해설을 들으면서 읽거나 요약본으로 볼 수도 있어요. 모든 책에 음성 지원이 가능해서 이동 중에도 내용을 들을 수 있습니다.
남자	최근에는 책의 내용을 만화나 동영상 등으로 소개하는 기능도 추가하셨다고요.
여자	네. 더 즐겁게 독서할 수 있는 여러 방법을 계속 고민 중이에요.

29. 여자는 누구인지 맞는 것을 고르십시오.

① 전자책을 조사하는 사람
② 전자책을 골라주는 사람
③ 전자책 구독 서비스에 가입한 사람
④ 전자책 구독 서비스를 개발한 사람

30. 들은 내용으로 맞는 것을 고르십시오.

① 이 서비스는 무료로 이용이 가능하다.
② 이 서비스는 아직 이용자가 많지 않다.
③ 이 서비스는 책에 대한 해설도 제공한다.
④ 이 서비스는 동영상 기능을 추가할 예정이다.

해설 Diễn giải

29. 정답 ④

남자가 첫 질문에서 '사장님께서 만든 전자책 구독 서비스'라고 했으므로, 여자는 전자책 구독 서비스를 개발한 사람임을 알 수 있다.

Nhân vật nam trong câu hỏi đầu tiên đã nói 'dịch vụ mua định kỳ sách điện tử do giám đốc tạo ra', nên có thể biết nhân vật nữ là người đã phát triển dịch vụ mua định kỳ sách điện tử.

30. 정답 ③

① '매달 이용료를 내면'에서 무료가 아님을 알 수 있다.

Qua câu 'nếu nộp phí sử dụng hàng tháng' có thể biết đây không phải là dịch vụ miễn phí.

② 이 시비스의 '인기 비결'을 묻고 있으므로 이용자가 많음을 알 수 있다.

Qua câu hỏi 'bí quyết được yêu thích' có thể biết là có nhiều người sử dụng dịch vụ.

④ 동영상으로 소개하는 기능은 이미 추가했다.

Chức năng giới thiệu bằng video đã được thêm vào.

※ 위 29번은 2021년 개선 이전의 기출문제입니다. 개선된 시험부터는 '남자'가 누구인지 고르는 문제가 출제됩니다.

Câu 29 ở trên là câu hỏi đã được ra đề trước khi sửa đổi để thi vào năm 2021. Sau khi đề thi được sửa đổi, câu hỏi là chọn 'nhân vật nam' là ai.

✓ 29번은 특정 직업 단어 학습도 필요하지만 기출 선택지에 자주 나오는 '직업/활동'과 관련된 단어들을 미리 학습하면 도움이 됩니다. 또한 선택지의 내용이 비슷해서 정확한 답을 찾기 위해서는 여자/남자의 답변은 물론이고 질문자의 질문에서 나오는 힌트도 잘 들어야 합니다. 질문에서는 보통 직업의 '성공 비결', '구체적인 활동', '소감' 등을 묻습니다.

Đối với câu 29, việc học các từ vựng chỉ nghề nghiệp cụ thể cũng cần thiết nhưng sẽ rất hữu ích nếu học trước các từ liên quan đến 'nghề nghiệp/hoạt động' thường xuất hiện trong nội dung đáp án. Ngoài ra, vì nội dung các đáp án tương tự nhau nên người học phải nghe kỹ câu trả lời của nhân vật nữ/nam cũng như gợi ý trong câu hỏi của người hỏi để tìm ra câu trả lời chính xác. Các câu hỏi thường hỏi về 'bí quyết thành công' trong nghề nghiệp, 'hoạt động cụ thể' và 'cảm tưởng' v.v.

✓ 30번은 앞에 나온 '일치하는 내용 고르기' 유형을 반복적으로 연습해야 합니다.

Người học phải luyện tập nhiều lần dạng câu hỏi 'chọn nội dung đồng nhất' ở phía trước để giải câu 30.

 최근 기출문제 파악하기

1. 기출 직업/활동 관련 단어

주제 chủ đề	구체적인 활동 hoạt động cụ thể
도서/전자책/서비스 sách/sách điện tử/dịch vụ	조사하다 điều tra, 골라 주다(선택하다) lựa chọn, 가입하다 đăng ký thành viên, tham gia vào, 개발하다 phát triển, khai thác
공연 buổi biểu diễn	섭외하다 mời tham gia biểu diễn/quay hình, 안내하다 hướng dẫn, 관리하다 quản lý, 고치다(수리하다) sửa chữa, 장소 địa điểm, 좌석 chỗ ngồi, 안전 sự an toàn, 무대 시설 cơ sở vật chất ở sân khấu
식물 재배 trồng trọt thực vật	분석하다 phân tích, 관리하다 quản lý, 연구하다 nghiên cứu, 치료하다 chữa trị, 활용하다 ứng dụng, vận dụng, 향기 hương thơm, 재배 trồng trọt, canh tác
식품 thực phẩm	개발하다 phát triển, khai thác, 광고하다 quảng cáo, 판매하다 bán hàng, 홍보하다 quảng bá
운동 thể dục thể thao	선수 tuyển thủ, vận động viên, 감독 huấn luyện viên, 경기 심판 trọng tài trận đấu, 해설가 bình luận viên

전자책 sách điện tử   구독(하다) mua định kỳ (báo, tạp chí), đăng ký (subscribe) kênh   제공(하다) cung cấp   전문가 chuyên gia
해설 sự diễn giải   요약 sự tóm tắt   음성 âm thanh   지원(하다) hỗ trợ   기능 kỹ năng, chức năng   추가(하다) thêm, thêm vào
가입(하다) đăng ký thành viên, tham gia vào   개발(하다) phát triển, khai thác

2. 기타 직업/활동 관련 동사

기획하다/계획하다 hoạch định/lập kế hoạch	운영하다/관리하다 vận hành/quản lý	연구하다/조사하다/검토하다 nghiên cứu/điều tra/xem xét, kiểm
생산하다/만들다/제작(제조)하다 sản xuất/tạo,làm/chế tác (chế tạo)	짓다/건설하다/건축하다 xây/xây dựng/kiến thiết, xây dựng	사다/구매하다/구입하다 mua/mua hàng/mua, mua vào
공급하다/제공하다 cung cấp/cấp	쓰다/집필하다/작성하다 viết/biên soạn/soạn thảo	사용하다/이용하다/소비하다 sử dụng/sử dụng, tận dụng, lợi dụng/ tiêu thụ
출연하다/나오다 xuất hiện, tham gia (trên tivi, trong tác phẩm)/xuất hiện, hiện ra	감독하다/지휘하다 huấn luyện/chỉ huy	작곡하다/작사하다/연출하다 sáng tác nhạc, viết nhạc/viết lời/ chỉ đạo sản xuất, đạo diễn
준비하다/마련하다/구하다 chuẩn bị/chuẩn bị, sắp xếp/tìm, tìm kiếm	돌보다/기르다/키우다/재배하다 chăm sóc/nuôi dưỡng/nuôi/trồng, canh tác	치료하다/고치다/치유하다 chữa trị/sửa chữa/chữa lành
팔다/판매하다 bán/bán hàng	훈련하다/훈련시키다 huấn luyện/huấn luyện	판별하다/구별하다 phân biệt/phân biệt

[21~22] 다음을 듣고 물음에 답하십시오. (각 2점)

21 남자의 중심 생각으로 가장 알맞은 것을 고르십시오.

① 동물을 집에서 키우면 안 된다.

② 동물을 키우려면 가족과 상의해야 한다.

③ 고양이보다 다른 동물을 키우는 것이 낫다.

④ 동물을 키우기 위해서는 책임감이 필요하다.

22 들은 내용과 같은 것을 고르십시오.

① 여자는 강아지를 키웠다.

② 여자는 가족들과 함께 살고 있다.

③ 남자는 고양이를 키워 본 적이 있다.

④ 남자는 고양이를 입양하고 싶어 한다.

[23~24] 다음을 듣고 물음에 답하십시오. (각 2점)

23 남자가 무엇을 하고 있는지 고르십시오.

① 옷을 기부 받기 위해 상담하고 있다.

② 옷을 기부하는 방법을 문의하고 있다.

③ 기부한 옷의 영수증을 요청하고 있다.

④ 기부하는 가게의 위치를 확인하고 있다.

24 들은 내용과 같은 것을 고르십시오.

① 남성 양복을 기부할 수 있다.

② 영수증 발급은 시간이 걸린다.

③ 나눔 가게에서 옷을 수선해 준다.

④ 기부를 하려면 직접 가게에 가야 한다.

[25~26] 다음을 듣고 물음에 답하십시오. (각 2점)

25 남자의 중심 생각으로 가장 알맞은 것을 고르십시오.

① 온라인 쇼핑몰 사업은 전망이 좋다.

② 온라인 쇼핑몰 사업을 혼자 해야 한다.

③ 매장에서 물건을 직접 보고 사야 한다.

④ 사업을 하려면 사전 준비를 잘 해야 한다.

26 들은 내용과 같은 것을 고르십시오.

① 요즘 경제 상황이 좋아지고 있다.

② 요즘 온라인 쇼핑몰이 인기가 좋다.

③ 온라인에서 판매하는 상품의 품질이 좋다.

④ 온라인 쇼핑몰 사업을 하려면 많은 돈이 필요하다.

[27~28] 다음을 듣고 물음에 답하십시오. (각 2점)

27 남자가 말하는 의도로 알맞은 것을 고르십시오.

① 이직을 추천하기 위해

② 회사 업무를 의논하기 위해

③ 이직의 어려움을 말하기 위해

④ 여자가 힘든 이유를 알기 위해

28 들은 내용과 같은 것을 고르십시오.

① 여자의 회사 월급이 적다.

② 여자는 주말에도 출근한다.

③ 최근 여자는 이 회사에 입사했다.

④ 여자의 직장 동료들이 회사를 옮겼다.

[29~30] 다음을 듣고 물음에 답하십시오. (각 2점)

29 남자가 누구인지 고르십시오.

① 수영장 매표소 직원

② 수영을 가르치는 강사

③ 수영장 안전을 담당하는 직원

④ 수영장을 소개하는 방송 기자

30 들은 내용과 같은 것을 고르십시오.

① 수영장은 예약을 해야 한다.

② 수영복을 착용하지 않아도 된다.

③ 수영장 입장료를 지불해야 한다.

④ 주말에 수영장 이용 시간이 더 짧다.

종합문제

[01~03] 다음을 듣고 가장 알맞은 그림 또는 그래프를 고르십시오. (각 2점)

01

02

03

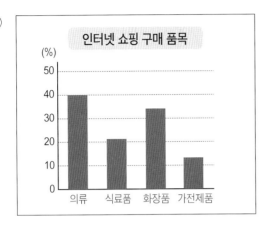

① 인터넷 쇼핑 구매 품목

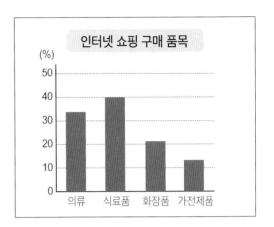

② 인터넷 쇼핑 구매 품목

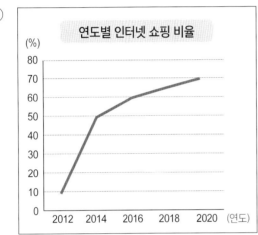

③ 연도별 인터넷 쇼핑 비율

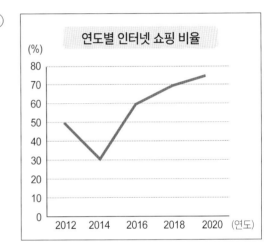

④ 연도별 인터넷 쇼핑 비율

[04~08] 다음을 듣고 이어질 수 있는 말로 가장 알맞은 것을 고르십시오. (각 2점)

04

① 내가 케이크를 살게.

② 케이크를 찾는 중이야.

③ 나한테 먼저 물어봤어야지.

④ 케이크를 준비하는 게 좋겠어.

05

① 세제는 필요 없을 것 같아.

② 세제가 다 떨어져서 사 와야 해.

③ 가는 김에 우유도 한 통 사다 줘.

④ 마트에 가면 필요한 건 다 있을 거야.

06

① 좋은 회사가 많더라고요.

② 이번에 회사를 옮겨서 그래요.

③ 회사가 멀어서 어쩔 수 없잖아요.

④ 그건 아니지만 좀 견뎌 보려고요.

07

① 발표가 생각보다 기네요.

② 그럼 이메일로 보내주세요.

③ 벌써 발표를 다 끝냈다고요?

④ 그럼 회의를 미루는 게 좋겠어요.

08

① 당연히 빌려드려야죠.

② 그러면 오후에 다시 올게요.

③ 서비스가 없어지다니 아쉽네요.

④ 언제든 빌릴 수 있어서 편하네요.

[09~12] 다음을 듣고 여자가 이어서 할 행동으로 가장 알맞은 것을 고르십시오. (각 2점)

09

① 차를 주차한다.
② 세탁소에 간다.
③ 코트를 세탁한다.
④ 회사에 출근한다.

10

① 커피를 산다.
② 산책을 한다.
③ 기숙사에 간다.
④ 시험공부를 한다.

11

① 중고 가게에 간다.
② 침대 사진을 찍는다.
③ 침대를 가게에 보낸다.
④ 직원이 침대를 가져간다.

12

① 약을 먹는다.
② 약국으로 간다.
③ 점심을 먹는다.
④ 약을 처방한다.

[13~16] 다음을 듣고 들은 내용과 같은 것을 고르십시오. (각 2점)

13

① 남자는 고시원에 살고 있다.

② 고시원은 아침 식사를 제공한다.

③ 여자는 기숙사에서 혼자 살고 싶다.

④ 남자와 여자는 내일 같은 수업이 있다.

14

① 점검은 2일에 한다.

② 점검은 모레 끝난다.

③ 점검은 오늘 시작한다.

④ 점검은 오후에 할 예정이다.

15

① 이 공연은 입장료가 있다.

② 이 공연은 재미있는 복장을 입는다.

③ 이 공연은 학부모를 위해 기획되었다.

④ 이 공연은 처음으로 하는 연말 행사이다.

16

① 유리창은 물로 닦아야 한다.

② 신문지의 기름이 먼지를 없애 준다.

③ 컵이 겹쳐서 안 빠지면 찬물에 담그면 된다.

④ 남자는 과학 원리를 사용해서 실험을 하고 있다.

[17~20] 다음을 듣고 남자의 중심 생각으로 가장 알맞은 것을 고르십시오. (각 2점)

17

① 새집으로 이사하고 싶다.

② 새집은 습도 조절이 중요하다.

③ 새집은 환기를 자주 해야 한다.

④ 새집에 식물을 두면 두통에 도움이 된다.

18

① 한국에서는 예의가 중요하다.

② 자기소개를 할 때 나이를 말해야 한다.

③ 처음 만난 자리에서는 존댓말을 써야 한다.

④ 처음부터 개인 정보를 많이 묻는 것은 좋지 않다.

19

① 무인 카페가 편하고 낫다.

② 카페에 오래 있으면 안 된다.

③ 무인 카페 커피 값이 싸야 한다.

④ 사람이 직접 일하는 가게가 좋다.

20

① 로봇 기술을 적극 활용해야 한다.

② 로봇에 지나치게 의존해서는 안 된다.

③ 로봇의 발전으로 생산의 질이 떨어졌다.

④ 인공 지능형 로봇을 다양하게 활용해야 한다.

[21~22] 다음을 듣고 물음에 답하십시오. (각 2점)

21 남자의 중심 생각으로 가장 알맞은 것을 고르십시오.

① 인터넷 기사에 댓글을 달면 안 된다.

② 인터넷 기사를 쓰는 기자들이 조심해야 한다.

③ 인터넷에서 댓글을 달 때 예의를 지켜야 한다.

④ 인터넷 댓글 문제를 막기 위한 대책이 필요하다.

22 들은 내용과 같은 것을 고르십시오.

① 여자는 언론사에서 일을 하고 있다.

② 연예인은 인터넷 댓글로 상처를 받기도 한다.

③ 아이돌 가수는 사람들을 만나는 것을 무서워한다.

④ 남자는 인터넷 댓글 때문에 상처를 받은 적이 있다.

[23~24] 다음을 듣고 물음에 답하십시오. (각 2점)

23 남자가 무엇을 하고 있는지 고르십시오.

① 옷을 주문하고 있다.

② 주문을 접수하고 있다.

③ 배송 문제를 해결하고 있다.

④ 고객의 사이즈를 추천하고 있다.

24 들은 내용과 같은 것을 고르십시오.

① 옷을 바꾸려면 직접 가야 한다.

② 여자는 직접 가게에서 옷을 샀다.

③ 여자는 옷을 환불 받으려고 한다.

④ 여자는 다른 사이즈 옷을 받았다.

[25~26] 다음을 듣고 물음에 답하십시오. (각 2점)

25 남자의 중심 생각으로 가장 알맞은 것을 고르십시오.

① 자신만의 사업에 도전해 보는 것도 좋다.

② 사업을 하려면 넓은 시각이 있어야 한다.

③ 정부는 청년들의 귀농을 적극 지원해야 한다.

④ 사업을 잘 하기 위해서는 준비가 많이 필요하다.

26 들은 내용과 같은 것을 고르십시오.

① 남자의 아버지는 농사를 그만두었다.

② 남자는 농업에 관련된 학과를 전공했다.

③ 남자는 자신의 학교생활을 동영상으로 만든다.

④ 남자는 부모님의 도움으로 사업 자금을 마련했다.

[27~28] 다음을 듣고 물음에 답하십시오. (각 2점)

27 남자가 말하는 의도로 알맞은 것을 고르십시오.

① 최근 소비 현상을 비판하기 위해

② 신제품에 대한 정보를 얻기 위해

③ 핸드폰 사용 방법을 알려주기 위해

④ 제품 구매에 대한 조언을 얻기 위해

28 들은 내용과 같은 것을 고르십시오.

① 여자는 신제품을 구매했다.

② 남자는 최근에 핸드폰을 바꿨다.

③ 여자는 신형 핸드폰이 마음에 든다.

④ 남자는 매장에서 핸드폰을 본 적이 있다.

29 남자가 누구인지 고르십시오.

    ① 예술가

    ② 도서관 사서

    ③ 작품 해설가

    ④ 초등학교 교사

30 들은 내용과 같은 것을 고르십시오.

① 남자는 아이들에게 헌책으로 독서 수업을 한다.

② 남자는 새로운 작품을 만들기 위해 책을 구매한다.

③ 남자는 사람들에게 책을 정리하는 방법을 알리고 있다.

④ 공공도서관에서는 매년 이용가치가 떨어진 책을 버린다.

TOPIK II

읽기

Đọc hiểu

유형① 빈칸에 알맞은 문법 고르기

• 유형 설명 • Giải thích hình thức câu hỏi

읽기 1, 2번은 중급 수준의 문법을 문맥에 맞게 고르는 유형입니다. 문제는 한 문장으로 출제되며 빈칸에 1번은 연결어미, 2번은 종결어미를 넣는 문제가 출제됩니다. 문장의 의미뿐만 아니라 적절한 시제, 주어, 문법의 기능, 제약 등을 잘 파악해서 풀어야 합니다.

Câu 1 và 2 phần Đọc hiểu là dạng bài chọn ngữ pháp trình độ trung cấp phù hợp với ngữ cảnh. Câu hỏi sẽ ra dưới dạng câu hỏi đơn, câu 1 là đặt vĩ tố liên kết, câu 2 là đặt vĩ tố kết thúc câu vào ô trống. Ngoài việc hiểu ý nghĩa của câu, người học phải nắm bắt được thì thích hợp, chủ ngữ, chức năng của ngữ pháp và các quy định hạn chế sử dụng rồi giải đề.

🔍 **기출문제 살펴보기** [64회 1~2번]

※ [1~2] (   )에 들어갈 가장 알맞은 것을 고르십시오. (각 2점)

1. 나는 주말에는 보통 영화를 (   ) 운동을 한다.

① 보지만   ② 보거나   ③ 보려고   ④ 보더니

해설 Diễn giải

정답 ②

주말에 보통 하는 일로 '영화를 보다'와 '운동을 하다' 두 행동을 연결하는 어미를 선택하는 문제이다. 두 행동 중 한 가지를 선택하는 상황이 답이 되기 때문에 앞에 오는 말과 뒤에 오는 말 중에서 하나가 선택될 수 있음을 나타내는 연결어미 '-거나'를 사용해야 한다.

Đây là câu hỏi yêu cầu chọn vĩ tố liên kết hai hành động 'xem phim' và 'tập thể dục' cho hoạt động thường làm vào cuối tuần. Vì tình huống chọn một trong hai hành động là câu trả lời, nên người học phải sử dụng vĩ tố liên kết '-거나' để thể hiện khả năng có thể lựa chọn một trong những nội dung xuất hiện phía trước và phía sau.

2. 동생이 점점 아버지를 (   ).

① 닮아 간다   ② 닮기도 한다   ③ 닮았나 보다   ④ 닮은 적이 없다

해설 Diễn giải

정답 ①

'점점'이라는 '조금씩 더하거나 덜하여지는 모양'을 나타내는 부사가 있으므로 상태가 진행되고 있음을 나타내는 '-아/어 가다'와 결합하여 닮는 동작이 조금씩 더해지는 상태를 설명하는 문법이 정답이 된다.

Vì trạng từ '점점' thể hiện 'tình trạng thêm dần hoặc giảm dần từng chút' xuất hiện nên câu trả lời đúng là ngữ pháp kết hợp với '-아/어 가다' (thể hiện trạng thái đang được tiến hành) giải thích tình trạng 'giống' ngày một tăng.

• 유형 설명 • Giải thích hình thức câu hỏi

읽기 3, 4번은 밑줄 친 문법과 의미가 비슷한 문법을 찾는 문제 유형입니다. 3번은 연결어미, 4번은 종결어미가 출제됩니다. 문법을 학습할 때 의미, 사용뿐만 아니라 유사 문법을 함께 비교하면서 공부하는 것이 좋습니다. 특히 이 문제 유형은 의미·기능별로 분류된 문법을 함께 묶어서 학습하는 것을 추천드립니다.

Câu 3, 4 của phần Đọc hiểu là loại hình câu hỏi yêu cầu tìm ngữ pháp có ý nghĩa tương tự với ngữ pháp được gạch dưới. Vĩ tố liên kết và vĩ tố kết thúc câu lần lượt được ra để ở câu 3 và 4. Khi học ngữ pháp không nên chỉ học ý nghĩa, cách sử dụng mà nên so sánh cả các ngữ pháp tương tự. Đặc biệt đối với loại hình câu hỏi này, tôi muốn giới thiệu phương pháp học là gom các điểm ngữ pháp được phân loại theo ý nghĩa, chức năng lại rồi học.

🔍 기출문제 살펴보기 [64회 3~4번]

※ [3~4] 다음 밑줄 친 부분과 의미가 비슷한 것을 고르십시오. (각 2점)

3. 정부는 일자리를 <u>늘리고자</u> 새로운 정책을 수립했다.

① 늘리자마자 ② 늘리더라도 ③ 늘리는 대신 ④ 늘리기 위해

> **해설** Diễn giải

정답 ④

'-고자'는 어떤 행동의 목적이나 의도, 희망을 나타내는 연결어미이다. 그러므로 '목적'을 나타내는 '-기 위해(서)'와 대체될 수 있으므로 정답은 ④이다.

'-고자' là vĩ tố liên kết thể hiện hy vọng, mục đích hoặc ý định của hành động nào đó. Vì vậy nó có thể được thay thế bởi '-기 위해(서)' thể hiện 'mục đích', nên ④ là đáp án.

① -자마자: 연달아 일어나는 사건이나 동작을 나타내는 연결어미.
   Vĩ tố liên kết thể hiện sự việc hay động tác diễn ra liên tiếp.

② -더라도: 앞 절을 가정하거나 인정해도 뒤 절은 그 기대에 어긋남을 나타내는 연결어미.
   Vĩ tố liên kết thể hiện dù giả định hay công nhận về phía trước thì vế sau cũng trái ngược với kỳ vọng đó.

③ -는 대신(에): 어떤 행위를 다른 행위로 대체함을 나타내는 표현.
   Thể hiện sự thay thế hành vi nào đó bằng hành vi khác.

4. 태어난 지 얼마 안 되어 서울로 왔으니 서울이 <u>고향인 셈이다</u>.

① 고향일 뿐이다 ② 고향이면 좋겠다 ③ 고향일 리가 없다 ④ 고향이나 마찬가지이다

> **해설** Diễn giải

정답 ④

'-인 셈이다'는 '(거의) 그렇다고 볼 수 있다. (결론적으로) 그렇다'라는 뜻을 가진 표현으로 '-(이)나 마찬가지이다'와 의미가 비슷하므로 정답이 ④이다.

'-인 셈이다' nghĩa là '(hầu như) có thể xem là như thế. (Kết luận) là như thế', vì mang nghĩa tương tự với '-(이)나 마찬가지이다' nên ④ là đáp án.

① –일 뿐이다: 다른 선택의 가능성이 없음을 나타내는 표현.

Thể hiện không có khả năng lựa chọn cái khác.

② –면 좋겠다: 말하는 사람의 희망이나 현실과 다른 상황의 바람, 또는 가정을 나타내는 표현.

Thể hiện hy vọng của người nói, hoặc mong muốn, giả định khác với thực tế.

③ –(으)ㄹ 리가 없다: 그럴 가능성이 없음을 나타내는 표현.

Thể hiện không có khả năng như thế.

풀이 전략 Chiến lược giải câu hỏi

✓ 이 유형은 중급 필수 문법부터 꼼꼼하게 학습해야 합니다. 연결어미, 종결어미를 하나씩 학습하는 것뿐만 아니라 유사 문법까지 연결하여 학습하는 것이 중요합니다. 그래야 1, 2번의 빈칸에 알맞은 문법 넣기뿐만 아니라 3, 4번의 유사 문법을 찾는 문제까지 풀이가 가능합니다.

Trước hết, dạng câu hỏi này yêu cầu học tỉ mỉ ngữ pháp thiết yếu ở trình độ trung cấp. Điều quan trọng là không chỉ học các vĩ tố liên kết và vĩ tố kết thúc câu riêng rẽ mà còn phải học các nhóm ngữ pháp tương tự nhau. Bằng cách đó, người học không chỉ có thể chọn đúng ngữ pháp điền vào chỗ trống của câu 1 và câu 2 mà còn giải được câu hỏi tìm ngữ pháp tương tự của câu 3 và câu 4.

✓ 토픽 시험에 자주 출제되었던 기출 문법부터 먼저 학습하고 의미가 비슷한 문법으로 확장시켜 나가는 것이 좋습니다. 학습한 문법은 자기가 이해할 수 있는 문장으로 작문하거나 문장의 문법 부분을 지우고 그 부분을 채우는 연습을 하는 것도 좋습니다. 또한 초급 문법을 의미가 유사한 중급 문법으로 바꿔 보는 연습도 좋습니다.

Người học nên trau dồi ngữ pháp thường xuất hiện trong các đề thi trước và mở rộng sang các ngữ pháp có nghĩa tương tự. Người học có thể luyện tập bằng cách sử dụng ngữ pháp đã học viết thành câu mà bản thân có thể hiểu hoặc xóa phần ngữ pháp của câu và điền ngữ pháp vào phần đó. Hoặc luyện tập thay đổi ngữ pháp sơ cấp sang ngữ pháp trung cấp mang ý nghĩa tương tự cũng là cách tốt.

최근 기출문제 파악하기

■ 기출 문법 및 표현

	–지만	–거나 (64, 60, 52, 47, 41회)	–(으)려고 (64, 60, 52, 41회)	–더니 (64, 52, 41회)
	–아/어 가다	–기도 하다	–나 보다 (64, 60, 52회)	–(으)ㄴ 적이 있다/없다 (64, 47회)
64회	–고자 (64, 41회)	–자마자	–더라도	–는 대신(에) (64, 47, 41회)
	–기 위해(서) (64, 41회)	–(으)ㄴ/는 셈이다 (64, 52회)	–(으)ㄹ 뿐이다 (64, 52회)	–(으)면 좋겠다
	–(으)ㄹ 리가 없다	–이나 마찬가지이다 (64, 60회)		

60회	-든지 (60, 52, 41회)	-다가 (60, 52, 42회)	-(으)려면 (64, 60회)	-고서
	-게 되다	-도록 하다	-아/어도 되다	-아/어야 하다
	-기만 하다	-(으)ㄹ 만하다	-는 탓에	-(으)ㄹ 때마다
	-는 동안	-아/어 봐야	-아/어 보니까	-는 대로 (60, 47회)
	-는 바람에 (60, 47회)	-다고 해도		
52회	-아/어야 (60, 52, 41회)	-(으)려고	-거나	-는데 (60, 52회)
	-든지	-도록 (52, 47, 41회)	-다가	-더니
	-나 보다	-(으)ㄴ 척하다	-(으)ㄹ 뿐이다	-(으)ㄹ 지경이다
	-는 모양이다 (52, 47회)	-거나 마찬가지이다	-(으)ㄴ/는 셈이다	-(으)ㄴ 탓이다
	-기 마련이다	-기 나름이다 (52, 47회)		
47회	-는 편이다	-는 중이다	-기로 하다	-(으)ㄴ 적이 있다/없다
	-거나	-도록	-거든 (47, 41회)	-(으)ㄹ수록
	-는 바람에	-(으)ㄴ 김에	-는 대신(에)	-는 대로
	-기에 달려 있다	-(으)ㄹ 따름이다	-는 모양이다	-기 나름이다
	-기 십상이다			
41회	-아/어도	-아/어야	-다가	-든지
	-거나	-(으)니까	-거든	-(으)려고
	-게	-는지	-도록	-더니
	-느라(고)	-고자	-기 위해서	-기 무섭게
	-는 대신(에)	-는 반면에		

※ 색깔이 표시된 것들은 중복 출제된 것들입니다.
  Những ngữ pháp được tô màu là ngữ pháp đã được ra đề vài lần.

유형③ **화제 고르기**

• **유형 설명** • Giải thích hình thức câu hỏi

읽기 5~8번에 해당하는 유형으로 글을 읽고 중심 소재나 글의 화제를 파악하는 유형입니다. 대부분 일상생활에서 자주 볼 수 있는 광고문이나 안내문이 출제됩니다. 5번은 '제품 광고', 6번은 '업소 광고', 7번은 '공익 광고', 8번은 '광고의 상세 설명'이 출제됩니다.

Câu 5 đến câu 8 trong phần Đọc hiểu yêu cầu đọc đoạn văn và xác định chất liệu trọng tâm hoặc chủ đề của bài viết. Đa phần nội dung câu hỏi được ra đề là các quảng cáo hoặc hướng dẫn có thể thấy thường xuyên trong cuộc sống hàng ngày. Câu 5 là 'quảng cáo sản phẩm', câu 6 là 'quảng cáo kinh doanh', câu 7 là 'quảng cáo vì lợi ích cộng đồng' và câu 8 là 'giải thích chi tiết về quảng cáo.'

🔍 **기출문제 살펴보기** [64회 5번]

※ [5~8] 다음은 무엇에 대한 글인지 고르십시오. (각 2점)

5.

> 더위를 **싹~**
> **자연 바람을 선물합니다.**

① 에어컨   ② 청소기   ③ 냉장고   ④ 세탁기

해설 Diễn giải

정답 ①

'더위를 싹~'이라는 표현에서 '싹'은 '모두, 빠짐없이, 샅샅이'와 비슷한 뜻을 가진 부사로 '더위를 모두 없앤다'라는 뜻을 유추할 수 있고, 자연 바람을 선물한다는 것으로 보아 바람이 부는 물건이므로 시원한 바람이 부는 에어컨 광고임을 알 수 있다.

Trong biểu hiện '더위를 싹~', '싹' là trạng từ mang nghĩa tương tự với 'tất cả, không sót, mọi ngóc ngách', có thể suy đoán nghĩa của '더위를 싹~' là 'loại bỏ tất cả cái nóng', và xem câu '자연 바람을 선물합니다' ('tặng luồng gió tự nhiên') có thể hiểu là quảng cáo đồ vật tạo ra gió nên có thể biết được đây là quảng cáo máy điều hòa tạo ra luồng gió mát.

풀이 전략 Chiến lược giải câu hỏi

✓ 주어진 문제에서 '핵심어'가 될 수 있는 단어를 찾는 것이 중요합니다. 그리고 자주 출제되는 선택지의 단어들도 알아야 합니다. 예를 들어 8번 문제의 경우, 선택지에 '교환, 문의, 방법, 순서, 안내' 등 비슷한 단어들이 출제되므로 반드시 선택지로 자주 출제되는 단어를 알아야 합니다.

Điều quan trọng là phải tìm những từ có thể là 'từ cốt lõi' trong câu hỏi. Và người học phải biết các từ vựng thường xuất hiện trong đáp án. Ví dụ ở câu 8, trong nội dung đáp án xuất hiện các từ tương tự với 'trao đổi, hỏi, phương pháp, trình tự, hướng dẫn', vì vậy người học nhất định phải biết các từ thường xuất hiện trong nội dung đáp án.

✓ 또한 5번 문제의 경우에는 광고문에 의태어, 의성어를 많이 사용하므로 함께 학습하는 것도 좋습니다.

Và đối với câu hỏi số 5, các từ tượng thanh, từ tượng hình thường xuất hiện trong quảng cáo nên việc học các từ này cũng sẽ có ích.

최근 기출문제 파악하기

■ 기출문제 분석

문항 câu hỏi	화제(중심 소재) chủ đề(chất liệu trọng tâm)	회차 kỳ thi	관련 어휘 từ vựng liên quan
5번 (제품 광고) số 5 (quảng cáo sản phẩm)	에어컨 máy điều hòa	64회	더위 cái nóng, 싹 tất cả, 바람 gió
	우유 sữa	60회	영양소 chất dinh dưỡng, 가득 đầy, 아침 buổi sáng, 신선함 tươi, 마셔요 uống
	침대 giường	52회	눕다 nằm, 잠 giấc ngủ, 솔솔 dìu dịu, nhè nhẹ, 아침 buổi sáng, 편안하다 thoải mái
	주스 nước ép hoa quả	47회	비타민 vitamin, 가득 đầy, 야채 rau củ, 한 병 một chai
	선풍기 quạt	41회	시원하다 mát, 바람 gió, 맑다 trong lành, 깨끗하다 sạch sẽ, 자연 thiên nhiên, tự nhiên
6번 (업소 광고) số 6 (quảng cáo doanh nghiệp)	은행 ngân hàng	64회	똑똑하다 thông minh, 모으다 tích lũy, 매일매일 ngày ngày, 쌓다 chồng, chất, tích lũy, gom góp, 미래 tương lai
	빨래방 phòng giặt	60회	이불 chăn, 깨끗하다 sạch sẽ, 세탁 giặt, 건조 sấy
	식당 quán ăn	52회	신선하다 tươi, 재료 nguyên liệu, 부담 없다 không có gánh nặng, 가격 giá cả, 모임 hội họp, 단체 đoàn thể
	마트 siêu thị	47회	용품 đồ dùng, 특별 세일 giảm giá đặc biệt, 기회 cơ hội
	은행 ngân hàng	41회	안정되다 ổn định, 내일 ngày mai, 고객님 khách hàng, 지갑 ví, 소중히 một cách quý báu
7번 (공익 광고) số 7 (quảng cáo vì lợi ích cộng đồng)	환경 보호 bảo vệ môi trường	64회	쓰레기 rác, 건강하다 khỏe mạnh, 산 núi
	화재 예방 phòng ngừa hỏa hoạn	60회	담배 thuốc lá, 라이터 cái bật lửa, 산 núi, 지키다 giữ gìn
	자연 보호 bảo vệ thiên nhiên	52회	푸르다 xanh, 맑다 trong lành, 숲 rừng, 강 sông, 지키다 giữ gìn
	화재 예방 phòng ngừa hỏa hoạn	47회	살펴보다 quan sát, 숨다 nấp, trốn, 꺼지다 bị tắt, 불씨 mồi lửa, ngọn lửa
	교통안전 an toàn giao thông	41회	잘 다녀왔습니다 đã đi về, 우리 아이 con của chúng tôi, 다니다 đi, 지키다 giữ gìn
8번 (광고의 상세 설명) số 8 (giải thích chi tiết về quảng cáo)	이용 안내 hướng dẫn sử dụng	64회	자료실 phòng tài liệu, 문을 열다 mở cửa, 책 sách, 1인당 mỗi 1 người, 빌리다 vay, mượn
	주의 사항 điều cần lưu ý	60회	검사 kiểm tra, -(으)면 안 되다 nếu ~ thì không được, 음주 uống rượu, 피하다 tránh
	배달 안내 hướng dẫn giao hàng	52회	구매하다 mua hàng, 가져다 드리다 mang đến giúp, 주문 đặt hàng, 늦어지다 bị muộn
	접수 방법 phương pháp tiếp nhận	47회	기한 thời hạn, kỳ hạn, 서류 hồ sơ, 원서 đơn đăng ký, 이메일 email
	사원 모집 tuyển nhân viên	41회	**와 함께 성장하다 phát triển cùng với **, 여러분 mọi người, quý vị, 기다리다 chờ

■ 자주 출제되는 중심 소재 및 화제

문항 câu hỏi	중심 소재 및 화제 chất liệu trọng tâm và chủ đề		
5번 (제품 광고) số 5 (quảng cáo sản phẩm)	시계 đồng hồ	안경 mắt kính	신발 giày dép
	자동차 xe ô tô	카메라 máy ảnh	화장품 mỹ phẩm
	가습기 máy phun sương tạo ẩm	우산 ô	샴푸 dầu gội đầu
	에어컨 máy điều hòa	정수기 máy lọc nước	노트북 máy tính xách tay
	책상 bàn (học, làm việc)	향수 nước hoa	우유 sữa
6번 (업소 광고) số 6 (quảng cáo doanh nghiệp)	백화점 trung tâm mua sắm	문구점 cửa hàng văn phòng phẩm	지하철 tàu điện ngầm
	도서관 thư viện	미술관 phòng tranh	시장 chợ
	가게(옷, 채소) cửa hàng(quần áo, rau củ)	택배 회사 công ty vận chuyển	아파트 chung cư
	결혼식장 nhà hàng tiệc cưới	가구점 cửa hàng đồ nội thất	기숙사 ký túc xá
	식당 quán ăn	사진관 tiệm ảnh	마트, 편의점 siêu thị, cửa hàng tiện lợi
7번 (공익 광고) số 7 (quảng cáo vì lợi ích cộng đồng)	봉사 활동 hoạt động tình nguyện	이웃 사랑 tình cảm với láng giềng	자연 보호(환경 보호) bảo vệ thiên nhiên (bảo vệ môi trường)
	자원 절약(전기, 물, 에너지) tiết kiệm tài nguyên (điện, nước, năng lượng)	쓰레기(일회용품, 분리배출) rác (đồ dùng 1 lần, phân loại và bỏ rác)	교통 안전 an toàn giao thông
	음주 운전 lái xe sau khi uống rượu	안전 관리(전기, 가스) quản lý an toàn (điện, ga)	화재 예방 phòng ngừa hỏa hoạn
	건강 관리 quản lý sức khỏe	금연 홍보 tuyên truyền không hút thuốc lá	감기 예방 phòng ngừa bệnh cảm
	공공 예절 phép lịch sự nơi công cộng	언어 예절 phép lịch sự trong lời nói	전화 예절 phép lịch sự khi nói chuyện điện thoại

	이용(사용) 방법 phương pháp sử dụng	이용(사용) 순서 trình tự sử dụng	영업/행사/강의 안내 hướng dẫn kinh doanh/sự kiện/ giảng dạy
8번 (광고의 상세 설명) số 8 (giải thích chi tiết về quảng cáo)	회원(사원) 모집 tuyển hội viên (nhân viên)	보관 방법 phương pháp bảo quản	접수 방법 phương pháp đăng ký
	안전 규칙 quy tắc an toàn	관람 안내 hướng dẫn tham quan	구입/교환/환불 안내 hướng dẫn mua/đổi hàng/hoàn tiền
	문의 방법 phương pháp hỏi	사용 소감(후기) cảm nghĩ(đánh giá) sau khi sử dụng	배달 안내 hướng dẫn giao hàng
	포장 방법 phương pháp đóng gói	여행 상품 sản phẩm du lịch	영화 소개 tư liệu phim

■ 토픽 중급 의성어·의태어

어휘 từ vựng	의미 ý nghĩa
갈팡질팡 chần chừ do dự	마음을 정하지 못하고 망설이거나 이곳저곳 헤매는 모양. Dáng vẻ không quyết định được mà chần chừ hoặc đi lòng vòng nơi này nơi kia.
건들건들 vênh váo	예의 없이 걷거나 행동하는 모양. Dáng đi hoặc hành động không lịch sự.
글썽글썽 ngân ngấn lệ	눈에 눈물이 가득 고여 있는 모양. Dáng vẻ nước mắt đọng đầy trong mắt.
꼬박꼬박 một cách đều đặn	한 번도 빠지지 않고 그대로 계속하는 모양. Không sót lần nào, cứ liên tục như thế.
꼬치꼬치 tọc mạch	하나하나 따져서 묻는 모양. Dò hỏi từng chút một.
꾸벅꾸벅 gật gù, gà gật	머리를 내리거나 상체를 굽혔다가 반복해서 드는 모양. Dáng vẻ liên tục cuối đầu xuống hoặc gập thân trên.
다닥다닥 san sát, sin sít	좁은 간격으로 한곳에 모여 있는 모양. Dáng vẻ tụ họp ở một nơi theo khoảng cách hẹp.
덜덜 lẩy bẩy	몸이나 신체의 일부를 심하게 떠는 모양. Dáng vẻ thân người hoặc một phần cơ thể run lên.
두근두근 thình thịch	설레거나 긴장하여 가슴이 뛰는 모양. Tim dập mạnh do xao xuyến hoặc căng thẳng.
듬성듬성 lác đác	흔하지 않거나 간격이 넓게 떨어져 있는 모양. Không phổ biến hoặc khoảng cách rộng.
또박또박 rõ ràng, rành mạch	글씨, 말 등이 명확하고 논리적이며 선명한 모양. Chữ viết, lời nói chính xác, logic và rõ ràng.
띄엄띄엄 lác đác, thưa thớt	붙어 있지 않고 따로따로 떨어져 있는 모양. Không dính sát mà tách biệt riêng rẽ.

머뭇머뭇 ngập ngừng	바로 결정하지 못하고 망설이는 모양. Dáng vẻ không quyết định ngay được mà do dự.
모락모락 nghi ngút	연기나 냄새, 김 등이 약간씩 계속 위로 퍼져나가는 모양. Khói, mùi, hoặc hơi nước bay lên liên tục từng chút một.
무럭무럭 vùn vụt	어린 아이나 식물 등이 문제없이 씩씩하게 잘 자라는 모양. Dáng vẻ đứa bé hoặc thực vật v.v... lớn nhanh khỏe mạnh mà không xảy ra vấn đề gì.
방긋방긋 tủm tỉm	계속 미소 지으며 가볍게 웃는 모양. Dáng vẻ liên tục mỉm cười nhẹ nhàng.
보글보글 sùng sục, ùng ục	국물이 있는 음식이 계속하여 맛있게 끓는 소리나 그 모양. Âm thanh hoặc hình ảnh món ăn có nước sôi một cách hấp dẫn.
부글부글 sục sôi	화가 나거나 기분이 나빠져서 마음이 불편한 모양. Dáng vẻ khó chịu trong lòng vì giận dữ hoặc tâm trạng trở nên không tốt.
부릉부릉 gừm gừm	자동차나 비행기 따위가 시동을 걸 때 나는 소리. Âm thanh phát ra khi xe ô tô hoặc máy bay khởi động động cơ.
불쑥불쑥 thình lình	갑자기 연속하여 모습을 보이거나 생기는 모양. Dáng vẻ đột nhiên liên tục cho thấy hoặc phát sinh hình dạng nào đó.
비뚤비뚤 siêu vẹo	물체가 이리저리 기울어지며 잇따라 흔들리는 모양. Từ diễn tả hình dáng của vật thể nghiêng ngả và liên tục bị lung lay.
비실비실 loạng choạng	흐느적흐느적 힘없이 자꾸 비틀거리는 모양. Từ diễn tả hình dáng cứ lảo đảo lờ đờ không có sức lực.
빈둥빈둥 ăn không ngồi rồi	자꾸 게으름을 피우며 아무 일도 하지 아니하고 놀기만 하는 모양. Từ diễn tả dáng vẻ lười biếng, không làm gì mà chỉ chơi.
삐걱삐걱 cọt kẹt, ken két	크고 단단한 물건이 자꾸 서로 닿아서 걸릴 때 나는 소리. Âm thanh phát ra khi các đồ vật to và cứng liên tục chạm vào nhau.
사뿐사뿐 uyển chuyển	소리 없이 가볍게 걷는 모양. Dáng vẻ bước đi nhẹ nhàng không phát ra tiếng động.
살금살금 lén lút	남들 모르게 어떤 행동을 조심스럽게 자꾸 하는 모양. Từ diễn tả hình dáng liên tục làm một việc nào đó một cách thận trọng không cho người khác biết.
살랑살랑 thướt tha, phất phơ	가벼운 물체가 바람에 흔들리는 모양. Từ diễn tả hình dáng của một vật thể nhẹ lay động trong gió.
새록새록 dạt dào	생각이나 느낌이 새롭게 자꾸 떠오르는 모양. Suy nghĩ hoặc cảm xúc cứ hiện lên một cách mới mẻ.
소곤소곤 tỉ tê, thì thầm	남이 못 듣게 아주 작은 목소리로 이야기하는 소리나 그 모양. Từ diễn tả âm thanh hoặc dáng vẻ trò chuyện bằng giọng nói rất nhỏ để người khác không nghe thấy.
시시콜콜 từng li từng tí	아주 작은 것까지 빼놓지 않고 모두 다 다루는 모양. Từ diễn tả việc xử lí tất cả mọi việc không chừa thứ gì, kể cả cái nhỏ nhất.
싱글벙글 hớn hở, rạng rỡ	눈과 입을 슬며시 움직이며 소리 없이 정답고 환하게 웃는 모양. Từ diễn tả dáng vẻ khe khẽ chuyển động mắt và miệng, cười rạng rỡ và trìu mến mà không phát ra tiếng.

싹둑싹둑 xoèn xoẹt	어떤 물건을 도구나 기계가 해결할 수 있을 만큼의 힘으로 자꾸 자르거나 베는 소리. Từ diễn tả âm thanh phát ra khi liên tục cắt hoặc chặt đồ vật nào đó bằng sức mạnh tương tự với lực của dụng cụ hay máy móc có thể dùng để xử lý.
아슬아슬 hồi hộp	마음이 위태롭거나 조마조마한 모양. Rất nguy kịch hoặc bồn chồn.
아장아장 chập chững	몸집이 작은 사람이나 동물이 가볍고 천천히 걷는 모양. Từ diễn tả dáng vẻ của người hay thú nhỏ bước đi nhẹ nhàng và chầm chậm.
알록달록 màu mè	여러 가지 색깔이 섞여 무늬를 만들어 놓은 모양. Từ diễn tả hình dáng nhiều màu sắc được hòa vào nhau tạo nên hoa văn.
알쏭달쏭 mập mờ	알 듯 말 듯, 생각이 정리되지 않는 모양. Từ diễn tả việc suy nghĩ lộn xộn, dường như biết mà cũng dường như không biết.
옹기종기 túm tụm	작은 것들이 한곳에 많이 모여 있는 모양. Từ diễn tả hình ảnh các vật nhỏ tụ lại ở một nơi.
울긋불긋 nhiều màu sắc	짙고 옅은 여러 가지 빛깔이 야단스럽게 한데 뒤섞여 있는 모양. Từ diễn tả hình ảnh nhiều màu sắc đậm và nhạt trộn lẫn vào nhau một cách lộn xộn tại một nơi.
조마조마 bồn chồn	닥쳐올 일에 대하여 염려가 되어 마음이 초조하고 불안한 모양. Từ diễn tả dáng vẻ hồi hộp và bất an vì lo lắng về việc sắp xảy đến.
주렁주렁 lủng lẳng	물체가 한곳에 많이 매달려 있는 모양. Từ diễn tả hình ảnh vật thể treo nhiều ở một nơi.
중얼중얼 lẩm bẩm	아주 작은 소리로 혼잣말을 하는 소리나 그 모양. Từ diễn tả âm thanh hoặc hình ảnh nói một mình bằng tiếng rất nhỏ.
투덜투덜 làu bà làu bàu	불만이 있어 혼자 자꾸 중얼거리는 모양. Từ diễn tả dáng vẻ lẩm bẩm một mình do có điều bất mãn.
파릇파릇 lốm đốm xanh	군데군데 파르스름한 모양. Từ diễn tả hình ảnh xanh xanh ở nhiều chỗ.
포동포동 bầu bĩnh	통통하게 살이 찌고 보드라운 모양. Từ diễn tả dáng vẻ béo tròn và mềm mại.
활활 phừng phực	불길이 세고 시원스럽게 타오르는 모양. Từ diễn tả hình ảnh lửa cháy mạnh.
흥청망청 phung phí	분수에 넘치게 마구 돈을 사용하는 모양. Từ diễn tả việc tiêu tiền tùy tiện vượt quá khả năng.
힐끗힐끗 liếc qua liếc lại	자꾸 재빨리 곁눈질하는 모양. Từ diễn tả dáng vẻ liếc nhanh sang bên cạnh.
썰렁 lạnh lẽo	① 서늘하거나 차다. Lành lạnh hoặc lạnh. ② 허전하고 쓸쓸하다. Trống trải và cô quạnh. ③ 분위기가 갑자기 어색하다. Bầu không khí đột nhiên trở nên gượng gạo.

껑충 phăn phắt, cẳng cảng	① 긴 다리를 모으고 힘 있게 솟구쳐 뛰는 모양. 　　Dáng vẻ chụm đôi chân dài và nhảy lên một cách mạnh mẽ. ② 어떤 단계나 순서 등을 한 번에 많이 건너뛰는 모양. 　　Diễn tả việc vượt qua nhiều bước hoặc trình tự nào đó trong một lần.
쑥쑥 tua tủa, tuồn tuột	여럿이 안으로 깊이 들어가거나 밖으로 볼록하게 내미는 모양. Hình dáng nhiều cái đưa sâu vào trong hoặc đẩy ra ngoài.
동동 bình bịch, dập dềnh	① 매우 춥거나 안타까워서 발을 가볍게 자꾸 구르는 모양. 　　Dáng vẻ giậm chân liên tục một cách nhẹ nhàng do rất lạnh hoặc tiếc nuối. ② 작은 물체가 떠서 움직이는 모양. 　　Dáng vẻ một vật nhỏ nổi lên và di chuyển.
두둑(이) dày, đầy	① 두께가 꽤 두껍게. 　　Chiều dày khá dày. ② 모자라지 않게 넉넉하게, 많이. 　　Đầy đủ không thiếu gì, nhiều.
엉엉 hu hu	목을 놓아 크게 우는 소리 또는 그 모양. Âm thanh hoặc dáng vẻ khóc nức nở.
우르르 ùn ùn	사람이나 동물 등이 한꺼번에 움직이거나 한곳에 몰리는 모양. Hình ảnh nhiều người hoặc động vật cùng di chuyển một lúc hoặc cùng tụ lại ở một nơi.
콸콸 xối xả	많은 양의 액체가 급히 세차게 쏟아져 흐르는 소리. Âm thanh của một lượng nhiều chất lỏng đổ xuống rồi chảy mạnh và gấp gáp.
쨍쨍 chang chang, chói chang	햇볕 등이 몹시 내리쬐는 모양. Ánh mặt trời chiếu gay gắt.

유형④ **일치하는 내용 고르기**

• 유형 설명 • Giải thích hình thức câu hỏi

읽기 9~12번에 해당하는 유형으로 글이나 그래프를 읽고 같은 내용을 고르는 문제입니다. 9번은 안내문, 10번은 그래프, 11~12번은 설명문 유형이 출제됩니다.

Câu 9 đến 12 phần Đọc hiểu là dạng câu hỏi yêu cầu đọc đoạn văn hoặc biểu đồ rồi chọn nội dung giống với đề bài. Câu 9 là nội dung hướng dẫn, câu 10 là biểu đồ, câu 11 và 12 là nội dung giải thích.

🔍 기출문제 살펴보기 [64회 9, 11번]

※ [9~12] 다음 글 또는 그래프의 내용과 같은 것을 고르십시오. (각 2점)

9.

제 3회 한마음 걷기 대회

◎ 일　　　시 : 2019년 9월 14일(토) 09:00~13:00
◎ 참가대상 : 제한 없음
◎ 내　　　용 : 3.8km 걷기(시민공원부터 인주기념관까지)
◎ 참 가 비 : 무료

① 이 대회는 이번에 처음으로 열린다.
② 이 대회에는 누구나 참가할 수 있다.
③ 이 대회에 참가하려면 돈을 내야 한다.
④ 이 대회의 출발 장소는 인주기념관이다.

해설 Diễn giải

정답 ②

①: '제3회'라고 했으니 처음 열리는 대회가 아니다.
　　Vì là 'lần thứ 3' nên không phải là đại hội được tổ chức lần đầu tiên.

②: 참가 대상이 '제한 없음'이므로 누구나 참가할 수 있다는 뜻이다.
　　Đối tượng tham gia là 'không giới hạn' nên ai cũng có thể tham gia.

③: 참가비는 '무료'이다.
　　Phí tham gia là 'miễn phí'.

④: 출발 장소는 시민공원이고 도착 장소가 인주기념관이다.
　　Điểm xuất phát là công viên nhân dân và điểm đến là nhà tưởng niệm nhân chủ.

단어 및 표현

일시 ngày giờ　　참가(하다) sự tham gia　　대상 đối tượng　　-비 phí ~

11.

> 지난 24일 '제7회 소비자 선정 최고 브랜드 대상' 시상식이 인주신문사 대강당에서 개최됐다. 이 상은 소비자의 온라인 투표로 수상 브랜드가 선정되어 의미가 크다. 지난해와 같이 100개 브랜드가 상을 받았는데 올해는 처음으로 친환경 화장품 브랜드 두 개가 포함되었다.

① 소비자가 수상 브랜드를 선정했다.
② 기업들이 직접 온라인 투표에 참여했다.
③ 지난해보다 더 많은 브랜드가 선정됐다.
④ 친환경 화장품 브랜드는 상을 못 받았다.

해설 Diễn giải

정답 ①

①: '소비자 선정' 최고 브랜드 대상이므로 소비자가 선정하는 상이다.
   Vì là giải nhất thương hiệu tốt nhất do 'người tiêu dùng bình chọn' nên là giải thưởng do người tiêu dùng bình chọn.

②: 소비자가 온라인 투표를 했다.
   Người tiêu dùng đã bình chọn trực tuyến.

③: 지난해와 같은 100개의 브랜드가 상을 받았다.
   Có 100 thương hiệu nhận giải thưởng như năm trước.

④: 친환경 화장품 브랜드 두 개가 상을 받았다.
   Có 2 thương hiệu mỹ phẩm thân thiện với môi trường nhận giải.

풀이 전략 Chiến lược giải câu hỏi

✓ 9번에 출제되는 안내문 유형의 어휘들은 대부분 비슷하므로 관련어를 잘 학습하면 쉽게 접근할 수 있습니다. 또한 위의 유형은 안내문에 나온 단어를 선택지에 그대로 사용하기보다는 비슷한 단어로 풀어서 답을 제시하므로 비슷한 어휘로 설명한 문장도 이해할 수 있어야 합니다. 그리고 10번에 출제되는 그래프 유형은 쓰기, 듣기의 그래프 표현에서도 자주 사용되는 비교 표현 '-보다, -에 비해', 변화 표현 '늘었다, 줄었다, 떨어졌다, 상승했다', 순위 표현 '가장, 제일, 같다, 반을 넘다' 등과 같은 표현을 반드시 알아야 합니다.

Hầu hết các từ vựng ở câu hỏi số 9 đều tương tự nhau nên người học có thể dễ dàng tiếp cận nếu học các từ liên quan. Ngoài ra, từ vựng trong phần đáp án không giống từ vựng dùng trong đoạn văn mà chỉ là các từ có ý nghĩa tương tự, vì vậy người học phải hiểu được các câu giải thích sử dụng từ có ý nghĩa tương tự. Và ở câu hỏi số 10, câu hỏi dạng biểu đồ, người học phải biết các cách diễn đạt sự so sánh như '-보다 (hơn ~), -에 비해 (so với ~)', cách diễn đạt sự biến đổi như '늘었다 (đã tăng), 줄었다 (đã giảm), 떨어졌다 (đã giảm xuống), 상승했다 (đã tăng lên)', cách diễn đạt thứ hạng như '가장 (nhất), 제일 (nhất), 같다 (giống), 반을 넘다 (hơn một nửa)' v.v...thường được sử dụng trong các biểu đồ của cả phần viết và phần nghe .

✓ 11, 12번의 설명문은 선택지를 먼저 읽고 글의 소재나 주제를 대략 파악한 후 지문을 읽으면서 선택지와 일치하는지 하나씩 확인하며 정답을 찾습니다.

Ở dạng câu hỏi 11 và 12, người học đọc trước nội dung đáp án, sau khi nắm sơ qua tư liệu hoặc chủ đề của đoạn văn thì vừa đọc nội dung đoạn văn vừa kiểm tra từng nội dung xem trùng với câu nào ở nội dung đáp án và tìm ra đáp án đúng.

단어 및 표현

소비자 người tiêu dùng   선정(하다) sự bình chọn, sự tuyển chọn   시상식 lễ trao giải   개최(하다) sự tổ chức   투표 sự bình chọn, sự bỏ phiếu
친환경 thân thiện với môi trường   포함(하다) sự bao gồm   직접 trực tiếp

최근 기출문제 파악하기

■ 읽기 9번 기출 유형

안내문 유형 dạng văn hướng dẫn	관련 어휘 từ vựng liên quan
대회 đại hội	일시 ngày giờ, 참가 대상 đối tượng tham gia, 참가비 phí tham gia, 무료 miễn phí
이용 안내 hướng dẫn sử dụng	이용 기간 thời hạn sử dụng, 이용 방법 phương pháp sử dụng, 이용 요금 phí sử dụng, 문의 hỏi, 평일 ngày thường, 주말 cuối tuần, 당일 예약 đặt trong ngày, 불가 không thể
신청 안내 hướng dẫn đăng ký	신청 기간 thời hạn đăng ký, 신청 방법 phương pháp đăng ký, 가능 khả năng, 알려 드리다 cho biết
축제 lễ hội	기간 (khoảng) thời gian, kì hạn, 장소 địa điểm, 행사 내용 nội dung sự kiện, 체험 trải nghiệm, 현장 hiện trường, 직접 trực tiếp, 신청하다 đăng ký
지원 사업 dự án hỗ trợ	신청 대상 đối tượng đăng ký, 지원 금액 mức hỗ trợ, 사업 기간 thời gian dự án, 동아리 câu lạc bộ, 포함하다 bao gồm, 구성하다(구성되다) cấu thành, gồm có, 형성하다 (được cấu thành, được bao gồm)

• 유형 설명 • Giải thích hình thức câu hỏi

읽기 13~15번까지 출제되는 유형으로 4개의 문장을 논리적, 시간적 순서대로 배열하는 유형입니다. 문장이 이어지는 맥락과 논리를 파악하는 것이 중요합니다. 이 유형은 일화, 건강, 생활, 정책, 과학, 동물, 심리 등 다양한 주제가 출제되고 있습니다.

Câu hỏi từ 13 đến 15 phần Đọc hiểu là dạng câu hỏi sắp xếp 4 câu theo thứ tự logic và thời gian. Điều quan trọng là phải nắm bắt được mạch văn và logic của các câu văn. Dạng câu hỏi này được ra với các chủ đề đa dạng như giai thoại, sức khỏe, đời sống, chính sách, khoa học, động vật, tâm lý v.v.

🔍 기출문제 살펴보기 [64회 13번]

※ [13~15] 다음을 순서대로 맞게 배열한 것을 고르십시오. (각 2점)

13.

> (가) 회사의 1층 로비를 외부인에게 개방하는 회사가 많아졌다.
> (나) 사람들은 작품을 감상하고 커피를 마시면서 시간을 보낸다.
> (다) 미술관과 카페를 만들어 사람들이 와서 즐길 수 있게 한 것이다.
> (라) 이 공간을 이용하는 사람이 늘면서 회사의 이미지도 좋아지고 있다.

① (가)-(다)-(나)-(라)
② (나)-(라)-(다)-(가)
③ (다)-(나)-(라)-(가)
④ (라)-(나)-(가)-(다)

해설 Diễn giải

정답 ①

1층 로비를 개방하는 회사가 많다는 문장을 시작으로 그 공간을 어떻게 활용하고, 그래서 어떤 결과를 이끌었는지 설명하는 순서가 자연스럽다.

Trình tự sắp xếp một cách tự nhiên là mở đầu bằng câu 'nhiều công ty để mở lobby ở tầng 1', sau đó là làm thế nào để tận dụng không gian đó và mang lại kết quả nào.

(가) 1층 로비 개방 để mở lobby tầng 1
(다) 미술관과 카페를 만듦 làm phòng trưng bày mỹ thuật và quán cà phê
(나) 사람들이 그 공간을 사용 người ta sử dụng không gian đó
(라) 회사의 이미지가 좋아지는 결과 kết quả là hình ảnh của công ty trở nên tốt hơn

---

단어 및 표현

로비 lobby, tiền sảnh   외부인 người ngoài   개방하다 mở, mở ra   작품 tác phẩm   감상(하다) ngắm, thưởng thức, cảm thụ

✓ 이 유형은 첫 번째 문장을 찾는 것이 가장 중요합니다.

Ở dạng câu hỏi này, việc quan trọng nhất là tìm ra câu đầu tiên.

✓ 첫 번째 문장에 지시어 '이, 그, 저'와 문장을 연결하는 '그래서, 하지만, 그런데, 따라서'는 올 수 없다는 것을 잊지 말아야 합니다.

Người học phải nhớ ở câu đầu tiên các từ chỉ thị như '이 (này), 그 (đó), 저 (kia)', và các liên từ nối câu như '그래서 (vì thế), 하지만 (nhưng), 그런데 (mà), 따라서 (do đó)' sẽ không thể xuất hiện.

✓ 설명의 예, 주장의 근거, 원인과 결과 같은 순서로 글이 진행되는 '논리적 전개에 의한 글'이나 일화 혹은 개인의 추억담 같은 '시간적 순서에 의한 글' 등을 자주 읽어 보는 것도 도움이 됩니다.

Việc luyện tập đọc 'văn triển khai logic' được viết theo trình tự ví dụ giải thích, căn cứ lập luận, nguyên nhân và kết quả, hoặc 'văn theo trình tự thời gian' về giai thoại hoặc ký ức của cá nhân sẽ giúp ích cho việc giải đề.

✓ 또한 다양한 주제(일화, 건강, 생활, 정책, 과학, 동물, 심리 등)가 출제되므로 여러 가지 주제와 관련된 글을 읽는 연습도 좋습니다.

Vì câu hỏi được ra theo chủ đề đa dạng (giai thoại, sức khỏe, sinh hoạt, chính sách, khoa học, động vật, tâm lý v.v...) nên việc tập đọc các nội dung có chủ đề liên quan sẽ giúp ích cho người học.

• 유형 설명 • Giải thích hình thức câu hỏi

읽기 16~18번, 28~31번에 출제되는 유형으로 빈칸에 들어갈 알맞은 내용(어구)을 고르는 유형입니다. 빈칸의 앞뒤 문장을 정확하게 이해하고, 접속사를 통해 유사하거나 반대되는 내용을 유추하거나 전체 내용을 포괄하는 내용의 어구를 찾아야 합니다. 읽기 16~18번은 3급에 해당하는 난이도이고, 읽기 28~31번은 같은 유형이지만 4급에 해당하는 문법과 어휘를 사용해서 좀 더 난이도가 높은 문제가 출제됩니다.

Câu 16~18, 28~31 phần Đọc hiểu là dạng câu hỏi yêu cầu chọn nội dung (cụm từ) thích hợp để điền vào chỗ trống. Người học phải hiểu chính xác các câu trước và sau của các ô trống, suy ra nội dung tương tự hoặc đối lập thông qua các liên từ hoặc tìm các cụm từ bao quát nội dung. Câu 16~18 có mức độ khó tương ứng với cấp 3 và câu 28~31 cũng thuộc dạng câu hỏi này nhưng khó hơn vì sử dụng ngữ pháp và từ vựng tương ứng với cấp 4.

🔍 기출문제 살펴보기 [64회 16, 28번]

※ [16~18] 다음을 읽고 (   )에 들어갈 내용으로 가장 알맞은 것을 고르십시오. (각 2점)

16.

> 상담을 통해 책을 추천해 주는 서점이 있어 화제가 되고 있다. 서점 주인은 손님과 오랜 시간 대화를 나눈 후 (   ) 책을 추천해 준다. 상처 받은 사람에게는 위로가 되는 책을, 자신감이 부족한 사람에게는 용기를 주는 책을 추천하는 방식으로 서비스를 제공한다.

① 내용이 재미있는
② 지식을 전달하는
③ 사람들이 많이 읽는
④ 손님의 상황에 맞는

해설 Diễn giải

정답 ④

빈칸 뒤의 문장에서 '상처 받은 사람에게는 위로가 되는 책', '자신감이 부족한 사람에게는 용기를 주는 책'을 추천한다는 것으로 보아 '손님의 상황에 맞는' 책을 추천한다는 내용이 알맞다.

Nội dung ở câu phía sau ô trống là đề cử 'loại sách an ủi những người bị tổn thương', 'loại sách tiếp thêm dũng khí cho người thiếu tự tin', do đó nội dung diễn đạt việc đề cử sách 'phù hợp với hoàn cảnh của khách hàng' là đáp án.

단어 및 표현

상담 tư vấn   추천(하다) tiến cử, đề cử   위로 an ủi   자신감 sự tự tin, cảm giác tự tin   용기 dũng khí   전달하다 truyền đạt
상황 tình hình, tình huống, hoàn cảnh

※ [28~31] 다음을 읽고 (   )에 들어갈 내용으로 가장 알맞은 것을 고르십시오. (각 2점)

28.

새해에 세운 목표를 효과적으로 이루려면 한 주 단위로 계획을 세우는 것이 좋다. 주마다 계획을 세우면 (   ) 때문이다. '건강한 식습관 기르기'라는 새해 결심이 한 주 단위가 되면 '라면 안 먹기', '채소 챙겨 먹기'처럼 구체적인 계획으로 바뀐다. 이렇게 하면 작은 목표를 달성하는 횟수가 늘어 한 해의 목표에 가까워진다.

① 한 해의 목표를 확인하기
② 계획을 세우는 데 집중하기
③ 자신의 능력을 보여 줄 수 있기
④ 실천 가능한 계획을 세울 수 있기

해설 Diễn giải

정답 ④

빈칸 뒤의 문장에서 주 단위로 계획을 세우면 구체적인 계획으로 바뀌고 작은 목표를 달성하는 횟수가 는다고 했으므로 이를 종합한 의미의 ④가 정답이 된다.
Câu sau ô trống nói nếu lập kế hoạch theo tuần thì có thể thay đổi thành kế hoạch cụ thể và số lần đạt mục tiêu nhỏ sẽ tăng, do đó ④ là đáp án vì mang ý nghĩa này.

풀이 전략 Chiến lược giải câu hỏi

✓ 빈칸의 앞에 '그러나, 하지만, -이/가 아니라'라는 표현이 있다면 빈칸에는 앞의 문장과 '반대'되는 내용이 들어가야 합니다.

Nếu trước ô trống có các ngữ pháp '그러나 (nhưng), 하지만 (nhưng), -이/가 아니라 (không phải là ~)' thì trong ô trống phải là nội dung 'đối lập' với nội dung của câu trước.

✓ 빈칸이 문단의 마지막에 위치하고, 빈칸의 앞에 '그래서' 혹은 '따라서'가 있다면 전체 내용을 포괄하는 어구를 넣어야 하는 경우가 많습니다. 전체 문단을 이해하기 위해서 어휘 실력이 필요하고 빈칸 앞뒤 문장의 연결도 살펴봐야 하기 때문에 수험자들이 어렵게 느끼는 유형 중 하나입니다.

Nếu ô trống nằm ở cuối của đoạn văn, phía trước ô trống xuất hiện '그래서 (vì vậy)' hoặc '따라서 (do đó)', thì thường phải đặt một cụm từ bao hàm nội dung tổng thể. Đây là một trong những dạng bài thi khó vì thí sinh cần có vốn từ vựng tốt để hiểu toàn bộ đoạn văn và phải nhìn vào mối liên hệ giữa các câu trước và sau chỗ trống.

✓ 정답을 전혀 유추하기 어려울 때는 선택지의 어구를 하나씩 넣어보면서 가장 자연스럽고 알맞은 내용을 찾는 것도 하나의 방법일 수 있습니다.

Khi khó suy luận đáp án đúng thì có thể áp dụng biện pháp đặt từng đáp án vào ô trống rồi tìm nội dung tự nhiên và phù hợp nhất.

단어 및 표현

세우다 lập, dựng   효과적(으로) (một cách) hiệu quả   이루다 đạt được   단위 đơn vị   달성하다 đạt được   횟수 số lần   집중하다 tập trung
능력 năng lực   실천 việc thực hiện

• 유형 설명 • Giải thích hình thức câu hỏi

읽기 25~27번에 출제되는 유형으로 신문 기사 제목을 가장 잘 풀어서 설명한 것을 고르는 문제입니다. 신문 기사 제목의 특징을 이해하고 자주 출제되는 한자어, 부사어 등을 공부하는 것이 중요합니다. 또한 이 유형은 한국 관련 최신 화제나 경제, 정책, 날씨, 스포츠, 건강 등 다양한 주제로 출제됩니다.

Câu 25~27 phần Đọc hiểu là dạng câu hỏi yêu cầu chọn đáp án giải thích tiêu đề của bài báo chính xác nhất. Điều quan trọng là phải hiểu các đặc điểm của tiêu đề bài báo và học các từ gốc Hán, các trạng ngữ thường xuất hiện trong bài thi. Ngoài ra dạng câu hỏi này thường được ra với nhiều chủ đề đa dạng như các tiêu điểm mới nhất liên quan đến Hàn Quốc hoặc kinh tế, chính sách, thời tiết, thể thao, sức khỏe, v.v.

🔍 기출문제 살펴보기 [64회 25번]

※ [25~27] 다음 신문 기사의 제목을 가장 잘 설명한 것을 고르십시오. (각 2점)

25.

> 관광버스 추락, 안전벨트로 승객 전원 목숨 건져

① 관광버스가 추락했지만 승객들이 안전벨트 덕분에 모두 살았다.
② 관광버스 추락 사고 이후 안전벨트를 하는 승객이 더 많아졌다.
③ 관광버스가 추락하자 일부 승객이 안전벨트를 풀고 탈출하였다.
④ 관광버스가 추락하면서 안전벨트를 한 일부 승객이 크게 다쳤다.

해설 Diễn giải

정답 ①

'추락하다 = 떨어지다', '전원 = 모두', '목숨을 건지다 = 살았다'라는 제목의 의미를 풀어서 가장 잘 설명한 것은 ①이다.

Phân tích ý nghĩa của tiêu đề là '추락하다 = 떨어지다 (rơi)', '전원 (tất cả thành viên) = 모두 (tất cả)', '목숨을 건지다 (giữ được mạng sống) = 살았다 (còn sống)', nên ① là câu giải thích chính xác nhất.

단어 및 표현

관광버스 xe buýt du lịch   추락(하다) rơi   안전벨트 dây an toàn   승객 hành khách   전원 tất cả thành viên   목숨 mạng sống
건지다 giữ (mạng sống)   일부 một phần   탈출하다 thoát ra, thoát khỏi

✓ 자주 출제되는 한자어와 부사어를 학습하고, 최신 기출문제를 통해 연습을 하면서 제목에서 생략된 연결어미, 조사 등을 바르게 유추하고 축약된 의미를 풀어서 설명하는 정답을 찾아야 합니다.

Người học cần trau dồi các từ gốc Hán, các trạng từ thường xuất hiện trong đề thi, và vừa luyện tập thông qua các đề thi mới nhất vừa suy đoán chính xác các vĩ tố liên kết, trợ từ bị giảng lược trong tiêu đề, và tìm đáp án giải thích chính xác ý nghĩa cô đọng của tiêu đề.

✓ 제목이 기사의 내용을 함축하고 있기 때문에 정답을 찾기 위해서는 생략된 문법 표현과 관용적 표현 외에도 한자어 어휘, 생생한 표현을 위한 의성어 · 의태어까지 해석할 수 있어야 합니다. 그래서 이 유형은 다른 유형보다 더 어휘 학습이 중요합니다.

Vì tiêu đề hàm chứa nội dung của bài viết nên để tìm được đáp án chính xác thì ngoài sự thông hiểu về các cách diễn đạt ngữ pháp bị lược bỏ và các thành ngữ, người học phải có khả năng giải nghĩa từ vựng gốc Hán, từ tượng hình, từ tượng thanh dùng để để diễn đạt sinh động. Vì vậy việc học từ vựng cho dạng câu hỏi này quan trọng hơn các dạng câu hỏi khác.

최근 기출문제 파악하기

■ 기출문제 분석

회차 kỳ thi	주제 chủ đề	관련 어휘 từ vựng liên quan
64회	교통 giao thông	관광버스 xe buýt du lịch, 추락 rơi, 안전벨트 dây an toàn, 승객 hành khách, 전원 toàn bộ thành viên, 목숨을 건지다 giữ được mạng sống
	정치 chính trị	침묵을 깨다 phá vỡ sự im lặng, 의원 nghị viên, 대통령 tổng thống, 선거 sự bầu cử, 출마 sự ra ứng cử, **설 thuyết/tin đồn **, 부인하다 phủ nhận
	과학 khoa học	민간 dân sự, dân chúng, tư nhân, 우주선 tàu vũ trụ, 무사 vô sự, 귀환 sự trở về, 성큼 hăm hở, xông xáo
60회	정책 chính sách	출산율 tỷ lệ sinh, 하락 sự giảm sút, sự giảm xuống, 정부 chính phủ, 대책 đối sách, 효과 hiệu quả
	사회 xã hội	놀이공원 công viên trò chơi, 수익 lợi nhuận, lợi tức, 치중(하다) sự chú trọng, 이용객 khách sử dụng (hành khách), 안전 sự an toàn, 뒷전 vị trí ở phía sau
	경제 kinh tế	공장 nhà máy, 정상 sự bình thường, 가동(하다) sự vận hành, sự hoạt động, 반도체 chất bán dẫn, 공급 sự cung cấp, 안정 sự ổn định, 미지수 ẩn số
52회	경제 kinh tế	소비 sự tiêu thụ, sự tiêu dùng, 심리 tâm lý, 봄바람 gió xuân, 매출 doanh số, 기지개 sự vươn mình
	교통 giao thông	연휴 kỳ nghỉ dài ngày, 교통 체증 sự ùn tắc giao thông, 고속도로 đường cao tốc, 몸살을 앓다 bị đau nhức toàn thân
	문화 văn hóa	시청자 khán giả, 사로잡다 thu hút, lôi cuốn, 드라마 phim truyền hình, 시청률 tỷ lệ xem đài, 상승 tăng lên, 효과 hiệu quả, 톡톡 tanh tách, lách tách, lộp độp

47회	문화 văn hóa	한류 làn sóng Hallyu, làn sóng Hàn Quốc, 배우 diễn viên, 인기 được yêu thích, được mến mộ, 폭발 bùng nổ, 해외 nước ngoài, 광고 quảng cáo, 요청 yêu cầu, 줄(을) 잇다 nuối đuôi nhau, kết thành hàng
	경제 kinh tế	황금연휴 kỳ nghỉ vàng (kỳ nghỉ dài ngày), 여행 업계 ngành du lịch, 웃다 cười
		배추 cải thảo, 생산 sản xuất, 과잉 quá độ, quá mức, 농민 nông dân, 한숨 sự thở dài, thở phào, một hơi
41회	날씨 thời tiết	화창(하다) dễ chịu, trong lành, 곳에 따라 theo địa điểm, 빗방울 hạt mưa, 뚝뚝 tí tách, lộp độp
	경제 kinh tế	불황 sự khủng hoảng/suy thoái kinh tế, 포도주 rượu nho, 소비 sự tiêu dùng, sự tiêu thụ, 껑충 phăn phắt, căng cẳng, (nhảy) vọt, 불붙다 châm lửa, 판매 sự bán hàng, 경쟁 sự cạnh tranh
	사회 xã hội	어르신 người già, 지킴이 người bảo vệ, giữ gìn, 역할 vai trò, 톡톡히 một số lượng lớn, nhiều, 가득 đầy

■ 신문 기사 주제별 어휘

주제 chủ đề	신문 기사 제목 어휘 từ vựng trong tiêu đề bài báo			
인기가 있다 được yêu thích, được mến mộ	열풍 cơn sốt, gió xoáy	열기 sự sôi nổi, sự cuồng nhiệt	인기몰이 việc tạo bầu không khí để được yêu thích	인기 폭발 bùng nổ sự mến mộ
	각광 đèn sân khấu, điểm nổi bật	유명세 sự phiền phức do nổi tiếng	흥행 sự trình chiếu, sự trình diễn	폭주 sự lỗi chương trình, hỏng hóc
	전성시대 thời đại đỉnh cao, thời đại thịnh vượng	성수기 mùa cao điểm, thời gian cao điểm	사로잡다 thu hút, lôi cuốn	시선을 끌다 lôi kéo ánh nhìn
사람이 많다 đông người	인파 đám đông	북새통 đám đông hỗn loạn, ồn ào	성업 sự làm ăn thịnh vượng, phát đạt	몰리다 bị dồn, bị ép, đổ xô
	몰려들다 kéo đến, dồn vào	넘치다 tràn, đầy tràn, vượt mức	북적대다 ↔ 한산하다 đông đúc ồn ào ↔ thưa thớt, vắng vẻ	
변화하다 biến đổi, thay đổi	신기록 kỷ lục mới	역대 최고 cao nhất, tuyệt nhất từ trước đến nay	상승 곡선 đường cong lên	오름세 xu thế tăng, chiều hướng tăng lên
	돌파 sự đột phá, sự bứt phá	추월하다 vượt, qua mặt	전진 sự tiến tới, sự tiến triển	과잉 sự quá mức, sự quá độ
	가파르다 dốc đứng, tăng cao, tăng nhanh	들썩이다 nhịp lên nhịp xuống, nhấp nhô	급증하다 tăng nhanh, tăng đột biến	급락하다 giảm nhanh, giảm đột biến

경제 상황 tình hình kinh tế	인상 sự tăng lên, sự nâng lên	급등(폭등) sự tăng nhanh đột ngột	유가 có giá	물가 vật giá
	금리 lãi suất	수요자(소비자) người có nhu cầu (người tiêu dùng)	공급자(생산자) người cung cấp (người sản xuất)	출하량(생산량) lượng hàng xuất ra thị trường(sản lượng)
	후불제 ↔ 선불제 chế độ thanh toán sau ↔ chế độ thanh toán trước	정상 ↔ 비정상 bình thường ↔ không bình thường	안정 ↔ 불안정 ổn định ↔ không ổn định	가동하다 hoạt động, vận hành
	매출(판매) doanh số(bán hàng)	과잉 sự quá mức, sự quá độ	황금연휴 kỳ nghỉ vàng (ý chỉ kỳ nghỉ dài ngày)	불황 sự khủng hoảng/ suy thoái kinh tế
	미지수 ẩn số	소비 심리 tâm lý tiêu dùng	웃다(웃음) ↔ 울다(울상) cười(nụ cười) ↔ khóc(khuôn mặt mếu máo)	
부동산 bất động sản	분양 sự chia phần, sự phân lô bán ra	매매 sự mua bán	전세 jeonsae, việc thuê nhà kiểu jeonsae	월세 việc thuê nhà theo tháng
교통 giao thông	단속하다 kiểm tra và xử phạt, kiểm soát	구조하다 cứu hộ	강화하다 tăng cường	조난당하다 gặp tai nạn (khi đi trên biển hay leo núi)
	마비되다 bị tê liệt	추락하다 rơi	교통 체증 sự ùn tắc giao thông	몸살을 앓다 bị đau nhức toàn thân
스포츠 thể thao	승리 ↔ 패배 thắng ↔ thua	대표팀 đội tuyển	감독님 huấn luyện viên	선수단 đoàn tuyển thủ/ vận động viên
	역전 sự lật ngược, sự đảo ngược	**승 **패 thắng** thua**	연승 ↔ 연패 thắng liên tiếp ↔ thua liên tiếp	공격 ↔ 수비 tấn công ↔ phòng thủ
날씨 thời tiết	화창하다 ôn hòa, ấm áp	곳에 따라 theo địa điểm	빗방울 hạt mưa	폭설 bão tuyết, tuyết rơi nhiều
	폭우 trận mưa to	폭염 sự nóng bức, nóng gay gắt	장마 mưa dai dẳng	자외선 tia tử ngoại
정치 chính trị	침묵을 깨다 phá vỡ sự im lặng	의원 nghị viên	대통령 tổng thống	선거 cuộc bầu cử
	출마하다 tranh cử, ứng cử	부인하다 phủ nhận	정부 chính phủ	대책 đối sách

■ 신문 기사 기출 어휘

반토막 giảm một nửa	미지수 ẩn số	먹통 tình trạng hoạt động không đúng cách	침묵(하다) sự im lặng	치중(하다) sự chú trọng
사로잡다 chinh phục	부인(하다) phủ nhận	글쎄 để xem, xem nào	오락가락 (mưa, tuyết) lác đác, (tình trạng tinh thần) nhớ nhớ quên quên, lúc tỉnh lúc mê	쑥쑥 tua tủa, tuồn tuột
껑충 phăn phắt, căng cẳng, (nhảy) vọt	썰렁 lạnh lẽo, lạnh tanh	뚝 (bỗng nhiên ngưng) đột ngột, (rơi) bạch, bộp, (gãy) rắc	착착 một cách nhịp nhàng, một cách suôn sẻ	동동 (giậm chân) bình bịch, bạch bạch
부글부글 (sôi) sùng sục	성큼 hăm hở, xông xáo	팽팽 căng, căng thẳng	속속 liên tù tì, lục tục	홀로 một mình, trơ trọi
훨훨 (lửa) phừng phực, bừng bừng, (động vật vỗ cánh) nhẹ nhàng	뚝뚝 tí tách, lộp độp	톡톡 lách tách, tong tong	활짝 (mở) toang hoác, (xòe) rộng, (rộng mở) bao la, mênh mông	들썩 nhấp nhô, lắc lư, nhún nhảy

■ 신문 기사 제목 관용 표현

관용 표현 thành ngữ	뜻 ý nghĩa
입김	다른 것에 영향을 주다 gây ảnh hưởng đến cái khác
발걸음이 가볍다	마음이 가볍다 nhẹ lòng, thanh thản
눈높이를 낮추다	기준을 낮추다 hạ tiêu chuẩn
빨간불(적신호)	부정적인 상황(예상) tình hình (dự đoán) mang tính tiêu cực
박차를 가하다	일의 진행이 빨리 되도록 힘을 더하다 cố gắng thêm để việc được tiến hành nhanh hơn
발이 묶이다	움직이거나 활동할 수 없다 không thể nhúc nhích hay hoạt động được
다시 뜨다	다시 인기를 얻다 được yêu thích trở lại
때 이르다	때기 일찍 찾아오다 chưa đến lúc
거품이 빠지다	실제 가치보다 더 많이 올라간 가격이나 상태가 원래대로 내려가다 giá cả hay trạng thái tăng cao hơn so với giá trị thực nay trở về vị trí cũ
다시 태어나다	재활용하다 tái sử dụng
뿔이 나다	화가 나다 nổi nóng
얼어붙다	심각하다 nghiêm trọng

몸살을 앓다	부정적인 상황이 일어나다 tình huống mang tính tiêu cực xảy ra
목소리가 높다	의견이나 요구가 많다 nhiều ý kiến hay yêu cầu
찬밥	중요하게 대접하지 못하다 không được đối đãi tốt
줄을 잇다	이어지다 tiếp nối
지옥철	출퇴근 시간의 복잡한 지하철 tàu điện ngầm đông nghịt vào giờ đi làm và tan sở
조읽기	어떤 일이 시간상 급박한 상태 việc gì đó rất gấp gáp về mặt thời gian
즐거운 비명	소리를 지를 만큼 좋다 thích đến nổi hét toáng lên
징검다리	연결해주는 역할 vai trò cầu nối
발 벗고 나서다	적극적으로 나서다 đứng ra, ra mặt một cách tích cực
눈 깜짝할 새	순식간에 trong chớp mắt
불붙다	경쟁이 치열하다 cạnh tranh khốc liệt
파란불(청신호)	긍정적인 상황(예상) tình hình (dự đoán) mang tính tích cực
꼬리를 물다	계속 이어지다 liên tiếp
봇물이 터지다	상태가 급격히 활성화되다 tình trạng trở nên sôi động một cách nhanh chóng, đột ngột
때가 아니다	때가 알맞지 않다 không phải lúc
기지개(를 켜다)	서서히 활동하는 상태에 들다 vào trạng thái hoạt động một cách từ từ
봄바람	긍정적인 기대를 하다 mong chờ tích cực
물 만나다	제때 또는 제자리를 찾다 tìm được vị trí hoặc thời điểm đúng
쓴소리	조언, 충고 khuyên, khuyên nhủ
손을 잡다	힘을 합쳐서 일을 하다 hợp sức làm việc
머리를 맞대다	함께 어떤 일을 의논하다 cùng thảo luận việc gì đó
찬물	어떤 일의 좋은 분위기를 망치다 làm hỏng bầu không khí tốt đẹp của việc gì đó
첫 삽	공사를 시작하다 bắt đầu công trình
피부에 와 닿다	직접적으로 느끼다 trực tiếp cảm nhận
울상	걱정하고 슬프다 lo lắng và buồn bã
제자리걸음	진행되지 못하고 그대로 있다 không được tiến hành và ở nguyên trạng thái cũ
하늘의 별따기	아주 어려운 일 việc rất khó
한풀 꺾이다	정도가 약해지다 mức độ giảm dần, yếu đi

연습문제 _ 단독문제 유형

[01~02] (　　　)에 들어갈 말로 가장 알맞은 것을 고르십시오. (각 2점)

01 친구와 이야기를 (　　) 버스를 놓쳤다.

① 하려면

② 하다가

③ 하든지

④ 하도록

02 포기하지 않고 최선을 다하면 (　　).

① 성공할 뻔했다

② 성공해 버렸다

③ 성공한 적이 있다

④ 성공하기 마련이다

[03~04] 밑줄 친 부분과 의미가 가장 비슷한 것을 고르십시오. (각 2점)

03 이번 면접시험에 <u>합격하도록</u> 최선을 다할 것이다.

① 합격해야

② 합격하게

③ 합격하든지

④ 합격하더라도

04 전화를 안 받는 것을 보니까 아직 <u>자나 보다</u>.

① 자는 법이다

② 자는 척 했다

③ 자는 것 같다

④ 잘 수밖에 없다

[05~08] 다음은 무엇에 대한 글인지 고르십시오. (각 2점)

05

신는 순간 마음까지 **편안하게~**
원하는 어디든지 **가볍게~**

① 안경　　　　② 가방　　　　③ 신발　　　　④ 모자

06

내 집처럼 편안하고 깨끗하게
휴식을 선물합니다.

① 호텔　　　　② 병원　　　　③ 백화점　　　　④ 편의점

07

당신의 아름다운 나눔으로
세상은 더 밝아집니다.

① 전기 절약　　　　② 화재 예방　　　　③ 환경 보호　　　　④ 봉사 활동

08

• 어린이 손에 닿지 않는 곳에 보관하십시오.
• 사용하신 후에는 반드시 뚜껑을 닫아 주십시오.

① 제품 특징　　　　② 사용 방법　　　　③ 주의 사항　　　　④ 제품 효과

09

한강 야외 수영장 이용 안내

◎ 이용 기간: 7월 ~ 9월(평일 09시~18시/주말 09시~20시)
◎ 이용 방법: 홈페이지(www.seoulswpool.com)에서 예약
◎ 이용 요금: 1일권 5천원 (물품 보관함 이용료 별도)
  ※ 6세 미만은 무료
◎ 문의: 한강 수영장 관리사무소 02-1234-5678

① 평일과 주말 이용 시간이 동일하다.

② 물품을 보관하려면 돈을 내지 않아도 된다.

③ 수영장을 이용하려면 전화로 예약해야 한다.

④ 5세 어린이는 이용 요금 없이 이용 가능하다.

10

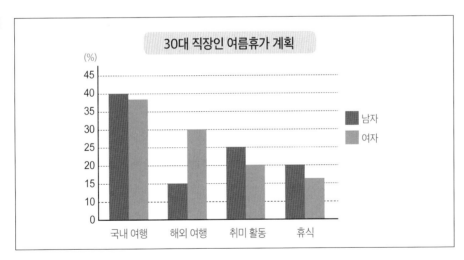

① 여성은 남성보다 집에서 쉬는 깃을 선호한다.

② 남녀 모두 해외 여행을 가장 선호하지 않는다.

③ 남녀 모두 국내 여행보다 해외 여행을 선호한다.

④ 남성은 여성보다 취미 활동을 하는 것을 선호한다.

11

　　시청에서는 소외된 이웃에게 따뜻한 정을 나누기 위한 '사랑의 김장 나눔 행사'를 진행했다. 올해로 6번째를 맞는 김장 나눔 행사는 매년 연말을 맞이해 우리 사회의 어려운 이웃에게 마음을 나누는 행사이다. 이번 행사에 300여 명의 시민이 참여했으며 김장 김치 1천 포기를 담갔다고 한다. 시청 관계자는 추운 날씨에도 불구하고 한마음으로 봉사하는 시민들의 모습을 보면서 감동을 느꼈다고 소감을 밝혔다.

① 김장을 판매하는 행사를 진행했다.

② 이 행사를 6년 동안 진행하고 있다.

③ 어려운 이웃과 함께 김장 김치를 만들었다.

④ 어려운 시민 300여 명에게 김치를 나눠 주었다.

12

　　신문고는 조선 시대에 왕이 백성들의 문제를 직접 해결하기 위해 궁궐 밖에 달아 놓았던 북이다. 북을 친 사람의 억울한 사연을 왕이 직접 듣고 해결해 주기도 했다. 모든 백성들의 문제를 해결할 수는 없었지만 신문고를 통해 많은 사람들이 자신의 억울함을 왕에게 이야기할 수 있었던 제도였다. 지금은 '국민 신문고', '환경 신문고'와 같이 국민들의 문제를 해결하기 위해 만들어 놓은 정부의 민원 창구의 이름으로 많이 쓰이고 있다.

① 조선 시대에 신문고 제도를 만들었다.

② 억울한 사람들이 모여 신문고를 만들었다.

③ 현재도 공공기관에 신문고를 달아 놓았다.

④ 조선 시대에는 집마다 신문고를 달아 놓았다.

[13~15] 다음을 순서에 맞게 배열한 것을 고르십시오. (각 2점)

13

(가) 물고기들은 무리를 지어 이동하는 일이 많다.
(나) 혼자 행동하면 적에게 잡아먹힐 가능성이 크지만 같이 행동하면 그 확률이 낮아진다.
(다) 가장 큰 이유는 잡아먹힐 확률이 낮아지기 때문이다.
(라) 그렇게 행동하는 이유는 무엇일까?

① (가)-(라)-(나)-(다)
② (가)-(라)-(다)-(나)
③ (나)-(라)-(가)-(다)
④ (나)-(다)-(가)-(라)

14

(가) 천재 과학자, 아인슈타인은 창의적인 아이디어의 비결로 수면을 꼽는다.
(나) 유명한 신문사의 창립자도 '수면 혁명'이라는 책을 낼 정도로 수면의 중요성을 강조했다.
(다) 반면에 매일 7시간 이상의 적절한 수면 시간은 우울증과 사망 위험을 낮춘다고 한다.
(라) 연구 결과에 따르면 수면 시간이 5시간 이하면 심장병 위험이 2배 증가한다고 한다.

① (가)-(나)-(라)-(다)
② (가)-(다)-(나)-(라)
③ (라)-(다)-(나)-(가)
④ (라)-(가)-(나)-(다)

15

(가) 햇빛 알레르기는 햇빛에 의해 피부에 가려움이나 발진 증상이 나타나는 것을 말한다.
(나) 하지만 심각한 경우에는 바르는 약이나 먹는 약으로 치료해야 할 수도 있다.
(다) 증상이 심하지 않은 경우에는 치료 없이 사라지기도 한다.
(라) 그러므로 증상이 심할 경우에는 병원을 찾는 것이 좋다.

① (가)-(나)-(다)-(라)
② (가)-(다)-(나)-(라)
③ (다)-(나)-(라)-(나)
④ (다)-(라)-(가)-(나)

16

사물놀이는 꽹과리, 장구, 북, 징의 네 가지 악기 놀이라는 의미이다. 사물놀이는 (　　　　　) 대규모 구성의 풍물놀이를 무대에서 하는 예술로 바꾼 것이다. 풍물놀이가 야외 공연의 활동성을 강조하였다면 사물놀이는 악기 연주 자체에서 느낄 수 있는 감동을 강조한 공연 형태라 할 수 있다.

① 야외에서 이루어지는 　　　　　　② 연주자의 개성을 넣은
③ 각 악기의 특징을 살린 　　　　　　④ 여러 지역의 특색이 있는

17

간접흡연이란 직접 담배를 피우지 않는 사람이 간접적으로 남이 피우는 담배 연기를 마시게 되는 상태를 말한다. 즉, 본인의 (　　　　　) 담배 연기를 마시게 된다는 뜻이다. 그런데 직접 담배를 피우는 사람보다 오히려 간접흡연자의 피해가 더 심각하다고 한다.

① 질병과 관계없이 　　　　　　② 호흡 방법에 따라
③ 건강 상태에 맞게 　　　　　　④ 의지와는 상관없이

18

제주도에는 '밭담'이라고 하는 돌담이 있다. 예전에는 경작지의 경계가 불분명해 토지를 둘러싼 싸움이 끊이지 않았다고 한다. 하지만 돌담을 쌓은 후부터 토지 경계가 확실해지고 방목했던 동물에 의한 농작물 피해가 줄었다. 또한 바람을 막아 농작물을 보호하는 역할도 하였으며 돌밭에서 돌을 치우고 나니 농사일도 편해지고 밭도 넓어져 (　　　　　).

① 주택 수가 늘어났다 　　　　　　② 수확량이 늘게 되었다
③ 환경 보호를 하게 됐다 　　　　　④ 동물로 인한 피해가 줄었다

[25~27] 다음 신문 기사의 제목을 가장 잘 설명한 것을 고르십시오. (각 2점)

25

> 시스템 오류, 하루 종일 은행 서비스 '먹통'

① 은행 시스템이 고장났지만 하루 만에 고쳤다.
② 은행 시스템이 고장났지만 정상적으로 서비스를 했다.
③ 은행 시스템이 고낭나서 은행에 전화를 했는데 안 받았다.
④ 은행 시스템이 고장나서 하루 동안 은행 서비스가 되지 않았다.

26

> 불황에도 TV 판매 매출 '쑥쑥'

① 경기 상황이 좋아져서 TV 이익이 늘었다.
② 경기 상황이 좋아져서 TV 수출이 잘 된다.
③ 경기 상황이 나빠졌지만 TV 판매가 늘었다.
④ 경기 상황이 나빠졌지만 TV 수출이 시작됐다.

27

> 남부지역 집중호우로 농민들 몸살 앓아

① 남부지역에 비가 많이 와서 농사가 성공했다.
② 남부지역에 비가 오지 않아서 농민들이 실망했다.
③ 남부지역에 비가 많이 와서 농민들이 힘들어 한다.
④ 남부지역에 비가 오지지 않아서 농작물 피해가 크다.

유형① 빈칸에 알맞은 말 고르기 + 중심 내용(주제) 고르기

> • 유형 설명 • Giải thích hình thức câu hỏi
>
> 읽기 19~20번에 해당하는 문제 유형으로 19번은 빈칸에 알맞은 말을 찾는 문제이고 20번은 중심 내용(주제)을 찾는 문제입니다. 지문은 사회, 경제, 상식, 심리, 기술, 교육, 과학 등의 다양한 주제로 출제될 수 있습니다.
>
> Loại hình câu hỏi này nằm trong câu 19~20 phần Đọc hiểu, câu 19 là tìm cách diễn đạt thích hợp điền vào chỗ trống và câu 20 là tìm nội dung trọng tâm (hoặc chủ đề). Đề bài có thể được ra với các chủ đề đa dạng như xã hội, kinh tế, thường thức, tâm lý, kỹ thuật, giáo dục, khoa học v.v.

🔍 예상문제 살펴보기

※ [19~20] 다음을 읽고 물음에 답하십시오. (각 2점)

> 말은 인간에게 빠른 이동 수단이었으며, 자동차가 등장하기 전까지는 인간 이동 수단의 핵심이었다. 자동차나 비행기와 같은 더 빠른 이동 수단의 등장으로 지역을 넘어 국가로, 국가를 넘어 세계로 사람들은 연결되기 시작했다. (   ) 최근에는 인터넷으로 인해 세계 시민들이 더 빠르고 쉽게 연결되고 있다. 그리고 이러한 연결은 지역 문화를 넘어 지구촌 문화를 만들기 시작했다.

19. (   )에 들어갈 말로 가장 알맞은 것을 고르십시오.

① 만약
② 역시
③ 게다가
④ 반면에

20. 윗글의 주제로 가장 알맞은 것을 고르십시오.

① 말은 인간에게 중요한 이동 수단이었다.
② 세계 시민을 연결하는 지구촌 문화는 중요하다.
③ 인터넷이 개발되면서 이동 수단의 필요성이 떨어졌다.
④ 이동 수단의 발달과 인터넷으로 인해 지구촌 문화가 생겼다.

단어 및 표현

이동 수단 phương tiện di chuyển   핵심 trọng tâm, cốt lõi   등장 sự xuất hiện, sự ra đời   지역 khu vực   지구촌 hành tinh, toàn thể trái đất

Diễn giải

19. 정답 ③

세계 시민들이 연결되는 방법으로 이동 수단의 발달에 이어 인터넷 문화를 덧붙여 연결하고 있으므로 접속사 '게다가'가 알맞다.

Liên từ 'hơn nữa' thích hợp vì văn hóa Internet được thêm vào sự phát triển của giao thông vận tải như một cách để công dân trên toàn thế giới được kết nối với nhau.

20. 정답 ④

이동 수단의 발달과 인터넷의 등장으로 세계의 연결이 빨라졌고 결국 이로 인해 지구촌 문화가 만들어졌다는 내용이다. 그러므로 이 글의 주제는 '④ 이동 수단의 발달과 인터넷으로 인해 지구촌 문화가 생겼다'이다.

Đây là nội dung mang ý nghĩa nhờ vào sự phát triển của phương tiện di chuyển và sự ra đời của Internet mà thế giới đã được kết nối nhanh hơn và cuối cùng một nền văn hóa toàn cầu đã được tạo ra. Vì vậy, chủ đề của bài viết này là '④ Nền văn hóa toàn cầu đã xuất hiện nhờ vào sự phát triển của phương tiện di chuyển và Internet'.

풀이 전략 Chiến lược giải câu hỏi

✓ 읽기 19번은 앞뒤 문장의 호응 관계를 파악하는 것이 중요합니다. 그리고 기출문제의 부사어를 먼저 확인하고 자주 출제되는 토픽 중급 부사어를 반드시 알아야 합니다.

Để giải câu 19, việc hiểu quan hệ tương ứng của câu phía trước và sau ô trống rất quan trọng. Bên cạnh đó người học phải rà soát lại các trạng từ đã từng xuất hiện trong đề thi trước đây và nhất định phải biết các trạng từ thuộc trình độ trung cấp thường được ra đề.

✓ 읽기 20번은 글의 주제를 찾는 문제가 출제됩니다. 먼저 글의 핵심어를 파악해야 합니다. 그리고 핵심어가 들어간 문장을 요약하거나 비슷하게 서술한 문장을 찾아야 합니다. 또한 주제가 마지막 문장에 드러나는 경우가 많으므로 끝까지 글을 읽어야 합니다.

Câu 20 phần Đọc hiểu là dạng câu hỏi tìm chủ đề của bài viết. Trước tiên người học phải nắm bắt được các từ trọng tâm của bài viết. Và phải tóm tắt các câu có từ trọng tâm hoặc tìm câu diễn giải mang ý nghĩa tương tự. Ngoài ra thì có nhiều trường hợp chủ đề xuất hiện ở câu cuối cùng nên phải đọc đến cuối bài văn.

 최근 기출문제 파악하기

■ 기출문제 분석

회차 kỳ thi	부사어 trạng từ
64회	과연(64, 60, 41회) quả nhiên, đúng là, 만약(64, 60회) nếu, 게다가(64, 52회) hơn nữa, 이처럼(64, 52회) như thế này
60회	비록 mặc dù, 물론(60, 47회) dĩ nhiên
52회	그러면(52, 47회) nếu vậy thì, 반면에(52, 47회) ngược lại
47회	차라리 thà rằng...còn hơn, thà là
41회	특히 đặc biệt, 또는 hoặc, 역시 cũng, 과일 là, đúng là

■ 자주 출제되는 토픽 중급 부사어

겨우 , 간신히 một cách vất vả, khó khăn, khó khăn lắm mới	벌써, 이미 đã, rồi
뜻밖에, 의외로 ngoài ý muốn, ngoài dự kiến	가끔, 이따금 thỉnh thoảng
우선, 먼저 trước tiên	도무지, 도대체 hoàn toàn, rốt cuộc, tóm lại
드디어, 마침내, 끝내 cuối cùng thì, kết cuộc thì	금방, 막 vừa, mới, vừa lúc, đúng lúc
점차, 점점 dần dần	자세히, 상세히 một cách chi tiết
훨씬, 더 hơn hẳn, hơn	전부, 모두 toàn bộ, tất cả
반드시, 꼭 nhất định	방금 vừa mới
잔뜩, 많이 một cách tràn đầy, nhiều	특히 đặc biệt
분명히, 확실히 một cách rõ ràng, một cách chắc chắn	당연히 một cách đương nhiên
괜히, 공연히 một cách vô ích, không dưng	마치 như, tựa như
아까, 조금 전에 lúc nãy	일부러 có tình, cố ý
각자, 따로 riêng, riêng rẽ	혹시 biết đâu, không chừng, nhỡ đâu, không biết là...
미리, 먼저 sẵn, trước	좀처럼 ít khi, hiếm khi, không dễ
별로, 그다지 (không)...lắm	도저히 rốt cuộc (cũng không), hoàn toàn (không)
자꾸, 끊임없이 liên tục, không ngừng	오히려 trái lại, ngược lại
절대로 tuyệt đối	내내, 계속 suốt, liên tục
설마 không lẽ, chẳng lẽ	거의, 대부분 hầu như, đa phần
더욱 hơn nữa, càng	제법, 꽤 khá, tương đối
아직 vẫn chưa, còn	바로, 즉시 ngay, tức thì

• 유형 설명 • Giải thích hình thức câu hỏi

읽기 21~22번에 해당하는 문제 유형으로, 21번은 19번 유형과 같은 빈칸 넣기 유형이지만 빈칸에는 '관용 표현'이나 '속담'이 출제될 수 있습니다. 22번은 '일치하는 내용' 고르기 유형이 출제됩니다.

Loại hình câu hỏi này nằm trong câu 21~22 phần Đọc hiểu, câu 21 là dạng câu hỏi điền vào chỗ trống giống câu 19 nhưng có thể là điền 'thành ngữ' hoặc 'tục ngữ' vào chỗ trống. Câu 22 là loại hình câu hỏi chọn 'nội dung đồng nhất'.

🔍 예상문제 살펴보기

※ [21~22] 다음을 읽고 물음에 답하십시오. (각 2점)

학자들의 연구 결과에 의하면, 여러 가지 일을 동시에 처리하려고 하면 뇌에 부담이 쌓인다고 한다. 즉, 한 번에 한 가지 일만 처리하면 뇌의 부담이 줄어 높은 집중력을 발휘할 수 있다는 것이다. 특히 공부와 다른 일을 같이 할 경우, 방금 학습한 내용이 뇌의 엉뚱한 곳에 저장되어 버려 아무리 공부해도 (   )인 것이다. 또한 일의 흐름이 한번 깨지면 다시 집중하는 데 대략 8분의 시간이 필요하다고 하니 휴대폰을 한 번 볼 때마다 8분의 시간을 낭비하게 되는 것과 마찬가지이다.

21. (   )에 들어갈 말로 가장 알맞은 것을 고르십시오.

① 바람 앞에 등불
② 누워서 침 뱉기
③ 땅 짚고 헤엄치기
④ 밑 빠진 독에 물 붓기

22. 윗글의 내용과 같은 것을 고르십시오.

① 한 가지 일을 잘하면 다른 일도 잘한다.
② 휴대폰을 8분 이상 보면 집중이 깨진다.
③ 하나씩 일을 하는 것이 뇌의 부담을 줄인다.
④ 학습한 내용을 뇌에 저장하려면 반복해야 한다.

단어 및 표현

뇌 não   부담 gánh nặng   집중력 khả năng tập trung   발휘하다 phát huy   엉뚱하다 khác thường, ngược đời, lộn xộn
흐름 dòng chảy, dòng   낭비하다 lãng phí

21. 정답 ④

   빈칸에는 방금 학습한 내용이 뇌의 엉뚱한 곳에 저장되어 버려 아무리 공부해도 '소용이나 보람이 없다'라는 의미가 들어가야 하므로 '아무리 노력해도 보람이 없는 상태'를 의미하는 '밑 빠진 독에 물 붓기'가 정답이다.

   Cách diễn đạt thể hiện ý nghĩa các nội dung vừa học được lưu lại ở những nơi lộn xộn trong não nên dù có học cũng 'không có tác dụng hoặc ý nghĩa' phải được điền vào ô trống, nên '밑 빠진 독에 물 붓기' diễn đạt 'tình trạng dù có cố gắng thế nào chăng nữa cũng không có ý nghĩa' là đáp án.

① 바람 앞에 등불: 매우 위태롭고 불안한 처지를 뜻하는 말.
   Ý chỉ hoàn cảnh rất nguy nan và bất an.
② 누워서 침 뱉기: 남을 해하려고 한 행동이 오히려 자신에게 돌아옴을 뜻하는 말.
   Ý chỉ hành động định làm hại người khác nhưng ngược lại hậu quả của việc đó lại đến với bản thân mình.
③ 땅 짚고 헤엄치기: 아주 쉬운 일을 뜻하는 말.
   Ý chỉ việc rất dễ.
④ 밑 빠진 독에 물 붓기: 아무리 노력해도 보람이 없는 상태를 뜻하는 말.
   Ý chỉ tình trạng không có kết quả dù có cố gắng.

22. 정답 ③

   '한 번에 한 가지 일만 처리하면 뇌의 부담이 줄어 높은 집중력을 발휘할 수 있다는 것이다'에서 정답은 '③ 하나씩 일을 하는 것이 뇌의 부담을 줄인다'이다.

   Đáp án đúng là '③ làm từng việc một giúp giảm gánh nặng cho não' nằm trong nội dung 'nếu một lần chỉ xử lý một việc thì gánh nặng của não sẽ được giảm, do đó có thể phát huy được khả năng tập trung cao độ'.

풀이 전략 Chiến lược giải câu hỏi

✓ 읽기 21번은 토픽에 자주 출제되는 '관용 표현'이나 '속담'을 먼저 학습해야 합니다. 한 번에 학습하기에는 부담이 되므로 매일 틈틈이 공부하는 것이 중요합니다.

   Đối với câu 21 phần Đọc hiểu, phải học trước các 'thành ngữ' hoặc 'tục ngữ' thường xuất hiện trong đề thi TOPIK. Nếu dồn học trong một lần thì người học có thể cảm thấy vất vả nên cần học mỗi ngày một ít.

✓ 읽기 22번은 '일치하는 내용 고르기' 유형으로 선택지의 문장을 읽으면서 틀린 정보를 찾아 오답을 먼저 가려냅니다. 글의 단어가 그대로 쓰이지 않을 수 있으니 의미가 비슷하거나 내용을 요약한 문장을 정답으로 찾아야 합니다.

   Câu 22 phần Đọc hiểu là dạng câu hỏi 'chọn nội dung đồng nhất', do đó phải vừa đọc các câu đáp án vừa tìm thông tin sai rồi lọc ra đáp án sai. Vì các từ vựng trong bài viết có thể không được sử dụng trong phần đáp án nên phải tìm đáp án đúng là các câu mang ý nghĩa tương tự hoặc các câu tóm tắt nội dung của bài viết.

최근 기출문제 파악하기

■ 기출문제 분석

회차 kỳ thi	관용 표현/속담 thành ngữ/tục ngữ	뜻 ý nghĩa
64회	앞뒤를 재다 (64, 52회)	자신에게 올 이로움과 해로움 등을 신중하게 따지고 계산하다. Suy xét tính toán thận trọng cái có lợi và có hại cho bản thân.
	진땀을 흘리다	어려운 일이나 난처한 일을 당해서 몹시 애를 쓰다. Rất cố gắng do gặp phải việc khó hoặc việc nan giải.
	발목을 잡히다	어떠한 일에 꽉 잡혀서 벗어나지 못하다. Kìm hãm, làm cho không thể thoát khỏi việc gì đó.
	귀를 기울이다	남의 말이나 이야기에 관심을 가지고 주의 깊게 듣다. Quan tâm đến lời nói hoặc câu chuyện của người khác và chú ý nghe.
60회	손을 떼다	하던 일을 그만두다. Ngừng làm việc đang làm.
	이를 갈다	매우 분하고 화가 나서 독한 마음을 먹고 기회를 엿보다. Rất phẫn nộ và giận dữ nên quyết tâm mạnh mẽ và chờ cơ hội.
	담을 쌓다 (60, 47회)	어떤 일에 전혀 관심을 두지 않다. Hoàn toàn không quan tâm đến một việc nào đó.

	열을 올리다	① 매우 화를 내거나 흥분하다.
		   Rất nóng giận hoặc bị kích động.
		② 어떤 일에 정신과 정성을 쏟다.
		   Dồn tâm trí và sự tận tâm vào một việc nào đó.

52회	발을 빼다	어떤 일에서 관계를 완전히 끊고 더 이상 관여하지 않다. Hoàn toàn cắt đứt liên hệ và không can dự vào một việc nào đó nữa.
	발걸음을 멈추다	어떤 일을 더 이상 하지 않고 멈추다. Dừng, không làm một việc nào đó nữa.
	앞뒤를 가리다	자신에게 올 이로움과 해로움 등을 신중하게 따지고 계산하다. Suy xét tính toán thận trọng cái có lợi và có hại cho bản thân.

47회	못을 박다	① 마음 속 깊이 상처를 주다.
		   Gây tổn thương sâu sắc.
		② 어떤 사실을 분명하게 말하여 다짐을 하다.
		   Nói rõ ràng một sự thật nào đó để cam kết.

	머리를 맞대다	서로 모여서 어떤 일을 의논하다. Họp lại cùng thảo luận việc gì đó.

	고개를 숙이다	① 자존심을 버리고 누군가에게 항복하거나 굴복하다.
		   Gạt bỏ lòng tự trọng và đầu hàng hoặc quy phục ai đó.
		② 존경하는 마음을 가지다.
		   Mang lòng kính trọng.

41회	제 눈의 안경	보잘것없는 것이라도 자기 마음에 들면 좋게 보인다는 말. Dù là những thứ không đáng kể nhưng nếu bản thân thấy thích thì cũng cho là tốt.
	엎질러진 물	한 번 저지른 일은 돌이킬 수 없다. Việc đã gây ra rồi thì không thể cứu vãn được.
	싼 게 비지떡	값이 싼 물건은 품질도 그만큼 나쁘게 마련이라는 말. Đồ vật có giá rẻ thì chất lượng cũng xấu.(của rẻ là của ôi)
	티끌 모아 태산	아무리 작은 것이라도 모이고 모이면 나중에 큰 덩어리가 됨을 뜻하는 말. Dù cho là cái nhỏ đến mức nào đi nữa nhưng nếu tích lũy dần thì sau này sẽ trở thành cái to.(góp bụi cát thành núi Thái Sơn, góp gió thành bão)

■ 토픽에 자주 출제되는 관용 표현

관용 표현 thành ngữ	뜻 ý nghĩa
가슴에 새기다	단단히 기억해 두다. Ghi nhớ một cách chắc chắn.
가슴을 쓸어내리다	곤란한 일이나 걱정이 없어져 안심을 하다. An tâm vì việc nan giải hay lo lắng đã biến mất.
가슴을 울리다	깊게 감동시키다. Gây cảm động sâu sắc.
가슴이 벅차다	감동적이다 Cảm động
각광을 받다	사회적 주목과 인기를 얻다. Nhận được sự chú ý và yêu mến trong xã hội.
강 건너 불 보듯 하다	자기와 관계없는 일이라고 해서 관여하지 않고 무관심하게 보기만 하는 모양. Cho rằng không liên quan đến bản thân mình nên không can dự vào và chỉ nhìn một cách vô tâm.
고개가 수그러지다	존경하는 마음이 생기다. Mang lòng kính trọng.
고개를 갸웃거리다	무엇을 의심스러워하거나 잘 몰라서 궁금해 하다. Nghi ngờ cái gì đó hoặc thắc mắc vì không biết rõ.
고개를 숙이다	① 자존심을 버리고 누군가에게 항복하거나 굴복하다. 　Gạt bỏ lòng tự trọng và đầu hàng hoặc quy phục ai đó. ② 존경하는 마음을 가지다. 　Mang lòng kính trọng.
골치가 아프다	해결 방법을 몰라서 머리가 아플 정도로 고민하다. Vì không biết phương pháp giải quyết nên phiền não đến độ đau đầu.
귀가 솔깃하다	들어보니 자신에게 이득이 생길 내용이어서 관심이 생기다. Nghe ra thì là nội dung có lợi cho bản thân nên có sự quan tâm.

귀가 얇다	남의 말이나 제안을 쉽게 받아들이다. Dễ dàng chấp nhận lời nói hay đề nghị của người khác.
귀를 의심하다	믿기 어려울 만큼 놀라운 이야기를 들어서 잘못 들은 것이 아닌가 생각하다. Nghe thấy câu chuyện bất ngờ đến độ khó tin nên tự nghĩ không biết có nghe nhầm không.
기승을 부리다	심하다 Nghiêm trọng
날개 돋친 듯이 팔리다	상품이 빠른 속도로 팔려 나가다. Sản phẩm được bán ra với tốc độ nhanh, bán chạy.
너 나 할 것 없이	모두 Tất cả
눈 밖에 나다	믿음을 잃고 미움을 받게 되다. Làm mất lòng tin và bị ghét.
눈길을 끌다	관심을 받다. Nhận được sự quan tâm.
눈에 불을 켜다	매우 욕심을 내거나 관심을 기울이다. Sinh lòng tham hoặc rất quan tâm.
눈을 감다/눈을 감아 주다	잘못을 용서해 주다. Tha thứ lỗi lầm.
눈을 붙이다	잠을 자다. Ngủ.
눈치를 보다	남의 마음과 태도를 살펴보다. Quan sát tâm trạng và thái độ của người khác.
눈코 뜰 사이도 없다	정신없이 바쁘다. Bận đến quên trước quên sau, tối tăm mặt mũi.
담을 쌓다	다른 것에 관심을 끊다. Ngừng quan tâm đến một cái gì đó.
머리를 맞대다	서로 모여서 어떤 일을 의논하다. Họp lại cùng thảo luận việc gì đó.
물불을 가리지 않다	어떠한 어려움이나 위험이 있어도 신경 쓰지 않고 강행하다. Dù có khó khăn hay nguy hiểm gì cũng không quan tâm và tiến hành một cách bắt buộc.
물 샐 틈 없이	조금도 틈이 없이, 철저하게 Một cách triệt để, không có kẽ hở
바가지를 씌우다	원래의 가격보다 비싸게 팔다. Bán đắt hơn giá vốn dĩ, bán giá cắt cổ.
발 벗고 나서다	어떤 일에 적극적으로 나서다. Can dự vào việc nào đó một cách tích cực.
발길을 돌리다	외면하다 Làm ngơ

발등에 불이 떨어지다	일이 몹시 급박하게 닥치다. Công việc/việc đến một cách gấp rút.
발이 넓다	친하게 지내거나 아는 사람이 많다. Có nhiều người thân hay nhiều người quen.
불 보듯 훤하다/뻔하다	의심할 것 없이 확실하다. Chắc chắn, không có gì nghi ngờ.
속을 태우다	너무 걱정이 되다. Bị làm cho lo lắng.
속이 타다	너무 걱정을 하다. Rất lo lắng.
손에 땀을 쥐다	아슬아슬해서 긴장되다. Hồi hộp căng thẳng.
시도 때도 없이	시간과 상관없이 자주 Thường xuyên bất kể thời gian
앞뒤를 가리지 않다	생각이나 계획 없이 무조건 행동하다. Hành động vô điều kiện mà không có suy nghĩ hay kế hoạch gì.
앞뒤를 재다	자신에게 올 이로움과 해로움 등을 신중하게 따지고 계산하다. Suy xét tính toán thận trọng cái có lợi và có hại cho bản thân.
어깨가 무겁다	책임감이 커서 부담스럽다. Vì trách nhiệm nặng nề nên cảm thấy áp lực.
얼굴을 붉히다	부끄럽다 Ngượng ngùng, thẹn thùng
입 밖에 내다	속마음이나 비밀을 말하다. Thổ lộ tâm tình hay bí mật.
입에 달고 다니다	① 어떤 말을 자주 사용하거나 계속 반복하다. 　　Thường sử dụng hay liên tục lặp đi lặp lại lời nào đó. ② 어떤 음식을 거의 매일 먹다. 　　Ăn món ăn nào đó hầu như mỗi ngày.
(입에) 침이 마르게 칭찬하다	다른 사람을 칭찬하거나 자랑하기 위하여 말을 많이 하다. Nói nhiều để khen hoặc khoe về người nào đó.
입을 모으다	여러 사람이 어떤 일에 대해 똑같이 말하다. Một số người nói giống nhau về một việc nào đó.
자리를 잡다	① 여러 사람이 모이는 곳에서 있을 곳을 정하거나 자리를 차지하다. 　　Chọn hoặc giữ chỗ cho mình ở nơi có nhiều người tụ họp. ② 어느 정도의 지위를 갖게 되다. 　　Có được chức vị nào đó. ③ 새롭게 살기 위한 곳을 정하다. 　　Chọn nơi để bắt đầu cuộc sống mới.
지갑을 열다	돈을 쓰다. Tiêu tiền.

진땀을 빼다/뽑다/흘리다	어려운 일이나 난처한 일을 당해서 몹시 애를 쓰다. Rất cố gắng do gặp phải việc khó hoặc việc nan giải.
찬물을 끼얹다	잘되어 가고 있는 일에 뛰어들어 분위기를 흐리거나 일을 망치다. Nhảy vào làm bầu không khí ảm đạm hoặc làm hỏng một việc đang tiến triển tốt đẹp.
코앞에 닥치다	일이 갑자기 가까이 다가오다. Công việc/việc đột nhiên đến rất gần.
파리만 날리다	손님이 없고 장사가 잘 안되어 한가하다. Không có khách và tình hình buôn bán không tốt nên rảnh rỗi.
펄펄 날다	뛰어난 실력을 보이다. Cho thấy năng lực vượt trội.
허리띠를 졸라매다	절약하다 Tiết kiệm

■ 토픽에 자주 출제되는 속담

속담 tục ngữ	뜻 ý nghĩa
가는 날이 장날	어떤 일을 하려고 하는데 마침 그때 생각지도 않은 일이 생긴다. Định làm một việc nào đó nhưng trùng hợp lúc đó lại phát sinh một việc khác mà bản thân không nghĩ đến.
가는 말이 고와야 오는 말이 곱다	자기가 다른 사람에게 말이나 행동을 좋게 해야 다른 사람도 자기에게 좋게 한다. Bản thân mình phải có lời nói hay hành động tốt đẹp với người khác thì người khác mới đối tốt với bản thân mình. (lời nói chẳng mất tiền mua, lựa lời mà nói cho vừa lòng nhau)
가뭄에 콩 나듯 하다	아주 드물게 가끔 나타나다. Thỉnh thoảng xuất hiện một cách hiếm hoi.
가시 방석에 앉은 듯	아주 불편한 자리에 앉은 것 같다. Như ngồi ở một chỗ rất không thoải mái.
가재는 게 편	사람은 서로 비슷한 처지에 있거나 가까운 사람의 편을 든다. Người ta thường đứng về phía người có hoàn cảnh giống mình hoặc người thân cận.
가지 많은 나무에 바람 잘 날 없다	자식이 많은 부모에게는 걱정이 항상 많다. Bố mẹ có nhiều con cái thì luôn luôn nhiều lo lắng.
갈수록 태산	갈수록 더 어려운 상황이 되는 것을 뜻하는 말. Tình hình ngày càng khó khăn.
같은 값이면 다홍치마	값이나 조건이 같으면 품질이 좋고 보기에 좋은 것을 택한다는 말. Nếu giá hay điều kiện như nhau thì chọn cái có chất lượng tốt và trông đẹp mắt.
개구리 올챙이 적 생각 못 한다	지위나 형편이 과거에 비하여 나아진 사람이 과거의 어려움을 기억하지 아니하고 자신이 원래부터 잘난 듯이 뽐낸다. Người có vị trí hay điều kiện trở nên tốt hơn so với quá khứ nên quên đi quá khứ khó khăn của mình và tỏ vẻ như vốn đã giỏi giang.

겉 다르고 속 다르다	겉으로 드러내는 행동이나 생각이 마음 속 생각과 다르다. Hành động hay suy nghĩ thể hiện ra bên ngoài khác với suy nghĩ trong lòng.
계란으로 바위 치기	매우 어려운 상황이거나 너무 강한 상대여서 맞서 싸워도 도저히 이길 수 없는 경우. Hoàn cảnh quá khó khăn hoặc gặp phải đối phương quá mạnh nên dù có chiến đấu cũng không tài nào thắng được. (lấy trứng chọi đá)
고래 싸움에 새우등 터진다	강한 자들이 싸우는 틈에서 아무 상관없는 약한 자가 해를 입는다. Người yếu sức/yếu thế, không liên quan gì lại bị thiệt thân trong cuộc chiến của những người mạnh. (trâu bò húc nhau ruồi muỗi chết)
고생 끝에 낙이 온다	어려운 일이나 고된 일을 겪은 뒤에는 반드시 즐겁고 좋은 일이 생긴다. Điều tốt đẹp sẽ đến sau khi trải qua những khó khăn, gian khổ. (khổ tận cam lai)
공든 탑이 무너지랴	정성과 노력을 다하여 한 일은 그 결과가 헛되지 않다. Việc mà mình đổ công sức để làm thì sẽ có kết quả tốt, không hoài công.
구슬이 서 말이라도 꿰어야 보배	아무리 훌륭하고 좋은 것이라도 쓸모 있게 만들어 놓아야 가치가 있음을 뜻하는 말. Dù là cái tốt, xuất sắc đến đâu thì cũng phải tôi luyện mới có giá trị.
굿이나 보고 떡이나 먹다	남의 일에 쓸데없이 간섭을 하지 않고 상황을 지켜보고 있다가 이익이나 얻다. Không can thiệp một cách không cần thiết vào việc của người khác, chỉ xem tình hình rồi nhận lợi ích.
그림의 떡	마음에 들어도 실제로 쓸 수 없거나 가질 수 없는 것. Không thể dùng hoặc sở hữu được dù rất thích.
그물에 든 고기	매우 위험하거나 어려운 상황에서 빠져나갈 수 없을 때 하는 말. Cách nói dùng khi không thể thoát ra được tình huống rất nguy hiểm hay khó khăn.
긁어 부스럼 만들기	아무렇지도 않은 일을 괜히 건드려서 크게 만들다. Chuyện không có gì nhưng lại làm lớn ra.
금강산도 식후경	아무리 재미있는 일이라도 배가 불러야 흥이 남을 뜻하는 말. Dù là chuyện thú vị đến mấy thì cũng phải no bụng mới có hứng thú.
꿈보다 해몽이 좋다	일이 어떻게 될지 모르는데 미리 자기 마음대로 상상하고 기대함을 뜻하는 말. Ý nói chưa biết sự việc sẽ ra sao mà cứ tùy ý tưởng tượng và mong đợi trước.
꿩 대신 닭	꼭 적당한 것이 없을 때 그와 비슷한 것으로 대신하는 경우를 뜻하는 말. Ý chỉ tình huống không có cái phù hợp thì dùng một cái tương tự thay cho cái đó.
꿩 먹고 알 먹기	한 가지 일로 두 가지 이상의 이익을 보다. Nhận được trên hai lợi ích từ cùng một việc. (một công đôi việc)
남의 떡이 더 커 보인다	내 것보다 다른 사람의 것이 더 좋게 느껴진다. Cảm thấy thích cái của người khác hơn cái của mình.
낫 놓고 기역 자도 모른다	기역 자 모양의 낫을 앞에 두고도 기역 자를 모를 만큼 매우 무식하다. Dốt đến độ dù có để lưỡi liềm hình chữ 'ㄱ'(Gi-yeok) trước mặt cũng không biết là chữ 'ㄱ'.
놓친 고기가 더 크다	지금 가지고 있는 것보다 이전 것이 더 좋은 것 같다. Có vẻ như cái đã có trước đây tốt hơn cái bây giờ.
누워서 떡 먹기	매우 하기 쉬운 일을 뜻하는 말. Ý nói việc gì đó rất dễ làm.

누워서 침 뱉기	남을 해하려고 한 행동이 오히려 자신에게 돌아옴을 뜻하는 말. Ý chỉ hành động định làm hại người khác nhưng ngược lại hậu quả của việc đó lại đến với bản thân mình.
누이 좋고 매부 좋다	어떤 일이나 상황이 서로에게 다 이롭고 좋다. Tình huống hay việc nào đó có lợi và tốt cho nhau.
다 된 밥에 재 뿌리기	거의 다 된 일을 망쳐버리는 행동을 할 때 사용하는 말. Lời nói được dùng khi làm hỏng một việc gần như đã xong.
다람쥐 쳇바퀴 돌듯	더 나아지는 것이 없이 계속 그 상태에 머물러 있음을 뜻하는 말. Ý nói cứ ở trạng thái nào đó mà không có gì tiến triển, không có gì tốt hơn.
달리는 말에 채찍질하기	① 기세가 한창 좋을 때 더 힘을 가하는 것. Thêm sức vào khi khí thế đang lên. ② 힘껏 하는데도 자꾸 더 하라고 한다는 말. Dù đang cố gắng hết sức nhưng cứ bảo cố gắng thêm.
닭 쫓던 개 지붕 쳐다보기	노력하여 하던 일이 실패하자 실망해 기운을 잃은 모양. Dáng vẻ thất vọng và mất sinh lực vì một việc đã cố gắng làm bị thất bại.
도랑 치고 가재 잡는다	한 가지 일을 하면서 두 가지 이익을 보다. Làm một việc và nhận được hai lợi ích.
도토리 키 재기	서로 비슷비슷한 사람끼리 자기가 더 낫다고 다툼. Những người giống nhau lại đi cãi nhau giành bản thân mình tốt hơn.
돌다리도 두들겨 보고 건너라	잘 알거나 확실해 보이는 일이라도 한 번 더 점검하고 주의해야 한다. Dù là việc biết rõ hoặc trông có vẻ chắc chắn cũng phải kiểm tra và phải chú ý thêm một lần nữa.
되로 주고 말로 받는다	다른 사람에게 조금 주고 훨씬 많은 양을 돌려받다. Cho người khác chỉ một ít và nhận lại phần nhiều hơn hẳn.
등잔 밑이 어둡다	가까이 있는 것을 오히려 잘 알기 어렵다. Cái ở gần trái lại khó biết rõ được.
땅 짚고 헤엄치기	아주 쉬운 일을 뜻하는 말. Ý chỉ việc rất dễ.
떡 본 김에 제사 지낸다	우연히 얻은 좋은 기회에 하려고 했던 일을 한다. Làm việc đã định làm nhân lúc tình cờ được cơ hội tốt.
뛰는 놈 위에 나는 놈 있다	아무리 어떤 것에 뛰어나도 더 뛰어난 사람이 있으니 자만하면 안 된다. Dù có giỏi việc nào đó đến đâu thì cũng có người giỏi hơn nên không được tự mãn.
마른하늘에 날벼락	예상치 못하게 갑자기 당하는 재난. Gặp tai nạn đột ngột ngoài dự đoán.
말 속에 뼈가 있다	평범한 말 속에 속뜻이 있다. Có ẩn ý trong lời nói bình thường.
말 한마디로 천 냥 빚을 갚는다	말만 잘 하면 어려운 일도 쉽게 해결할 수 있을 정도로 말을 잘 하는 것이 중요하다. Việc có tài ăn nói quan trọng đến mức dù chỉ nói thôi cũng có thể dễ dàng giải quyết những việc khó. (lời nói đáng giá ngàn vàng)

모로 가도 서울만 가면 된다	수단이나 방법은 상관없이 목적만 이루면 된다. Phương tiện hoặc phương pháp không quan trọng, chỉ cần đạt mục đích là được.
모르는 게 약	아무 것도 모르면 차라리 마음이 편할 수 있다. Thà không biết gì mà tâm hồn lại nhẹ nhàng.
무소식이 희소식	아무 소식이 없는 것은 별일이 없다는 뜻이니 기쁜 소식이나 다름없다. Không có tin tức gì nghĩa là không có việc gì xảy ra nên cũng giống như là tin vui vậy.
물에 빠지면 지푸라기라도 잡는다	절망적이고 위급한 상황에서는 이를 극복하기 위해서 어떤 행동이라도 가리지 않고 한다. Làm mọi cách để khắc phục hoàn cảnh tuyệt vọng và nguy cấp.
미운 놈 떡 하나 더 준다	미워하는 사람일수록 더 잘 대해 주고 나쁜 감정을 쌓지 않아야 한다. Càng là người mình ghét thì càng phải đối xử tốt và không được dồn nén cảm xúc xấu.
믿는 도끼에 발등 찍힌다	잘될 것이라고 생각한 일이 잘되지 않거나 믿었던 사람이 배신을 하여 해를 입다. Bị tổn thất do việc mình nghĩ sẽ tốt đẹp lại gặp vấn đề hoặc người đã từng tin tưởng lại phản bội.
밑 빠진 독에 물 붓기	아무리 노력해도 보람이 없는 상태. Tình trạng không có kết quả dù có cố gắng.
바늘 가는 데 실 간다	사이가 긴밀해서 언제나 함께 다닌다. Mối quan hệ khăng khít nên lúc nào cũng song hành cùng nhau.
바람 앞에 등불	매우 위태롭고 불안한 처지를 뜻하는 말. Ý chỉ hoàn cảnh rất nguy nan và bất an.
발 없는 말이 천리 간다	한 번 한 말은 순식간에 멀리 퍼진다. Lời đã nói ra được lan truyền trong nháy mắt.
배보다 배꼽이 더 크다	주된 것보다 그것에 딸린 것에 돈이나 노력 등이 더 많이 든다는 말. Mất nhiều tiền hoặc công sức cho cái phụ hơn cái chính.
백지장도 맞들면 낫다	아무리 쉬운 일이라도 서로 도와서 하면 훨씬 더 쉽다. Dù là việc dễ đi chăng nữa, nếu giúp đỡ nhau cùng làm thì dễ hơn nhiều.
병 주고 약 준다	다른 사람에게 피해를 주고 나서 도움을 주는 척한다. Giả vờ giúp sau khi gây thiệt hại cho ai đó. (vừa đấm vừa xoa)
보기 좋은 떡이 먹기에도 좋다	겉모양이 좋으면 내용도 좋다. Nếu vẻ ngoài tốt thì nội dung cũng tốt.
비 온 뒤에 땅이 굳어진다	어려운 일을 경험한 뒤에 더 강해진다. Sẽ trở nên mạnh mẽ hơn sau khi trải qua việc khó khăn.
뿌린 대로 거둔다	자기가 한 행동에 따른 결과를 얻기 마련이다. Việc nhận kết quả tùy theo hành động mình đã làm là đương nhiên. (gieo nhân nào gặt quả ấy)
사공이 많으면 배가 산으로 간다	여러 사람이 자기주장만 내세우면 일이 제대로 되기 어렵다. Việc sẽ khó thành nếu mọi người chỉ khăng khăng ý kiến cá nhân của mình.
사촌이 땅을 사면 배가 아프다	남이 잘되는 것을 기뻐해 주지는 않고 오히려 질투하고 시기하다. Khi việc của người khác suôn sẻ thì không vui mừng cho người đó mà lại ghen tị và đố kị.

산 넘어 산	어려움이 끝나지 않고 갈수록 더 심해지다. Khó khăn không kết thúc mà ngày càng chồng chất.
산 (사람) 입에 거미줄 치랴	아무리 살림이 어렵고 먹을 것이 없어도 그럭저럭 살아가기 마련이다. Dù cuộc sống có khó khăn và không có cái ăn thế nào đi nữa thì vẫn sống được. (trời sinh voi sinh cỏ)
새 발의 피	아주 적은 양 Một lượng rất ít
서당 개 삼 년이면 풍월을 읊는다	어떤 분야에 지식이 전혀 없는 사람이라도 그 분야에 오래 있으면 지식과 경험을 갖게 된다. Dù cho hoàn toàn không có kiến thức về lĩnh vực nào đó nhưng nếu ở trong lĩnh vực đó lâu dài thì cũng sẽ có kiến thức và kinh nghiệm.
서울에서 김 서방 찾기	잘 모르는 사람을 무턱대고 찾아가거나 막연한 일을 무턱대고 하려고 하는 것을 뜻하는 말. Ý chỉ việc đùng đùng tìm một người không quen biết hoặc đùng đùng làm một việc mơ hồ nào đó.
선무당이 사람 잡는다	능력도 없으면서 함부로 나서다가 큰일을 저지르게 된다. Không có năng lực mà lại hồ đồ can dự vào thì sẽ gây chuyện lớn.
세 살 적 버릇 여든까지 간다	어릴 때 몸에 밴 버릇은 늙어 죽을 때까지 고치기 힘들다는 뜻으로 어릴 때부터 나쁜 버릇이 들지 않도록 조심해야 한다는 말. Ý nói thói quen hình thành từ bé thì đến khi già, chết đi cũng không sửa được, do đó phải thận trọng để không hình thành thói quen xấu từ bé.
세월(시간)이 약	아무리 가슴 아프고 힘든 일을 겪어도 시간이 흐르고 나면 자연히 잊게 된다. Dù cho trải qua việc đau lòng và khó khăn đến đâu đi nữa, nếu thời gian trôi qua cũng sẽ dần quên được.
소 뒷걸음질치다 쥐잡기	소가 뒷걸음질치다가 우연히 쥐를 잡게 되었다는 뜻으로, 우연히 공을 세움을 뜻하는 말. Bò đi lùi thì vô tình bắt được chuột, ý nói vô tình lập công.
소 잃고 외양간 고치기	일이 이미 잘못된 뒤에는 바로잡으려고 애써도 소용이 없다. Việc đã xảy ra rồi thì dù cố gắng để sửa cũng không có tác dụng.
소문난 잔치에 먹을 것이 없다	좋다고 널리 퍼진 소문이나 기대에 비해 실제가 별로 좋지 않다. Thực tế không tốt so với tin đồn hoặc sự kỳ vọng.
속 빈 강정	겉만 그럴듯하고 실속은 없음을 나타내는 말. Chỉ có bên ngoài là tương đối, bên trong trống rỗng.
쇠뿔도 단 김에 빼라	하려고 마음먹은 일은 마음먹었을 때 곧바로 해야 한다. Khi đã quyết tâm làm một việc gì đó thì phải làm ngay.
수박 겉핥기	어떤 일이나 사물의 속 내용은 잘 모르고 겉만 건드림을 뜻하는 말. Ý nói không biết rõ nội dung của một việc hay sự vật nào đó, chỉ chạm sơ bên ngoài.
시작이 반	일을 시작하기가 어렵지 일단 시작하면 끝내기는 그렇게 어렵지 않다는 말. Ý nói việc bắt đầu mới khó, nếu đã bắt đầu rồi thì việc kết thúc không có gì khó.
식은 죽 먹기	아주 쉽게 할 수 있는 일. Việc có thể làm rất dễ dàng. (dễ như ăn cháo)
싼 게 비지떡	값이 싼 물건은 품질도 그만큼 나쁘게 마련이라는 말. Đồ vật có giá rẻ thì chất lượng cũng xấu. (tiền nào của nấy)

아니 땐 굴뚝에 연기 날까	원인이 없으면 결과가 있을 수 없음을 뜻하는 말. Nếu không có nguyên nhân thì không thể có kết quả.(không có lửa làm sao có khói)
언 발에 오줌 누기	잠깐 효과가 있을지는 모르나 그 효과가 오래가지도 않고 결국에는 오히려 상태가 더 나빠지는 일. Không biết có hiệu quả tạm thời không nhưng hiệu quả đó không kéo dài mà ngược lại làm cho tình hình thêm xấu đi.
열 번 찍어 안 넘어 가는 나무 없다	어떤 일이든 꾸준히 노력하면 이루지 못할 것이 없다. Dù là việc gì, nếu cố gắng không ngừng thì không gì là không đạt được.
오르지 못할 나무는 쳐다보지도 마라	자신에게 불가능한 일은 처음부터 욕심내지 않는 것이 좋다. Nếu là việc không có khả năng đối với bản thân thì ngay từ đầu đừng nên mang lòng tham.
옥에 티	다 훌륭하고 좋은데 안타깝게도 있는 작은 흠. Khuyết điểm nhỏ đáng tiếc trên tổng thể xuất sắc.
우물 안 개구리	넓은 세상을 알지 못하거나 보는 눈이 좁아서 자기만 잘난 줄 아는 사람. Người cho là chỉ có mình tài giỏi do không hiểu biết về thế giới rộng lớn hoặc tầm nhìn hạn hẹp. (ếch ngồi đáy giếng)
울며 겨자 먹기	싫은 일을 억지로 하다. Miễn cưỡng làm việc không thích.
웃는 얼굴에 침 못 뱉는다	좋게 대하는 사람에게 나쁘게 대할 수 없다. Không thể đối xử tệ với người đối xử tốt với mình.
원숭이도 나무에서 떨어진다	어떤 일을 오랫동안 해서 잘하는 사람도 가끔 실수할 때가 있다. Dù là người giỏi một việc nào đó do có nhiều kinh nghiệm thì thỉnh thoảng cũng có lúc phạm sai lầm.
윗물이 맑아야 아랫물이 맑다	지위나 신분이 높은 윗사람이 잘해야 아랫사람도 잘하게 된다. Người có vị trí hay thân phận ở trên phải giỏi thì người ở dưới mới giỏi được.
입에 쓴 약이 병에도 좋다	다른 사람의 충고나 비판이 그 자리에서는 듣기 싫지만 그 뜻을 잘 생각해 보면 도움이 된다는 말. Khi nghe lời khuyên hoặc sự phê phán của người khác thì lúc đó có thể thấy không thích nhưng nếu nghĩ kỹ thì có ích.(thuốc đắng giã tật, sự thật mất lòng)
작은 고추가 더 맵다	몸집이 작은 사람이 큰 사람보다 재주가 뛰어나고 야무지다. Người có vóc dáng nhỏ lại tài năng, giỏi giang hơn người có vóc dáng to lớn.
장님 코끼리 만지는 격	어떤 것의 부분만 알면서 전체를 다 안다고 여긴다는 말. Ý nói chỉ biết một phần nhưng lại cho là mình biết tất. (thầy bói xem voi)
제 눈에 안경	보잘것없는 것이라도 자기 마음에 들면 좋게 보인다는 말 Dù là những thứ không đáng kể nhưng nếu bản thân thấy thích thì cũng cho là tốt.
종로에 가서 뺨 맞고 한강에 가서 화풀이한다	욕을 당한 자리에서는 아무 말도 못 하고 뒤에 가서 불평한다. Khi bị sỉ vả thì không nói được gì, sau đó lại đi nơi khác phàn nàn.(giận cá chém thớt)
지성이면 감천	정성이 지극하면 하늘도 감동한다는 뜻으로, 무슨 일이든 정성을 다하면 일이 잘 풀려 좋은 결과가 생긴다는 말. Câu này mang nghĩa nếu sống hết lòng thì trời xanh cũng cảm động, ý nói nếu làm hết sức thì sẽ có kết quả tốt.

천 리 길도 한 걸음부터	아무리 큰일도 처음에는 작은 일부터 시작되듯이 무슨 일이나 그 일의 시작이 중요하다는 말. Bất cứ chuyện gì thì sự bắt đầu là quan trọng nhất, giống như dù cho việc lớn đến đâu cũng bắt đầu từ những việc nhỏ.
친구 따라 강남 간다	하고 싶지 않거나 하려고 하지 않은 일을 다른 사람에게 이끌려 자기도 하게 된다. Làm một việc gì đó theo người khác mà bản thân không muốn làm hoặc không định làm.
콩 심은 데 콩 나고 팥 심은 데 팥 난다	모든 일에는 원인에 걸맞은 결과가 나타난다. Mọi việc đều có kết quả phù hợp với nguyên nhân. (gieo nhân nào gặt quả nấy)
티끌 모아 태산	아무리 작은 것이라도 모이고 모이면 나중에 큰 덩어리가 됨을 뜻하는 말. Dù cho là cái nhỏ đến mức nào đi nữa nhưng nếu tích lũy dần thì sau này sẽ trở thành cái to.
하나를 보면 열을 안다	일부만 보고도 이를 미루어 전체를 알 수 있다는 말. Dù chỉ nhìn một phần cũng có thể biết được tất cả. (nói một hiểu mười)
하늘은 스스로 돕는 자를 돕는다	하늘은 스스로 노력하는 사람을 성공하게 만든다는 뜻으로, 어떤 일을 이루기 위해서는 자신의 노력이 중요하다는 말. Câu này mang nghĩa là trời sẽ giúp người tự nỗ lực thành công, ý nói để đạt được việc gì đó thì nỗ lực của bản thân rất quan trọng.
하늘의 별 따기	무엇을 얻거나 이루어내기가 매우 어렵다는 말. Ý nói đạt được cái gì đó rất khó.(hái sao trên trời)
호랑이도 제 말 하면 온다	다른 사람에 관해 이야기를 하는데 공교롭게 그 사람이 나타나는 경우를 이르는 말. Ý chỉ tình huống đang nói về một người nào đó thì vừa lúc người đó cũng xuất hiện.

• 유형 설명 • Giải thích hình thức câu hỏi

읽기 23~24번에 해당하는 문제 유형으로 읽기 23번은 밑줄 친 부분에 나타난 '등장인물의 태도/심정'을 찾는 문제이고, 읽기 24번은 일치하는 내용을 고르는 문제입니다. 이 문제 유형의 지문은 주로 개인적인 글 (수필, 일기 종류)이 출제되고 있으며 그 중에서도 글쓴이가 겪은 일화나 어린 시절 추억에 대한 글이 많이 출제됩니다.

Loại hình câu hỏi này nằm trong câu 23~24 phần Đọc hiểu, câu 23 yêu cầu tìm 'thái độ/tâm trạng của nhân vật' trong phần được gạch dưới, còn câu 24 là dạng chọn nội dung tương tự. Câu hỏi của dạng này thường là những đoạn văn mang tính cá nhân (dạng tùy bút, nhật ký), trong đó các đoạn văn về câu chuyện mà người viết đã trải qua hoặc ký ức thuở nhỏ thường xuất hiện trong đề.

🔍 기출문제 살펴보기 [64회 23~24번]

※ [23~24] 다음을 읽고 물음에 답하십시오. (각 2점)

놀이공원 매표소에서 아르바이트를 했다. 아르바이트가 처음이라 실수를 하지 않으려고 늘 긴장하면서 일을 했다. 어느 날, 놀러 온 한 가족에게 인원수만큼 표를 줬다. 그런데 그 가족을 보내고 나서 이용권 한 장의 값이 더 결제된 것을 알아차렸다. 바로 카드사에 전화해 고객의 전화번호를 물었지만 상담원은 알려 줄 수 없다고 했다. 하지만 내 연락처를 고객에게 전달해 주겠다고 했다. 일을 하는 내내 일이 손에 잡히지 않았다. 퇴근 시간 무렵 드디어 그 가족에게서 전화가 왔다. 내가 한 실수에 화를 낼지도 모른다는 생각에 떨리는 목소리로 상황을 설명하자 그 가족은 "놀이 기구를 타느라 문자 메시지가 온 줄 몰랐어요. 많이 기다렸겠어요."라고 하며 따뜻하게 말해 주었다.

23. 밑줄 친 부분에 나타난 '나'의 심정으로 알맞은 것을 고르십시오.

① 걱정스럽다   ② 불만스럽다

③ 후회스럽다   ④ 당황스럽다

24. 위 글의 내용과 같은 것을 고르십시오.

① 그 가족은 나에게 화를 냈다.

② 카드 회사는 그 가족에게 연락을 했다.

③ 나는 그 가족에게 직접 전화를 걸었다.

④ 나는 그 가족을 찾아다니느라 일을 못 했다.

단어 및 표현

인원 số người, thành viên   이용권 vé sử dụng   결제(하다) thanh toán   상담원 nhân viên tư vấn   무렵 khoảng, vào lúc   상황 tình hình, tình huống

23. 정답 ①

밑줄 앞에 '내가 한 실수에'라는 말로 보아 자신의 실수에 대해 고객이 화를 낼까봐 걱정하는 심정을 알 수 있다.

Trước phần được gạch dưới là 'sơ suất của tôi', nên có thể nhận ra tâm trạng của người viết là lo lắng khách hàng sẽ nổi cáu về sơ suất của bản thân.

24. 정답 ②

'하지만 내 연락처를 고객에게 전달해 주겠다고 했다'라는 부분에서 카드사가 고객에게 글쓴이의 전화번호를 전달하기 위해 연락을 했다는 것을 알 수 있으므로 정답은 ②이다.

Thông qua câu 'nhưng (họ) đã nói sẽ chuyển số điện thoại của tôi đến khách hàng' có thể biết là công ty phát hành thẻ đã liên lạc để chuyển số điện thoại của người viết cho khách hàng nên đáp án đúng là số ②.

풀이 전략 Chiến lược giải câu hỏi

✓ 읽기 23번은 밑줄 친 부분에 나타난 '등장인물의 태도/심정'을 찾는 문제로, 감정(심정) 표현을 기출문제 위주로 먼저 학습해야 합니다. 그리고 지문을 읽으면서 주인공의 심정을 예측할 수 있는 상황이 긍정적인지 부정적인지 먼저 파악을 하면 정답에 더 쉽게 접근할 수 있습니다.

Câu 23 là dạng tìm 'thái độ/tâm trạng của nhân vật' trong phần được gạch dưới nên phải ưu tiên học các cách diễn đạt cảm xúc (tâm trạng) trước. Và khi đọc đề bài, nếu nắm bắt trước tình huống có thể dự đoán được tâm trạng của nhân vật chính là mang tính tích cực hay tiêu cực thì sẽ dễ tiếp cận đáp án đúng hơn.

✓ 선택지에 '–스럽다'라는 표현이 자주 등장하는데 '그러한 성질이 있다'라는 뜻으로 이해하고 '–스럽다' 앞의 어휘의 뜻으로 해석하면 됩니다.

Trong đáp án thường xuất hiện cách diễn đạt '–스럽다', có thể hiểu là 'có tính chất như thế' và chỉ cần phân tích nghĩa của từ đứng trước '–스럽다' là được.

 ## 최근 기출문제 파악하기

■ 기출문제 분석

회차 kỳ thi	뜻 ý nghĩa
64회	걱정스럽다 lo lắng, 불만스럽다(64, 60, 47회) bất mãn, 후회스럽다(64, 52회) hối hận, 당황스럽다(64, 47회) bối rối, hoang mang
60회	부담스럽다(60, 52회) cảm thấy gánh nặng, nặng nề, 불만스럽다 bất mãn, 짜증스럽다(60, 47회) bực bội, 죄송스럽다 cảm thấy áy náy, cảm thấy có lỗi
52회	억울하다 oan ức, 허전하다 hụt hẫng, trống vắng
47회	실망스럽다 thất vọng
41회	답답하다 bức bối, ngột ngạt, 후련하다 nhẹ nhõm, dễ chịu, 민망하다 xấu hổ, ngượng ngùng, 번거롭다 rắc rối, phiền hà

■ 토픽에 자주 출제되는 감정 어휘

긍정적 감정 cảm xúc tích cực	기쁘다 vui	고맙다 biết ơn, cảm ơn	흐뭇하다 mãn nguyện, hài lòng	반갑다 hân hoan, vui sướng
	감탄하다 cảm thán, thán phục	뭉클하다 nghẹn ngào, xúc động	행복하다 hạnh phúc	설레다 xao xuyến, bồi hồi
	자랑스럽다 tự hào	안심되다 an tâm	흡족하다 toại ý, mãn nguyện	뿌듯하다 vui sướng
	감격스럽다 cảm kích	사랑스럽다 đáng yêu	만족스럽다 hài lòng	다행스럽다 may mắn
	감동적이다 cảm động	후련하다 nhẹ nhõm, dễ chịu	흥미롭다 hứng thú, hứng khởi	짜릿하다 kịch tính, ngộp thở
	존경하다 kính trọng	황홀하다 mê ly, ngây ngất	든든하다 chắc chắn, vững tâm	편안하다 thoải mái, thanh thản
부정적 감정 cảm xúc tiêu cực	겁이 나다(겁나다) sợ hãi, sợ sệt	화가 나다(화나다) nổi nóng, nổi giận	떨리다 run rẩy, run	귀찮다 phiền phức
	두렵다 sợ	불안하다 bất an	초조하다 thấp thỏm, bồn chồn	긴장되다 căng thẳng
	당황스럽다 bối rối, hoang mang	황당하다 vớ vẩn, tầm phào	조급하다 nóng vội, vội vàng	걱정스럽다 lo lắng
	짜증나다 nổi cáu, bực bội	염려하다, 근심하다 lo ngại, lo âu	속상하다 buồn lòng, buồn phiền	답답하다 bức bối, ngột ngạt
	불만스럽다 bất mãn	불쾌하다 khó chịu, không thoải mái	불편하다 bất tiện, khó chịu	비참하다 bi thảm
	서럽다 buồn bã, buồn rầu	억울하다 oan ức	창피하다 xấu hổ	부끄럽다 ngượng ngùng, thẹn thùng
	부담스럽다 cảm thấy gánh nặng, nặng nề	막막하다 mù mịt, mờ mịt	흥분되다 bị kích động, hưng phấn	좌절하다 thối chí, nản lòng
	괴롭다 khổ sở, đau khổ	불행하다 bất hạnh	외롭다 cô đơn	얄밉다 đáng ghét, căm ghét
	후회스럽다 hối hận	오해하다 hiểu lầm	서운하다 tiếc nuối	의심스럽다 đáng ngờ, đáng nghi ngờ
	안타깝다 tiếc	허전하다 hụt hẫng, trống vắng	주눅들다 ủ rũ, mất hết khí thế	민망하다 xấu hổ, ngượng ngùng
	씁쓸하다 cay đắng	우울하다 u uất, trầm uất	실망스럽다 thất vọng	원망스럽다 hờn trách, oán giận
	곤란하다 khó xử	번거롭다 rắc rối, phiền hà	신경질나다 phát cáu, nổi cáu	절망적이다 tuyệt vọng

[19~20] 다음을 읽고 물음에 답하십시오. (각 2점)

> 인간은 집단 속에서 뒤처지지 않고 경쟁에서 우위에 있고 싶은 속성이 있다. 특히 집단의 대화 상황에서 스스로 지식수준이 높다는 것을 보여주기 위해 필요 이상으로 말을 많이 하는 사람이 있다. 그런데 그런 사람들은 (   ) 말을 많이 할수록 집단 속에서 좋지 못한 이미지로 평가되기가 십상이다. 대화 상황에서 지나친 경쟁 심리는 과장과 근거 없는 말을 낳아 자신의 이미지를 더욱 나쁘게 만들 수 있으므로 조심해야 한다.

19 (   )에 들어갈 말로 가장 알맞은 것을 고르십시오.

① 오직

② 다만

③ 오히려

④ 반드시

20 윗글의 주제로 가장 알맞은 것을 고르십시오.

① 상대에 따라 대화 주제가 달라져야 한다.

② 집단생활에서는 적당한 경쟁 심리가 필요하다.

③ 인간은 본능적으로 집단에서 우위에 있고 싶어 한다.

④ 자신의 지식수준보다 과장해서 말하는 것은 좋지 않다.

[21~22] 다음을 읽고 물음에 답하십시오. (각 2점)

요즘에는 수천 권의 책이 있는 편안한 분위기의 북카페가 생겼다. 이런 큰 북카페들은 대부분 출판사가 직접 차린 곳이다. 이곳에서 커피를 마시면서 다양한 책들을 마음대로 골라 읽을 수 있고 서점보다 저렴하게 책을 살 수도 있어 (   )이다. 또한 언제든 이용할 수 있도록 24시간 운영하고 저자와의 만남 같은 행사를 통해 독자들과 직접 소통하기도 한다. 최근 이런 출판사 북카페가 시민들의 새로운 문화 공간이 되어 가고 있다.

21 (   )에 들어갈 말로 가장 알맞은 것을 고르십시오.

① 식은 죽 먹기

② 누워서 침 뱉기

③ 도토리 키 재기

④ 꿩 먹고 알 먹기

22 윗글의 내용과 같은 것을 고르십시오.

① 이곳에서 책을 보려면 책을 사야 한다.

② 이곳은 밤에도 책을 읽으러 갈 수 있다.

③ 이곳은 책을 쓰는 사람만 들어갈 수 있다.

④ 이곳에서 시민들에게 무료로 책을 빌려 준다.

[23~24] 다음을 읽고 물음에 답하십시오. (각 2점)

　고향을 떠나 서울로 올 때만 해도 나는 세상이 다 내 것 같았다. 어렸을 때부터 수재 소리를 들었고 중학교 친구들 중에서 유일하게 서울의 유명한 명문 고등학교에 입학했으니 그도 그럴 만했다. 입학 후 첫 시험을 보고 있던 중에 담임 선생님께서 교실 앞문을 열고 들어오셔서 나를 찾았다. 그리고는 바로 교실 밖으로 나오라고 하셨다. 그리고는 놀라지 말라고 몇 번이나 말씀하신 후에 빨리 고향에 가보라고 하셨다. 날 보려고 서울로 오시던 부모님께서 탄 고속버스가 사고가 나서 두 분 다 돌아가셨다고 하셨다. 갑자기 다리에 힘이 풀리고 머리가 멍해졌다. 하늘이 무너진다는 것이 무엇인지 그때 깨달았다. 친척들의 도움으로 장례를 치른 뒤 나는 취업반이 있는 학교로 전학을 갔으며 대학 대신 할머니와 동생들을 부양해야 하는 소년 가장이 되었다.

---

23 밑줄 친 부분에 나타난 '나'의 심정으로 가장 알맞은 것을 고르십시오.

① 만족스럽다

② 부담스럽다

③ 불만스럽다

④ 절망스럽다

24 윗글의 내용과 같은 것을 고르십시오.

① 나는 어렸을 때 학교 성적이 좋지 않았다.

② 나는 고향에서 명문 고등학교에 진학했다.

③ 나는 부모님이 돌아가신 후 학교를 옮겼다.

④ 나는 고등학교를 졸업하고 대학에 입학했다.

종합문제

[01~02] (   )에 들어갈 말로 가장 알맞은 것을 고르십시오. (각 2점)

01 무슨 일을 (   ) 열심히 하는 게 중요해요.

① 하다가   ② 하든지

③ 하지만   ④ 하고도

02 나이가 들수록 점점 엄마를 (   ).

① 닮아 간다   ② 닮기도 하다

③ 닮기 마련이다   ④ 닮은 적이 없다

[03~04] 밑줄 친 부분과 의미가 가장 비슷한 것을 고르십시오. (각 2점)

03 실패로 끝나더라도 끝까지 최선을 다할 것이다.

① 끝나거든   ② 끝나도록

③ 끝났다면   ④ 끝날지라도

04 그 친구는 아침잠이 많아서 자주 수업에 늦곤 한다.

① 늦는 법이다   ② 늦기 마련이다

③ 늦기 일쑤이다   ④ 늦을 리가 없다

[05~08] 다음은 무엇에 대한 글인지 고르십시오. (각 2점)

05

재료에 맞는 **맞춤 온도**로
신선함과 맛을 모두 지켜 드립니다.

① 냉장고　　　　② 청소기　　　　③ 세탁기　　　　④ 에어컨

06

이력서용, 여권용 모든 사이즈 가능
15분 내 인화해 드립니다.

① 백화점　　　　② 도서관　　　　③ 사진관　　　　④ 경찰서

07

담배 연기 없는 길거리
건강한 사회의 **첫걸음**입니다.

① 금연 홍보　　　　② 화재 예방　　　　③ 상품 광고　　　　④ 환경 보호

08

궁금하신 점은 회사 홈페이지 고객 게시판에 남겨 주십시오.
상담원과 통화를 원하시면 1599-1234로 전화해 주십시오.

① 상품 안내　　　　② 문의 방법　　　　③ 모집 안내　　　　④ 주의 사항

[09~12] 다음 글 또는 그래프의 내용과 같은 것을 고르십시오. (각 2점)

09

청소년 동아리 지원 사업

◎ 신청 대상: 중·고등학생 10명 이상의 동아리
◎ 사업 기간: 2021년 06월 ~ 2021년 12월
◎ 지원 금액: 매월 100만원
◎ 접수 방법: 이메일 접수(teenclub@korea.org)
　※ 동아리 활동 계획서를 첨부해야 합니다.

① 이 지원 사업은 일 년 동안 한다.
② 동아리 인원이 6명이면 신청할 수 있다.
③ 신청할 때 활동 계획서도 제출해야 한다.
④ 사업 기간 동안 총 백만 원을 받을 수 있다.

10

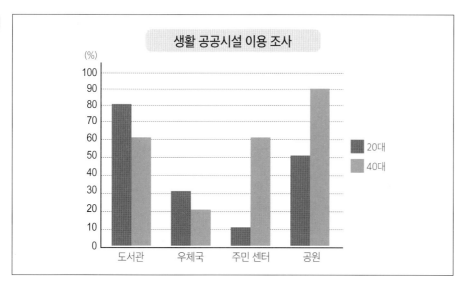

① 20대는 40대보다 도서관을 더 적게 이용한다.
② 20대와 40대 모두 공원을 가장 많이 이용한다.
③ 20대와 40대 모두 우체국을 가장 적게 이용한다.
④ 20대는 주민 센터보다 우체국을 더 많이 이용한다.

11

다음 달 14일에 한 학기 동안 시험 없이 교과 공부 외에도 자유로운 체험 수업을 같이 하는 '중학교 자유학기제'에 대해 학부모를 대상으로 교육을 실시한다. 이번 교육은 예비 중학생 학부모를 대상으로 자유학기제를 안내하고 궁금한 사항도 해결해 준다고 한다. 또한 자녀의 학업과 진로·진학에 대한 상담도 할 수 있다.

① 자유학기에는 체험 활동만 한다.

② 자유학기에는 시험을 보지 않는다.

③ 자유학기제는 학교의 선택에 달려 있다.

④ 학생들이 진로에 대한 상담을 받을 수 있다.

12

시각장애인이나 청각장애인의 안내견이 될 강아지를 생후 7주부터 1년 동안 자신의 집에서 돌봐주는 자원봉사자를 퍼피워커(puppy walker)라 한다. 예비 안내견들은 1년 동안 일반 가정에서 실내생활에 필요한 정보를 배우면서 기본적인 훈련을 받는다. 이 기간 동안 안내견 학교 담당자가 월 1회 정기적으로 방문해 훈련과 건강관리 등을 도와주며, 강아지를 키우는 데 드는 경비도 안내견 학교에서 부담하고 있다.

① 퍼피워커는 나이 든 안내견을 돌봐주는 직업이다.

② 퍼피워커는 안내견을 데리고 다니는 장애인을 말한다.

③ 퍼피워커는 안내견을 돌보는 데 자신의 경비를 사용한다.

④ 안내견 학교에서 한 달에 한 번씩 집에 방문해 도움을 준다.

13

> (가) 관악기와 현악기는 연주자가 직접 음정을 만들어야 하는 어려움이 있다.
> (나) 이와 달리 피아노는 음 사이의 간격이 동일하게 맞춰져 있다.
> (다) 처음 악기를 배울 때 많이 선택하는 악기는 피아노다.
> (라) 그래서 음감이 부족하거나 악기 연주 경험이 없는 사람도 쉽게 연주할 수 있다.

① (다)-(라)-(가)-(나)
② (다)-(가)-(나)-(라)
③ (가)-(라)-(다)-(다)
④ (가)-(다)-(나)-(라)

14

> (가) 이 하수처리장은 10년 전부터 사용되지 않고 있다.
> (나) 서울시는 옛 하수처리장을 문화공간으로 바꾸는 계획을 발표했다.
> (다) 앞으로 이곳에 공원을 조성해 방문객들에게 편안한 휴식공간을 제공할 것이다.
> (라) 또한 옛 하수처리장의 모습을 남겨 역사적 가치를 보존할 예정이다.

① (나)-(가)-(다)-(라)
② (나)-(가)-(라)-(다)
③ (가)-(다)-(나)-(라)
④ (가)-(나)-(라)-(나)

15

> (가) 심장보다 높은 곳에서 혈압을 측정하면 중력에 의해 혈압이 낮게 측정된다.
> (나) 혈압은 심장에서 밀어내는 혈액의 압력을 혈관에서 측정하는 것이다.
> (다) 반면에 심장보다 낮은 곳에서 혈압을 측정하면 혈액이 아래로 몰려 혈압이 높게 측정된다.
> (라) 따라서 정확한 혈압을 측정하려면 심장과 같은 높이에서 측정해야 한다.

① (라)-(가)-(나)-(다)

② (라)-(나)-(가)-(다)

③ (나)-(가)-(다)-(라)

④ (나)-(다)-(가)-(라)

[16~18] (   )에 들어갈 말로 가장 알맞은 것을 고르십시오. (각 2점)

16

> 한국에서는 만 60세가 되는 해에 환갑잔치를 한다. 이날 가족과 친지, 가족들이 모두 모여 큰 잔치를 열어 준다. 하지만 최근 평균 수명이 높아지면서 환갑이 되는 해는 (   ) 그 대신에 칠순이나 팔순 잔치를 크게 열어 축하하는 경우가 많다.

① 간소하게 지내고

② 손님을 초대하고

③ 전통이 사라졌고

④ 친구들이 모이고

17

　회사에는 어려운 일이 생겼을 때 (　　　　　) 문제를 쉽게 해결하는 사람이 있다. 그가 단순히 운이 좋은 걸까? 아마 그는 동료가 필요할 때 우산을 빌려주거나 서류를 함께 옮겨주는 것 같은 작은 친절을 베풀었을 것이다. 그리고 동료들은 그 친절을 생각보다 오래 기억하며 그가 어려울 때 도와주게 된다. 그러므로 친절한 사람은 그렇지 않은 사람보다 성공할 가능성이 높다.

① 운이 좋아서

② 업무가 쉬워서

③ 능력이 뛰어나서

④ 누군가의 도움을 받아

18

　정전기란 흐르지 않고 멈춰있는 전기이다. 정전기가 생기는 이유는 마찰 때문이다. 그렇다면 왜 정전기는 겨울에 자주 발생하는 것일까? 그것은 습도와 관련이 있다. 여름과 같이 습도가 높은 계절에는 공기 중의 수증기에 의해 정전기가 쉽게 방전이 되지만, 겨울에는 습도가 낮기 때문에 (　　　　　) 몸에 쌓여서 정전기가 쉽게 일어나는 것이다.

① 수증기가 생겨

② 방전되지 않고

③ 마찰이 생겨서

④ 전기가 흘러서

[19~20] 다음을 읽고 물음에 답하십시오. (각 2점)

　　1968년 하버드의 한 교수는 미국의 초등학교 학생들을 대상으로 실험을 했다. 먼저 전체 학생을 대상으로 지능 검사를 실시했다. (　　　) 교사에게 특정 아이들이 똑똑하다고 알려 주고 검사 결과와 상관없이 무작위로 일부 학생을 선정하여 전달했다. 그 학생들은 교사의 기대와 격려에 부응하려고 노력했다. 그리고 8개월 후 다시 지능 검사를 실시하자 해당 학생의 성적이 실제로 향상되었다.

19　(　　　)에 들어갈 말로 가장 알맞은 것을 고르십시오.

① 미리

② 겨우

③ 별로

④ 아직

20　윗글의 주제로 가장 알맞은 것을 고르십시오.

① 지능 검사 결과에 맞춰서 교육해야 한다.

② 지능 수준이 향상되는 데 8개월이 걸린다.

③ 초등학교 학생들은 지능 검사를 자주 실시해야 한다.

④ 선생님의 기대와 격려가 학생의 성적 향상에 영향을 미친다.

[21~22] 다음을 읽고 물음에 답하십시오. (각 2점)

> 조각보는 보자기의 한 종류로 옛날 여인들의 중요한 취미 활동이었다. 한국의 여인들은 어릴 때부터 조각보 만들기를 하면서 바느질을 배웠다. 특히 조각보는 서로 다른 크기의 천 조각들을 자유롭게 배치하여 만드는데 (   )라는 말이 있듯이 하나의 조각일 때보다 서로 다른 조각이 만나 더 아름다운 색감과 디자인이 만들어졌다. 최근 이러한 디자인이 다시 많은 사람들에게 사랑을 받고 있다. 조각보는 평범한 보자기가 아니라 만든 사람의 정성이 담긴 완벽한 예술 작품이다.

21 (   )에 들어갈 말로 가장 알맞은 것을 고르십시오.

① 도토리 키 재기

② 하늘의 별 따기

③ 같은 값이면 다홍치마

④ 구슬이 서 말이라도 꿰어야 보배

22 윗글의 내용과 같은 것을 고르십시오.

① 조각보는 마음대로 조각을 배치하면 안 된다.

② 옛 한국의 여인들은 돈을 벌려고 조각보를 만들었다.

③ 조각보는 다른 크기의 조각 천을 연결해서 만든 것이다.

④ 요즘 조각보는 취미 활동으로서 다시 인기를 얻고 있다.

내 나이 50살이 되던 해, 회사에서 갑자기 해고를 당했고 고향에 내려가 식당을 하나 차리게 되었다. 그곳에서 새로운 시작을 하며 두근거린 것도 잠시, 내 예상과 달리 식당에는 파리만 날렸다. 어깨가 축 처진 채로 의자에 앉아 있는데 손님 한 분이 들어오셨다. 손님은 식당을 둘러보더니 나에게 조심스럽게 물어봤다. "여기는 뭐가 맛있소?" 예상치 못한 손님의 질문에 얼굴이 화끈거리고 말문이 막혔다. 그 손님이 가신 후 손님에게 자신 있게 내세울 음식이 없다는 사실을 깨닫고 요리를 연구하기 시작했다. 아직도 그날의 기억을 떠올리며 항상 손님에게 자신 있게 추천할 수 있는 요리를 만들기 위해 매일 밤 연구하고 있다.

23 밑줄 친 부분에 나타난 '나'의 심정으로 가장 알맞은 것을 고르십시오.

① 감격스럽다

② 자랑스럽다

③ 당황스럽다

④ 걱정스럽다

24 윗글의 내용과 같은 것을 고르십시오.

① '나'는 회사를 그만두고 고향에 갔다.

② '나'는 손님에게 닭 요리를 추천하였다.

③ '나'는 식당을 차리자마자 성공을 하였다.

④ '나'는 식당을 차리기 위해 직장을 그만두었다.

[25~27] 다음 신문 기사의 제목을 가장 잘 설명한 것을 고르십시오. (각 2점)

25

전문 인력 부족, 의료서비스 질 예전만 못해

① 병원 관련 인력 공급이 늘어서 의료서비스가 나아졌다.
② 전문가들이 줄어 병원 관련 서비스가 전보다 나빠졌다.
③ 전문가의 숫자와 상관없이 의료서비스의 질이 좋지 못하다.
④ 병원 관련 서비스를 담당하는 전문가의 질이 예전만 못하다.

26

실종 선원 4명 중 1명 구조, 의식 불명

① 선원 네 명 중 한 명을 구하였고 건강하다.
② 선원 네 명이 실종되었고 한 명은 사망했다.
③ 선원 네 명이 모두 사망하고 한 명은 다쳤다.
④ 선원 네 명 중 한 명을 찾았지만 건강이 안 좋다.

27

사교육비 껑충, 학부모 허리 휘청

① 학부모들이 새 교육 정책에 대해 열렬히 찬성했다.
② 사교육비가 급격히 내려서 학부모들이 기뻐하고 있다.
③ 사교육비 마련을 위해 학부모들이 허리띠를 졸라맸다.
④ 학부모들이 감당하기 힘들 만큼 사교육비가 갑자기 올랐다.

TOPIK II

CHAPTER

03

쓰기

Viết

쓰기의 기초

❶ 원고지 쓰기

1. 한글은 한 칸에 한 자씩 씁니다. 하지만 숫자는 한 칸에 두 자씩 씁니다.
Quy tắc viết Hangeul là viết 1 chữ vào 1 ô. Nhưng số thì viết 2 chữ số vào 1 ô.

한	국		대	학	교	

1	월	10	일	에		합	격	자		발	표	를		할		예	정	이	다	.		

※ 숫자의 경우 한 칸에 두 자를 씁니다. '130'을 쓰는 경우라면 '13'을 첫 칸에, '0'을 다음 칸에 씁니다.
Số thì viết 2 chữ số vào 1 ô. Nếu viết số hàng trăm như 130 thì viết '13' vào ô trước, '0' vào ô sau.

소수점을 써야 할 때는 숫자 한 개와 소수점을 함께 씁니다. 그리고 kg, ml 같은 단위 기호는 한 칸에 씁니다.
Khi phải viết dấu chấm thập phân thì viết 1 chữ số cùng với chấm thập phân. Và các ký hiệu đơn vị như kg, ml thì viết vào 1 ô.

13	0	개

25	.5	%

1	kg	은		10	00	ml	이	다	.

※ 영어 대문자는 한 칸에 한 자, 소문자는 한 칸에 두 자를 씁니다.
Khi viết tiếng Anh thì viết chữ cái in hoa vào 1 ô, chữ cái không in hoa thì 2 chữ 1 ô.

C	ap	it	al

2. 문장 부호(물음표(?), 마침표(.), 쉼표(,), 느낌표(!), 따옴표(" "))는 한 칸에 하나씩 쓰는 것을 원칙으로 합니다. 그리고 따옴표(" "), 쉼표(,), 마침표(.)는 한쪽에 치우치도록 씁니다.
Nguyên tắc viết dấu câu (dấu hỏi (?), dấu chấm (.), dấu phẩy (,), dấu chấm than (!), dấu ngoặc kép (" ")) là viết 1 dấu vào 1 ô. Và các dấu ngoặc kép (" "), dấu phẩy (,), dấu chấm (.) thì viết lệch về một phía.

※ 물음표(?), 느낌표(!) 다음에는 한 칸을 비우고 마침표(.), 쉼표(,), 쌍점(:) 뒤에는 칸을 비우지 않아도 됩니다.
Sau dấu hỏi (?), dấu chấm than (!) thì chừa trống 1 ô, còn sau dấu chấm (.), dấu phẩy (,), 2 chấm (:) thì không cần chừa trống ô.

	현	대		사	회	는		빠	르	게		세	계	화	되	고		있	다	.		'	현	대
사	회	에	서		필	요	한		인	재	'	는		어	떤		사	람	인	가	?			

※ 원고지 마지막 칸에 문장 부호를 써야 할 경우에는 문장 부호를 끝 칸에 글자와 함께 넣습니다.
Trong trường hợp phải viết dấu câu vào ô cuối cùng của giấy kẻ ô thì viết dấu câu vào ô cuối cùng với chữ.

투	자	가		증	가	한		것	을		들		수		있	다.

3. 글을 처음 시작할 때와 문단이 바뀔 때는 그 줄의 첫 칸을 비우고 둘째 칸부터 씁니다.
Khi bắt đầu viết bài và khi xuống dòng bắt đầu một đoạn văn thì bỏ ô đầu tiên và viết từ ô thứ 2.

※ 원고지 쓰기의 예

쓰기 53번 답안 예시

	최	근		국	내	에	서		유	학	하	는		외	국	인		유	학	생	이		급	증	
했	다	.	20	00	년	에		4	천		명	이	던		유	학	생	이		가	파	른		상	50
승	세	를		보	이	다		잠	시		주	춤	하	더	니		다	시		증	가	세	를		
보	이	며		20	16	년	에		이	르	러		10	만		명	이		되	었	다	.	이	러	100
한		증	가	의		원	인	으	로		우	선		외	국	인	들	의		한	국	과		한	
국	어	에		대	한		관	심	이		증	가	한		것	을		들		수		있	다	.	150
한	국		대	학	에	서		유	학	생	을		유	치	하	려	는		노	력	도		유	학	
생	의		증	가	에		큰		영	향	을		미	친		것	으	로		보	인	다	.	이	200
러	한		영	향	이		계	속		이	어	진	다	면		20	23	년	에	는		외	국	인	
유	학	생	이		20	만		명	에		이	를		것	으	로		기	대	된	다	.			250

※ 위의 예시를 따라 써 보세요. 문장 부호, 띄어쓰기를 한 번 더 확인하세요.

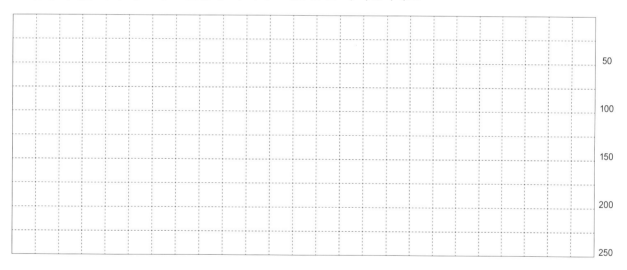

　우리는　칭찬을　들으면　일을　더　잘하고　싶어질
뿐만　아니라　좀　더　나은　사람이　되고　싶은　마
음이　든다.　그리고　자신감이　생겨　공부나　일의
성과에도　긍정적인　영향을　미친다.　그래서　자신이
가진　능력　이상을　발휘하고　싶어지는　도전　정신
이　생기기도　하는　것이다.　한마디로　말해　칭찬은
사람을　한　단계　더　발전시키는　힘을　가지고　있
다.
　그런데　이러한　칭찬이　독이　되는　경우가　있다.
바로　칭찬이　상대에게　기쁨을　주는　것이　아니라
부담을　안겨　주는　경우이다.　칭찬을　들으면　그
기대에　부응해야　한다는　압박감　때문에　자신의
실력을　제대로　발휘하지　못하게　되는　일이　생기
게　된다.　칭찬의　또　다른　부정적인　면은　칭찬
받고　싶다는　생각에　결과만을　중시하게　되는　점
이다.　일반적으로　칭찬이　일의　과정보다　결과에
중점을　두고　행해지는　경우가　많기　때문이다.
　그래서　우리가　상대를　칭찬할　때에는　그　사람
이　해낸　일의　결과가　아닌,　그　일을　해내기　까지
의　과정과　노력에　초점을　맞추는　것이　중요하다.
그래야　칭찬을　듣는　사람도　일　그　자체를　즐길
수　있다.　또한　칭찬을　듣고　잘　해내야　한다는
부담감에서도　벗어날　수　있을　것이다.　우리는　보
통　칭찬을　많이　해　주는　것이　중요하다고　생각
하는데　칭찬은　그　방법　역시　중요하다는　것을
잊지　말아야　할　것이다.

② 서술문체 형식

■ 서술문체 형식표

시제 thì	품사 loại từ	문법 ngữ pháp	예시 ví dụ
현재 hiện tại	형용사 tính từ	-다	싸다 rẻ, 많다 nhiều, 다르다 khác, 행복하다 hạnh phúc, 크다 to, 춥다 lạnh
	동사 động từ	-ㄴ/는다	간다 đi, 먹는다 ăn, 운동한다 tập thể dục, 부른다 gọi, 쓴다 viết, 산다 mua
	명사 danh từ	-이다	학생이다 là học sinh, 의사이다 là bác sĩ
과거 quá khứ	형용사 tính từ	-았/었다	적었다 đã (có) ít, 많았다 đã (có) nhiều, 컸다 đã to, 추웠다 đã lạnh
	동사 động từ	-았/었다	갔다 đã đi, 먹었다 đã ăn, 운동했다 đã tập thể dục, 만들었다 đã làm ra
	명사 danh từ	-이었/였다	학생이었다 đã là học sinh, 의사였다 đã là bác sĩ
미래/추측 tương lai/suy đoán	형용사 tính từ	-(으)ㄹ 것이다	다를 것이다 sẽ khác, 적을 것이다 sẽ ít, 행복할 것이다 sẽ hạnh phúc
	동사 động từ	-(으)ㄹ 것이다	갈 것이다 sẽ đi, 먹을 것이다 sẽ ăn, 준비할 것이다 sẽ chuẩn bị
	명사 danh từ	-일 것이다	학생일 것이다 chắc là học sinh, 의사일 것이다 chắc là bác sĩ

유형① 실용문 빈칸 쓰기

• 유형 설명 • Giải thích hình thức câu hỏi

쓰기 51번에 해당하는 이 문제는 빈칸에 알맞은 내용을 쓰는 유형입니다. 담화의 구성 능력과 문법, 어휘 능력을 측정하는 유형으로 2개의 빈칸에 각각 알맞은 내용을 써야 합니다. 쓰기 51번 유형은 주로 일상생활과 관련 있는 실용문이 출제되는데, 크게 두 유형으로 출제됩니다.

Câu 51 phần Viết là dạng câu viết nội dung phù hợp vào ô trống. Đây là dạng để đánh giá khả năng cấu thành đoạn văn và năng lực ngữ pháp, từ vựng, thí sinh phải viết nội dung phù hợp vào 2 ô trống. Câu 51 chủ yếu là văn thường nhật có nội dung liên quan đến cuộc sống hàng ngày, được chia thành 2 dạng chính.

이메일, 편지, 문자 메시지 등의 개인적인 글쓰기 유형과 홈페이지나 게시판에 올리는 조금 더 공개적이고 공식적인 글쓰기 유형이 출제되고 있습니다. 공식적인 글쓰기에는 격식체를 사용해야 합니다.

Một dạng là viết nội dung mang tính cá nhân như email, thư, tin nhắn, một là viết nội dung mang tính công khai và trang trọng hơn như viết nội dung đưa lên trang web hoặc bảng tin. Phải sử dụng văn mang tính cách thức khi viết nội dung trang trọng.

🔍 기출문제 살펴보기 [60회 51번]

※ [51~52] 다음을 읽고 ㉠과 ㉡에 들어갈 말을 각각 한 문장으로 쓰시오. (각 10점)

51.

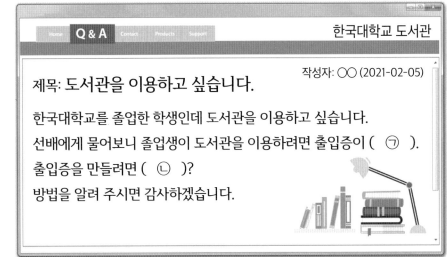

㉠ _____

㉡ _____

정답

㉠ 필요하다고 합니다/있어야 한다고 합니다
㉡ 어떻게 해야 합니까/어떻게 해야 됩니까

㉠ • 내용 요소 (3점): '출입증이'와 호응하는 '필요하다/있어야 하다' 등의 의미를 나타내는 어휘 사용.

　　　Yếu tố nội dung (3 điểm): Sử dụng từ vựng thể hiện ý nghĩa như 'cần/phải có' tương ứng với từ 'thẻ ra vào'.

　　• 형식 요소 (2점): '선배에게 물어보니'와 호응하는 간접화법 '-다고 하다/듣다' 표현 사용.

　　　Yếu tố hình thức (2 điểm): Sử dụng ngữ pháp '-다고 하다/듣다' (nói là ~ / nghe nói ~) thể hiện phép tường thuật gián tiếp tương ứng với 'hỏi anh/chị khóa trên'.

　　• 격식체 văn mang tính cách thức

㉡ • 내용 요소 (2점): '어떻게 하다'의 의미를 나타내는 어휘 사용. ('무엇을 하다/어디로 가다'와 같은 의미도 정답으로 처리)

　　　Yếu tố nội dung (2 điểm): Sử dụng từ vựng thể hiện ý nghĩa 'làm thế nào'. (các từ như 'làm gì/đi đâu' cũng sẽ được xem như là đáp án đúng)

　　• 형식 요소 (3점): '만들려면'과 호응하는 '-아/어/여야 하다' 표현 사용.

　　　Yếu tố hình thức (3 điểm): Sử dụng ngữ pháp '-아/어/여야 하다' (phải) tương ứng với '만들려면' (định làm, để làm).

　　• 격식체 văn mang tính cách thức

※ 문항의 수준(3급 하~3급 중)을 고려하여 문법의 난이도가 높은 ㉠의 경우, 문법 점수 비중을 낮춤.

　　Trong trường hợp câu ㉠ có độ khó ngữ pháp cao khi xét về cấp của câu hỏi (cấp 3 thấp ~ trung) thì tỷ lệ điểm ngữ pháp thấp.

풀이 전략 Chiến lược giải câu hỏi

✓ 먼저 글의 종류를 파악해야 합니다. 안내문, 이메일, 초대장, 인터넷 게시판 글 등 다양한 종류가 출제되고 있습니다.

　　Trước tiên người học phải nắm bắt được loại văn. Có nhiều loại văn đa dạng xuất hiện trong đề thi như văn hướng dẫn, email, thư mời, bảng tin trên internet v.v...

✓ 제목을 보고 글의 '목적'을 파악해야 합니다. 감사, 초대, 모집 등 제목으로 글의 목적을 알 수 있습니다.

　　Phải xem tiêu đề và nắm bắt 'mục đích' của bài văn. Có thể biết mục đích bài văn qua tiêu đề như cảm ơn, mời, tuyển v.v.

✓ 빈칸에 연결되는 앞, 뒤의 내용을 이해하고 빈칸 뒤가 평서형(.)인지 의문형(?)인지 확인합니다.

　　Hiểu nội dung trước, sau của ô trống và kiểm tra xem sau ô trống là dấu (.) kết thúc câu tường thuật hay dấu (?) kết thúc câu nghi vấn.

✓ 빈칸에 들어갈 어휘(동사)를 찾고, 그 어휘에 적절한 문법을 더해 문형을 완성해야 합니다.

　　Tìm từ vựng (động từ) điền vào ô trống, và gắn thêm ngữ pháp phù hợp rồi hoàn thành câu.

✓ 마지막으로 전체적인 시제(과거, 현재, 미래)와 문맥에 맞는 종결형(-ㅂ/습니다)을 확정하고 문장의 연결이 자연스러운지 한 번 더 확인합니다. 너무 어려운 문법이나 어휘를 길게 사용할 필요는 없습니다.

　　Cuối cùng xác định thì (quá khứ, hiện tại, tương lai) của toàn bài và vĩ tố kết câu (-ㅂ/습니다) phù hợp với mạch văn, rồi kiểm tra lại một lần nữa xem liên kết câu có tự nhiên không. Không cần sử dụng ngữ pháp hoặc từ vựng quá khó.

✓ 3, 4급 수준의 어휘와 문법을 사용해서 문장의 연결이 자연스럽고 글의 목적에 맞아야 합니다.

　　Phải sử dụng từ vựng và ngữ pháp phù hợp cấp 3, 4 để nối câu mạch lạc tự nhiên, đúng mục đích của bài văn.

- 답안을 작성할 때는 담화의 앞뒤 내용을 잘 파악하는 것이 중요합니다. ㉠과 ㉡의 앞이나 뒤에 있는 문장들을 잘 살펴보고 내용이 자연스럽게 이어지도록 해야 합니다.

  Khi viết đáp án, điều quan trọng là nắm bắt rõ nội dung trước và sau của đoạn văn. Xem kỹ các câu trước hoặc sau của ㉠ và ㉡, phải làm sao để nội dung được nối tiếp một cách tự nhiên.

- 문장을 구성할 때는 중급 수준의 표현과 문법을 사용하도록 해야 합니다.

  Phải sử dụng cách diễn đạt và ngữ pháp thuộc trình độ trung cấp khi viết câu.

- 담화의 문맥에 적합하지 않은 표현이나 문법을 사용하면 감점이 됩니다.

  Sẽ bị trừ điểm nếu sử dụng cách diễn đạt hay ngữ pháp không phù hợp mạch văn.

- 초급 수준의 문법이나 적확하지 않은 문법을 사용하면 감점이 됩니다.

  Sẽ bị trừ điểm nếu sử dụng ngữ pháp thuộc trình độ sơ cấp hoặc ngữ pháp không chính xác.

- 격식적인 상황(회사 이메일, 회사 상사 보고 등)에서는 '–아/어요'보다는 '–ㅂ/습니다'체를 사용하는 것이 좋습니다.

  Trong các tình huống trang trọng (email công ty, báo cáo cấp trên v.v...) thì sử dụng thể '–ㅂ/습니다' tốt hơn là '–아/어요'.

- 철자법이 정확하지 않으면 감점이 됩니다.

  Sẽ bị trừ điểm nếu sai chính tả.

- 생활에서 자주 접할 수 있는 광고문이나 안내문 등을 읽어 보고 어떤 내용으로 구성하는지, 어떤 표현과 문법을 사용하는지 알아 두면 도움이 됩니다.

  Việc đọc các bài văn quảng cáo hoặc văn hướng dẫn có thể thường xuyên gặp trong cuộc sống hàng ngày và tìm hiểu xem nó bao gồm nội dung nào, sử dụng cách diễn đạt và ngữ pháp nào sẽ giúp ích cho người học.

최근 기출문제 파악하기

■ 토픽에 자주 출제되는 실용문

종류 phân loại	목적 mục đích
안내문 văn hướng dẫn	모집 tuyển người, 대회 đại hội, 관람 tham quan, xem, 모임 안내 hướng dẫn nhóm họp, 알림 thông báo, 금지 cấm, 구함 tìm kiếm, 분실 thất lạc, 광고 quảng cáo 등
초대장 thư mời	결혼식 tiệc cưới, 돌잔치 tiệc thôi nôi, 집들이 tiệc tân gia, 졸업식 lễ tốt nghiệp, 환갑잔치 tiệc mừng thọ 60 등
이메일 email	환불 hoàn tiền, 교환 đổi hàng, 약속 정하기 hẹn, 변경 thay đổi, 취소 hủy, 확인 xác nhận/kiểm tra 등
문자 메시지 tin nhắn	약속 hẹn, 변경 thay đổi, 취소 hủy, 알림 thông báo, 요청 yêu cầu, 확인 xác nhận/kiểm tra 등
인터넷 글 nội dung trên internet	구매(이용) 후기 đánh giá sau khi mua (sử dụng), 환불 hoàn tiền, 교환 đổi hàng, 취소 hủy 등
편지 thư	안부 hỏi thăm, 요청 yêu cầu, 확인 xác nhận/kiểm tra, 감사 cảm ơn, 사과 xin lỗi, 변경 thay đổi, 취소 hủy 등

■ 쓰기 51번에 자주 출제되는 문형

유형 phân loại	문형 mẫu câu	예시 ví dụ
요청/부탁 yêu cầu/nhờ và	–아/어 주시기 바랍니다	이메일로 신청서를 제출해 주시기 바랍니다. **Vui lòng** nộp đơn đăng ký qua email.
	–아/어 주시겠습니까?	연락해 주시겠습니까? **Có thể** liên lạc **giúp tôi được không?**
	–아/어 주십시오	연락해 주십시오. **Hãy** liên lạc (cho tôi).
	–아/어 주시면 감사하겠습니다	연락해 주시면 감사하겠습니다. Tôi **sẽ rất biết ơn nếu** (anh/chị) liên lạc cho tôi.
	–아/어도 되겠습니까?	약속 시간을 바꿔도 되겠습니까? Thay đổi thời gian hẹn **được không?**
	–아/어 주실 수 있을까요?	연락해 주실 수 있을까요? **Có thể** liên lạc cho tôi **không?**
	–(으)실 수 있을까요?	연락하실 수 있을까요? **Có thể** liên lạc **không?**
	–았/었으면 좋겠습니다	교실에 쓰레기를 버리지 **않았으면 좋겠습니다.** **Mong là** (anh/chị/bạn v.v.) không bỏ rác trong phòng học.
계획 kế hoạch	–(으)려고 합니다	드리려고 합니다. Tôi **định** cho (tặng) anh/chị.
	–고자 합니다	만들고자 합니다. Tôi **định** làm.
	–(으)ㄹ 예정입니다	모집할 예정입니다. Tôi **có dự định** tuyển người.
	–(으)ㄹ까 합니다	만들까 합니다. Tôi **định** làm.
	–(으)ㄹ 생각입니다	모임을 할 생각입니다. Tôi **có ý định** nhóm họp.
금지 cấm	–(으)실 수 없습니다	주차장을 이용하실 수 없습니다. (Anh/chị) **không thể** sử dụng bãi đỗ xe.
	–이/가 불가능합니다	주차가 불가능합니다. **Không được** đỗ xe.
	–(으)면 안 됩니다	주차하시면 안 됩니다. **Không được** đỗ xe.
허락 cho phép	N이/가 괜찮으십니까?/되십니까?	시간이 **괜찮으십니까?/되십니까?** (Anh/chị) **có thời gian không?**
	N이/가 괜찮으신가요?/괜찮으신지요?	시간이 **괜찮으신가요?/괜찮으신지요?** (Anh/chị) **có thời gian không?**

의무 nghĩa vụ	–아/어야 합니다	시간을 **지켜야 합니다**. **Phải giữ đúng** thời gian. (Phải đúng giờ)
	–(으)셔야 합니다	시간을 **지키셔야 합니다**. **Phải giữ đúng** thời gian.
	–(으)십시오	시간을 **지키십시오**. **Hãy giữ đúng** thời gian.
전달 truyền đạt	–다/냐/자/라고 합니다	내일 참석이 **힘들다고 합니다**. (Chủ ngữ) **nói là** ngày mai **khó** tham dự.
		같이 병원에 **가자고 합니다**. (Chủ ngữ) **rủ** cùng **đi** bệnh viện.
거절/사과 từ chối/xin lỗi	–(으)ㄹ 것 같습니다	늦을 것 같습니다. **Chắc là sẽ** muộn.
	–기(가) 어려울 것 같습니다	참석하기**가** 어려울 것 같습니다. **Chắc là sẽ khó** tham dự.

■ 쓰기 51번에 자주 출제되는 어휘

모집하다 tuyển người	신청하다 đăng ký	제출하다 trình, nộp	방문하다 thăm
참가하다 tham gia	참여하다 tham gia	참석하다 tham dự	열리다 được mở, được mở ra
문의하다 hỏi	환영하다 chào mừng, hoan nghênh	접수하다 tiếp nhận	수리하다 sửa, sửa chữa
관람하다 xem, thưởng thức, tham quan	대출하다 vay	이용하다 sử dụng	예매하다 mua trước
초대하다 mời	가입하다 gia nhập	지원하다 ứng tuyển	축하하다 chúc mừng
변경하다 thay đổi	취소하다 hủy	연기하다 dời lại, hoãn lại	만족하다 hài lòng, thỏa mãn
마음에 들다 thích, hài lòng	불만족스럽다 không hài lòng	부족하다 thiếu	필요하다 cần thiết
원하다 muốn	바라다 mong muốn, mong đợi	구하다 tìm, kiếm	찾다 tìm
사례하다 tạ lễ, cảm tạ	연락하다 liên lạc	분실물 đồ bị thất lạc	보관하다 bảo quản
선착순 theo thứ tự	지원자 người ứng tuyển	만약(에) nếu	혹시 biết đâu, không chừng, nhỡ đâu, không biết là...

• 유형 설명 • Giải thích hình thức câu hỏi

쓰기 52번에 해당하는 이 문제는 51번과 마찬가지로 빈칸에 알맞은 내용을 쓰는 유형으로 담화 구성 능력을 평가하는 문제입니다. 쓰기 52번 유형은 설명문 유형으로 51번에 비해 조금 더 난이도가 있으며 서술문체(A-다, V-ㄴ/는다, N이다)로 써야 합니다. 앞뒤 문장의 호응(대조, 나열, 이유, 정의 등)이 맞는 문장을 써야 하고 문어체의 문법을 사용하는 것이 중요합니다. 51번과 마찬가지로 3, 4급의 문법을 사용하면 되고 자주 실수하는 서술문체를 연습하거나 문장의 호응 관계에 대한 파악이 중요합니다.

Câu 52 phần Viết là dạng câu hỏi đánh giá khả năng cấu thành đoạn văn bằng cách viết nội dung phù hợp với ô trống giống như câu 51. Câu 52 là loại văn bản giải thích có độ khó cao hơn một chút so với câu 51 và phải viết bằng văn tường thuật (A-다, V-ㄴ/는다, N이다). Điều quan trọng là phải viết câu phù hợp (đối chiếu, liệt kê, lý do, định nghĩa, v.v.) với câu ở phía trước và sau, và sử dụng ngữ pháp của văn viết. Giống như câu 51, cần sử dụng ngữ pháp cấp 3, 4 và quan trọng là luyện tập viết văn tường thuật mà người học thường mắc sai sót hoặc tìm hiểu về mối quan hệ tương hỗ của câu.

🔍 기출문제 살펴보기 [60회 52번]

※ [51~52] 다음을 읽고 ⊙과 ⓛ에 들어갈 말을 각각 한 문장으로 쓰시오. (각 10점)

52.

사람들은 음악 치료를 할 때 환자에게 주로 밝은 분위기의 음악을 들려 줄 것이라고 생각한다. 그러나 환자에게 항상 밝은 분위기의 음악을 (⊙). 치료 초기에는 환자가 편안한 감정을 느끼는 것이 중요하다. 그래서 환자의 심리 상태와 비슷한 분위기의 음악을 들려준다. 그 이후에는 환자에게 다양한 분위기의 음악을 들려줌으로써 환자가 다양한 감정을 (ⓛ).

⊙ _____

ⓛ _____

정답

㉠ 들려주는 것은 아니다/사용하는 것은 아니다

㉡ 느끼도록 한다/느끼게 한다

우선 서술문 형식으로 정답을 써야 합니다.

Trước tiên, phải viết đáp án theo dạng câu tường thuật.

㉠ • 내용 요소 (2점): '환자에게' 및 '음악을'과 호응하는 '들려주다/틀어주다/사용하다'의 의미를 나타내는 어휘 사용.

   Yếu tố nội dung (2 điểm): Sử dụng từ vựng thể hiện ý nghĩa '들려주다 cho nghe/틀어주다 bật/사용하다 sử dụng' phù hợp với '환자에게 cho bệnh nhân' và '음악을 âm nhạc'.

• 형식 요소 (3점): '항상'과 호응하는 '–는 것은 아니다' 표현 사용. ('–지 않다'는 '항상' 때문에 문장의 의미가 완전 부정으로 바뀌게 되므로 수행에서 제외할 것)

   Yếu tố hình thức (3 điểm): Sử dụng cách diễn đạt '–는 것은 아니다' (không phải là) phù hợp với '항상' (luôn luôn).

   ('–지 않다' thay đổi ý nghĩa của câu hoàn toàn sang thể phủ định do '항상', do đó không dùng khi nói về sự thực hiện)

㉡ • 내용 요소 (3점): '감정을'과 호응하는 '느끼다'의 의미를 가진 어휘 사용.

   Yếu tố nội dung (3 điểm): Sử dụng từ vựng mang ý nghĩa '느끼다 cảm nhận' phù hợp với '감정 cảm xúc'.

• 형식 요소 (2점): '음악을 들려줌으로써 환자가 다양한 감정을'과 호응하는 '–게 하다/–도록 하다' 표현 사용.

   Yếu tố hình thức (2 điểm): Sử dụng cách diễn đạt '–게 하다/–도록 하다' phù hợp với '음악을 들려줌으로써 환자가 다양한 감정을' (bằng việc cho nghe âm nhạc, bệnh nhân ~ cảm xúc đa dạng).

풀이 전략 Chiến lược giải câu hỏi

✔ 먼저 서술문(A–다, V–ㄴ/는다, N이다) 형식으로 써야 합니다. '–아/어요', '–습니다'를 사용하지 않도록 합니다.

   Phải viết câu theo dạng văn tường thuật (A–다, V–ㄴ/는다, N이다), không kết thúc câu bằng ngữ pháp '–아/어요', '–습니다'.

✔ 글의 첫 문장을 읽고 주제를 파악합니다.

   Đọc câu đầu tiên của bài văn và nắm bắt chủ đề.

✔ (   )의 앞이나 뒤에 있는 접속사나 설명 방법을 나타내는 표현과 호응하도록 써야 합니다. 문장의 나열, 비교 및 대조, 유추, 인과, 정의, 예시 등의 다양한 설명 방법이 출제되고 있습니다.

   Phải viết sao cho phù hợp với liên từ đứng trước và sau chỗ trống (   ) hoặc các cách diễn đạt thể hiện phương pháp giải thích. Các phương pháp giải thích đa dạng như liệt kê, so sánh và đối chiếu, suy luận, nhân quả, định nghĩa, ví dụ v.v... đang được đưa vào đề thi.

✔ 51번과 마찬가지로 구어 문법이 아니라 문어 문법을 사용해야 합니다.

   Giống như câu 51, phải sử dụng ngữ pháp văn viết chứ không phải ngữ pháp văn nói.

- 답안을 작성할 때는 담화의 앞뒤 내용을 잘 파악하는 것이 중요합니다. ⑦과 ⓒ의 앞이나 뒤에 있는 문장들을 잘 살펴보고 내용이 자연스럽게 이어지도록 해야 합니다.

  Điều quan trọng khi viết đáp án là nắm rõ nội dung trước và sau của đoạn văn. Phải xem kỹ các câu phía trước hoặc sau của ⑦ và ⓒ, rồi viết sao cho nội dung được nối tiếp một cách tự nhiên.

- 문장을 구성할 때는 '-(으)면 -(으)ㄹ 것이다', '-(으)ㄴ/는 것이 좋다' 같은 중급 수준의 표현과 문법을 사용하도록 해야 합니다.

  Khi viết câu, phải sử dụng các ngữ pháp và cách diễn đạt thuộc trình độ trung cấp như '-(으)면 -(으)ㄹ 것이다', '-(으)ㄴ/는 것이 좋다'.

- 담화의 문맥에 직합하지 않은 표현이나 문법을 사용해서 쓰면 감점이 됩니다.

  Sẽ bị trừ điểm nếu sử dụng ngữ pháp hay cách diễn đạt không phù hợp ngữ cảnh của đoạn văn.

- 철자법이 정확하지 않으면 감점이 됩니다.

  Sẽ bị trừ điểm nếu viết sai chính tả.

- 다양한 장르의 글을 읽으면서 내용을 어떻게 전개시키는지, 문장과 문장을 어떻게 연결하는지, 각각의 담화 표지는 어떤 기능을 하는지 등을 알아 두면 도움이 됩니다.

  Việc đọc các bài văn thuộc thể loại đa dạng và phân tích nội dung được triển khai như thế nào, các câu văn được liên kết như thế nào, từng dấu hiệu bài văn có chức năng như thế nào... sẽ giúp ích cho người học.

🖊 최근 기출문제 파악하기

■ 쓰기 52번 어휘 및 표현

분류 phân loại	어휘 및 표현 từ vựng và cách diễn đạt
나열 liệt kê	그리고, 또한, 게다가, 먼저(우선), 마지막으로, 첫째/둘째/셋째, 하나는/다른 하나는
	-(으)며, -기도 하고 -기도 하다, -뿐만 아니라
대조 đối lập	하지만, 그렇지만, 그러나, 그런데, 반면에, 오히려
	-(으)ㄴ/는데 반해, -(으)ㄴ/는 반면에, N와/과 다르게(달리)
유추 suy luận	-도 마찬가지이다, 이처럼, 이와 같이
요약 tóm tắt	즉, 요약하면, 곧, 바꾸어 말하면, 다시 말하면
가정 giả định	만약, 만일에
	-(으)면 -(으)ㄹ 것이다, -(으)ㄹ 수도 있다
이유 lý do	왜냐하면, 그 이유는 -기 때문이다
부분 부정 phủ định một phần	-다고 해서 -(으)ㄴ/는 것은 아니다

판단 phán đoán	–에 따라서(의해서)
의무 nghĩa vụ	(–기 위해서) –아/어야 하다, –(으)ㄹ 필요가 있다, –(으)ㄴ/는 것이 좋다
전달 truyền đạt	–다/자/냐/라고 하다

■ 쓰기 52번 연결 문법

표현 cách diễn đạt	연결 문법 ngữ pháp liên kết	예시 câu ví dụ
왜냐하면	–기 때문이다	**왜냐하면** 스트레스를 더 잘 해소할 수 있기 **때문이다.** *Vì* có thể giải toả được căng thẳng hiệu quả hơn.
만약(만일)	–(으)면 –(으)ㄹ 것이다	**만약** 내일 비가 오면 여행은 취소**될 것이다.** *Nếu* ngày mai trời mưa **thì** chuyến du lịch **sẽ bị** hủy.
	–(으)면 –(으)ㄹ 수도 있다	**만약** 내일 비가 오면 여행은 취소**될 수도 있다.** *Nếu* ngày mai trời mưa **thì** chuyến du lịch **cũng có thể sẽ bị** hủy.
(전문가)들은	–다/자/냐/라고 하다	**전문가들은** 마스크를 반드시 착용**하라고 한다.** Các chuyên gia **nói rằng** nhất định phải đeo khẩu trang.
항상	–는 것은 아니다	**항상** 밝은 음악을 들려주는 **것은 아니다.** **Không phải lúc nào cũng** cho nghe âm nhạc tươi vui.
(으)-려면	–아/어야 하다	시험에 **합격하려면** 열심히 공부를 **해야 한다.** **Nếu muốn thi đỗ thì phải** học chăm chỉ.
–기 위해서		시험에 합격하기 **위해서** 열심히 공부를 **해야 한다.** **Để thi đỗ, phải** học chăm chỉ.
그래야	–(으)ㄹ 수 있다	**그래야** 제 시간에 도착**할 수 있다.** **Phải như thế thì mới có thể đến** đúng giờ.
그러므로 따라서	–는 것이 좋다	**그러므로** 운동을 규칙적으로 하는 **것이 좋다.** **Vì thế nên** tập thể dục đều đặn.
	–아/어야 하다	**그러므로** 운동을 규칙적으로 **해야 한다.** **Vì thế phải** tập thể dục đều đặn.
	–(으)ㄹ 필요가 있다	**그러므로** 운동을 규칙적으로 할 **필요가 있다.** **Vì thế cần** tập thể dục đều đặn.

■ 반의어 (대조 관계 연결)

성공하다 thành công	실패하다 thất bại	풍족하다, 넘치다 đầy đủ, ngập tràn	부족하다 thiếu, thiếu thốn
간단하다 đơn giản	복잡하다 phức tạp	현실적 mang tính hiện thực, thực tế	비현실적, 이상적 không thực tế, lý tưởng
나타나다 xuất hiện	사라지다 biến mất	동성 cùng tính chất	이성 khác tính chất
발전하다 phát triển	쇠퇴하다 suy thoái, thoái trào	능동적 chủ động	수동적 thụ động
올라가다 đi lên	내려가다 đi xuống	국내 trong nước	해외 nước ngoài, hải ngoại
상승하다 tăng lên	하락하다 giảm xuống	현대적 hiện đại	전통적 truyền thống
증가하다 tăng lên, gia tăng	감소하다 giảm xuống	긍정적 tích cực	부정적 tiêu cực
늘다 tăng	줄다 giảm	낙관적 lạc quan	비관적 bi quan
이롭다 có lợi	해롭다 có hại	최대 tối đa	최소 tối thiểu

• 유형 설명 • Giải thích hình thức câu hỏi

쓰기 53번에 해당하는 이 유형은 제시된 정보를 이용하여 주제에 맞게 200~300자의 글을 쓸 수 있는지를 평가하는 문제입니다. 주로 설문 조사 결과가 순위를 나타내는 그래프와 변화를 나타내는 그래프로 제시되고, 조사 결과 혹은 변화의 원인이나 다른 정보(전망, 목적 등)가 함께 제시되는 추세입니다. 서론, 본론, 결론에 맞춰 문단의 연결이 자연스러워야 하며 제시된 정보를 모두 전달해야 합니다. 또한 자주 출제되는 알맞은 문법 및 어휘를 사용하는 연습이 필요합니다.

Câu hỏi số 53 phần Viết là dạng câu hỏi đánh giá xem thí sinh có thể sử dụng thông tin cho sẵn để viết đoạn văn từ 200 đến 300 chữ phù hợp với chủ đề hay không. Các biểu đồ thể hiện thứ hạng của kết quả khảo sát và các biểu đồ thể hiện sự biến đổi thường xuất hiện trong đề thi, và kết quả khảo sát hoặc nguyên nhân của sự biến đổi hoặc các thông tin khác (sự tiên đoán, mục đích) cũng thường được đưa vào đề thi. Liên kết giữa các đoạn văn theo mở bài, thân bài, kết bài phải tự nhiên và truyền tải được tất cả các thông tin được cho. Ngoài ra, người học cần luyện tập sử dụng từ vựng và ngữ pháp phù hợp thường xuất hiện trong đề bài.

최근 53번 문제 유형을 살펴 보면 현황을 보여주는 도표 혹은 그래프와 주제와 관련된 정보가 함께 제시되고 있습니다. 먼저 현황(변화 그래프, 설문 조사)에 대해 쓰고 주어진 정보(원인, 전망 등)를 서술하는 순서로 답안을 작성하면 됩니다. 주어진 시간 안에 답안을 작성할 수 있도록 연습을 많이 해야 합니다. 기초적인 띄어쓰기부터 문장의 접속어, 부사를 활용하여 문단을 구성하는 방법까지 익히시기 바랍니다. 우선 기출문제의 답안들을 반복해서 따라 쓰고 비슷한 유형 연습으로 53번 답안의 틀을 만드시기 바랍니다.

Nếu xem kỹ loại hình câu hỏi 53 gần đây thì có thể thấy biểu đồ hoặc đồ thị thể hiện hiện trạng và thông tin liên quan đến chủ đề cùng được đưa ra trong đề thi. Người học có thể viết đáp án theo trình tự là viết về hiện trạng (đồ thị thể hiện sự thay đổi, khảo sát) trước, sau đó tường thuật các thông tin (nguyên nhân, viễn cảnh v.v.) được cho. Người học phải luyện tập nhiều để có thể viết đáp án trong thời gian quy định. Cần nhuần nhuyễn từ cách viết cách khoảng cơ bản đến phương pháp sử dụng các liên từ nối câu, các phó từ để cấu thành đoạn văn. Trước tiên người học nên viết theo nhiều lần các đáp án của đề thi trước đây và tạo ra khung đáp án cho câu 53 bằng cách luyện tập loại câu hỏi tương tự.

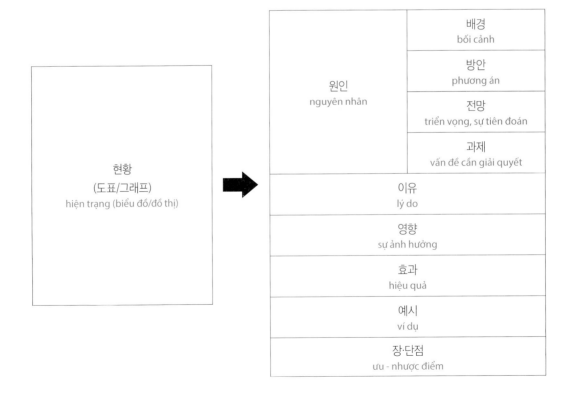

53. 다음을 참고하여 '인주시의 자전거 이용자 변화'에 대한 글을 200~300자로 쓰시오.
단, 글의 제목을 쓰지 마시오. (30점)

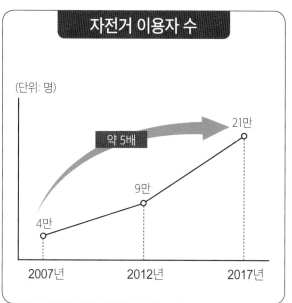

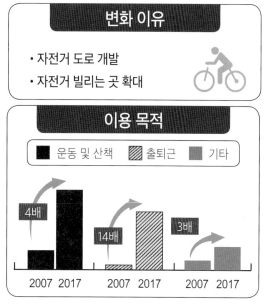

예시 답안

	인	주	시	의		자	전	거		이	용	자		변	화	를		살	펴	보	면	,	자	전	
거		이	용	자		수	는		20	07	년		4	만		명	에	서		20	12	년	에	는	50
9	만		명	,	20	17	년	에	는		21	만		명	으	로	,		지	난		10	년	간	
약|	5	배		증	가	하	였	다	.		특	히		20	12	년	부	터		20	17	년	까	지	100
자	전	거		이	용	자		수	가		급	증	한		것	으	로		나	타	났	다	.	이	
와		같	이		자	전	거		이	용	자		수	가		증	가	한		이	유	는		자	150
전	거		도	로	가		개	발	되	고		자	전	거		빌	리	는		곳	이		확	대	
되| 었	기		때	문	인		것	으	로		보	인	다	.		자	전	거		이	용		목	적	200
을|	보	면	,	10	년	간		운	동		및		산	책	은		4	배	,		출	퇴	근	은	
14	배	,	기	타	는		3	배		늘	어	난		것	으	로		나	타	났	으	며		출	250
퇴| 근		시		이	용	이		가	장		높	은		증	가	율	을		보	였	다	.				

■ 53번 유형 채점 기준

구분 phân loại	채점 근거 căn cứ chấm điểm	점수 구분 phân loại điểm		
		상	중	하
내용 및 과제 수행 (7점) nội dung và thực hiện nhiệm vụ được yêu cầu	① 주어진 과제를 충실히 수행하였는가? Đã thực hiện nhiệm vụ được cho một cách hoàn chỉnh chưa? ② 주제와 관련된 내용으로 구성하였는가? Có viết nội dung liên quan đến chủ đề không? ③ 주어진 내용을 풍부하고 다양하게 표현하였는가? Có diễn đạt nội dung một cách phong phú và đa dạng không?	7~6점	5~3점	2~0점
글의 전개 구조 (7점) cấu trúc triển khai bài văn	① 글의 구성이 명확하고 논리적인가? Cấu trúc của bài văn có rõ ràng và logic không? ② 글의 내용에 따라 단락 구성이 잘 이루어졌는가? Các đoạn văn có được triển khai theo nội dung của bài văn không? ③ 논리 전개에 도움이 되는 담화 표지를 적절하게 사용하여 조직적으로 연결하였는가? Có sử dụng các dấu câu giúp cho việc triển khai mang tính logic và liên kết một cách có tổ chức không?	7~6점	5~3점	2~0점
언어 사용 (16점) sử dụng ngôn ngữ	① 문법과 어휘를 다양하고 풍부하게 사용하며 적절한 문법과 어휘를 선택하여 사용하였는가? Có sử dụng ngữ pháp và từ vựng một cách đa dạng, phong phú, và lựa chọn ngữ pháp, từ vựng một cách phù hợp không? ② 문법, 어휘, 맞춤법 등의 사용이 정확한가? Có sử dụng ngữ pháp, từ vựng và quy tắc chính tả chính xác không? ③ 글의 목적과 기능에 따라 격식에 맞게 글을 썼는가? Có viết đúng cách thức theo mục đích và chức năng của bài văn không?	16~14점	12~8점	6~0점

등급		내용 및 과제 수행 (7점)	전개 구조 (7점)	언어 사용 (16점)
상	A	7	7	8(×2)
	B	6	6	7(×2)
중	C	4~5	4~5	5~6(×2)
	D	3	3	4(×2)
하	E	2	2	3(×2)
	F	0~1	0~1	0~2(×2)

✓ 이 유형은 기본적으로 원고지 작성법을 숙지해야 합니다. 서론, 본론, 결론에 맞춰 문단을 구성해야 하고 그에 맞는 문법 표현을 적용할 수 있어야 합니다. 주로 출제되는 그래프의 정보 표현이나 비교 및 대조 표현, 원인(이유) 혹은 전망을 나타내는 표현을 알아야 합니다.

Loại hình này về cơ bản người học phải biết cách viết bản thảo. Phải xây dựng các đoạn văn phù hợp theo mở bài, thân bài, kết luận, và có thể sử dụng ngữ pháp phù hợp với nó. Người học phải biết các cách diễn đạt thể hiện thông tin của biểu đồ, hoặc cách diễn đạt so sánh và đối lập, nguyên nhân (lý do) hoặc cách diễn đạt thể hiện sự tiên đoán thường xuất hiện trong đề bài.

✓ 무엇보다 53번 유형의 답안을 보고 따라 적으면서 자신이 가장 편하게 쓸 수 있는 패턴을 만들고 연습해야 합니다. 또한 제시된 정보 외에 자신의 생각이나 추측을 쓰지 않도록 해야 합니다.

Quan trọng nhất là người học cần luyện tập theo cách xem các đáp án của dạng câu hỏi số 53 rồi viết theo và tạo ra khuôn mẫu mà bản thân mình có thể dùng một cách thoải mái nhất. Và ngoài các thông tin được cho ra thì không được viết suy nghĩ hoặc suy đoán của bản thân.

■ 자주 출제되는 표현

(1) 순위 그래프

구성 *cấu trúc*	문장 표현 *diễn đạt câu*		
서론 *mở bài*	• 이 그래프는 (조사 기관)에서 ＿＿ 을/를 대상으로 ＿＿ 에 대해 설문 조사를 실시한 것이다. *Đây là biểu đồ khảo sát về ＿＿ với đối tượng là ＿＿ ở (đơn vị khảo sát).*		
본론 *thân bài*	1위 표현 *cách diễn đạt hạng nhất*	• 조사 결과, A이/가 ＿＿ %로 가장 높게 나타났다. *Kết quả khảo sát cho thấy A là cao nhất với ＿＿ %.* • 조사 결과, A이/가 ＿＿ %로 1위를 차지했다. *Theo kết quả khảo sát, A giữ vị trí số 1 với ＿＿ %.* • 조사 결과, A이라는 응답이 가장 많았다. *Kết quả khảo sát cho thấy câu trả lời là A nhiều nhất.* • 조사 결과, A을/를 1위로 꼽았다. *Kết quả khảo sát cho thấy A là vị trí số 1.* • 조사 결과, A(이)라고 ＿＿ % 답했다. *Theo kết quả khảo sát, có ＿＿ % đã trả lời là A.* • 조사 결과, A이/가 ＿＿ %를 차지했다/ ＿＿ %로 나타났다. *Kết quả khảo sát cho thấy A chiếm ＿＿ %.*	
	2위, 3위 표현 *cách diễn đạt hạng 2, 3*	• 그 다음으로 B가 ＿＿ %, C가 ＿＿ % 순으로 나타났다. *Theo sau lần lượt là B với ＿＿ %, và C với ＿＿ %.* • 그 다음으로 B가 ＿＿ %, C가 ＿＿ %로 그 뒤를 이었다. *Theo sau là B với ＿＿ %, và C với ＿＿ %.*	
	• A와 B가 모두 ＿＿ %로 동일하게 나타났다. *Cả A lẫn B xuất hiện với cùng ＿＿ %.* • C는 ＿＿ %에 불과했다. *C chỉ là ＿＿ %.*		
결론(요약) *kết luận(tóm tắt)*	• 이 설문 조사를 통해서 –ㄴ/는다는 것을 알 수 있다. *Thông qua khảo sát này, có thể biết được là ＿＿ .* • 이러한 결과를 통해서 –(으)ㄴ 것으로 보인다. *Thông qua kết quả này có thể thấy ＿＿ .*		

(2) 변화 그래프

구성 cấu trúc	문장 표현 diễn đạt câu
서론 mở bài	• 이 그래프는 (_____년부터 _____년까지) _____에 대해 나타낸 것이다. Biểu đồ này thể hiện về _____ (từ năm _____ đến năm _____).
본론 thân bài	• 조사 결과 _____년에 A이/가 _____%였다. Theo kết quả khảo sát thì A là _____% vào năm _____. • _____년에 _____%로 증가했다/감소했다. Đã tăng/giảm _____% vào năm _____. • _____년에 _____%로 증가하다가 _____년에 _____%로 감소했다. Tăng _____% vào năm _____ rồi giảm _____% vào năm _____. • _____년에 _____%로 감소하다가 _____년에 _____%로 증가했다. Giảm _____% vào năm _____ rồi tăng _____% vào năm _____. • 급격히 một cách đột ngột, chóng vánh, 대폭 biên độ lớn, 크게 lớn • 조금 một ít, 소폭 biên độ nhỏ • 꾸준히 đều đặn, 지속적으로 liên tục, 계속 tiếp tục • N배 N lần, N배 이상 trên N lần • 증가하다 = 늘어나다 gia tăng, 상승하다 tăng, 올라가다 tăng • 감소하다 = 줄어들다 giảm, 하락하다 giảm, 떨어지다 rơi, giảm, 내려가다 đi xuống
결론(요약/전망) kết luận (tóm tắt/tiên đoán)	• 이 그래프를 통해서 –ㄴ/는다는 것을 알 수 있다. Thông qua biểu đồ này, có thể biết được là _____. • 앞으로 –(으)ㄹ 전망이다. Tiên đoán trong tương lai _____.

(3) 기타 내용

내용 nội dung	문장 표현 diễn đạt câu
원인 nguyên nhân	• 이러한 원인으로는 A와 B을/를 들 수 있다. Có thể xem A và B là nguyên nhân. • 그 이유에 대해 A와 B, C (이)라고 응답했다. Đã trả lời A và B, C là lý do. • 그 원인은 –기 때문이다. Nguyên nhân đó là vì ~. • –(으)로 인해서, 이로 인해서 vì, bởi vì
비교 so sánh	• 반면에 ngược lại • –(으)ㄴ/는 데 반해 trái lại với ~ • –와/과 달리/다르게 khác với ~
나열 liệt kê	• 하나는, 다른 하나는 một là, một điều khác là • 먼저(우선), 다음으로, 마지막으로 trước tiên, tiếp theo, cuối cùng • 첫째, 둘째, 셋째 thứ nhất, thứ hai, thứ ba
기준 tiêu chuẩn	• –에 따라서 theo ~ • –에 의해서 theo ~, dựa vào ~ • –에 달려 있다 tùy theo ~

요약 풀어쓰기 tóm tắt, diễn giải	• –됨 → 된다, 된다는 특징이 있다. –됨 → được, có đặc tính là được ~ • –함 → 한다, 한다는 것이 원인이다. –함 → làm, mang đặc tính là làm ~ • –발달 → 발달했기 때문이다. –발달 → vì đã phát triển • –증가 → 증가한 것이 원인이다. –증가 → việc gia tăng là nguyên nhân. • –있다 → 있다는 특징(장점)이 있다. –있다 → có đặc tính (ưu điểm) là có ~
문어 표현 cách diễn đạt văn viết	• –때문에 vì → –(으)로 인해서 vì • –(으)려고 정하다 → –기 위해서 để, –고자 dự định • –(으)니까 vì → –(으)므로 bởi vì, –(으)ㄴ 까닭에 nguyên nhân là • –고 và → –(으)며 và • 그러니까, 그래서 nên → 그러므로 vì vậy, 따라서 do đó • 경제하고 문학, 경제랑 문학 kinh tế và văn học → 경제와 문학 kinh tế và văn học • 내 생각에는, 내가 보기에는 tôi nghĩ, tôi thấy → (X) 자신의 개인적 입장이나 생각 표현 금지 <div align="right">cấm thể hiện lập trường hoặc suy nghĩ mang tính cá nhân</div>

답안 작성 방법 Phương pháp viết đáp án

• 답안을 작성할 때는 요구된 과제를 충실히 수행해야 합니다. 요구된 내용을 모두 포함해야 하며 관련이 없는 내용을 포함한 경우 감점이 됩니다. 전혀 관련이 없는 내용을 쓴 경우는 0점 처리됩니다.

Khi viết câu trả lời phải thực hiện đầy đủ các nhiệm vụ được yêu cầu. Phải bao gồm tất cả nội dung được yêu cầu và sẽ bị trừ điểm nếu viết nội dung không liên quan. Trường hợp viết nội dung hoàn toàn không liên quan thì sẽ bị xử lý 0 điểm.

• 내용을 구성할 때는 정보가 제시되어 있는 도표나 그래프 등을 글로 풀어서 설명하고 글을 완성하는 연습을 하는 것이 좋습니다.

Khi xây dựng nội dung, người học nên luyện tập giải thích biểu đồ hoặc đồ thị thể hiện thông tin bằng câu văn và hoàn thành bài văn.

• 글을 조리 있게 전개해야 하며 도입–전개–마무리 구조를 갖추는 것이 필요합니다.

Bài viết phải được triển khai một cách hợp lý và cần có cấu trúc giới thiệu – triển khai – kết thúc.

• 문장을 구성할 때는 중급 수준에 맞는 어휘와 문법을 다양하고 정확하게 사용해야 합니다. 가능하면 중급 상 수준의 어휘와 문법을 사용하는 것이 좋습니다.

Khi viết câu, phải sử dụng từ vựng và ngữ pháp phù hợp với trình độ trung cấp một cách đa dạng và chính xác. Nếu có thể, nên sử dụng từ vựng và ngữ pháp thuộc trình độ trung cấp cao.

• 글의 특성에 맞게 문어적으로 쓰는 것이 중요합니다. '딴', '되게'와 같은 구어 어휘나 '한테', '–아/어 가지고'와 같은 구어 문법은 사용하지 않아야 합니다. 조사도 생략하지 말고 꼭 써야 합니다. 또한 종결형으로 '–ㅂ/습니다, –아/어요'를 사용하면 감점이 됩니다.

Điều quan trọng là phải viết thể loại văn viết phù hợp với đặc điểm của bài viết. Không được sử dụng các từ vựng dùng trong văn nói như '딴'(khác), '되게'(rất) hoặc ngữ pháp văn nói như '한테'(đối với,cho) hoặc '–아/어 가지고'(vì). Nhất định không được lược bỏ trợ từ khi viết. Ngoài ra, nếu sử dụng vĩ tố kết thúc '–ㅂ/습니다, –아/어요' thì sẽ bị trừ điểm.

• 글을 쓰기 전에 도입, 전개, 마무리의 각 단계를 어떤 내용으로 구성할지 미리 개요 표를 작성해 놓으면 글을 쓰는 데 도움이 됩니다.

Việc viết bảng tóm tắt các nội dung sẽ viết theo các bước giới thiệu - triển khai - kết thúc trước khi viết bài sẽ giúp ích cho việc viết nội dung.

종합문제

정답 p.27

[51~52] 다음 글의 ⊙과 ⓒ에 알맞은 말을 각각 쓰시오. (각 10점)

51

새내기 여러분,

저희는 기타 동아리 '딩가딩가'입니다.
기타를 전혀 칠 줄 모른다고요? (⊙   ).
저희가 기초부터 하나씩 가르쳐 드립니다.
기타에 관심이 있는 학생이면 (ⓒ   ).
언제든 연락하여 주십시오. 전화번호는 010-1234-1234입니다.

⊙ _____

ⓒ _____

52

　방관자 효과란 주위에 사람들이 많을수록 어려움에 처한 사람을 돕지 않고 지켜보기만 하는 현상을 말한다. 이런 방관자들이 많아질수록 우리 사회는 점점 (⊙   ). 내가 아니어도 누군가 도와주겠거니 하면서 뒤로 물러나지 말고 도움이 필요한 사람을 열린 마음으로 (ⓒ   ). 그래야만 나와 내 가족이 속한 이 사회가 좀 더 살기 좋은 곳이 될 것이다.

⊙ _____

ⓒ _____

53 다음은 '출퇴근 교통수단 선호도'에 대한 자료이다. 이 내용을 200~300자의 글로 쓰시오.
단, 글의 제목을 쓰지 마시오. (30점)

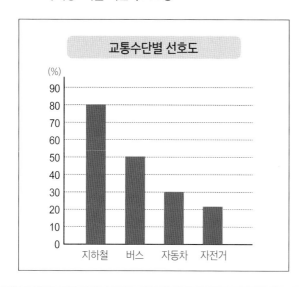

출퇴근 교통수단 선호도 조사

• 조사기관: 한국교통공사
• 조사대상: 서울 시민 1,000명

교통수단별 선호도

(지하철, 버스, 자동차, 자전거)

지하철 선호 이유

• 교통 체증이 없음
• 촘촘한 시내 교통망 → 이동 편리
• 저렴한 이용료

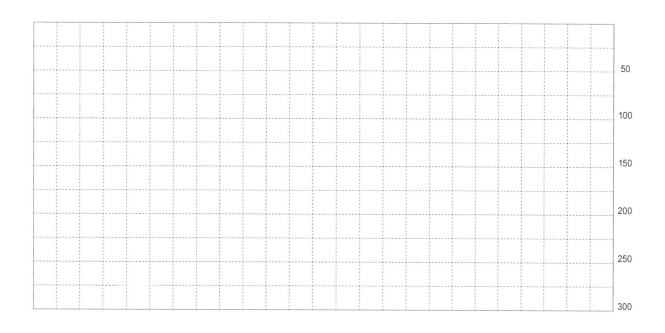

TOPIK II

실전 모의고사

Đề thi thử

※ 본 교재의 실전 모의고사는 토픽 3, 4급용 문제로만 구성하였습니다.
Bộ đề thi thử của quyển sách này chỉ gồm các câu hỏi dành cho TOPIK cấp 3-4.

제1회 실전 모의고사

| 1교시 | 듣기, 쓰기 |

제1회 실전 모의고사

정답 p.29

03-1

[01~03] 다음을 듣고 가장 알맞은 그림 또는 그래프를 고르십시오. (각 2점)

01

①

②

③

④

02

①

②

③

④

03

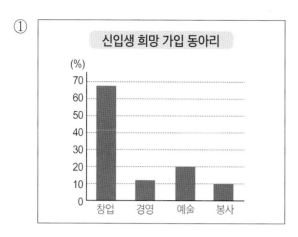

① 신입생 희망 가입 동아리

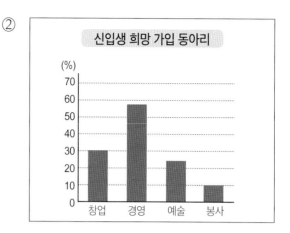

② 신입생 희망 가입 동아리

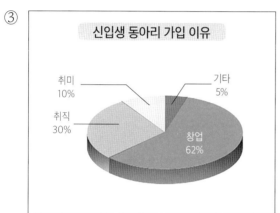

③ 신입생 동아리 가입 이유

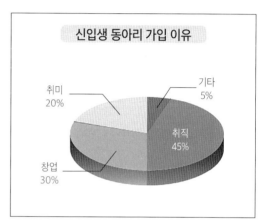

④ 신입생 동아리 가입 이유

[04~08] 다음을 듣고 이어질 수 있는 말로 가장 알맞은 것을 고르십시오. (각 2점)

04

① 1시에 시작했어요.

② 학교 앞 식당이요.

③ 저녁에 문자로 알려 준대요.

④ 다음 주 모임은 못 갈 거 같아요.

05

① 표를 취소했어.

② 표가 없어서 못 탔어.

③ 일요일 표를 예약하자.

④ 표가 있는지 알아봐야겠다.

06

① 갑자기 비가 올 줄 몰랐어요.

② 급하게 내리느라 깜빡했어요.

③ 계속 졸다가 버스를 놓쳤어요.

④ 비가 많이 와서 버스를 탔어요.

07

① 행사를 하면 재미있겠어요.

② 행사는 오후부터 시작한대요.

③ 행사를 해서 시끄러울 거예요.

④ 행사가 빨리 끝났으면 좋겠어요.

08

① 네. 지원을 다시 해 보세요.

② 네. 좀 더 기다려봐야겠네요.

③ 그래요? 지원자가 많이 늘었네요.

④ 그래요? 신입사원을 뽑아야겠어요.

[09~12] 다음을 듣고 여자가 이어서 할 행동으로 가장 알맞은 것을 고르십시오. (각 2점)

09

① 공원에 간다.
② 책을 읽는다.
③ 자전거를 탄다.
④ 방 청소를 한다.

10

① 빵을 먹는다.
② 빵을 선물한다.
③ 봉지에 빵을 담는다.
④ 서랍에서 봉지를 꺼낸다.

11

① 면접을 보러 간다.
② 취업지원센터로 간다.
③ 홈페이지에서 예약한다.
④ 취업 사이트에 들어간다.

12

① 야유회 장소를 투표한다.
② 야유회 숙소를 알아본다.
③ 야유회 장소로 가는 교통을 알아본다.
④ 야유회에 가서 무엇을 할지 계획을 세운다.

[13~16] 다음을 듣고 들은 내용과 같은 것을 고르십시오. (각 2점)

13

① 여자는 가방을 주문했다.

② 이 사이트는 배송이 느리다.

③ 남자는 물건을 잘못 받은 적이 있다.

④ 이 사이트는 물건을 국내에 판매한다.

14

① 올해 처음으로 행사를 한다.

② 행사는 1층 주차장에서 한다.

③ 노래자랑 대회는 오후에 한다.

④ 노래자랑 참가 신청을 미리 받는다.

15

① 현재 산불을 모두 껐다.

② 산불로 인해 여섯 명이 다쳤다.

③ 등산객의 부주의로 인해 산불이 났다.

④ 강원도에서 올해 처음으로 산불이 났다.

16

① 남자는 한국어로 음반을 냈다.

② 남자는 지난달에 음악을 시작했다.

③ 남자는 해외 차트에서 1위를 하는 것이 꿈이다.

④ 남자는 모든 세대의 삶에 대한 주제로 노래한다.

[17~20] 다음을 듣고 남자의 중심 생각으로 가장 알맞은 것을 고르십시오. (각 2점)

17

① 친구와 함께 운동하는 것이 낫다.

② 운동 기구를 사용하면 운동 효과가 좋다.

③ 운동을 제대로 배우려면 헬스장에 가야 한다.

④ 집에서 가까운 곳에서 매일 운동하는 게 낫다.

18

① 직접 숙소를 보고 예약해야 한다.

② 숙소를 예약하는 사이트가 필요하다.

③ 인터넷으로 문의하는 것이 빠르고 좋다.

④ 간단한 문의 사항은 전화로 물어보는 것이 낫다.

19

① 아이가 스스로 장난감을 골라야 한다.

② 아이 장난감은 자주 바꿔주는 것이 좋다.

③ 아이 장난감은 빌리는 것보다 사는 것이 낫다.

④ 아이 장난감은 깨끗하게 보관하는 것이 중요하다.

20

① 문제는 스스로 해결해야 한다.

② 문제에 대한 객관적인 조언이 필요하다.

③ 문제를 해결하려면 긍정적인 자세가 필요하다.

④ 문제를 해결하기 위해서는 가족의 도움이 중요하다.

[21~22] 다음을 듣고 물음에 답하십시오. (각 2점)

21 남자의 중심 생각으로 가장 알맞은 것을 고르십시오.

① 온라인 판매용 상품이 필요하다.

② 매출 하락의 원인을 찾아야 한다.

③ 온라인 홍보용 제품의 사진이 중요하다.

④ 소비자들이 직접 보고 제품을 구매해야 한다.

22 들은 내용과 같은 것을 고르십시오.

① 이 회사는 홈페이지가 인상적이다.

② 이 회사의 제품이 인기가 높아지고 있다.

③ 남자는 경쟁 회사에 찾아가 조사할 예정이다.

④ 이 회사는 제품을 온라인으로 판매하려고 한다.

[23~24] 다음을 듣고 물음에 답하십시오. (각 2점)

23 남자가 무엇을 하고 있는지 고르십시오.

① 여권 발급 조건을 문의하고 있다.

② 여권 수령 방법을 확인하고 있다.

③ 여권 재발급 방법을 안내하고 있다.

④ 여권 관련 불만사항을 접수받고 있다.

24 들은 내용과 같은 것을 고르십시오.

① 여권을 우편으로 받을 수도 있다.

② 여권 사진 크기가 맞아야 신청이 된다.

③ 다른 사람이 대신 여권을 찾아도 된다.

④ 조건 없이 모두 온라인 신청이 가능하다.

[25~26] 다음을 듣고 물음에 답하십시오. (각 2점)

25 남자의 중심 생각으로 가장 알맞은 것을 고르십시오.

① 직장과 집이 최대한 가까워야 한다.

② 근무 시간에 따라 보수를 받아야 한다.

③ 근무 시간을 조절하면 효율적으로 일을 할 수 있다.

④ 업무에 잘 집중하기 위해서는 짧게 일하는 것이 좋다.

26 들은 내용과 같은 것을 고르십시오.

① 근무 시간에 따라서 보수가 결정된다.

② 현재 시청은 탄력근무제를 시행하고 있다.

③ 시청에 근무하는 직원들은 스트레스가 높다.

④ 본인이 원하면 주 15시간 이하로 근무할 수 있다.

[27~28] 다음을 듣고 물음에 답하십시오. (각 2점)

27 남자가 말하는 의도로 알맞은 것을 고르십시오.

① 에너지 정책을 설명하기 위해

② 에너지 정책을 지적하기 위해

③ 에너지 정책을 비교하기 위해

④ 에너지 정책을 권유하기 위해

28 들은 내용과 같은 것을 고르십시오.

① 2년 동안 마일리지를 쌓을 수 있다.

② 에코 마일리지로 관리비를 낼 수 있다.

③ 현금으로 에코 마일리지를 살 수 있다.

④ 전기를 끊으면 에코 마일리지를 쌓아 준다.

29 남자가 누구인지 고르십시오.

① 금융 교육을 하는 강사

② 핸드폰을 판매하는 사람

③ 은행 보안을 담당하는 사람

④ 금융 범죄를 수사하는 사람

30 들은 내용과 같은 것을 고르십시오.

① 이 기관에서 개인 정보 관리를 한다.

② 이 기관에서 금융 거래를 할 수 있다.

③ 최근 금융 사기 피해자 연령이 높아지고 있다.

④ 인터넷 주소가 포함된 문자 메시지는 누르면 안 된다.

쓰기

[51~52] 다음 글의 ㉠과 ㉡에 알맞은 말을 각각 쓰시오. (각 10점)

51

♣ **초대합니다** ♣

사랑으로 만난 저희 두 사람이 하나가 되는 날입니다.
바쁘시겠지만 저희 결혼식에 오셔서 (㉠   ).
죄송하지만 당일 주차장 이용이 어려우니 (㉡   ).

㉠ _____

㉡ _____

52

　씨름 경기에서 우승자에게 황소를 주는 것은 옛날부터 전해 내려오는 풍습이다. 이것은 씨름을 하는 사람들은 대부분 농사를 짓는 농민이었다는 점과 관련이 있다. 한국은 예로부터 농업을 중시하는 농업국이었다. 그 시대에는 농사를 지을 때 (㉠   ) 때문에 소는 가장 귀한 재산 중 하나였다. 따라서 사람들에게 황소만큼 (㉡   ). 현재는 황소 대신 황소 모양 트로피와 상금을 주고 있다.

㉠ _____

㉡ _____

53 다음은 '온라인 게임 업계 취업 실태'에 대한 자료이다. 이 내용을 200~300자의 글로 쓰시오. 단, 글의 제목을 쓰지 마시오. (30점)

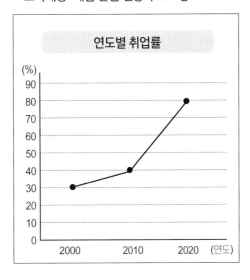

온라인 게임 업계 취업 실태

- 조사기관: 한국취업연구소
- 조사대상: 게임 관련 전공자 300명

연도별 취업률

(%) 90 80 70 60 50 40 30 20 10 0
2000 2010 2020 (연도)

증가 원인

- 정부의 지원 확대
- 온라인 산업의 발전

전망

- 게임 산업 수요 증가 → 시장 확대
- 전문 인력의 지속적 필요

50
100
150
200
250
300

제1회 실전 모의고사

2교시	읽기

[01~02] (   )에 들어갈 말로 가장 알맞은 것을 고르십시오. (각 2점)

01 연습을 많이 (   ) 실수가 적다.

① 해도

② 하려고

③ 할수록

④ 하느라고

02 이 옷은 10년 전에 샀지만 아직 (   ).

① 입는 셈이다

② 입을 만하다

③ 입을 뿐이다

④ 입도록 했다

[03~04] 밑줄 친 부분과 의미가 가장 비슷한 것을 고르십시오. (각 2점)

03 비가 너무 많이 오는 바람에 소풍이 취소됐다.

① 온 김에

② 온 만큼

③ 온 탓에

④ 오는 대로

04 그렇지 않아도 전화를 하려던 참이었어요.

① 한 셈이에요

② 하려고 했어요

③ 하는 척 했어요

④ 할 수밖에 없어요

[05~08] 다음은 무엇에 대한 글인지 고르십시오. (각 2점)

05

신선한 다섯 가지 야채가 **한 병**에~
건강을 마시세요!

① 주스   ② 커피   ③ 콜라   ④ 우유

06

더 이상 가리지 마세요~
자신 있는 미소를 찾아 드립니다.

① 은행   ② 치과   ③ 사진관   ④ 체육관

07

타자마자 **안전**을 매세요!
생명을 살리는 끈입니다.

① 건강 관리   ② 운전 수칙   ③ 환경 보호   ④ 에너지 절약

08

• 팔과 다리에 적당량을 바르십시오.
• 눈가나 상처 난 부위에는 바르지 마십시오.

① 교환 방법   ② 구입 방법   ③ 보관 방법   ④ 사용 방법

[09~12] 다음 글 또는 그래프의 내용과 같은 것을 고르십시오. (각 2점)

09

청년 창업 무료 교육생 모집

◎ 모집 대상: 창업을 준비하는 청년(만 39세 미만) 20명
◎ 교육 기간: 10월 01일~10월 30일
◎ 교육 기간: 월, 수, 금/13:00~17:00 (1일 4시간)
◎ 접수 방법: 청년 창업센터 1층 방문 접수 (문의: 02-123-4567)

① 일주일에 4시간 교육을 받는다.
② 창업 교육 과정의 인원 제한이 없다.
③ 교육을 신청하려면 창업센터에 가야 한다.
④ 창업에 관심이 있는 사람은 누구나 신청 가능하다.

10

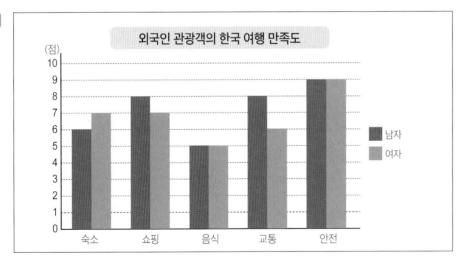

① 남자와 여자는 교통에 대한 만족도가 같다.
② 남자와 여자는 안전에 대해 가장 만족한다.
③ 남자는 여자보다 자는 곳에 대해 더 만족한다.
④ 남자와 여자는 먹는 것에 대한 만족도가 다르다.

11

부모나 형제, 자녀 없이 혼자 사는 사람들을 1인 가구라고 한다. 요즘 이런 1인 가구가 많이 증가하면서 생활 속 변화가 생겼다. 슈퍼마켓에서는 1인용 샐러드, 한 토막씩 포장된 생선, 4분의 1조각을 낸 수박 같은 '소포장 상품'을 쉽게 볼 수 있게 되었다. 그리고 음식뿐만 아니라 1인용 전기밥솥, 초소형 세탁기 등 혼자 쓰기 편리한 가전제품도 인기이다.

① 1인 가구는 음식 포장을 선호한다.
② 1인 가구는 전자제품을 많이 구매한다.
③ 식품을 조금씩 나눠 판매하기 시작했다.
④ 혼자 사는 사람들을 위한 슈퍼마켓이 생겼다.

12

거북목 증후군은 컴퓨터 모니터의 높이가 눈높이보다 낮을 경우, 이를 오랫동안 내려다보는 사람들에게 흔히 일어나는 증상이다. 오랜 시간 컴퓨터를 사용하는 사람들 중 무의식적으로 머리를 앞으로 향한 채 구부정한 자세로 앉아 있는 사람들이 많다. 이 자세가 지속되면 목뼈가 변형될 뿐만 아니라 두통까지 생길 수 있다. 이 증후군을 예방하려면 먼저 모니터의 높이를 눈높이에 맞게 올리는 것이 가장 중요하다.

① 이 병에 걸리면 허리가 아플 수 있다.
② 이 병을 예방하려면 모니터의 높이를 낮춰야 한다.
③ 이 병은 오래 모니터를 보며 일을 하는 것이 원인이다.
④ 거북목 자세로 일을 계속 하면 목뼈의 모양이 바뀐다.

[13~15] 다음을 순서에 맞게 배열한 것을 고르십시오. (각 2점)

13

> (가) 인간관계에서 모든 일을 너무 정확하게 계산하면 정이 없는 사람이 되기 마련이다.
> (나) '맑은 물에는 고기가 없다'는 속담이 있다.
> (다) 사람이 너무 규칙과 법만 따지면 친구가 떠난다는 뜻이다.
> (라) 그런 성격을 가진 사람은 좋은 동료일 수 있지만 친구가 되기 어려울 수 있다.

① (나)-(다)-(가)-(라) ② (나)-(가)-(라)-(다)
③ (다)-(나)-(가)-(라) ④ (다)-(라)-(나)-(가)

14

> (가) 최근 한글 간판이나 상품명이 새삼 시선을 끌고 있다.
> (나) 하지만 요즘 반대로 한글 표기가 더 친숙하고 멋있다는 생각으로 바뀐 것이다.
> (다) 낯설지만 남달라 보이는 인상을 준다고 생각했기 때문이다.
> (라) 몇 년 전까지만 해도 간판이나 상품에 새겨지는 글씨는 대부분 외국어였다.

① (가)-(라)-(다)-(나) ② (가)-(다)-(나)-(라)
③ (라)-(나)-(다)-(가) ④ (라)-(가)-(나)-(다)

15

> (가) 그리고 적절한 수분 보충이 아주 중요하다.
> (나) 먼저 충분한 스트레칭을 하고 운동을 해야 한다.
> (다) 겨울철 운동을 할 때 주의해야 할 점이 몇 가지 있다.
> (라) 겨울은 다른 계절보다 기온이 낮아 근육이 수축하기 때문이다.

① (라)-(나)-(다)-(가) ② (라)-(나)-(가)-(다)
③ (다)-(나)-(라)-(가) ④ (다)-(가)-(나)-(라)

[16~18] (   )에 들어갈 말로 가장 알맞은 것을 고르십시오. (각 2점)

16

서울시에서 올해부터 노후 주택을 수리하여 주는 '희망의 집수리' 사업을 시행한다. 질 낮은 주거 환경에 살면서도 (   ) 집을 고치지 못하는 저소득층 사람들을 위해서 서울시에서 집을 무료로 고쳐주는 사업이다. 또한 수리 후에도 지속적인 관리를 할 예정이다.

① 주택법이 달라서   ② 가족들이 반대해서

③ 수리 기술이 없어서   ④ 비용이 부담이 되어

17

우리의 삶에서 인간관계는 중요하다. 우리는 살아가면서 여러 장소와 역할에 따라 많은 인간관계를 맺고 살아간다. 이처럼 다양한 인간관계를 원만하게 유지하려면 먼저 상대방의 위치와 상황에서 생각해 볼 수 있어야 한다. 모두가 (   ) 많은 문제를 해결할 수 있을 것이다.

① 서로가 경쟁하지 않는다면   ② 서로에게 관심을 갖는다면

③ 서로가 비판하지 않는다면   ④ 서로의 입장을 바꿔 생각해 보면

18

절기란 농사에서 중요한 태양의 움직임을 기준으로 한 해를 24개로 나누어서 계절을 구분한 것이다. 농사를 지을 때에는 해의 움직임과 날씨가 중요하기 때문에 24절기는 농사짓는 데 큰 도움이 된다. 농부들은 (   ) 씨를 뿌리고 추수를 한다.

① 함께 힘을 합쳐서   ② 농기구를 사용해서

③ 농사 작물에 따라서   ④ 절기의 변화에 맞추어서

청소년들의 스마트폰 중독이 날이 갈수록 심해지고 있다. 이들은 일상생활에서 스마트폰을 사용하지 않으면 불안 증세를 겪거나, 사용 시간이 늘어 자기 관리에 어려움을 겪는다. 스마트폰은 다양한 정보를 공유하고 소통하며 유익하게 사용할 수 있다는 장점이 있다. (   ) SNS 의존, 사생활 침해, 과도한 사용 시간 등의 부작용도 많다. 하지만 스스로 중독에서 벗어나기가 쉽지 않다. 그러므로 청소년을 위한 건강한 스마트폰 사용 방법에 대한 교육이 필요한 시점이다.

19 (   )에 들어갈 말로 가장 알맞은 것을 고르십시오.

① 반면에

② 그러면

③ 드디어

④ 어차피

20 윗글의 주제로 가장 알맞은 것을 고르십시오.

① 스마트폰은 청소년에게 해롭다.

② 청소년들의 스마트폰 사용에 관한 법이 필요하다.

③ 청소년은 스마트폰을 통해 자기 관리를 해야 한다.

④ 청소년에게 적절한 스마트폰 사용 교육을 해야 한다.

최근 우리 몸에 있는 지방의 필요성이 재조명되고 있다. 많은 사람들이 지방은 무조건 나쁘다고 생각해서 살을 빼려고 (   ). 하지만 지방은 특히 추운 날씨에 우리 몸의 열을 지켜주는 역할을 하고 에너지가 부족해지면 에너지를 만드는 데도 사용이 된다. 몸에 적당한 양의 지방이 없으면 면역력이 떨어져 병에 걸리기도 쉬워진다. 즉, 자신이 사용하는 에너지보다 지방이 많이 쌓여 있으면 문제가 되지만 지방이 전혀 없어야 좋은 것은 아니다.

21 (   )에 들어갈 말로 가장 알맞은 것을 고르십시오.

① 열을 올린다

② 어깨가 무겁다

③ 고개를 숙인다

④ 가슴을 울린다

22 윗글의 내용과 같은 것을 고르십시오.

① 지방은 몸에 많을수록 좋다.

② 지방은 몸의 열을 빼내는 역할을 한다.

③ 지방은 병에 쉽게 걸리지 않도록 도와 준다.

④ 지방은 추운 지역에서 필요한 에너지원이다.

[23~24] 다음을 읽고 물음에 답하십시오. (각 2점)

무더위가 좀처럼 가시지 않는 8월의 중순이었다. 평소처럼 아이를 씻기고 먹이고 또 방을 치웠다. 금세 얼굴과 등에 땀이 흘렀다. 하지만 돌아서면 다시 어지럽혀져 있었고 나는 한숨이 절로 나왔다. 무거운 몸으로 잠시 의자에 걸터앉아 쉬는데 아이가 '엄마'라고 부르며 일어섰다. 그리고는 힘겹게 작은 발을 떼서 나에게 걸어왔다. 아이의 첫걸음마였다. 코끝이 찡해졌다. 얼마 전만 해도 기기만 했던 작은 아이가 혼자 힘으로 걸었다는 사실에 놀라 나도 모르게 소리를 질렀다. 바로 부모님께 달려가 말하고 싶은 심정이었다. 서둘러 통화 버튼을 눌렀다. 부모님은 누구보다 기뻐하시며 내가 어릴 때 처음 걷던 날이 아직도 생생하게 떠오른다고 하셨다. 그 말을 들으니 왠지 마음이 먹먹해졌다. 어렸을 때 유독 많이 아팠다는 나를 키우느라 고생하셨을 부모님이 더 감사하게 느껴지는 날이었다.

23   밑줄 친 부분에 나타난 '나'의 심정으로 가장 알맞은 것을 고르십시오.

① 걱정스럽다

② 후회스럽다

③ 감동스럽다

④ 부담스럽다

24   윗글의 내용과 같은 것을 고르십시오.

① 아이는 자주 아팠다.

② 아이는 처음 잡고 섰다.

③ 나는 부모님께 찾아가서 이야기했다.

④ 부모님은 나의 첫걸음마를 기억한다.

[25~27] 다음 신문 기사의 제목을 가장 잘 설명한 것을 고르십시오. (각 2점)

25

> 출산율 내리막, 정부 대책 절실

① 출산과 관련된 정부의 지원이 급격히 축소됐다.

② 정부는 저출산 관련 정책을 반드시 마련해야 한다.

③ 정부가 출산율 대책을 세워서 노력했지만 효과가 없었다.

④ 정부는 출산율을 높이기 위해 효과적인 정책을 마련하였다.

26

> 아파트 공급 하락, 매매가 '껑충'

① 아파트가 부족해서 아파트 값이 급격히 올랐다.

② 아파트 거래가 되지 않아서 아파트 값이 많이 내렸다.

③ 아파트의 가격이 올라서 아파트에 사는 사람이 줄었다.

④ 아파트의 공급이 많아져서 아파트 값이 갑자기 떨어졌다.

27

> 올해 매출 반토막, 수출 업계 '빨간불'

① 수출하는 회사들의 올해 매출이 전혀 없다.

② 수출하는 회사들의 매출이 점점 더 높아지고 있다.

③ 수출하는 회사들의 매출이 절반으로 떨어져 위험하다.

④ 수출하는 회사들의 매출이 올해 최고 수익을 기록했다.

제2회 실전 모의고사

| 1교시 | 듣기, 쓰기 |

정답 p.43

03-2

듣기

[01~03] 다음을 듣고 가장 알맞은 그림 또는 그래프를 고르십시오. (각 2점)

01

①

②

③

④

02

①

②

③

④

03

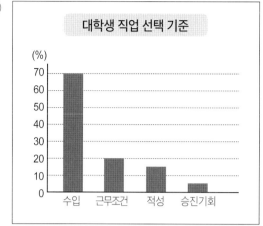

③

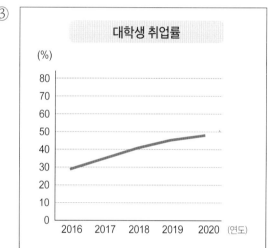

④

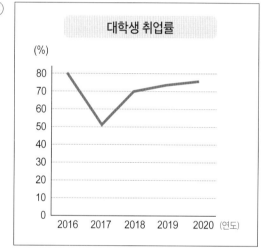

[04~08] 다음을 듣고 이어질 수 있는 말로 가장 알맞은 것을 고르십시오. (각 2점)

04

① 길을 건너다가요.

② 퇴근하던 길에요.

③ 다리가 부러졌대요.

④ 빨리 병원에 가야지요.

05

① 점심 먹으러 갈래요?

② 식사 맛있게 하셨어요?

③ 다른 데 가서 먹었어요.

④ 우리도 기다려서 먹어 봐요.

06

① 네. 운전을 도와드릴까요?

② 그래요. 오늘은 제가 갈게요.

③ 네. 저는 차를 좋아하거든요.

④ 그래요. 지하철이 더 빠를 거예요.

07

① 이미 읽은 것 같아요.

② 이 책이 꽤 읽을 만해요.

③ 아직까지 읽은 적이 없어요.

④ 이 책을 읽을까 생각 중이에요.

08

① 맛이 달고 좋아요.

② 여기저기 썩었어요.

③ 한 박스를 주문했거든요.

④ 언제쯤 받을 수 있을까요?

[09~12] 다음을 듣고 여자가 이어서 할 행동으로 가장 알맞은 것을 고르십시오. (각 2점)

09

① 전화를 건다.
② 휴게실에 간다.
③ 소파에 앉는다.
④ 텔레비전을 본다.

10

① 카드를 꺼낸다.
② 카드로 결제한다.
③ 가방을 교환한다.
④ 영수증을 받는다.

11

① 꽃집에 간다.
② 흙을 담는다.
③ 화분을 옮긴다.
④ 화분에 물을 준다.

12

① 홍보 포스터를 붙인다.
② 홍보 포스터를 만든다.
③ 홍보부에 전화를 한다.
④ 교환 학생을 선발한다.

[13~16] 다음을 듣고 들은 내용과 같은 것을 고르십시오. (각 2점)

13

① 남자는 차를 수리한다.
② 남자의 차가 사고가 났다.
③ 여자는 버스를 타고 회사에 간다.
④ 여자는 수리 센터에서 차를 빌렸다.

14

① 연필로 시험을 볼 수 있다.
② 전자사전을 사용할 수 있다.
③ 수험용 사인펜을 받을 것이다.
④ 책상 위에 물건을 놓으면 안 된다.

15

① 내일 강한 바람이 불 것이다.
② 아침과 낮의 기온 차가 작다.
③ 내일 낮에 더 추워질 것이다.
④ 최근 공기의 습도가 낮아졌다.

16

① 이곳은 옛날 영화를 제작하는 곳이다.
② 이곳에서 영화에 사용했던 옷을 전시하고 있다.
③ 이곳에서 한국 영화에 사용되는 소품을 만든다.
④ 이곳에서 국내외 영화의 100년의 역사를 볼 수 있다.

[17~20] 다음을 듣고 남자의 중심 생각으로 가장 알맞은 것을 고르십시오. (각 2점)

17

① 감시 카메라 덕분에 사생활이 보호된다.

② 감시 카메라가 많아서 범죄가 덜 일어난다.

③ 범죄율을 낮추기 위해 감시 카메라가 더 필요하다.

④ 꼭 필요한 곳에만 감시 카메라를 설치하는 게 낫다.

18

① 각자의 의견을 존중해야 한다.

② 다른 사람의 조언을 잘 따라야 한다.

③ 혼자 결정하기 힘들면 도와줘야 한다.

④ 스스로 생각해 보고 결정하는 것이 좋다.

19

① 친구처럼 간단한 결혼식을 하고 싶다.

② 결혼식 비용을 최대한 절약해야 한다.

③ 사람들이 많이 모여 결혼식을 하는 게 좋다.

④ 결혼식을 준비하는 데 많은 사람이 필요하다.

20

① 성공하는 방법을 알아야 한다.

② 성공하기 위해서는 노력해야 한다.

③ 성공하려면 좋은 습관을 길러야 한다.

④ 자신의 실패의 원인을 아는 것이 중요하다.

[21~22] 다음을 듣고 물음에 답하십시오. (각 2점)

21 남자의 중심 생각으로 가장 알맞은 것을 고르십시오.

① 매년 회사 홍보 물품이 달라야 한다.

② 신입사원들을 위한 홍보 물품이 필요하다.

③ 직원들이 회사 티셔츠를 입고 다녀야 한다.

④ 홍보 용품을 자주 사용하는 물품으로 바꿔야 한다.

22 들은 내용과 같은 것을 고르십시오.

① 회사 티셔츠가 홍보에 효과적이다.

② 다음 주에 신입사원 환영회를 할 것이다.

③ 직원들이 회사 티셔츠를 선호하지 않는다.

④ 올해는 펜이나 우산에 회사 이름을 새길 예정이다.

[23~24] 다음을 듣고 물음에 답하십시오. (각 2점)

23 남자가 무엇을 하고 있는지 고르십시오.

① 전시회 관람을 예약하고 있다.

② 전시회 관람에 대해 문의하고 있다.

③ 전시회를 하는 위치를 확인하고 있다.

④ 전시회 관람 주의사항을 안내하고 있다.

24 들은 내용과 같은 것을 고르십시오.

① 유모차를 무료로 빌릴 수 있다.

② 전시회는 문화센터 안에서 진행된다.

③ 유모차를 대여하려면 입장권만 있으면 된다.

④ 전시회에 입장하려면 아동은 유모차를 타야 한다.

[25~26] 다음을 듣고 물음에 답하십시오. (각 2점)

25 남자의 중심 생각으로 가장 알맞은 것을 고르십시오.

① 장애 학생들에게 취업 교육을 해야 한다.

② 장애 학생들의 일자리 기회가 늘어야 한다.

③ 장애 학생들에게 관심을 많이 가져야 한다.

④ 장애 학생들을 위한 카페를 만들어야 한다.

26 들은 내용과 같은 것을 고르십시오.

① 카페에서 커피 만드는 법을 가르친다.

② 학생들이 학교 졸업 전에 카페에서 일한다.

③ 장애 학생들이 카페 체인점을 열고 싶어 한다.

④ 텔레비전을 보고 카페에 찾아오는 손님이 늘었다.

[27~28] 다음을 듣고 물음에 답하십시오. (각 2점)

27 남자가 말하는 의도로 알맞은 것을 고르십시오.

① 기업의 친환경 정책을 홍보하려고

② 개인적 실천의 중요성을 말하기 위해

③ 새 포장지의 우수성을 설명하기 위해

④ 플라스틱으로 인한 오염을 알리기 위해

28 들은 내용과 같은 것을 고르십시오.

① 회의실에서 개인 컵을 사용할 수 없다.

② 여자는 친환경 포장지를 개발하고 있다.

③ 친환경 포장지는 땅속에서 썩어 없어진다.

④ 회사에서 플라스틱 제품을 개발하고 있다.

[29~30] 다음을 듣고 물음에 답하십시오. (각 2점)

29 남자가 누구인지 고르십시오.

① 동물을 치료하는 사람

② 반려동물을 키우는 사람

③ 유기견 입양을 관리하는 사람

④ 유기 동물 보호 제도를 만든 사람

30 들은 내용과 같은 것을 고르십시오.

① 유기견을 입양하려면 비용을 지불해야 한다.

② 원하시는 시간에 언제나 센터 방문이 가능하다.

③ 유기동물을 만나기 전에 계약을 먼저 해야 한다.

④ 유기동물을 입양하려면 가족들의 찬성이 필요하다.

[51~52] 다음 글의 ㉠과 ㉡에 알맞은 말을 각각 쓰시오. (각 10점)

51

자전거 대여 안내

저희 게스트 하우스에서는
여러분의 편한 여행을 위해 자전거를 (㉠   ).
숙박하시는 분 누구나 이용 가능합니다.
이용을 원하시는 분은 반드시 하루 전까지 (㉡   ).
즐겁고 안전한 여행 하시길 바랍니다.

㉠ _____

㉡ _____

52

　항상 몸이 무겁고 아무리 자도 피곤이 (㉠   ) 만성피로증후군을 의심해 봐야 한다. 만성피로증후군을 치료하려면 무엇보다 균형 잡힌 식사를 (㉡   ). 먼저 인스턴트 음식이나 기름이 많은 음식은 피하고 과일이나 채소를 많이 섭취해야 한다. 만성 피로가 너무 심할 경우에는 의사를 만나서 상담해 보는 것도 좋다.

㉠ _____

㉡ _____

53 다음은 '택배 이용 현황'에 대한 자료이다. 이 내용을 200~300자의 글로 쓰시오.
단, 글의 제목을 쓰지 마시오. (30점)

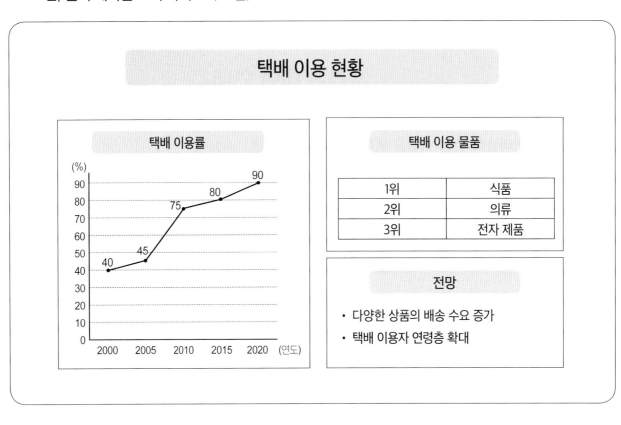

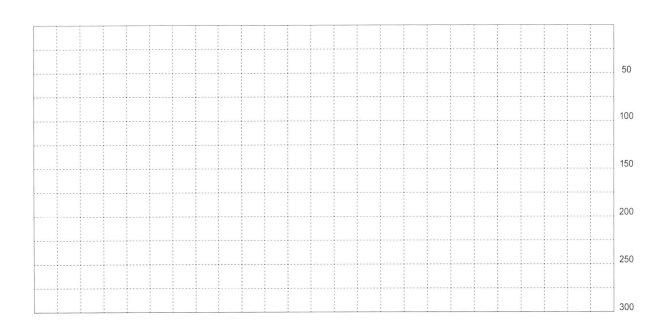

제2회 실전 모의고사

| 2교시 | 읽기 |

[01~02] ( )에 들어갈 말로 가장 알맞은 것을 고르십시오. (각 2점)

01 학생증이 ( ) 할인을 받을 수 있다.

① 있어야

② 있거나

③ 있을 텐데

④ 있을까 봐

02 그가 곤란할까 봐 실수를 ( ).

① 모를 만했다

② 모르는 편이다

③ 모르는 척했다

④ 모르는 모양이다

[03~04] 밑줄 친 부분과 의미가 가장 비슷한 것을 고르십시오. (각 2점)

03 신입 사원을 모집하고자 홍보를 시작했다.

① 모집하자마자

② 모집하더라도

③ 모집하기 위해

④ 모집하는 김에

04 무슨 일이든 처음 시작할 때는 힘든 법이다.

① 힘들까 하다

② 힘들곤 해요

③ 힘들 리가 없어요

④ 힘들기 마련이에요

[05~08] 다음은 무엇에 대한 글인지 고르십시오. (각 2점)

05

한 방울의 힘!
젊어지는 피부를 경험하세요.

① 치약　　　　② 영양제　　　　③ 화장품　　　　④ 염색약

06

봄 신상품 파격 할인
회원 10% 추가 할인까지!

① 도서관　　　　② 백화점　　　　③ 부동산　　　　④ 우체국

07

영양가 있는 식사와 꾸준한 운동
100세 시대 장수 비결입니다.

① 식사 예절　　　　② 자연 보호　　　　③ 안전 규칙　　　　④ 건강 관리

08

크리스마스 카드를 내 손으로 직접~
관심 있으신 분 누구나 참여 가능합니다.

① 문의 사항　　　　② 접수 방법　　　　③ 수업 안내　　　　④ 장소 소개

09

인주시 가족사진 공모전

◎ 응모 대상: 인주시에 거주하는 가족(인원 제한 없음)
◎ 응모 기간: 2021년 04월 01일~2021년 04월 30일
◎ 응모 방법: 이메일 접수(familyphoto@korea.com)/1인 1매 접수
◎ 문   의: 인주시 가족 센터 02-1234-5678

① 가족 인원수가 많으면 안 된다.
② 한 사람당 사진 수의 제한은 없다.
③ 우편으로 가족사진을 보내야 한다.
④ 인주시에 살고 있는 사람만 응모 가능하다.

10

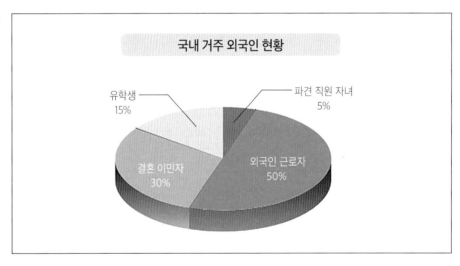

① 한국에서 일하는 외국인 직원의 아이들이 제일 적다.
② 한국에서 공부하는 외국인 학생의 비율이 가장 많다.
③ 한국에서 결혼해서 살고 있는 사람들이 학생보다 적다.
④ 한국에서 일하는 외국인의 비율이 절반을 훨씬 넘는다.

11

> 다음 달 1일부터 부산에서 국제 영화제가 열릴 예정이다. 이번 영화제에는 세계 40여국의 유명한 영화감독과 배우들이 참석하여 영화 상영 후에 자신의 영화에 대해 관객들과 이야기를 하는 시간도 가질 예정이다. 올해 개막식 전날에는 부산 광장에서 불꽃놀이를 할 예정이고 이번 영화제 개막작으로 어떤 작품이 선정될지에 모두의 관심이 높다.

① 정해진 개막작에 기대가 높다.

② 영화제에 40여 개의 영화 작품이 출품됐다.

③ 영화제 개막식에서 불꽃놀이를 구경할 수 있다.

④ 영화를 보고 나서 감독과 배우들과 대화를 할 수 있다.

12

> 하늘을 날아서 물건을 배달하는 드론 택배를 사용하기 위한 준비를 하고 있다. 정부가 드론 사업 분야 확대를 추진하면서, 드론으로 다양한 일을 할 수 있게 될 것으로 전망된다. 먼저 정부는 안전 문제를 고려해서 드론을 통한 화물 운송부터 시험 운행할 것이라고 밝혔다. 이를 위해서는 넘어야 할 각종 규제들이 있지만 정부는 5년 후부터 본격적으로 드론 택배를 사용할 수 있도록 제도 개선도 추진할 예정이다.

① 현재 드론으로 화물을 운송하고 있다.

② 5년 후에 드론 택배로 배달을 할 예정이다.

③ 정부가 드론으로 배달을 할 수 있도록 제도를 바꿨다.

④ 사람이 배달하는 것보다 드론으로 하는 택배가 안전하다.

[13~15] 다음을 순서에 맞게 배열한 것을 고르십시오. (각 2점)

13

(가) 또한 스마트폰 카메라가 성능이 높아진 것도 이유이다.
(나) 요즘은 여행갈 때 카메라를 따로 챙기는 사람은 별로 없다.
(다) 카메라 렌즈도 따로 챙겨야 하고 무겁기 때문이다.
(라) 이처럼 성능이 좋은 스마트폰 덕분에 여행이 더 가벼워졌다.

① (나)-(다)-(가)-(라)
② (나)-(다)-(라)-(가)
③ (라)-(나)-(다)-(가)
④ (라)-(다)-(가)-(나)

14

(가) 일반적으로 우리가 알고 있던 사실과 다른 것이 있다.
(나) 술을 마시면 알코올이 혈관을 확장시켜 잠시 열이 오르는 것이다.
(다) 예를 들면 술은 몸을 따뜻하게 해 준다고 알려져 있지만 이것은 사실 착각이다.
(라) 그래서 일시적으로 따뜻한 느낌이 들 뿐 오히려 체내의 열을 빼앗겨 위험에 처할 수 있다.

① (나)-(가)-(다)-(라)
② (나)-(다)-(가)-(가)
③ (가)-(라)-(다)-(나)
④ (가)-(다)-(나)-(라)

15

(가) 한국의 직장 문화는 개인보다는 전체의 화합을 중요하게 생각한다.
(나) 하지만 요즘은 과거에 당연하게 여겼던 전체를 중시하는 분위기가 조금씩 달라지고 있다.
(다) 또한 퇴근 후 회식을 하며 이 화합 문화를 유지하려고 노력한다.
(라) 이런 문화 때문에 자신의 일이 끝나도 동료를 위해 남아서 일하기도 했다.

① (가)-(라)-(다)-(나)
② (가)-(다)-(라)-(나)
③ (라)-(가)-(나)-(다)
④ (라)-(다)-(나)-(가)

[16~18] (　　　)에 들어갈 말로 가장 알맞은 것을 고르십시오. (각 2점)

16

　　문제를 해결하기 위해서는 정보가 많을수록 좋다고 생각하는 경우가 많다. 하지만 실제로 정보가 많다고 해서 꼭 좋은 것은 아니다. 왜냐하면 정보가 너무 많은 경우 어떤 정보가 가장 유용한지, 정말 필요한 정보인지 파악하는 데에 오히려 (　　　　　) 때문이다. 과거에 비해 우리는 많은 정보를 쉽게 얻을 수 있지만 그만큼 정보의 유용함에 대한 명확한 기준을 가지고 있어야 시간을 절약할 수 있다.

① 가치가 있기　　　　　　　　　② 시간을 많이 쓰기
③ 중요하게 생각하기　　　　　　④ 전달력이 떨어지기

17

　　형제자매가 사이좋게 지내기 위해서는 부모님들이 형제자매를 (　　　　　)이 가장 중요하다. 아이들과 함께 지내다 보면 부모님이 무의식중에 서로를 비교하게 되는 상황이 발생하게 되는데, 이런 상황이 반복된다면 아이들은 서로를 감싸고 안아주는 사이보다 경쟁 상대로 느낄 수 있기 때문이다. 혹시 아이들이 자주 싸운다면 부모님이 경쟁 심리를 자극하고 있는 것은 아닌지 한번쯤은 확인해 봐야 한다.

① 이해하는 것　　　　　　　　　② 잘잘못을 따지는 것
③ 서로 협력하게 하는 것　　　　④ 경쟁 관계로 두지 않는 것

18

　　한국 최대의 명절 중 하나인 추석에는 (　　　　　) 다양한 음식을 먹는다. 제주도에서는 제주도 앞바다에서만 잡히는 생선과 특산물인 감귤은 물론, 빵도 대표적인 추석 음식이다. 경기 지역에서는 풍요와 다산의 상징인 북어구이를 먹는다. 그리고 경상도의 대표 추석 음식은 상어고기로 만든 돔배기적이다. 이렇게 추석 차례 음식은 달라도 함께 음식을 즐기고 나누는 마음은 같을 것이다.

① 요리 방법에 따라　　　　　　② 재료의 가격에 따라
③ 사람들의 기호에 맞는　　　　④ 지역마다 특색에 맞는

높은 곳에 이르기 위해서는 낮은 곳부터 차근차근 밟아야 하듯이 일의 순서를 생각하지 않으면 목표한 것을 얻기가 어려운 법이다. 그 어떤 위대한 인물도 단번에 높은 곳으로 뛰어오른 적은 없다. 공부도 마찬가지다. 기본 원리를 익히지 않고서 문제부터 해결하려는 조급한 마음을 버려야 한다. (   ) 기초부터 탄탄히 다지지 않고 어려운 문제를 바로 해결하려고 하면 실패할 것이 분명하다.

19 (   )에 들어갈 말로 가장 알맞은 것을 고르십시오.

① 겨우

② 만약

③ 차라리

④ 게다가

20 윗글의 주제로 가장 알맞은 것을 고르십시오.

① 일의 순서를 스스로 결정해야 한다.

② 목표를 높게 잡아야 성공할 수 있다.

③ 기본 원리부터 차근차근 공부해야 한다.

④ 문제를 많이 풀어야 좋은 성적을 받을 수 있다.

중국 남서부에 특별한 민족이 있다. 이 민족은 가장이 여자이고 가족은 할머니를 중심으로 구성되며 집안에 아버지는 존재하지 않는다. 할머니, 어머니, 이모, 그리고 손녀들이 모여 살고 집안의 남자는 할아버지나 아버지가 아니라 외삼촌이나 외손자이다. 아이들은 어머니의 성을 따르며 집안의 모든 재산도 딸이 물려받는다. 남녀가 만나 가정을 구성하지 않기 때문에 결혼도 이혼도 없다는 이 민족의 이야기가 최근 언론의 (   ).

21 (   )에 들어갈 말로 가장 알맞은 것을 고르십시오.

① 눈길을 끈다

② 발 벗고 나선다

③ 불 보듯 훤하다

④ 눈에 불을 켠다

22 윗글의 내용과 같은 것을 고르십시오.

① 이 민족은 외삼촌이 가장이다.

② 이 민족의 여자는 재산이 없다.

③ 이 민족은 결혼하면 이혼할 수 없다.

④ 이 민족의 집안은 여자의 성을 따른다.

[23~24] 다음을 읽고 물음에 답하십시오. (각 2점)

学生 식당의 점심 메뉴를 보고 10살 때 기억이 떠올랐다. 10살 여름, 방학이면 나는 시골 할머니 댁에 내려가서 개울가에서 물고기도 잡고, 친척들과 뛰어놀며 시간을 보내곤 했다. 도시에서 딱딱한 아파트에서만 살던 나는 마음껏 뛰어놀고 흙을 만지며 시골에서 노는 일이 참 즐거웠다. 그러다 어느 날 결혼한 고모가 고모부와 함께 할머니 댁에 오셨고 오랜만에 가족들이 모두 모여서 잔치를 하게 되었다. 귀한 손님이 왔다며 할머니는 닭장에 가서 제일 큰 닭을 꺼내시더니 바로 목을 비틀어 버리셨다. 나는 그 모습에 그대로 얼어 버렸다. 그날 저녁 식탁에는 내가 가장 좋아하는 삼계탕이 올라왔지만 손을 댈 수 없었다. 그날 이후 삼계탕을 볼 때면 그때 생각이 떠올라 차마 손이 가지 않는다.

23 밑줄 친 부분에 나타난 '나'의 심정으로 가장 알맞은 것을 고르십시오.

① 놀라다

② 답답하다

③ 감탄하다

④ 불만스럽다

24 윗글의 내용과 같은 것을 고르십시오.

① 나는 할머니와 함께 살았다.

② 나는 삼계탕을 먹지 않는다.

③ 나는 어린 시절에 시골에 살았다.

④ 나는 고모와 함께 삼계탕을 먹었다.

[25~27] 다음 신문 기사의 제목을 가장 잘 설명한 것을 고르십시오. (각 2점)

25

휴가철 내내 '물폭탄', 상인들 울상

① 휴가 기간에 비가 와서 장사가 잘됐다.

② 휴가 기간에 물이 모자라서 장사가 안됐다.

③ 휴가 기간에 물이 충분해서 상인들이 만족했다.

④ 휴가 기간에 비가 너무 내려서 상인들 피해가 크다.

26

농가 일손 부족, 대학생들 '발 벗고 나서'

① 농가의 매출이 적어서 대학생들이 많이 구매를 했다.

② 농가의 일을 돕기 위해 대학생들이 적극적으로 나섰다.

③ 농가의 일이 부족해서 대학생들이 함께 일을 만들었다.

④ 농가에 일하는 사람이 부족해서 대학생들이 직접 홍보에 나섰다.

27

새 대통령 당선인, 업무 시작 '잰걸음'

① 새 대통령으로 당선되자 열렬히 축하를 받았다.

② 새 대통령이 되려고 후보자가 많이 나오기 시작했다.

③ 새 대통령이 된 사람이 업무를 여유롭게 시작하려고 한다.

④ 새 대통령이 된 사람이 일을 시작하는 데 속도를 내고 있다.

제1회 실전 모의고사

TOPIK II

1 교시 (듣기)

번호	답 란
1	① ② ③ ④
2	① ② ③ ④
3	① ② ③ ④
4	① ② ③ ④
5	① ② ③ ④
6	① ② ③ ④
7	① ② ③ ④
8	① ② ③ ④
9	① ② ③ ④
10	① ② ③ ④
11	① ② ③ ④
12	① ② ③ ④
13	① ② ③ ④
14	① ② ③ ④
15	① ② ③ ④
16	① ② ③ ④
17	① ② ③ ④
18	① ② ③ ④
19	① ② ③ ④
20	① ② ③ ④

번호	답 란
21	① ② ③ ④
22	① ② ③ ④
23	① ② ③ ④
24	① ② ③ ④
25	① ② ③ ④
26	① ② ③ ④
27	① ② ③ ④
28	① ② ③ ④
29	① ② ③ ④
30	① ② ③ ④
31	① ② ③ ④
32	① ② ③ ④
33	① ② ③ ④
34	① ② ③ ④
35	① ② ③ ④
36	① ② ③ ④
37	① ② ③ ④
38	① ② ③ ④
39	① ② ③ ④
40	① ② ③ ④

번호	답 란
41	① ② ③ ④
42	① ② ③ ④
43	① ② ③ ④
44	① ② ③ ④
45	① ② ③ ④
46	① ② ③ ④
47	① ② ③ ④
48	① ② ③ ④
49	① ② ③ ④
50	① ② ③ ④

제1회 실전 모의고사
TOPIK II

1 교시 (쓰기)

주관식 답안은 정해진 답란을 벗어나거나 답란을 바꿔서 쓸 경우 점수를 받을 수 없습니다.
(Answers written outside the box or in the wrong box will not be graded.)

| 성 명 (Name) | 한국어 (Korean) | |
| | 영 어 (English) | |

51	㉠	
	㉡	
52	㉠	
	㉡	
53		

50
100
150
200
250
300

제1회 실전 모의고사
TOPIK II
2 교시 (읽기)

성 명
(Name)

| 한국어 (Korean) | |
| 영 어 (English) | |

수 험 번 호

8

문제지 유형 (Type)

홀수형 (Odd number type) ◯

짝수형 (Even number type) ◯

※ 결시자의 영어 성명 및 수험번호 기재 후 표기

※ 위 사항을 지키지 않아 발생하는 불이익은 응시자에게 있습니다.

※ 결 시 확인란
결시자의 영어 성명 및 수험번호 기재 후 표기

※ 감독관 확 인
본인 및 수험번호 표기가 정확한지 확인 (인)

번호	답란
1	① ② ③ ④
2	① ② ③ ④
3	① ② ③ ④
4	① ② ③ ④
5	① ② ③ ④
6	① ② ③ ④
7	① ② ③ ④
8	① ② ③ ④
9	① ② ③ ④
10	① ② ③ ④
11	① ② ③ ④
12	① ② ③ ④
13	① ② ③ ④
14	① ② ③ ④
15	① ② ③ ④
16	① ② ③ ④
17	① ② ③ ④
18	① ② ③ ④
19	① ② ③ ④
20	① ② ③ ④

번호	답란
21	① ② ③ ④
22	① ② ③ ④
23	① ② ③ ④
24	① ② ③ ④
25	① ② ③ ④
26	① ② ③ ④
27	① ② ③ ④
28	① ② ③ ④
29	① ② ③ ④
30	① ② ③ ④
31	① ② ③ ④
32	① ② ③ ④
33	① ② ③ ④
34	① ② ③ ④
35	① ② ③ ④
36	① ② ③ ④
37	① ② ③ ④
38	① ② ③ ④
39	① ② ③ ④
40	① ② ③ ④

번호	답란
41	① ② ③ ④
42	① ② ③ ④
43	① ② ③ ④
44	① ② ③ ④
45	① ② ③ ④
46	① ② ③ ④
47	① ② ③ ④
48	① ② ③ ④
49	① ② ③ ④
50	① ② ③ ④

성 명
(Name)

한국어
(Korean)

영 어
(English)

수 험 번 호

8

문제지 유형 (Type)

홀수형 (Odd number type)

짝수형 (Even number type)

※ 결 시
확인란

결시자의 영어 성명 및
수험번호 기재 후 표기

※ 위 사항을 지키지 않아 발생하는 불이익은 응시자에게 있습니다.

※ 감독관
확 인

본인 및 수험번호 표기가
정확한지 확인

(인)

번호	답 란			
1	①	②	③	④
2	①	②	③	④
3	①	②	③	④
4	①	②	③	④
5	①	②	③	④
6	①	②	③	④
7	①	②	③	④
8	①	②	③	④
9	①	②	③	④
10	①	②	③	④
11	①	②	③	④
12	①	②	③	④
13	①	②	③	④
14	①	②	③	④
15	①	②	③	④
16	①	②	③	④
17	①	②	③	④
18	①	②	③	④
19	①	②	③	④
20	①	②	③	④

번호	답 란			
21	①	②	③	④
22	①	②	③	④
23	①	②	③	④
24	①	②	③	④
25	①	②	③	④
26	①	②	③	④
27	①	②	③	④
28	①	②	③	④
29	①	②	③	④
30	①	②	③	④
31	①	②	③	④
32	①	②	③	④
33	①	②	③	④
34	①	②	③	④
35	①	②	③	④
36	①	②	③	④
37	①	②	③	④
38	①	②	③	④
39	①	②	③	④
40	①	②	③	④

번호	답 란			
41	①	②	③	④
42	①	②	③	④
43	①	②	③	④
44	①	②	③	④
45	①	②	③	④
46	①	②	③	④
47	①	②	③	④
48	①	②	③	④
49	①	②	③	④
50	①	②	③	④

제2회 실전 모의고사
TOPIK II
1 교시 (쓰기)

| 성 명 (Name) | 한국어 (Korean) | |
| | 영 어 (English) | |

주관식 답안은 정해진 답란을 벗어나거나 답란을 바꿔서 쓸 경우 점수를 받을 수 없습니다.
(Answers written outside the box or in the wrong box will not be graded.)

51	㉠	
	㉡	
52	㉠	
	㉡	
53		

50
100
150
200
250
300

수 험 번 호

8

0	0	0	0	0	0		0	0	0	0	0
1	1	1	1	1	1		1	1	1	1	1
2	2	2	2	2	2		2	2	2	2	2
3	3	3	3	3	3		3	3	3	3	3
4	4	4	4	4	4		4	4	4	4	4
5	5	5	5	5	5		5	5	5	5	5
6	6	6	6	6	6		6	6	6	6	6
7	7	7	7	7	7		7	7	7	7	7
8	8	8	8	8	8		8	8	8	8	8
9	9	9	9	9	9	●	9	9	9	9	9

문제지 유형 (Type)

홀수형 (Odd number type) ◯
짝수형 (Even number type) ◯

결시자의 영어 성명 및
수험번호 기재 후 표기

◯

※ 결 시
확인란

위 사항을 지키지 않아 발생하는 불이익은 응시자에게 있습니다.

※ 감독관
확 인

본인 및 수험번호 표기가
정확한지 확인 (인)

제2회 실전 모의고사
TOPIK II
2 교시 (읽기)

성 명
(Name)

한국어
(Korean)

영 어
(English)

수 험 번 호

8

0	0	0	0	0		0	0	0	0	0	0
1	1	1	1	1		1	1	1	1	1	1
2	2	2	2	2		2	2	2	2	2	2
3	3	3	3	3		3	3	3	3	3	3
4	4	4	4	4		4	4	4	4	4	4
5	5	5	5	5		5	5	5	5	5	5
6	6	6	6	6		6	6	6	6	6	6
7	7	7	7	7		7	7	7	7	7	7
8	8	8	8	8	●	8	8	8	8	8	8
9	9	9	9	9		9	9	9	9	9	9

문제지 유형 (Type)

홀수형 (Odd number type) ○
짝수형 (Even number type) ○

※ 위 사항을 지키지 않아 발생하는 불이익은 응시자에게 있습니다.

결 시
확인란

※ 결시자의 영어 성명 및
수험번호 기재 후 표기

감독관
확 인

※ 본인 및 수험번호 표기가
정확한지 확인

(인)

번호	답 란
1	① ② ③ ④
2	① ② ③ ④
3	① ② ③ ④
4	① ② ③ ④
5	① ② ③ ④
6	① ② ③ ④
7	① ② ③ ④
8	① ② ③ ④
9	① ② ③ ④
10	① ② ③ ④
11	① ② ③ ④
12	① ② ③ ④
13	① ② ③ ④
14	① ② ③ ④
15	① ② ③ ④
16	① ② ③ ④
17	① ② ③ ④
18	① ② ③ ④
19	① ② ③ ④
20	① ② ③ ④

번호	답 란
21	① ② ③ ④
22	① ② ③ ④
23	① ② ③ ④
24	① ② ③ ④
25	① ② ③ ④
26	① ② ③ ④
27	① ② ③ ④
28	① ② ③ ④
29	① ② ③ ④
30	① ② ③ ④
31	① ② ③ ④
32	① ② ③ ④
33	① ② ③ ④
34	① ② ③ ④
35	① ② ③ ④
36	① ② ③ ④
37	① ② ③ ④
38	① ② ③ ④
39	① ② ③ ④
40	① ② ③ ④

번호	답 란
41	① ② ③ ④
42	① ② ③ ④
43	① ② ③ ④
44	① ② ③ ④
45	① ② ③ ④
46	① ② ③ ④
47	① ② ③ ④
48	① ② ③ ④
49	① ② ③ ④
50	① ② ③ ④

Chuẩn bị hoàn hảo cho cấp 3-4 TOPIK II

TOPIK II

한국어 능력시험 **3-4**급

토픽

정답 및 해설

TOPIK II

정답 및 해설

Đáp án và Diễn giải

• 듣기 •

연습문제 - 단독문제 유형

01	02	03	04	05	06	07	08	09	10	11	12	13	14	15	16	17	18	19	20
④	①	③	①	③	③	②	③	④	①	④	②	④	④	②	①	②	④	③	④

01

남자	실례합니다. 서울역으로 가려면 여기서 타면 되나요?
여자	아, 저도 여기가 처음이라 잘 모르겠어요. 저기 매표소에 물어보시겠어요?
남자	감사합니다.
Nam	Xin lỗi. Đi ga Seoul thì lên xe ở đây là được ạ?
Nữ	À, tôi cũng không biết rõ do mới đến đây lần đầu. Anh thử hỏi ở quầy bán vé đằng kia nhé?
Nam	Cảm ơn chị.

남자가 길을 묻고 있고, 여자는 매표소를 가리키는 상황이다.
Đây là tình huống nhân vật nam hỏi đường, và nhân vật nữ thì chỉ vào quầy bán vé.

02

여자	찾으시는 게 있으신가요?
남자	여자 친구한테 선물할 옷을 찾고 있는데요.
여자	저 하얀색 원피스는 어떠세요?
Nữ	Anh muốn mua gì ạ?
Nam	Tôi đang tìm quần áo tặng bạn gái.
Nữ	Cái váy liền màu trắng kia thì thế nào ạ?

옷을 사려는 남자에게 여자(점원)가 옷을 추천하는 상황이다.
Đây là tình huống nhân vật nữ(nhân viên cửa hàng) giới thiệu quần áo cho nhân vật nam đang định mua quần áo.

03

여자	조사에 따르면 우리나라 국민의 1인당 연간 쌀 소비량은 1980년에 120kg이었습니다. 그 후 매년 꾸준히 감소해 오다가 2000년도에 급속도로 감소하였고 2020년에는 40년 만에 절반 가량인 61kg로 줄어든 것으로 조사되었습니다.
Nữ	Theo khảo sát thì lượng tiêu thụ gạo một năm trên đầu người của nước ta là 120kg vào năm 1980. Sau đó thì con số này giảm liên tục vào mỗi năm và đến năm 2000 thì giảm đột ngột, vào năm 2020 giảm xuống còn 61kg, chỉ bằng khoảng một nửa so với 40 năm trước.

1인당 연간 쌀 소비량이 1980년에 120kg → 2000년에 급속도로(빠르게) 감소 → 2020년에 61kg인 그래프 모양은 ③이다.
Biểu đồ thể hiện lượng tiêu thụ gạo một năm trên đầu người vào năm 1980 là 120kg → giảm đột ngột(nhanh chóng) vào năm 2000 → còn 61kg vào năm 2020 là số ③.

단어 소비량 lượng tiêu thụ   절반 1/2, một nửa

04

남자 룸메이트랑 이야기는 잘 했어?
여자 응. 이제부터 <u>방 청소를 같이 하기로 했어</u>.
남자

Nam Cậu đã nói chuyện với bạn cùng phòng êm xuôi chưa?
Nữ Ừ. Chúng tớ đã quyết định <u>từ bây giờ cùng nhau dọn phòng</u>.

밑줄 친 말로 보아, 청소 문제가 해결되었음을 알 수 있다. 정답은 '① 정말 다행이다'이다.
Xem phần được gạch dưới thì có thể biết là vấn để dọn dẹp đã được giải quyết. Đáp án là '① Thật may quá'.

05

여자 요즘 계속 열이 나고 목이 아파요.
남자 병원에 가서 검사를 받아 보는 게 어때요?
여자

Nữ Dạo này tôi liên tục bị sốt và đau họng.
Nam Chị thấy việc đi bệnh viện khám thì thế nào?

검사를 받아보라고 제안하는 남자의 말에 적절한 대답은 '③ 안 그래도 오후에 가려고요'이다.
Câu trả lời phù hợp với để nghị đi khám của nhân vật nam là '③ Tôi cũng định đi khám vào buổi chiều'.

06

여자 손님, 죄송한데 이 옷은 작은 사이즈밖에 없는데요.
남자 아 그래요? 그럼 <u>다른 매장에 한번 알아봐 주시겠어요?</u>
여자

Nữ Xin lỗi quý khách, áo này chỉ có size nhỏ thôi ạ.
Nam À thế à? Vậy <u>có thể giúp tôi hỏi bên cửa hàng khác được không?</u>

밑줄 친 말에 대한 적절한 대답은 '③ 네, 바로 전화해 보겠습니다'이다.
Câu trả lời phù hợp với phần được gạch dưới là '③ Vâng, tôi sẽ thử gọi điện thoại ngay'.

07

여자 며칠 전부터 컴퓨터가 너무 느리고 인터넷 연결이 안 돼요.
남자 <u>바이러스에 감염된 것 같네요</u>.
여자

Nữ Từ mấy ngày trước máy tính chậm lắm, và kết nối internet không được.
Nam <u>Chắc là bị nhiễm vi rút rồi</u>.

밑줄 친 말 뒤에는 어떻게 해야 하는지 묻는 '② 그럼 어떻게 해야 하죠?'가 적절하다.
Câu hỏi '② Vậy phải làm thế nào?' phù hợp xuất hiện phía sau phần được gạch dưới.

단어 바이러스 vi rút 감염되다 bị nhiễm

08

> 여자 여보세요? 이번 신입사원 모집 공고를 보고 전화드렸어요.
> 남자 아, 죄송한데 담당자가 방금 회의에 들어가셨는데요.
> 여자
>
> Nữ A lô? Tôi đã xem thông báo tuyển dụng nhân viên mới đợt này rồi gọi điện thoại đến ạ.
> Nam Vâng, xin lỗi nhưng nhân viên phụ trách vừa vào họp rồi ạ.

담당자가 회의 중이라 통화할 수 없으니 '③ 그럼 다시 전화드리겠습니다'가 적절한 대답이다.
Vì nhân viên phụ trách đang họp, không thể nghe điện thoại nên '③ Vậy tôi sẽ gọi điện lại sau' là câu trả lời phù hợp.

단어 공고 (sự) thông báo, thông cáo   담당자 người phụ trách, nhân viên phụ trách

09

> 남자 오늘 날씨도 좋은데 공원 산책이나 갈까?
> 여자 그래, 좋은 생각이야.
> 남자 그럼 공원에 가서 먹을 빵 좀 사다 줄래?
> 여자 응, <u>옷부터 갈아입고 갔다 올게</u>.
>
> Nam Hôm nay thời tiết đẹp, hay chúng mình đi dạo công viên?
> Nữ Ừ, ý kiến hay đấy.
> Nam Vậy em mua bánh để mang đi ăn ở công viên nhé?
> Nữ Ừ, em <u>thay quần áo trước đã</u> rồi sẽ đi mua.

밑줄 친 말로 보아, 여자가 이어서 할 행동은 '④ 옷을 갈아입는다'이다.
Xem phần được gạch dưới, hành động tiếp theo của nhân vật nữ là '④ Thay quần áo'.

10

> 남자 수박 껍질을 그냥 쓰레기통에 버리면 어떡해?
> 여자 응? 여기에 버리는 거 아니야?
> 남자 <u>저기 편의점에서 음식물 쓰레기 봉투를 사서</u> 버려야지.
> 여자 아 미안해. 몰랐어.
>
> Nam Sao lại bỏ vỏ dưa hấu vào thùng rác?
> Nữ Ơ? Không phải bỏ vào đây à?
> Nam <u>Phải mua túi nilon đựng rác thức ăn ở cửa hàng tiện lợi ở đằng kia</u> rồi cho vào chứ.
> Nữ Ơ, xin lỗi cậu. Mình không biết.

밑줄 친 말로 보아, 여자가 이어서 할 행동은 '① 편의점에 간다'이다.
Xem phần được gạch dưới, hành động tiếp theo của nhân vật nữ là '① Đi cửa hàng tiện lợi'.

11

> 남자 부장님, 어제 보고서를 책상에 두고 퇴근했는데 안 보이네요.
> 여자 잘 찾아보세요. 매번 물건을 잘 잃어버리네요.
> 남자 죄송합니다. 제가 바로 회의에 가야 하는데 어떡하죠?
> 여자 우선 얼른 가세요. 제가 <u>찾으면 전화할게요</u>.

Nam	Sếp (trưởng ban) ơi, hôm qua em đã để báo cáo trên bàn rồi đi về, mà giờ không thấy.
Nữ	Tìm kỹ đi. Lần nào cậu cũng làm mất đồ thế.
Nam	Em xin lỗi ạ. Nhưng giờ em phải đi họp, làm thế nào đây ạ?
Nữ	Trước tiên cậu đi nhanh đi. Nếu tôi tìm thấy sẽ gọi điện thoại cho cậu.

밑줄 친 말로 여자가 남자의 보고서를 찾을 거라는 걸 알 수 있다. 정답은 '④ 보고서를 찾아본다'이다.

Xem phần được gạch dưới có thể biết nhân vật nữ sẽ tìm báo cáo của nhân vật nam. Đáp án là '④ Thử tìm báo cáo'.

12

남자	김 대리님, 저번에 요청한 회의 자료는 다 준비됐나요?
여자	그럼요. 이메일로 보내드릴까요?
남자	지금 확인하고 싶은데…….
여자	네. 그럼 바로 가져다 드리겠습니다.

Nam	Trợ lý Kim, tài liệu họp lần trước tôi yêu cầu đã được chuẩn bị xong hết chưa?
Nữ	Tất nhiên ạ. Tôi gửi qua email cho anh nhé?
Nam	Bây giờ tôi muốn kiểm tra mà...
Nữ	Vâng. Thế thì tôi sẽ mang đến cho anh ngay.

밑줄 친 여자의 마지막 말로 보아, 정답은 '② 회의 자료를 전달한다'이다.

Xem câu thoại cuối cùng được gạch dưới của nhân vật nữ, đáp án là '② Chuyển tài liệu họp'.

단어 요청하다 yêu cầu

13

남자	지난주 토요일에 민수 씨 집들이에 왜 안 왔어?
여자	아 그날 깜빡 잊고 고향 집에 내려갔어.
남자	그래? 무슨 일이 있는 줄 알고 걱정했는데 다행이다. 고향 집은 잘 갔다 왔어?
여자	응. 오랜만에 고향 친구를 만나서 좋았어.

Nam	Sao thứ 7 tuần trước cậu không đến tiệc tân gia của Minsu?
Nữ	À ngày đó mình quên mất và đã đi về quê.
Nam	Thế à? Mình tưởng cậu có việc gì nên đã lo lắng, thế thì may rồi. Cậu về quê vui chứ?
Nữ	Ừ. Lâu lắm mới được gặp bạn cùng quê nên thích lắm.

밑줄 친 말로 보아, 정답은 '④ 여자는 친구와의 약속을 잊어버렸다'이다.

Xem phần gạch dưới, đáp án là '④ Nhân vật nữ đã quên cuộc hẹn với bạn'.

14

여자	고객님들께 서점 행사 안내드립니다. 오늘부터 일주일 동안 학생들을 위한 40% 할인 행사를 시작합니다. 서적뿐만 아니라 필기구를 포함해 각종 학용품도 할인하고 있습니다. 계산하실 때 학생증을 제시하시면 할인된 가격에 구매하실 수 있습니다. 학생 여러분의 많은 관심 부탁드립니다. 감사합니다.

Nữ	Xin thông báo đến quý khách sự kiện của cửa hàng sách. Chúng tôi sẽ bắt đầu sự kiện giảm giá 40% cho học sinh trong một tuần bắt đầu từ hôm nay. Không chỉ sách mà đồ dùng học tập, bao gồm cụng cụ ghi chép, cũng được giảm giá. Nếu quý khách đưa thẻ học sinh ra khi thanh toán thì có thể mua với giá được giảm. Mong các bạn học sinh quan tâm thật nhiều. Xin cảm ơn.

밑줄 친 말로 보아, 정답은 '④ 학생이면 책을 저렴하게 살 수 있다'이다.

Xem phần được gạch dưới, đáp án là '④ Nếu là học sinh thì có thể mua sách với giá rẻ'.

단어 필기구 dụng cụ ghi chép   필기 sự ghi chép, viết   제시하다 nộp, đưa ra, cho thấy

15

> **여자** 날씨 소식입니다. 내일은 대체로 맑겠고 오후 한 차례 소나기가 내리겠습니다. <u>비가 내린 후에는 날씨가 조금 시원해지겠습니다.</u> 다음 주에는 장마 예보가 있는데요. 올해 장마는 작년보다 일주일 정도 빠를 것으로 예상됩니다. 장마 피해가 없도록 미리 준비하시기 바랍니다.
>
> **Nữ** Bây giờ là tin tức thời tiết. Ngày mai trời quang đãng và vào buổi chiều sẽ có một cơn mưa rào. <u>Sau khi mưa rơi thì thời tiết sẽ trở nên mát mẻ hơn một chút.</u> Tuần sau dự báo có mưa dầm. Dự kiến mùa mưa dầm năm nay sẽ sớm hơn năm trước khoảng một tuần. Mọi người hãy chuẩn bị trước để tránh thiệt hại do mưa dầm.

밑줄 친 말로 보아, 정답은 '② 비가 그치고 기온이 내려갈 것이다'이다.
Xem phần được gạch dưới thì có thể biết đáp án là '② Sau khi mưa tạnh thì nhiệt độ giảm'.

16

> **여자** 박사님, 사회 변화에 따라 정부의 가족 정책도 변화가 많았지요?
> **남자** 네. 1960년대만 해도 아이를 적게 낳으라고 홍보까지 했습니다. 그런데 요즘은 청년들이 결혼도 하지 않고 <u>아이도 낳지 않아 노동 인구 부족으로</u> 큰 사회 문제가 되었습니다. 그래서 현재 정부는 오히려 출산을 권하고 있습니다. 게다가 요즘은 다문화 가정, 한부모 가정같이 가족의 형태가 다양해지고 있어 가족 정책도 다양해지고 있습니다.
>
> **Nữ** Thưa tiến sĩ, chính sách gia đình của chính phủ cũng đã có nhiều thay đổi theo sự thay đổi của xã hội phải không ạ?
> **Nam** Vâng. Vào những năm 1960 (chính phủ) còn làm cả công tác tuyên truyền sinh ít con. Nhưng dạo này người trẻ không kết hôn và cũng <u>không sinh con nên nó đã trở thành vấn đề xã hội lớn do thiếu nguồn lực lao động.</u> Vì thế hiện nay ngược lại, chính phủ đang khuyến khích sinh con. Hơn nữa dạo này hình thái gia đình như gia đình đa văn hóa, gia đình bố hoặc mẹ đơn thân đang trở nên đa dạng nên chính sách gia đình cũng đa dạng.

밑줄 친 말에서 정답을 알 수 있다. 정답은 '① 요즘 노동 인구가 줄어들었다'이다.
Có thể biết được đáp án trong phần được gạch dưới. Đáp án là '① Dạo này nguồn lực lao động giảm'.

단어 노동 lao động 인구 dân số 권하다 khuyến cáo, khuyến khích 다문화 đa văn hóa 정책 chính sách

17

> **남자** 뭘 보고 있어? 구두를 사려고?
> **여자** 응. 이 사이트에서 할인을 많이 하고 있거든.
> **남자** <u>난 신발은 직접 신어 보고 사는 게 좋아.</u> 인터넷으로 사면 사이즈가 안 맞을까 봐.
>
> **Nam** Cậu đang xem gì thế? Định mua giày à?
> **Nữ** Ừ. Trang web này đang giảm giá nhiều lắm.
> **Nam** <u>Mình nghĩ giày thì nên trực tiếp mang thử rồi mua.</u> Vì sợ mua trên internet thì không đúng size.

밑줄 친 남자의 마지막 말로 보아, 정답은 '② 신발은 가게에서 사는 게 낫다'이다.
Xem câu nói cuối cùng được gạch dưới của nhân vật nam, đáp án là '② Giày thì mua trực tiếp ở cửa hàng sẽ tốt hơn'.

18

남자　요즘 도서관에 매일 가는구나?
여자　응. 취직하려면 외국어 시험에다가 자격증도 따야 하니까 부지런히 해야지.
남자　자격증도 중요하지만 졸업 전에 <u>다양한 일들을 직접 체험하며 나와 맞는 분야를 찾는 게 먼저 아닐까?</u>

Nam　Dạo này cậu đi thư viện mỗi ngày nhỉ?
Nữ　Ừ. Nếu muốn xin việc thì phải thi không chỉ ngoại ngữ mà còn chứng chỉ nữa, nên phải học chăm chỉ chứ.
Nam　Chứng chỉ thì cũng quan trọng nhưng <u>không phải trước tiên nên trải nghiệm công việc ở nhiều lĩnh vực đa dạng và tìm ra cái phù hợp với mình à?</u>

밑줄 친 남자의 마지막 말로 보아, 정답은 '④ 경험을 통해 적성을 찾는 것이 우선이다'이다.
Xem câu nói cuối cùng được gạch dưới của nhân vật nam, đáp án là '④ Trước tiên là tìm ra cái hợp với mình thông qua trải nghiệm'.

단어　분야 lĩnh vực

19

여자　이번에 제주도 여행을 가려고 하는데 가볼 만한 곳 추천 좀 해 주세요.
남자　음... 전 여행을 가면 반드시 그 지역의 큰 시장에 가는 편이에요.
여자　그래요? 저는 유명한 관광지나 식당에 가서 사진을 찍는 게 좋던데요.
남자　전 시장에 가서 구경도 하고 그 지역 음식도 먹어 보거든요. 그러면 더 맛있고 기억에 더 남더라고요.

Nữ　Lần này tôi định đi du lịch đảo Jeju, anh giới thiệu cho tôi một vài nơi đáng đi nhé.
Nam　Ừm...Nếu đi du lịch thì tôi nhất định đi chợ lớn của khu vực đó.
Nữ　Vậy à? Tôi thì thích đi đến nơi tham quan hay quán ăn nổi tiếng rồi chụp hình.
Nam　Tôi thì đi đến chợ để tham quan và ăn thử món ăn của khu vực đó. Thế thì sẽ ngon và đáng nhớ hơn.

밑줄 친 말로 보아, 남자의 중심 생각은 '③ 여행을 가면 지역 시장에 가는 것이 좋다'이다.
Xem phần được gạch dưới, suy nghĩ trọng tâm của nhân vật nam là '③ Nếu đi du lịch thì thích đi chợ của khu vực đó'.

단어　지역 khu vực

20

여자　운영위원장님, 성공적으로 축제를 마치셨는데 시민들께 부탁하실 말씀이 있으시다고요?
남자　네. 많은 분들이 축제에 참여해 주셔서 정말 감사했습니다. 그런데 축제가 끝나고 나서 사람들이 떠난 자리에는 마시던 음료수, 도시락 같은 쓰레기가 남아 자원봉사자들이 수고가 많으셨습니다. <u>축제에 참여하신 분들이 깨끗하고 질서 있는 모습을 보여주는 것이야말로 축제를 즐기는 진정한 문화인의 자세가 아닐까 생각합니다.</u> 앞으로도 많은 관심과 협조 부탁드립니다.

Nữ　Thưa Trưởng ban chỉ đạo, lễ hội đã kết thúc thành công, không biết ông có lời gì gửi gắm đến người dân không ạ?
Nam　Vâng. Tôi thật sự cảm ơn vì đông đảo người dân đã tham dự lễ hội. Nhưng các nhân viên tình nguyện đã rất vất vả do có nhiều rác từ đồ uống, cơm hộp còn lại tại chỗ ngồi của người tham dự sau khi lễ hội kết thúc. <u>Tôi nghĩ việc người tham gia lễ hội cho thấy một hình ảnh sạch sẽ và trật tự mới thật sự là hình ảnh của người có văn hóa thưởng thức lễ hội.</u> Tôi mong sau này mọi người cũng sẽ quan tâm và hợp tác tích cực.

밑줄 친 말로 보아, 정답은 '④ 성공적인 축제를 위해서 질서를 지켜야 한다'이다.
Xem phần được gạch dưới, đáp án là '④ Phải giữ gìn trật tự vì một lễ hội thành công'.

단어　자원봉사자 người hoạt động tình nguyện

연습문제 - 통합문제 유형

21	22	23	24	25	26	27	28	29	30				
④	③	②	②	④	②	③	③	③	④				

[21~22]

여자 저 이번에 고양이를 키워 볼까 하는데요.
남자 그래요? 전에 동물을 키워 본 적 있어요?
여자 아니요. 한 번도 키워본 적은 없지만 혼자 사니까 요즘 외로워서요. 그리고 고양이는 강아지보다 키우기 쉽지 않을까요?
남자 글쎄요. 제가 고양이를 키웠을 때는 생각보다 일이 많았어요. 단순히 예뻐서가 아니라 동물을 키우려면 책임감을 가지고 한 가족처럼 살아야 하니까 잘 생각해 보세요.

Nữ   Lần này tôi đang nghĩ hay là nuôi mèo.
Nam   Vậy à? Trước đây cô đã nuôi thú bao giờ chưa?
Nữ   Chưa. Tôi chưa từng nuôi thú bao giờ nhưng do sống một mình nên dạo này tôi cảm thấy cô đơn. Vả lại không phải mèo thì dễ nuôi hơn chó sao?
Nam   Không hẳn. Khi tôi nuôi mèo thì thấy có nhiều việc phải làm hơn mình nghĩ. Vì để nuôi động vật thì phải có trách nhiệm và sống cùng nó như gia đình chứ không phải đơn thuần chỉ vì nó đẹp nên cô suy nghĩ kỹ nhé.

21 두 번째 밑줄 친 말로 보아, 남자의 중심 생각은 '④ 동물을 키우기 위해서는 책임감이 필요하다'이다.
Xem phần được gạch dưới thứ 2, suy nghĩ trọng tâm của nhân vật nam là '④ Cần tinh thần trách nhiệm để nuôi động vật'.

22 첫 번째 밑줄 친 말에서 '③ 남자는 고양이를 키워 본 적이 있다'는 것을 알 수 있다.
Có thể biết được '③ nhân vật nam đã từng thử nuôi mèo' ở phần được gạch dưới thứ nhất.

단어 책임감 tinh thần trách nhiệm

[23~24]

남자 여보세요. '나눔 가게'지요? 옷을 좀 기부하려고 하는데 어떻게 하면 될까요?
여자 네, 감사합니다. 우선 물품은 저희가 댁에 방문해서 가져가니까 걱정 마세요. 그런데 저희가 옷을 세탁하거나 수선하지 못하므로 깨끗하게 정리해서 보내주세요.
남자 알겠습니다. 양복도 기부할 수 있나요?
여자 죄송하지만 양복은 불가능합니다. 그리고 원하시면 영수증 발급도 해 드리는데 보통 두 주 정도 소요됩니다.

Nam   A lô. 'Cửa hàng Chia Sẻ' phải không ạ? Tôi định quyên góp quần áo thì phải làm thế nào ạ?
Nữ   Vâng, cảm ơn anh. Chúng tôi sẽ đến nhà anh và mang quần áo đi nên anh không cần lo lắng ạ. Nhưng vì chúng tôi không thể giặt hay sửa quần áo nên anh vui lòng sắp xếp sạch sẽ nhé.
Nam   Tôi biết rồi. Có thể quyên góp âu phục không?
Nữ   Tôi xin lỗi nhưng âu phục thì không được ạ. Và nếu anh muốn thì chúng tôi có thể phát hành hóa đơn, thường thì sẽ mất khoảng 2 tuần.

23 밑줄 친 남자의 말로 보아, 남자는 '② 옷을 기부하는 방법을 문의하고 있다'.
Xem câu nói được gạch dưới của nhân vật nam, nhân vật nam '② đang hỏi phương pháp quyên góp quần áo'.

24 밑줄 친 여자의 말에서 '② 영수증 발급은 시간이 걸린다'이다.
Trong câu nói được gạch dưới của nhân vật nữ thì '② việc phát hành hóa đơn sẽ mất thời gian'.

[25~26]

여자 요즘 경기가 좋지 않음에도 불구하고 온라인 쇼핑몰 창업이 빠르게 증가하고 있다는데 이유가 무엇입니까?
남자 요즘은 온라인으로 물건을 구매하는 것이 일반적입니다. 온라인 쇼핑몰이 매장보다 가격 경쟁력이 있어 <u>더욱더 많은 소비자가 이용하고 있습니다.</u> 그래서 요즘 온라인 쇼핑몰 사업을 혼자서도 많이 시작하십니다. 초기 자본이 없다는 큰 장점이 있지만 준비 없이 급하게 사업을 시작하면 유지하기가 어렵습니다. <u>그러므로 사업 시작 전에 미리 필요한 교육을 받거나 조사를 하는 것이 필요합니다.</u>

Nữ Khởi nghiệp kinh doanh shopping mall trực tuyến đang tăng trưởng nhanh bất chấp tình hình kinh tế dạo này không tốt, lý do là gì ạ?
Nam Dạo này việc mua hàng hóa trực tuyến đang phổ biến. Hơn nữa shopping mall trực tuyến có sức cạnh tranh về giá cả hơn các cửa hàng nên càng có nhiều người tiêu dùng sử dụng. Vì thế dạo này người ta bắt đầu kinh doanh shopping mall trực tuyến nhiều dù chỉ có một mình. Ưu điểm lớn là không cần tiền vốn ban đầu nhưng nếu gấp rút bắt đầu kinh doanh mà không có sự chuẩn bị thì khó duy trì. Vì vậy cần được đào tạo những cái cần thiết hoặc tiến hành khảo sát trước khi bắt đầu kinh doanh.

25 밑줄 친 남자의 마지막 말에서 남자의 중심 생각은 '④ 사업을 하려면 사전 준비를 잘 해야 한다'임을 알 수 있다.
Xem câu nói cuối cùng được gạch dưới của nhân vật nam thì có thể biết suy nghĩ trọng tâm của nhân vật nam là '④ Nếu muốn bắt đầu kinh doanh thì phải chuẩn bị kỹ trước'.

26 첫 번째 밑줄 친 남자의 말에서 정답은 '② 요즘 온라인 쇼핑몰이 인기가 좋다'이다.
Đáp án là '② Dạo này shopping mall trực tuyến được yêu thích' trong câu nói được gạch dưới đầu tiên của nhân vật nam.

단어 경쟁력 sức cạnh tranh   초기 ban sơ, ban đầu   자본 tiền vốn, tư bản   유지하다 duy trì

[27~28]

남자 <u>지난달에 입사한 회사는 어때요?</u>
여자 사실 회사를 옮길까 생각 중이에요. 회사 월급은 만족스러운데 업무가 너무 많아요. 야근도 잦은 데다가 주말까지 집에서 일하느라 제 삶이 사라지는 기분이에요.
남자 그렇군요. 어느 회사든지 단점이 있으니까 좀 더 신중하게 결정해 보세요. <u>그리고 다른 회사에 가면 적응하는 데 시간이 걸려서 지금보다 더 힘들 수도 있어요. 업무가 익숙해지면 지금보다 상황이 더 좋아질 거예요. 게다가 요즘 경기가 좋지 않아서 일자리도 많지 않잖아요.</u>
여자 네. 안 그래도 동료들도 한 번 더 생각해 보라고 하더라고요.

Nam Công ty chị vào làm tháng trước thế nào?
Nữ Thật ra thì tôi đang đắn đo về việc chuyển công ty. Tôi cảm thấy hài lòng về mức lương nhưng quá nhiều việc. Không chỉ thường phải làm thêm giờ mà còn phải làm việc ở nhà vào cuối tuần, nên tôi cảm thấy như là cuộc sống của mình bị biến mất vậy.
Nam Ra là thế. Công ty nào cũng có nhược điểm nên chị hãy quyết định thận trọng hơn một chút. Và nếu đi công ty khác thì mất thời gian để thích nghi nên có thể sẽ vất vả hơn bây giờ. Nếu quen dần với công việc thì tình hình sẽ ổn hơn bây giờ thôi. Hơn nữa dạo này tình hình kinh tế không tốt nên cũng không có nhiều việc làm.
Nữ Vâng. Các đồng nghiệp cũng bảo tôi suy nghĩ thêm một lần nữa.

27 밑줄 친 남자의 말로 보아, 남자의 의도는 '③ 이직의 어려움을 말하기 위해'이다.
Xem câu nói được gạch dưới của nhân vật nam, ý định của nhân vật nam là '③ để nói về khó khăn của việc chuyển công ty'.

28 밑줄 친 남자의 첫 번째 말에서 '③ 최근 여자는 이 회사에 입사했다'는 것을 알 수 있다.
Có thể biết đáp án là '③ gần đây nhân vật nữ đã vào làm việc ở công ty này' trong câu nói được gạch dưới đầu tiên của nhân vật nam.

단어 업무 công việc   사라지다 biến mất   경기 tình hình kinh tế   신중하다 thận trọng

[29~30]

> 여자 한강에 새로운 체육 시설이 생겼다고 해서 찾아왔습니다. 소개 좀 부탁드릴게요.
> 남자 네. 이번 여름에 새롭게 문을 연 한강 수영장입니다.
> 여자 한강에 이런 곳이 있었네요? 이용하려면 어떻게 해야 하나요?
> 남자 이 수영장은 이용료는 별도로 없지만 시간은 잘 지켜주셔야 합니다. 평일 이용 시간은 오전 9시부터 오후 7시까지고요, 주말에는 오후 5시까지 운영하고 있습니다. 그리고 수영복은 반드시 입으셔야 입장 가능합니다. 수영장에서 저희 안전 요원들이 항상 지키고 있으니 안심하고 이용하시기 바랍니다.
>
> Nữ Tôi nghe nói có nhiều cơ sở vật chất thể dục thể thao mới ở sông Hán nên đã tìm đến. Nhờ anh giới thiệu một chút nhé.
> Nam Vâng. Đây là hồ bơi sông Hán mới mở cửa vào mùa hè này.
> Nữ Hóa ra có nơi như thế này ở sông Hán nhỉ? Tôi phải làm thế nào để sử dụng?
> Nam Hồ bơi thì không mất phí sử dụng nhưng chị phải tuân thủ thời gian. Thời gian sử dụng vào ngày thường là từ 9 giờ sáng đến 7 giờ tối, vào cuối tuần thì đến 5 giờ chiều. Và chị phải mặc đồ bơi mới có thể vào cửa. Trong hồ bơi thì luôn có nhân viên an toàn chúng tôi trông chừng nên chị có thể yên tâm sử dụng.

29 마지막 밑줄에서 남자는 '③ 수영장 안전을 담당하는 직원'임을 알 수 있다.
Có thể biết nhân vật nam là '③ nhân viên phụ trách an toàn hồ bơi' ở phần được gạch dưới cuối cùng.

30 첫 번째 밑줄 친 말로 보아, 정답은 '④ 주말에 수영장 이용 시간이 더 짧다'이다.
Xem phần được gạch dưới đầu tiên, đáp án là '④ Thời gian sử dụng hồ bơi vào cuối tuần ngắn hơn'.

단어 착용하다 mang, mặc   요원 nhân lực chủ yếu, nhân viên

종합문제

01	02	03	04	05	06	07	08	09	10	11	12	13	14	15	16	17	18	19	20
①	①	②	③	③	④	④	③	②	②	②	②	②	③	②	②	④	④	①	②

21	22	23	24	25	26	27	28	29	30
③	②	③	④	①	②	①	③	①	④

01

> 여자 손님, 이 정도 자르면 될까요?
> 남자 네, 조금만 다듬어 주세요. 머리를 더 길러서 파마를 하려고요.
> 여자 아 그러세요? 그럼 이만큼 자를게요.
>
> Nữ Quý khách, cắt chừng này được không ạ?
> Nam Vâng, chị tỉa một ít thôi nhé. Tôi định nuôi tóc dài chút nữa rồi uốn.
> Nữ À thế ạ? Vậy tôi sẽ cắt chừng này.

미용실에서 머리를 자르는 상황이다.
Đây là tình huống cắt tóc ở tiệm làm tóc.

02

남자 어떻게 다친 거예요?
여자 계단에서 넘어져서 다리가 부러졌어요.
남자 생각보다 많이 다쳤네요.

Nam Chị làm sao mà bị thương?
Nữ   Tôi ngã ở cầu thang nên bị gãy chân.
Nam Chị bị thương nặng hơn tôi nghĩ đấy.

남자가 여자의 병문안을 온 상황이다.
Đây là tình huống nhân vật nam đến thăm bệnh nhân vật nữ.

03

여자 인터넷 쇼핑 비율이 2016년 이후 급격히 증가해 2018년에 가장 높았다가 최근에 조금 감소했습니다. <u>구매 품목의</u>
<u>순위를 살펴보면, 식료품이 가장 많았고, 의류, 화장품이 그 뒤를 이었습니다. 그리고 가전제품이 가장 낮게</u>
<u>나타났습니다.</u>

Nữ   Tỉ lệ mua sắm trực tuyến tăng đột ngột từ sau năm 2016, đến năm 2018 đạt mức cao nhất và gần đây giảm một chút. Nếu xem
qua bảng xếp hạng các danh mục sản phẩm tiêu thụ, có thể thấy mặt hàng nguyên liệu thực phẩm nhiều nhất, sau đó đến quần
áo, mỹ phẩm. Và mặt hàng điện tử gia dụng ở mức thấp nhất.

밑줄 내용에 맞는 그래프는 ②이다.
Biểu đồ đúng với nội dung được gạch dưới là ②.

> 단어 급격히 một cách đột ngột, một cách chóng vánh   품목 danh mục sản phẩm   순위 bảng xếp hạng, thứ tự

04

여자 냉장고에 케이크 못 봤어?
남자 내가 그거 다 먹어 버렸는데?
여자

Nữ   Anh có thấy bánh kem trong tủ lạnh không?
Nam Anh ăn hết rồi mà?

여자가 찾고 있는 케이크를 남자가 다 먹어 버렸다고 했으므로, 여자의 대답으로 알맞은 것은 핀잔을 주는 내용의 '③ 나한테 먼저
물어봤어야지'이다.
Nhân vật nam nói đã ăn hết bánh kem mà nhân vật nữ đang tìm nên nội dung phù hợp với câu trả lời của nhân vật nữ là nội dung phản ánh
sự khiển trách - '③ Phải hỏi qua em trước chứ'.

05

남자 아, 세제가 다 떨어졌네.
여자 내가 마트에 가서 사 올게. 다른 건 필요 없어?
남자

Nam Ôi, hết chất tẩy rửa rồi.
Nữ   Em sẽ đi siêu thị mua về. Anh có cần cái khác không?

여자가 마트에 가면서 세제 외에 필요한 것을 묻는 질문이므로 정답은 '③ 가는 김에 우유도 한 통 사다 줘'이다.
Nhân vật nữ đi siêu thị và hỏi có cần gì khác ngoài chất tẩy rửa không, nên đáp án là '③ Sẵn tiện mua cho anh một bình sữa'.

06

여자 회사를 옮기려고 했는데 그냥 다니기로 했어요.
남자 그래요? 일이 좀 편해졌나 보네요.
여자

Nữ Tôi đã định chuyển công ty nhưng đã quyết định cứ ở lại làm việc.
Nam Vậy à? Có vẻ công việc đã trở nên thoải mái hơn nhỉ.

회사를 다니기로 마음을 바꾼 이유에 대해 말하는 것이 적절하므로 정답은 '④ 그건 아니지만 좀 견뎌 보려고요'이다.
Việc nói về lý do đổi ý và quyết định tiếp tục làm việc ở công ty sẽ phù hợp nên đáp án là '④ Không phải vậy nhưng tôi định thử chịu đựng thêm'.

07

남자 회의 발표 준비는 다 됐지요?
여자 <u>자료가 많아 생각보다 시간이 오래 걸리네요.</u>
남자

Nam Việc chuẩn bị phát biểu trong cuộc họp đã xong hết rồi phải không?
Nữ <u>Vì tài liệu nhiều nên mất thời gian hơn tôi nghĩ.</u>

밑줄 친 말은 회의 준비가 아직 되지 않았다는 뜻이므로, 대답으로는 '④ 그럼 회의를 미루는 게 좋겠어요'가 적절하다.
Vì phần gạch dưới có nghĩa là chưa chuẩn bị cuộc họp xong nên câu trả lời '④ Thế thì nên hoãn cuộc họp' sẽ phù hợp.

08

여자 유모차 좀 빌릴 수 있을까요?
남자 죄송하지만 유모차 대여 <u>서비스가 지난달부터 중단되었습니다.</u>
여자

Nữ Anh có thể cho mượn xe đẩy em bé được không?
Nam Tôi xin lỗi nhưng <u>dịch vụ</u> cho thuê xe đẩy em bé <u>đã ngưng từ tháng trước rồi.</u>

밑줄 친 말에 이어질 말로 '③ 서비스가 없어지다니 아쉽네요'가 적당하다.
Câu nói phù hợp để tiếp nối phần được gạch dưới là '③ Thật tiếc vì dịch vụ đó không còn nữa'.

단어 중단되다 bị ngưng, bị gián đoạn

09

남자 여보, 내일 일기예보 봤어요? 눈이 많이 올 거예요.
여자 그래요? 출근할 때 차를 놓고 가야겠네요.
남자 네. 그게 좋겠어요. 옷도 든든하게 입고요.
여자 <u>그럼 세탁을 맡긴 코트부터 찾아올게요.</u>

Nam Mình ơi, em xem dự báo thời tiết ngày mai chưa? Nghe bảo sẽ có tuyết rơi nhiều đấy.
Nữ Thế à? Vậy lúc đi làm phải để xe ở nhà mới được.
Nam Ừ. Vậy sẽ tốt hơn. Em mặc áo dày nữa nhé.
Nữ <u>Vậy em sẽ lấy áo dạ gửi giặt ở tiệm giặt là về.</u>

밑줄 친 말로 보아, 여자가 이어서 할 행동은 '② 세탁소에 간다'이다.
Xen phần gạch dưới, hành động tiếp theo của nhân vật nữ là '② đi tiệm giặt là'.

10

> 여자 너무 졸려요. 모레가 시험인데…….
> 남자 오늘은 일찍 기숙사에 들어가는 게 어때?
> 여자 아니에요. <u>우선 잠 좀 깨게 잠깐 산책부터 해야겠어요.</u> 들어올 때 커피라도 사 올까요, 선배?
> 남자 고마워. 그럼 한 잔 부탁해.
>
> Nữ   Buồn ngủ quá. Ngày kia là thi rồi.....
> Nam Hôm nay em về ký túc xá sớm thì thế nào?
> Nữ   Dạ thôi. <u>Trước tiên em phải đi dạo một lát để tỉnh ngủ đã.</u> Lúc quay về đây em mua cà phê về nhé?
> Nam Cảm ơn em. Vậy anh nhờ một cốc cà phê nhé.

밑줄 친 말로 보아, 여자가 이어서 할 행동은 '② 산책을 한다'이다.
Xem phần gạch dưới, hành động tiếp theo của nhân vật nữ là '② đi dạo'

11

> 여자 여보세요. 중고 침대를 팔까 하는데요.
> 남자 먼저 침대 사진을 찍어서 저에게 문자 메시지를 보내주시고요. 제가 확인하고 다시 연락드리겠습니다.
> 여자 그러면 침대는 제가 가져다 드려야 하나요?
> 남자 아니요, 저희 직원이 가지러 갈 겁니다.
>
> Nữ   A lô. Tôi đang định bán giường cũ.
> Nam <u>Trước tiên chị chụp ảnh giường rồi gửi qua tin nhắn cho tôi.</u> Tôi sẽ xem và liên lạc lại.
> Nữ   Vậy tôi phải mang giường đến cho anh à?
> Nam Không, nhân viên chúng tôi sẽ đi đến lấy.

밑줄 친 말로 보아, 여자가 바로 이어서 할 행동은 '② 침대 사진을 찍는다'이다.
Xem phần gạch dưới, hành động tiếp theo của nhân vật nữ là '② chụp ảnh giường'.

12

> 남자 몸에 열이 많이 나네요. 또 다른 증상은 없나요?
> 여자 갈수록 기침이 심해지는 것 같아요.
> 남자 감기에 걸린 것 같군요. <u>우선 약을 처방해 드릴 테니 약국에 가서 받으세요.</u> 그리고 약은 식후에 드시면 돼요.
> 여자 네, 감사합니다.
>
> Nam Chị bị sốt cao quá. Có triệu chứng khác không?
> Nữ   Hình như càng ngày càng ho nhiều.
> Nam Chắc là chị bị cảm rồi. <u>Trước tiên tôi sẽ kê đơn thuốc, chị đi đến tiệm thuốc nhận nhé.</u> Chị uống thuốc sau bữa ăn là được.
> Nữ   Vâng, cảm ơn bác sỹ.

밑줄 친 말로 보아, 여자가 이어서 할 행동은 '② 약국으로 간다'이다.
Xem phần gạch dưới, hành động tiếp theo của nhân vật nữ là '② đi đến tiệm thuốc'.

단어 증상 triệu chứng   식후 sau bữa ăn

13

> **여자** 다음 학기에는 기숙사를 나와서 혼자 살고 싶어.
> **남자** 학교 앞 고시원은 어때? 친구가 거기 사는데 <u>아침밥도 주고</u> 깨끗하대.
> **여자** 그래? 한번 알아봐 줄래? 빈방이 있으면 가격도 좀 물어봐 줘.
> **남자** 알겠어. 내일 같은 수업 들으니까 만나면 한번 물어볼게.
>
> **Nữ** Học kỳ sau tớ muốn rời ký túc xá và sống một mình.
> **Nam** Nhà trọ luyện thi trước trường thì thế nào? Bạn tớ sống ở đấy bảo <u>vừa có cơm sáng</u> vừa sạch sẽ.
> **Nữ** Thế à? Cậu tìm hiểu thử giúp tớ được không? Nếu có phòng trống thì hỏi giá cả luôn nhé.
> **Nam** Biết rồi. Ngày mai tớ học chung lớp với cậu ấy, nếu gặp thì tớ sẽ hỏi.

밑줄 친 말로 보아 '② 고시원은 아침 식사를 제공한다'는 것을 알 수 있다.
Xem phần gạch dưới có thể biết '② phòng trọ luyện thi cung cấp bữa sáng'.

단어 고시원 phòng trọ luyện thi công chức

14

> **여자** 주민 여러분, 오늘부터 이틀간 아파트 엘리베이터 시설 점검이 있겠습니다. 101동부터 105동까지는 오늘 오전에, 106동부터 110동까지는 내일 오전에 점검할 예정입니다. 점검 중에는 계단을 이용하시기 바랍니다. 이용에 불편을 드려 죄송합니다. 이상 관리실이었습니다.
>
> **Nữ** Thưa quý cư dân, từ hôm nay sẽ tiến hành kiểm định trang thiết bị thang máy chung cư trong 2 ngày. Dự kiến tiến hành kiểm định ở block 101 đến block 105 trong sáng nay, block 106 đến block 110 vào sáng mai. Mong quý cư dân sử dụng thang bộ trong lúc kiểm định. Chúng tôi xin lỗi vì sự bất tiện này. Ban quản lý chung cư xin thông báo.

밑줄 친 말에서 정답은 '③ 점검은 오늘 시작한다'이다.
Đáp án là '③ Kiểm định bắt đầu vào hôm nay' trong phần được gạch dưới.

단어 시설 trang thiết bị 점검 kiểm định, kiểm tra

15

> **남자** 다음은 벌써 20회를 맞이한 특별한 뮤지컬 공연 소식입니다. 매년 연말에 학부모들로 이루어진 무용단이 어린이들을 위해 무료 뮤지컬 공연을 하는데요. 어린이들이 즐겁게 볼 수 있도록 <u>무용수들이 재미있는 동물 복장을 하고 나와</u> 노래를 부르며 춤을 춥니다. 주말을 맞이하여 온 가족이 함께 관람해보시는 건 어떨까요?
>
> **Nam** Sau đây là tin tức về tiết mục nhạc kịch đặc biệt đã diễn ra lần thứ 20. Vào mỗi cuối năm, nhóm múa gồm các phụ huynh sẽ biểu diễn nhạc kịch miễn phí cho các em thiếu nhi. Các diễn viên múa mặc trang phục động vật thú vị xuất hiện và vừa hát vừa múa để các em thiếu nhi có thể thưởng thức một cách vui vẻ. Cả gia đình cùng nhau thưởng thức để chào đón cuối tuần thì thế nào ạ?

밑줄 친 말에서 정답은 '② 이 공연은 재미있는 복장을 입는다'이다.
Đáp án là '② Tiết mục này (nhóm múa) mặc các trang phục thú vị' ở trong phần được gạch dưới.

단어 무용단 nhóm múa, đoàn múa 맞이하다 chào đón, đón tiếp

16

여자 선생님, 오늘은 과학을 활용한 여러 가지 생활 상식을 알려주신다고요?

남자 네. 먼저 유리창을 닦을 때는 물걸레로 닦으면 얼룩이 남기 쉬운데요. 이럴 때는 신문지를 이용해 닦아 보세요. 신문지의 기름이 유리창의 먼지를 녹여서 깨끗하게 해 준답니다. 또 컵이 두 개가 겹쳐서 안 빠질 때가 있죠? 이럴 때는 안쪽 컵에 차가운 물을 붓고 바깥쪽은 뜨거운 물에 담가 보세요. 바깥쪽 컵이 늘어나면서 쉽게 분리됩니다.

Nữ Thưa thầy, hôm nay thầy sẽ cho biết một số thường thức cuộc sống có vận dụng kiến thức khoa học phải không ạ?

Nam Vâng. Đầu tiên, nếu lau kính bằng giẻ lau nước thì rất dễ để lại vết ố. Các bạn hãy thử sử dụng giấy báo để lau. Dầu trên giấy báo sẽ làm tan bụi bám trên kính nên giúp kính sạch sẽ. Và có đôi lúc 2 cốc dính vào nhau không tách ra được phải không? Lúc này, hãy đổ nước lạnh vào cốc bên trong, và phía bên ngoài thì ngâm vào nước ấm. Cốc bên ngoài sẽ dãn ra và dễ tách rời hơn.

밑줄 친 말로 보아 정답은 '② 신문지의 기름이 먼지를 없애 준다'이다.

Xem phần được gạch dưới, đáp án là '② Dầu trên giấy báo làm mất đi bụi bặm'.

단어 상식 thường thức   얼룩 vết bẩn, vết ố, đốm   기름 dầu   분리되다 bị tách rời, bị phân li

17

남자 새로 이사한 아파트는 어때?

여자 새집이라 다 좋을 줄 알았는데 페인트 냄새 때문에 요즘 두통이 생겼어.

남자 그래? 겨울이라 환기를 하기도 쉽지 않고. 그러면 식물을 길러 보는 게 어때? 공기도 깨끗하게 해 주고 습도도 조절해 준대.

Nam Chung cư cậu mới chuyển đến thế nào?

Nữ Tớ tưởng nhà mới thì cái gì cũng tốt, nhưng dạo này tớ bị đau đầu do mùi sơn.

Nam Thế à? Vì là mùa đông nên thông gió cũng không dễ. Thế cậu thấy trồng cây thì thế nào? Nghe nói nó giúp làm sạch không khí và điều chỉnh độ ẩm nữa đấy.

밑줄 친 남자의 말로 보아, 정답은 '④ 새집에 식물을 두면 두통에 도움이 된다'이다.

Xem câu nói được gạch dưới của nhân vật nam, đáp án là '④ Đặt thực vật trong nhà mới sẽ giảm đau đầu'.

단어 환기 sự thông khí, sự thông gió   조절하다 điều chỉnh

18

남자 어제 처음 만난 사람이 내 나이며, 직업, 가족까지 자세히 물어 봐서 기분이 안 좋았어.

여자 한국에서는 나이에 따라 반말과 존댓말을 정해야 하니까 그랬을 거야.

남자 응. 아무리 그래도 만나자마자 사생활을 너무 자세히 물어보는 건 실례라고 생각해.

Nam Hôm qua có một người mới gặp tớ lần đầu tiên đã hỏi về tuổi, nghề nghiệp, và cả chuyện gia đình nữa nên tớ đã cảm thấy không vui.

Nữ Có lẽ là do ở Hàn Quốc thì phải chọn cách nói thân mật hay kính trọng theo tuổi nên người đó mới thế.

Nam Ừ. Dù là vậy nhưng tớ nghĩ việc vừa gặp đã hỏi quá chi tiết về đời tư là thất lễ.

밑줄 친 남자의 말로 보아, 정답은 '④ 처음부터 개인 정보를 많이 묻는 것은 좋지 않다'이다.

Xem câu nói được gạch dưới của nhân vật nam, đáp án là '④ không thích việc từ đầu đã hỏi về thông tin cá nhân'.

단어 사생활 đời tư, cuộc sống riêng tư   실례 sự thất lễ, hành động thất lễ

19

> **여자** 요즘 학교 앞에 자동판매기로 커피를 파는 무인 카페가 많이 생긴 것 같아.
> **남자** 맞아. 점점 카페나 식당도 기계로 주문을 하고 계산하는 방식으로 바뀌고 있잖아.
> **여자** 응. 그런데 직원에게 직접 주문하고 이야기도 하면서 정도 쌓이는 법인데 이건 좀 삭막한 거 같아.
> **남자** <u>그래? 난 이런 무인 카페가 커피 값도 저렴하고 오래 있어도 눈치 안 봐도 되니까 더 좋은 거 같아.</u>
>
> **Nữ** Hình như dạo này ở trước trường học có nhiều quán cà phê bán bằng máy tự động mà không có người phục vụ.
> **Nam** Đúng rồi. Dần dần quán cà phê hay quán ăn cũng thay đổi sang phương thức nhận đặt món và tính tiền bằng máy.
> **Nữ** Ừ. Nhưng vốn dĩ trực tiếp đặt món với nhân viên thì có thể nói chuyện và sinh cảm tình, nhưng cái này thì hơi đìu hiu.
> **Nam** Thế à? Tớ lại cảm thấy thích vì quán cà phê không người bán có giá rẻ, lại có thể ở lâu mà không cần nhìn sắc mặt ai.

밑줄 친 남자의 마지막 말로 보아, 정답은 '① 무인 카페가 편하고 낫다'이다.

Xem câu nói cuối cùng được gạch dưới của nhân vật nam, đáp án là '① Quán cà phê không người bán thoải mái và tốt hơn'.

단어 삭막하다 đìu hiu, quạnh quẽ 무인 không người 눈치(를) 보다 nhìn/để ý sắc mặt ai đó (mà hành xử)

20

> **여자** 요즘 다양한 분야에서 로봇이 인간의 노동을 대신하고 있는데 어떻게 보시나요?
> **남자** 네. 공장의 단순 작업부터 현재 의료 수술을 하는 수준까지 로봇 기술이 놀라운 속도로 발전했습니다. 현재 인공 지능형 로봇은 다양한 곳에서 활용되고 있고요. <u>하지만 로봇에게 너무 많은 것을 의지한다면 인간만이 할 수 있는 창의적 생산 능력이 떨어질 수 있으니 조심해야겠죠.</u>
>
> **Nữ** Dạo này robot đang thay thế sức lao động của con người ở các lĩnh vực đa dạng, anh thấy thế nào?
> **Nam** Vâng. Từ lao động đơn giản ở nhà máy đến đẳng cấp phẫu thuật y tế hiện tại, kỹ thuật robot đang phát triển với tốc độ đáng kinh ngạc. Hiện tại robot dạng trí tuệ nhân tạo đang được sử dụng ở nhiều nơi khác nhau. Nhưng nếu quá dựa dẫm vào robot thì năng lực sản xuất mang tính sáng tạo mà chỉ con người có thể làm được có thể bị giảm nên phải thận trọng.

밑줄 친 남자의 마지막 말로 보아, 정답은 '② 로봇에 지나치게 의존해서는 안 된다'이다.

Xem câu nói cuối cùng được gạch dưới của nhân vật nam, đáp án là '② Không được quá lệ thuộc vào robot'.

단어 의지하다 tựa vào, dựa dẫm vào, nương nhờ vào

[21~22]

> **남자** 요즘 아이돌 가수들이 인터넷 댓글 때문에 마음고생이 심하대요.
> **여자** 저도 기사에서 봤어요. 연예인치고 인터넷 댓글 때문에 상처 안 받은 사람이 없다고 해요. 어떤 연예인은 사람들을 만나는 것조차 무서워한다고 하더라고요.
> **남자** 인기가 있으면 사람들 관심 때문에 그런 일이 일어나기 마련이지만 <u>얼굴이 안 보인다고 생각 없이 다른 사람에게 나쁜 말을 해서는 안 된다고 봐요.</u>
> **여자** 맞아요. 이 문제에 대한 언론사의 대책도 필요하다고 생각해요.
>
> **Nam** Nghe nói dạo này các ca sỹ thần tượng rất khổ tâm vì bình luận trên mạng.
> **Nữ** Tôi cũng xem trên báo rồi. Thấy bảo không có nghệ sỹ nào không bị tổn thương vì bình luận trên mạng. Báo còn nói có nghệ sỹ nào đó thậm chí còn sợ gặp người ta.
> **Nam** Nếu được yêu thích thì hiển nhiên sẽ có việc như thế xảy ra do sự quan tâm của cộng đồng, nhưng tôi nghĩ việc nói những lời không hay với người khác mà không suy nghĩ do chẳng ai biết mặt mình là không được.
> **Nữ** Đúng vậy. Tôi nghĩ cần đối sách của cơ quan ngôn luận về vấn đề này.

21 밑줄 친 남자의 말로 보아, 남자의 중심 생각은 '③ 인터넷에서 댓글을 달 때 예의를 지켜야 한다'이다.

Xem câu nói được gạch dưới của nhân vật nam, suy nghĩ trọng tâm của nhân vật nam là '③ Khi viết bình luận trên internet phải giữ phép lịch sự'.

22 밑줄 친 여자의 말에서 정답은 '② 연예인은 인터넷 댓글로 상처를 받기도 한다'이다.

Đáp án là '② nghệ sỹ bị tổn thương vì các bình luận trên mạng' ở trong câu nói được gạch dưới của nhân vật nữ.

단어 마음고생 *điều khổ tâm, nỗi khổ trong lòng* 댓글 *bình luận* 언론사 *cơ quan ngôn luận* 대책 *đối sách*

[23~24]

여자 여보세요. 한국 쇼핑이죠? 방금 옷을 받는데 90 사이즈가 왔어요. 저는 95를 주문했거든요.
남자 그러세요? 죄송합니다. 고객님 성함과 전화번호 뒷자리를 말씀해 주시면 바로 확인해 드리겠습니다.
여자 정지연입니다. 4807번이에요.
남자 네, 확인해 보니까 여성용 95 사이즈, 검은색 주문하셨네요. 저희 직원이 실수를 한 거 같습니다. 받으신 박스 그대로 포장해서 보내주시면 교환 처리해 드리겠습니다. 불편을 끼쳐 드려 죄송합니다.

Nữ   A lô. Hankuk Shopping phải không ạ? Tôi vừa nhận được áo nhưng là size 90. Tôi đã đặt size 95 mà.
Nam Thế ạ? Xin lỗi quý khách. Nếu quý khách cho tôi họ tên và số phía sau của số điện thoại thì tôi sẽ kiểm tra ngay ạ.
Nữ   Tôi là Jeong Jiyeon. Số phía sau là 4807.
Nam Vâng, tôi đã kiểm tra, quý khách đã đặt áo nữ size 95, màu đen. Có lẽ nhân viên chúng tôi đã sai sót. Nếu quý khách gói lại bằng hộp đã nhận rồi gửi cho chúng tôi, chúng tôi sẽ xử lý đổi hàng cho quý khách. Xin lỗi vì sự bất tiện này.

23 남자는 주문한 것과 다른 사이즈의 옷을 배송받은 여자의 전화를 받고 있으므로, 정답은 '③ 배송 문제를 해결하고 있다'이다.

Vì nhân vật nam nhận điện thoại của nhân vật nữ, người đã nhận được áo không đúng size đã đặt, nên đáp án là '③ đang giải quyết vấn đề giao hàng'.

24 밑줄 친 말로 보아, 정답은 '④ 여자는 다른 사이즈 옷을 받았다'이다.

Xem câu nói được gạch dưới, đáp án là '④ nhân vật nữ đã nhận được size khác'.

[25~26]

여자 오늘은 청년 농업 사업가 김진우 씨를 만나보겠습니다. 어떻게 이 일을 시작하게 되신 거죠?
남자 처음에는 귀농을 준비하시던 아버지 덕분에 관심을 갖게 되었습니다. 진학을 고민하던 때에 농업대학교에 입학하면서 전문적으로 농업 지식을 배웠고요. 졸업 후 전문 농업 지식을 바탕으로 정부의 창업 지원금을 받아서 지금의 사업을 시작하게 되었습니다. 최근 청년들이 취업 고민이 많은데 회사에 취업하는 것만이 답이 아니라고 생각합니다. 넓은 시각으로 새로운 분야에도 관심을 가지고 자신만의 길을 만들어 보셨으면 좋겠습니다.

Nữ   Hôm nay chúng ta sẽ gặp gỡ anh Kim Jinu, doanh nhân trẻ trong mảng nông nghiệp. Anh đã bắt đầu việc này như thế nào?
Nam Ban đầu nhờ bố của tôi chuẩn bị trở về quê làm nông mà tôi đã quan tâm đến việc này. Khi đang trăn trở về việc học lên cao thì tôi đã nhập học trường đại học nông nghiệp và học các kiến thức nông nghiệp một cách chuyên môn. Sau khi tốt nghiệp, dựa trên các kiến thức nông nghiệp chuyên môn, tôi đã nhận tiền hỗ trợ khởi nghiệp của chính phủ và bắt đầu việc kinh doanh bây giờ. Dạo này thanh niên có nhiều trăn trở về việc làm nhưng tôi nghĩ không phải chỉ có xin việc ở công ty mới là đáp án. Tôi mong là (thanh niên) sẽ bằng tầm nhìn rộng, quan tâm đến các lĩnh vực mới và thử tạo ra con đường chỉ của riêng bản thân mình.

25 두 번째 밑줄 친 말로 보아, 남자의 중심 생각은 '① 자신만의 사업에 도전해 보는 것도 좋다'이다.

Xem câu nói được gạch dưới thứ hai, suy nghĩ trọng tâm của nhân vật nam là '① Thử sức việc kinh doanh của riêng mình cũng tốt'.

26 첫 번째 밑줄 친 말에서 '② 남자는 농업에 관련된 학과를 전공했다'는 것을 알 수 있다.

Có thể biết '② Nhân vật nam đã học chuyên ngành liên quan đến nông nghiệp' trong câu nói được gạch dưới thứ nhất.

단어 창업 *khởi nghiệp* 지원금 *tiền hỗ trợ* 시각 *góc nhìn, tầm nhìn*

[27~28]

> **여자** 이번에 새로 나온 핸드폰 봤어? 어제 매장에서 구경해 봤는데 바로 살 뻔했어.
>
> **남자** 아니. 듣기만 했어. 그런데 너 핸드폰 바꾼 지 얼마 안 됐는데 또 바꾼다고? 요즘 필요 없는데도 불구하고 신제품이 나오면 무조건 사는 사람들이 많은 것 같아. 아직 쓸 만한데도 말이야. 너도 자주 핸드폰을 바꾸는 편이잖아.
>
> **여자** 응 맞아. 나도 처음에는 관심이 없다가도 사람들이 많이 사면 나도 사고 싶어져.
>
> **남자** 아무 이유 없이 그냥 남들이 사니까 따라서 사는 건 좀 아닌 것 같아.
>
> **Nữ** Cậu đã thấy điện thoại mới ra mắt đợt này chưa? Hôm qua tớ đã xem ở cửa hàng và suýt nữa thì mua ngay rồi.
>
> **Nam** Chưa. Tớ chỉ mới nghe nói đến. Nhưng cậu đổi điện thoại chưa được bao lâu mà định đổi nữa à? Có lẽ dạo này có nhiều người cứ mua hàng hóa mới ra mắt dù nó chẳng cần thiết đối với bản thân. Dù cho vẫn còn dùng được. Cậu cũng thuộc tuýp thường đổi điện thoại đấy thôi.
>
> **Nữ** Ừ đúng thế. Tớ thì lúc đầu dù không quan tâm nhưng nếu người ta mua nhiều thì tớ cũng muốn mua.
>
> **Nam** Chỉ vì người ta mua nên cũng mua theo thì không phải lắm.

27 밑줄 친 남자의 마지막 말로 보아, 정답은 '① 최근 소비 현상을 비판하기 위해'이다.

Xem câu nói cuối cùng được gạch dưới của nhân vật nam, đáp án là '① để phê phán hiện tượng tiêu dùng gần đây'.

28 밑줄 친 여자의 말로 보아, '③ 여자는 신형 핸드폰이 마음에 든다'는 것을 알 수 있다.

Xem câu nói được gạch dưới của nhân vật nữ, có thể biết '③ nhân vật nữ thích điện thoại mẫu mới'.

단어 신형 mẫu mới, kiểu mới, đời mới

[29~30]

> **여자** 버려진 책을 이용해 작품을 만드시는 작가님을 모셨습니다. 이런 작품 활동을 하시게 된 계기가 있을까요?
>
> **남자** 큰 도서관에서는 일 년에 한두 번씩 책을 정리하는 시간을 가지는데요. 공공도서관에서만 한해 160만 권의 책을 폐기합니다. 그때 낡았다는 이유로, 혹은 이용가치가 떨어졌다는 이유로 버려지는 헌책들을 보고 그것을 재활용해 예술 작품으로 탄생시키면 어떨까 생각하게 됐습니다.
>
> **여자** 요즘은 아이들을 위한 특별한 수업도 하신다고요?
>
> **남자** 네. 평소에는 할 수 없었던 행동들, 예를 들면 책을 찢거나 오리고 붙이는 식으로 감정을 표현하면서 자연스럽게 미술을 접하면서 자신만의 작품을 만들어 보는 수업을 합니다.
>
> **Nữ** Chúng tôi đã mời đến tác giả làm ra tác phẩm từ sách bị bỏ đi. Lý do nào khiến anh làm những tác phẩm thế này?
>
> **Nam** Các thư viện lớn thường sẽ có thời gian sắp xếp lại sách một, hai lần trong một năm. Chỉ tính riêng thư viện công thì mỗi năm có 1,6 triệu quyển sách bị hủy. Lúc đó tôi nhìn những quyển sách cũ bị bỏ đi vì lý do chúng đã cũ hoặc vì giá trị sử dụng đã giảm, và đã nghĩ sẽ thế nào nếu tái sử dụng chúng để cho ra đời các tác phẩm nghệ thuật.
>
> **Nữ** Nghe nói dạo này anh cũng giảng dạy các lớp đặc biệt cho trẻ em ạ?
>
> **Nam** Vâng. Tôi giảng dạy các lớp mà ở đó các em có thể vừa biểu hiện cảm xúc bằng những việc thường ngày không thể làm, như xé sách hoặc cắt xén và dán sách lại, vừa tiếp xúc với mỹ thuật một cách tự nhiên và tạo ra các tác phẩm của riêng mình.

29 남자는 폐기되는 책을 활용해서 작품을 만드는 '① 예술가'이다.

Nhân vật nam là '① nghệ nhân' làm ra tác phẩm từ việc tái sử dụng sách bị bỏ đi.

30 밑줄 친 말을 통해 '④ 공공도서관에서는 매년 이용가치가 떨어진 책을 버린다'는 것을 알 수 있다.

Thông qua câu nói được gạch dưới có thể biết '④ thư viện công hàng năm bỏ đi những quyển sách có giá trị sử dụng bị giảm'.

단어 폐기하다 bỏ, tiêu hủy   재활용하다 tái sử dụng   접하다 tiếp xúc, tiếp nhận

연습문제 - 단독문제 유형

01	02	03	04	05	06	07	08	09	10	11	12	13	14	15	16	17	18	25	26	27
②	④	②	③	③	①	④	③	④	④	②	①	②	①	②	①	④	②	④	③	③

01 친구와 이야기를 (하다가) 버스를 놓쳤다.

Tôi đang nói chuyện với bạn thì bị lỡ xe buýt.

※ -다가: ① 어떤 행동이나 상태 등이 중단되고 다른 행동이나 상태로 바뀜을 나타낸다.

Thể hiện hành động hoặc trạng thái nào đó bị gián đoạn và đổi sang hành động hoặc trạng thái khác.

② 어떤 행동이 진행되는 중에 다른 행동이 나타남을 나타낸다.

Thể hiện trong lúc hành động nào đó được tiến hành thì hành động khác xuất hiện.

02 포기하지 않고 최선을 다하면 (성공하기 마련이다).

Nếu không bỏ cuộc và làm hết mình thì thành công là điều hiển nhiên.

※ -기 마련이다: 어떤 일이 일어나거나 어떤 상태가 되는 것이 당연함을 나타낸다.

Thể hiện ý nghĩa việc nào đó xảy ra hoặc đạt được trạng thái nào đó là điều hiển nhiên.

03 -도록, -게: 앞에 오는 말이 뒤에 오는 말의 목적이나 결과, 방식, 정도임을 나타낸다.

Thể hiện nội dung ở phía trước là mục đích hoặc kết quả, phương thức, mức độ của nội dung ở phía sau.

04 -나 보다, -는 것 같다: 추측을 나타낸다.

Thể hiện sự suy đoán.

05 '신다'와 '어디든지'를 통해 '③ 신발'이 정답이 된다.

Thông qua 'mang/xỏ' và 'bất cứ đâu' có thể biết '③ giày dép' là đáp án.

06 '집처럼 편안하다', '휴식'을 통해 '① 호텔'이 정답이 된다.

Thông qua 'thoải mái như ở nhà', 'sự nghỉ ngơi' có thể biết '① khách sạn' là đáp án.

07 '나눔'이라는 단어를 통해 '④ 봉사 활동'이 정답이 된다.

Thông qua từ 'sự chia sẻ', '④ hoạt động tình nguyện' là đáp án.

08 '어린이 손에 닿지 않는 곳에', '뚜껑을 닫아' 보관하라는 '③ 주의 사항'이 정답이 된다.

Vì đã nói 'dưới 6 tuổi được miễn phí' nên '④ Trẻ em 5 tuổi có thể sử dụng mà không mất phí' là đáp án.

09 '6세 미만은 무료'라고 했으므로 '④ 5세 어린이는 이용 요금 없이 이용 가능하다'가 정답이 된다.

Vì đã nói 'dưới 6 tuổi được miễn phí' nên '④ Trẻ em 5 tuổi có thể sử dụng mà không mất phí' là đáp án.

단어 물품 hàng hóa, vật phẩm   보관함 thùng/ngăn bảo quản   이용료 phí sử dụng   별도 riêng

10 그래프의 취미 활동 부분을 보면 '④ 남성(25%)은 여성(20%)보다 취미 활동을 하는 것을 선호한다'가 정답이 된다.

Nếu xem phần hoạt động sở thích của biểu đồ thì '④ nam giới(25%) thích hoạt động sở thích hơn nữ giới(20%)' là đáp án.

11 '올해로 6번째를 맞는'다고 했으므로 '② 이 행사를 6년 동안 진행하고 있다'가 정답이 된다.

Vì nói 'năm nay đón chào lần thứ 6' nên '② đang tổ chức sự kiện này trong 6 năm' là đáp án.

단어 소외되다 bị tách biệt, bị xa lánh   맞이하다 chào đón

12 '신문고는 조선 시대에 임금님이 백성들의 문제를 직접 해결하기 위해 대궐 밖에 달아 놓았던 북이다'라고 했으므로 '① 조선 시대에 신문고 제도를 만들었다'가 정답이 된다.

Vì nói 'Sinmungo' là 'chiếc trống được treo ngoài cửa cung điện để vua thời Joseon có thể trực tiếp giải quyết các vấn đề của bách tính' nên '① vào thời Joseon đã tạo ra chế độ Sinmungo' là đáp án đúng.

단어 백성 thường dân, bách tính   궁궐 cung điện   민원 ý kiến phàn nàn của người dân   창구 quầy

13 (가) 물고기들은 무리를 지어 이동하는 일이 많다 - **설명**

Việc cá tạo thành đàn và di chuyển theo đàn rất nhiều - **giải thích**

(라) 그렇게 행동하는 이유는 무엇일까? - **질문**

Lý do chúng hành động như thế là gì? - **câu hỏi**

(다) 가장 큰 이유는 잡아먹힐 확률이 낮아지기 때문이다 - **대답**

Lý do lớn nhất là vì xác suất bị trở thành con mồi thấp - **trả lời**

(나) 혼자 행동하면 적에게 잡아먹힐 가능성이 크지만 같이 행동하면 그 확률이 낮아진다 - **대답 보충 설명**

Nếu hành động một mình thì khả năng bị địch bắt cao, nhưng nếu cùng hành động thì xác suất đó sẽ trở nên thấp - **giải thích bổ sung câu trả lời**

단어 무리를 짓다 tạo thành đàn   확률 xác suất   적 địch, thù

14 (가) 천재 과학자, 아인슈타인은 창의적인 아이디어의 비결로 수면을 꼽는다 - **인물 예시 ①**

Einstein, nhà khoa học thiên tài, đã chọn giấc ngủ là bí quyết của những ý tưởng sáng tạo - **ví dụ về nhân vật ①**

(나) 유명한 신문사의 창립자도 '수면 혁명'이라는 책을 낼 정도로 수면의 중요성을 강조했다 - **인물 예시 ②**

Người sáng lập một tòa soạn báo nổi tiếng cũng đã nhấn mạnh tầm quan trọng của giấc ngủ, đến độ phát hành quyển sách có tên 'Cách mạng giấc ngủ' - **ví dụ về nhân vật ②**

(라) 연구 결과에 따르면 수면 시간이 5시간 이하면 심장병 위험이 2배 증가한다고 한다 - **연구 결과 ①**

Theo kết quả nghiên cứu, nếu thời gian ngủ dưới 5 tiếng thì nguy cơ mắc các bệnh về tim tăng gấp 2 lần - **kết quả nghiên cứu ①**

(다) 반면에 매일 7시간 이상 적절한 수면 시간은 우울증과 사망 위험을 낮춘다고 한다 - **연구 결과 ②**

Ngược lại, thời gian ngủ thích hợp trên 7 tiếng mỗi ngày sẽ làm giảm chứng trầm cảm và nguy cơ tử vong - **kết quả nghiên cứu ②**

단어 비결 bí quyết   꼽다 chỉ ra, đếm nhẩm bằng ngón tay   창립자 người sáng lập   심장병 bệnh về tim

15 (가) 햇빛 알레르기는 햇빛에 의해 피부에 가려움이나 발진 증상이 나타나는 것을 말한다 - **정의**

Dị ứng ánh nắng ý nói tình trạng da bị ngứa hoặc xuất hiện triệu chứng mụn nhọt do ánh nắng mặt trời - **định nghĩa**

(다) 증상이 심하지 않은 경우에는 치료 없이 사라지기도 한다 - **증상별 예시**

Trong trường hợp triệu chứng không nghiêm trọng thì nó sẽ biến mất dù không chữa trị - **ví dụ từng triệu chứng**

(나) 하지만 심각한 경우에는 바르는 약이나 먹는 약으로 치료해야 할 수도 있다 - **증상별 예시(반대)**

Nhưng trong trường hợp nghiêm trọng thì cần chữa trị bằng thuốc bôi hoặc thuốc uống - **ví dụ từng triệu chứng(đối lập)**

(라) 그러므로 증상이 심할 경우에는 병원을 찾는 것이 좋다 - **결론**

Vì thế trong trường hợp triệu chứng nghiêm trọng, thì nên tìm bệnh viện - **kết luận**

단어 알레르기 dị ứng   발진 chứng nổi mụn nhọt

16 사물놀이는 (　　　)를 '무대에서'하는 예술로 바꾼 것이라고 했으므로, 빈칸에는 '무대(실내)'와 대비되는 내용이 적합하다. 그러므로 정답은 '① 야외에서 이루어지는'이다.

Vì nói Samulnori (trò chơi nhạc cụ 4 bộ gõ) được thay đổi từ ( ) thành nghệ thuật biểu diễn 'trên sân khấu', nên nội dung đối sánh với 'sân khấu (trong nhà)' sẽ phù hợp điền vào chỗ trống. Vì vậy đáp án là '① được thực hiện ngoài trời'.

> **단어** 강조하다 nhấn mạnh, khẳng định　　자체 tự thể, tự thân

17 '간접적으로 남이 피우는 담배 연기를 마시게 되는 상태'는 '본인의 의지와는 상관없이' 담배 연기를 마시게 된다는 말이므로 정답은 ④이다.

Vì 'tình trạng hít phải khói thuốc lá người khác hút một cách gián tiếp' nghĩa là hít phải khói thuốc lá mà 'không liên quan đến ý chí của bản thân' nên số ④ là đáp án.

> **단어** 간접적으로 một cách gián tiếp

18 밭이 넓어졌으므로 작물을 수확할 수 있는 땅이 넓어졌고 결국 '수확량이 늘게 되었다'가 적합하다.

Vì cánh đồng trở nên rộng hơn nên đất có thể thu hoạch nông sản trở nên rộng hơn và kết quả là 'sản lượng thu hoạch tăng' phù hợp (để điền vào ô trống).

> **단어** 불분명하다 không rõ ràng　　농작물 nông sản　　수확량 sản lượng thu hoạch

25 ※ 먹통: 물건이나 서비스 등이 제대로 작동하지 않음.

Đồ vật hoặc dịch vụ không hoạt động đúng cách(bị treo).

> **단어** 오류 lỗi, sai sót

26 ※ 불황: 사회의 경제 활동이 활발하지 않아 물가와 임금이 내리고 생산이 줄어들며 실업이 늘어나는 상태.

Hoạt động kinh tế xã hội không diễn ra sôi nổi dẫn đến tình trạng vật giá và tiền lương giảm, sản xuất bị đình trệ và thất nghiệp tăng(khủng hoảng kinh tế).

※ 쑥쑥: 갑자기 많이 커지거나 자라는 모양.

Hình ảnh đột nhiên lớn lên hoặc phát triển nhiều(vùn vụt).

> **단어** 불황 khủng hoảng kinh tế

27 ※ 몸살을 앓다: 걱정이나 근심 때문에 괴로워하거나 답답해하다.

Khốn khổ hoặc bức bối vì lo lắng hoặc bất an(khổ sở).

> **단어** 농작물 nông sản

연습문제 - 통합문제 유형

19	20	21	22	23	24									
③	④	④	②	④	③									

19 괄호 앞 문장에서 '지식수준이 높다는 것을 보여주기 위해'와 괄호 뒷 문장에서 '좋지 못한 이미지로 평가되기가 십상이다'와 호응하는 '③ 오히려'가 정답이다.

Đáp án là '③ ngược lại' thể hiện quan hệ tương hỗ giữa nội dung 'để cho thấy trình độ tri thức cao' ở trước dấu ngoặc và nội dung 'dễ bị đánh giá bằng hình ảnh không tốt' ở sau dấu ngoặc.

20 마지막 말에서 주제를 찾을 수 있다. 정답은 '④ 자신의 지식수준보다 과장해서 말하는 것은 좋지 않다'이다.

Có thể tìm được chủ đề ở câu cuối cùng. Đáp án là '④ Nói quá cái tầm tri thức của bản thân là việc không tốt'.

단어 집단 tập thể, nhóm   뒤처지다 tụt lại, rớt lại   속성 thuộc tính   과장 sự khoa trương, cường điệu

21 정답은 '한 가지 일로 두 가지 이상의 이익을 보다'를 뜻하는 '④ 꿩 먹고 알 먹기'이다.

Đáp án là '④ 꿩 먹고 알 먹기' thể hiện ý nghĩa 'nhận được trên hai lợi ích từ cùng một việc'.

※ 꿩 먹고 알 먹기: 한 가지 일로 두 가지 이상의 이익을 보다.
　　　　　　　　　Nhận được trên hai lợi ích từ cùng một việc.

22 '언제든 이용할 수 있도록 24시간 운영하고'에서 정답은 '② 이곳은 밤에도 책을 읽으러 갈 수 있다'이다.

Đáp án là '② Ở nơi này thì vào ban đêm cũng có thể đến đọc sách' ở trong nội dung 'vận hành 24/24 để khách có thể sử dụng bất cứ lúc nào'.

단어 차리다 bố trí, đặt   수익 lợi nhuận   저자 tác giả, người viết   소통하다 giao tiếp

23 밑줄 친 '갑자기 다리에 힘이 풀리고 머리가 멍해졌다'에서 '나'는 '아주 희망이 없이 무너지는 감정'을 느꼈음을 알 수 있다. 정답은 '④ 절망스럽다'이다.

Trong phần được gạch dưới 'đột nhiên chân không còn sức và đầu trở nên trống rỗng', có thể biết 'tôi' đã cảm nhận 'cảm giác sụp đổ không có chút hy vọng'. Đáp án là '④ tuyệt vọng'.

24 '친척들의 도움으로 장례를 치른 뒤 나는 취업반이 있는 학교로 전학을 갔으며'라는 부분에서 '③ 나는 부모님이 돌아가신 후 학교를 옮겼다'가 정답이다.

Đáp án là '③ sau khi bố mẹ qua đời, tôi đã chuyển trường' trong phần 'tôi đã chuyển đến trường có lớp xin việc sau khi tổ chức tang lễ với sự giúp đỡ của họ hàng'.

단어 수재 thiên tài, anh tài   부양하다 cấp dưỡng, phụng dưỡng, chu cấp

01	02	03	04	05	06	07	08	09	10	11	12	13	14	15	16	17	18	19	20
②	①	④	③	①	③	①	②	③	④	②	④	②	①	③	①	④	②	①	④

21	22	23	24	25	26	27
④	③	③	①	②	④	④

01 무슨 일을 (하든지) 열심히 하는 게 중요해요.

Dù làm việc gì đi nữa thì quan trọng là làm chăm chỉ.

※ -든지: 여러 동작 중에 어느 것을 선택해도 상관이 없음을 나타내는 연결어미.

Vĩ tố liên kết thể hiện ý nghĩa lựa chọn bất cứ cái gì trong số các động tác cũng không quan trọng.

02 나이가 들수록 점점 엄마를 (닮아 간다).

Càng có tuổi thì càng giống mẹ.

'들수록'과 호응하는 '행동이나 상태가 계속 진행하다'는 문법이 들어가야 한다.

Ngữ pháp mang nghĩa 'hành động hoặc trạng thái diễn ra liên tục' tương ứng với 'càng có tuổi' phải được đưa vào.

※ -(으)ㄹ수록: 앞의 말이 나타내는 정도가 심해지면 뒤의 말이 나타내는 내용의 정도도 그에 따라 변함을 나타내는 연결어미.

Vĩ tố liên kết thể hiện nếu mức độ mà nội dung ở phía trước diễn đạt trở nên nghiêm trọng thì mức độ mà nội dung ở phía sau diễn đạt cũng thay đổi theo.

※ -아/어 가다: 앞의 말이 나타내는 행동이나 상태가 계속 진행됨을 나타내는 표현.

Thể hiện ý nghĩa hành động hoặc trạng thái mà nội dung phía trước diễn đạt được tiến hành liên tục.

03 '끝나더라도'는 '끝나는 것과 관계가 없거나 영향을 끼치지 않음'을 나타내므로 비슷한 의미의 '④ 끝날지라도'가 정답이다.

Vì 'mặc dù kết thúc' diễn đạt ý nghĩa 'không có liên quan đến cái đã kết thúc hoặc không gây ảnh hưởng' nên '④ cho dù kết thúc' mang ý nghĩa tương tự là đáp án.

※ -(으)ㄹ지라도: 동사, 형용사, '이다, 아니다'에 붙어 앞 절의 내용을 인정하거나 가정하지만 뒤 절의 내용에는 영향을 미치지 않음을 나타낸다.

Kết hợp với động từ, tính từ, '이다, 아니다' (là, không phải là), thể hiện sự công nhận hoặc giả định nội dung của vế trước nhưng không gây ảnh hưởng đến nội dung ở vế sau.

04 '늦곤 한다'는 늦는 상황이 반복된다는 의미이므로, 이와 비슷한 표현은 '③ 늦기 일쑤이다'이다.

Vì 'thường muộn' mang ý nghĩa tình hình bị muộn diễn ra thường xuyên, nên cách diễn đạt có nghĩa tương tự là '③ thường hay muộn'.

※ -기 일쑤이다: 앞의 동작이나 상황이 자주 일어남을 나타내는 표현.

Cách diễn đạt thể hiện động tác hay tình huống ở phía trước thường xảy ra.

05 '재료', '신선함', '맛'으로 유추할 수 있는 물건은 '① 냉장고'이다.

Đồ vật có thể suy đoán từ 'nguyên liệu', 'tươi', 'vị' là '① tủ lạnh'.

06 '이력서용', '여권용', '인화'로 유추할 수 있는 장소는 '③ 사진관'이다.

Địa điểm có thể suy đoán từ 'dùng cho sơ yếu lý lịch', 'dùng cho hộ chiếu', 'rửa ảnh' là '③ tiệm chụp ảnh'.

단어 인화하다 rửa ảnh

07 '담배 연기 없는', '건강한'으로 유추할 수 있는 주제는 '① 금연 홍보'이다.

Chủ đề có thể suy đoán từ 'không có khói thuốc lá', 'khỏe mạnh' là '① tuyên truyền không hút thuốc'.

08 고객 게시판이나 상담원 통화를 안내하는 문구이므로 '② 문의 방법'이다.

Vì đây là nội dung hướng dẫn về bảng thông báo dành cho khách hàng hoặc nói chuyện điện thoại với tư vấn viên, nên là số '② phương pháp hỏi'.

09 '동아리 활동 계획서를 첨부해야 합니다'라는 내용이 있으므로 '③ 신청할 때 활동 계획서도 제출해야 한다'가 정답이다.

Vì có nội dung 'phải đính kèm bảng kế hoạch hoạt động câu lạc bộ' nên '③ phải trình cả kế hoạch hoạt động khi đăng ký' là đáp án.

> **단어** 지원하다 hỗ trợ, ứng tuyển, dự tuyển   제출하다 trình, nộp   첨부하다 đính kèm

10 그래프에서 20대의 주민 센터 이용률은 10%이고, 우체국 이용률은 30%이므로 정답은 '④ 20대는 주민 센터보다 우체국을 더 많이 이용한다'이다.

Trong biểu đồ, tỷ lệ sử dụng trung tâm cộng đồng của người ở độ tuổi 20 là 10%, tỷ lệ sử dụng bưu điện là 30% nên đáp án là '④ người ở độ tuổi 20 sử dụng bưu điện nhiều hơn trung tâm cộng đồng'.

> **단어** 주민 센터 trung tâm cộng đồng(ủy ban nhân dân phường)

11 '한 학기 동안 시험 없이'라는 말을 통해 정답은 '② 자유 학기에는 시험을 보지 않는다'이다.

Thông qua nội dung 'không có thi cử trong suốt một học kỳ', đáp án là '② không thi vào học kỳ tự do'.

> **단어** 궁금증 chứng tò mò , thắc mắc   해결하다 giải quyết   대상 (N을/를 대상으로) đối tượng   진학 sự học tiếp lên cao

12 '이 기간 동안 안내견 학교 담당자가 월 1회 정기적으로 방문해 훈련과 건강관리 등을 도와주며'를 통해 정답은 '④ 안내견 학교에서 한 달에 한 번씩 집에 방문해 도움을 준다'이다.

Thông qua nội dung 'trong thời gian này, người phụ trách của trường huấn luyện chó dẫn đường sẽ đến thăm định kỳ 1 lần/tháng và sẽ giúp đỡ một số việc như huấn luyện và quản lý sức khỏe', đáp án là '④ trường huấn luyện chó dẫn đường sẽ đến nhà thăm và giúp đỡ mỗi tháng một lần'.

> **단어** 정기적(으로) (một cách) định kỳ   훈련 sự huấn luyện   담당자 người phụ trách   경비 kinh phí   부담하다 gánh vác, chịu

13 (다) 처음 악기를 배울 때 많이 선택하는 악기는 <u>피아노</u>다 - **피아노 제시**

> Nhạc cụ được người ta yêu thích lựa chọn khi lần đầu học nhạc cụ là piano – **viện dẫn piano**

(가) <u>관악기와 현악기는</u> 연주자가 직접 음정을 만들어야 하는 <u>어려움이 있다</u> - **관악기, 현악기 비교**

> Nhạc cụ hơi và nhạc cụ dây có cái khó là người biểu diễn phải trực tiếp tạo ra các quãng âm – **so sánh nhạc cụ hơi, nhạc cụ dây**

(나) <u>이와 달리 피아노는</u> 음 사이의 간격이 동일하게 맞춰져 있다 - **(관악기, 현악기와 다른) 피아노의 장점**

> Khác với những cái này, piano có khoảng cách giữa các âm <u>được điều chỉnh sẵn giống nhau</u> – **ưu điểm của piano (khác với nhạc cụ hơi và nhạc cụ dây)**

(라) <u>그래서</u> 음감이 부족하거나 악기 연주 경험이 없는 사람도 쉽게 연주할 수 있다 - **결론**

> <u>Vì thế</u> người thiếu khả năng cảm âm hoặc không có kinh nghiệm biểu diễn nhạc cụ vẫn có thể biểu diễn dễ dàng – **kết luận**

> **단어** 관악기 nhạc cụ hơi   현악기 nhạc cụ dây   간격 khoảng cách   음감 cảm âm, cảm thụ âm nhạc

14 (나) 서울시는 옛 하수처리장을 문화공간으로 바꾸는 계획을 <u>발표했다</u> - **계획 발표**

> Thành phố Seoul đã <u>công bố kế hoạch</u> biến nhà máy xử lý nước thải cũ thành không gian văn hóa – **công bố kế hoạch**

(가) 이 하수처리장은 10년 전부터 <u>사용되지 않고 있다</u> - **현재 상황**

> Nhà máy xử lý nước thải cũ này đã được ngừng sử dụng từ 10 năm trước – **tình hình hiện tại**

(다) <u>앞으로</u> 이곳에 공원을 조성해 방문객들에게 편안한 <u>휴식공간을</u> 제공할 것이다 - **앞으로의 계획 ①**

> Trong tương lai, tại nơi này công viên sẽ được xây dựng để <u>mang đến không gian nghỉ ngơi thoải mái</u> cho khách đến thăm – **kế hoạch tương lai ①**

(라) <u>또한</u> 옛 하수처리장의 모습을 남겨 <u>역사적 가치를 보존할</u> 예정이다 - **앞으로의 계획 ②**

> Ngoài ra dự kiến sẽ giữ lại hình ảnh của nhà máy xử lý nước thải cũ nhằm <u>bảo tồn giá trị lịch sử</u> – **kế hoạch tương lai ②**

> **단어** 하수처리장 nhà máy xử lý nước thải   방문객 khách đến thăm (khách tham quan)   가치 giá trị   보존하다 bảo tồn

15 (나) <u>혈압</u>은 심장에서 밀어내는 혈액의 압력을 혈관에서 <u>측정하는 것이다</u> – **정의**

    Huyết áp là cái đo áp lực trong mạch máu của máu được đẩy ra khỏi tim – **định nghĩa**

  (가) 심장보다 높은 곳에서 혈압을 측정하면 중력에 의해 혈압이 낮게 측정된다 – **상황 ①**

    Nếu đo huyết áp ở chỗ cao hơn tim thì huyết áp đo được sẽ thấp do trọng lực – **tình huống ①**

  (다) 반면에 심장보다 낮은 곳에서 혈압을 측정하면 혈액이 아래로 몰려 혈압이 높게 측정된다 – **상황 ②**

    Ngược lại nếu đo huyết áp ở chỗ thấp hơn tim thì huyết áp đo được sẽ cao do máu dồn xuống dưới – **tình huống ②**

  (라) 따라서 정확한 혈압을 측정하려면 심장과 같은 높이에서 <u>측정해야 한다</u> – **결론**

    Do đó nếu muốn đo huyết áp chính xác thì *phải đo ở chỗ cao ngang bằng tim* – **kết luận**

> 단어   측정하다 đo, đo lường   혈압 huyết áp

16 '그 대신에' 뒤에 '칠순이나 팔순 잔치를 크게 열어' 준다고 했으므로 앞에는 반대 내용이 나와야 한다. 정답은 '① 간소하게 지내고' 이다.

    Vì sau nội dung 'thay vào đấy' là 'mở tiệc mừng thọ 70 hay 80 linh đình' nên nội dung đối lập phải xuất hiện. Đáp án là '① trải qua một cách đơn giản'.

> 단어   간소하다 đơn sơ, giản dị, đơn giản   환갑 lục tuần   수명 tuổi thọ

17 '동료들은 그 친절을 생각보다 오래 기억하며 그가 어려울 때 도와주게 된다'라고 했으므로 '④ 누군가의 도움을 받아'가 정답이 된다.

    Vì nội dung 'các đồng nghiệp nhớ sự tử tế đó lâu hơn những gì chúng ta nghĩ và sẽ giúp khi người đó gặp khó khăn' nên đáp án là '④ nhận sự giúp đỡ của ai đó'.

> 단어   베풀다 ban tặng, dành cho

18 여름 - 습도가 높다 - 정전기가 쉽게 방전이 된다.

    mùa hè - độ ẩm cao – dễ hết tĩnh điện.

  겨울 - 습도가 낮다 - (방전되지 않고) 쌓인다.

    mùa đông - độ ẩm thấp - (không hết tĩnh điện) tích lại.

> 단어   마찰 ma sát   발생하다 phát sinh   방전되다 hết (pin), (dòng điện) bị rò rỉ ra

19 학생을 선정하여 전달하기 전에 교사에게 알린 것이기 때문에 정답은 '① 미리'이다.

    Vì trước khi tuyển chọn học sinh và truyền đạt thì đã báo cho giáo viên biết nên '① trước' là đáp án.

20 실험을 통해서 지능 검사 결과와 상관없이 교사의 기대와 격려를 받고 학생들의 성적이 향상되었으므로 정답은 '④ 선생님의 기대와 격려가 학생의 성적 향상에 영향을 미친다'이다.

    Vì các học sinh nhận được sự mong đợi và khích lệ của giáo viên mà không liên quan đến kết quả kiểm tra trí thông minh thông qua thí nghiệm nên thành tích của các học sinh được nâng cao, do đó đáp án là '④ Sự mong đợi và khích lệ của giáo viên ảnh hưởng đến việc nâng cao thành tích của học sinh'.

> 단어   지능 검사 kiểm tra trí thông minh   실시하다 thực thi   무작위로 ngẫu nhiên   선정하다 tuyển chọn   전달하다 truyền đạt   격려 sự khích lệ
> 부응하다 đáp ứng   해당 tương ứng   실제로 thực tế   향상되다 được nâng cao

21 '하나의 조각일 때보다 서로 다른 조각이 만나 더 아름다운 색감과 디자인이 만들어졌다'는 말과 비슷한 의미의 속담으로 '④ 구슬이 서 말이라도 꿰어야 보배'가 있다.

    Tục ngữ '④ 구슬이 서 말이라도 꿰어야 보배' mang ý nghĩa tương tự với 'chúng gặp những mảnh ghép khác làm cho những màu sắc và thiết kế đẹp đẽ hơn lúc chỉ có một mình được tạo thành' là đáp án.

  ※ 구슬이 서 말이라도 꿰어야 보배: 아무리 훌륭하고 좋은 것이라도 쓸모 있게 만들어 놓아야 가치가 있음을 뜻하는 말.

    Dù là cái tốt, xuất sắc đến đâu thì cũng phải tôi luyện mới có giá trị.

22 조각보는 서로 다른 크기의 천 조각들을 자유롭게 배치하여 만든다고 했으므로 정답은 '③ 조각보는 다른 크기의 조각 천을 연결해서 만든 것이다'이다.

Đáp án là '③ 조각보 được làm bằng cách nối các mảnh vải có độ lớn khác nhau' trong nội dung 'đặc biệt 조각보 được làm bằng cách tự do bố trí các mảnh vải có độ lớn khác nhau'.

단어 보자기 vải bọc   바느질 việc may vá, khâu vá   정성 sự tận tâm, sự hết lòng

23 '얼굴이 화끈거리고 말문이 막혔다'에서 손님의 질문에 대답을 하지 못하고 얼굴이 빨개질 만큼 당황했다는 것을 알 수 있다. 정답은 '③ 당황스럽다'이다.

Có thể biết được việc bối rối đến độ không thể trả lời câu hỏi của khách hàng và mặt đỏ bừng trong nội dung 'mặt nóng bừng và không nói nên lời'. Đáp án là '③ bối rối'.

24 '회사에서 갑자기 해고를 당했고 고향에 내려가 식당을 하나 차리게 되었다'에서 정답 '① 그는 회사를 그만두고 고향에 갔다'를 찾을 수 있다.

Có thể tìm được đáp án '① anh ấy nghỉ việc công ty và về quê' trong nội dung 'đột nhiên tôi bị công ty sa thải và về quê mở một quán ăn'.

단어 해고 sự sa thải   말문이 막히다 không nói nên lời, không thốt nên lời

25 ※ 예전만 못하다: 전보다 좋지 않다, 나쁘다

　　　　　　không tốt hơn lúc trước, xấu(không bằng trước đây)

26 실종된 선원 4명 중에서 1명이 구조되었는데 의식이 돌아오지 않았다는 내용이다. 즉, 선원 1명을 찾았지만 건강이 좋지 않다는 뜻으로 풀이할 수 있다.

Đây là nội dung mang nghĩa trong 4 thuyền viên bị mất tích thì có 1 người được cứu nhưng vẫn chưa tỉnh. Tức là đã tìm được 1 người thuyền viên nhưng sức khỏe người này không tốt.

단어 실종되다 bị mất tích   구조되다 được cứu   의식 불명 bất tỉnh

27 ※ 껑충: 긴 다리를 모으고 힘 있게 솟구쳐 뛰는 모양.

　　　　　Dáng điệu khép đôi chân dài lại và nhảy một cách mạnh mẽ(phăn phất).

　　※ 휘청: 어려운 일에 부딪혀 앞으로 나아가지 못하고 주춤하는 모양.

　　　　　Dáng vẻ không thể tiến về phía trước và chần chừ do gặp phải việc khó khăn(lảo đảo, loạng choạng, chùn bước).

51 ㉠ 걱정하지 마십시오/걱정하지 마세요
　　Xin đừng lo lắng/Xin đừng lo lắng

　　㉡ 누구나 가입하실 수 있습니다/누구나 가입 가능합니다
　　Ai cũng có thể đăng ký thành viên/Ai cũng có thể đăng ký thành viên
　　누구나 참여하실 수 있습니다/누구나 들어오실 수 있습니다
　　Ai cũng có thể tham gia/Ai cũng có thể vào

> ㉠ 앞에 '칠 줄 모르다'와 연결되는 내용으로 '걱정하다'라는 어휘를 써야 한다. 그리고 '-지 말다' 문법을 사용해서 문장을 구성하면 된다.
> Vì là nội dung liên kết với 'không biết đánh' ở phía trước nên phải dùng từ 'lo lắng'. Và sử dụng ngữ pháp '-지 말다' (đừng) để tạo thành câu.
>
> ※ '괜찮습니다' 같은 내용이 이어져도 의미가 통하지만 '문법'을 사용하지 않아서 아쉬운 답이 된다.
> Nội dung như '괜찮습니다' tiếp nối phía sau cũng có nghĩa, nhưng do không sử dụng 'ngữ pháp' nên là câu trả lời chưa hoàn hảo.
>
> ㉡ 관심이 있으면 회원이 될 수 있으므로 '누구나 -(으)ㄹ 수 있다'를 사용해야 한다.
> Nếu quan tâm thì có thể trở thành hội viên nên phải sử dụng '누구나 -(으)ㄹ 수 있다'(ai cũng có thể ~).
>
> ※ '배울 수 있다', '할 수 있다'의 답도 가능하지만 어휘·문법 수준을 고려하면 감점 요인이 된다.
> Trả lời là '배울 수 있다', '할 수 있다' cũng được nhưng là yếu tố bị trừ điểm nếu xét đến trình độ từ vựng – ngữ pháp.

52 ㉠ 어려워지게 된다/어려워진다
　　trở nên khó khăn/trở nên khó khăn

　　㉡ 도와줘야 한다
　　phải giúp đỡ

> ㉠ '어렵다'가 앞의 '점점'과 연결되어 '변화'를 나타내는 '-아/어지다'와 '-게 되다'를 사용해서 문장을 만들면 된다. 그래서 '어려워지게 된다/어려워진다'라는 답이 적합하다.
> Liên kết '어렵다' với '점점' ở phía trước và sử dụng '-아/어지다' và '-게 되다' thể hiện 'sự biến đổi' để viết câu. Vì vậy '어려워지게 된다/어려워진다' là câu trả lời phù hợp.
>
> ※ '어렵다' 혹은 '안 좋아진다'처럼 작성하면 어휘·문법 수준에서 감점 요인이다.
> Nếu viết '어렵다' hoặc '안 좋아진다' thì sẽ là yếu tố bị trừ điểm khi xét trình độ từ vựng – ngữ pháp.
>
> ㉡ '도와주다'라는 어휘에 '-아/어야 하다' 문법을 결합해서 '도와줘야 한다'라고 문장을 완성해야 한다.
> Liên kết ngữ pháp '-아/어야 하다' (phải) với từ '도와주다' (giúp cho) để được '도와줘야 한다' và hoàn thành câu.
>
> ※ '돕는다', '대하다'처럼 의미는 통하지만 뒤에 문법이나 의미 결합이 옳지 않으면 감점 요인이 된다.
> '돕는다', '대하다' thì cũng phù hợp về mặt nghĩa nhưng nếu ở phía sau sự kết hợp ngữ pháp hoặc ngữ nghĩa không đúng thì là yếu tố bị trừ điểm.

단어 방관자 người bàng quan　　효과 hiệu quả　　처하다 đối mặt với, rơi vào　　현상 hiện tượng　　속하다 thuộc, thuộc về　　물러나다 lùi lại

53

예시 답안

	한	국	교	통	공	사	에	서		서	울		시	민		10	00	명	을		대	상	으	로
출	퇴	근		교	통	수	단	에		대	한		선	호	도		조	사	를		실	시	하	였
다	.	지	하	철	을		선	호	하	는		사	람	이		80	%	로		가	장		많	았
고		버	스	가		50	%	,	자	동	차	가		30	%	로		그		뒤	를		이	었
다	.	자	전	거	는		20	%	로		선	호	하	는		사	람	이		가	장		적	었
다	.	지	하	철	을		선	호	하	는		이	유	를		살	펴	보	면		첫	째	,	지
하	철	은		출	퇴	근		시	간	에		교	통		체	증	이		없	기		때	문	이
다	.	둘	째	,	지	하	철	은		시	내		교	통	망	이		촘	촘	하	게		잘
연	결	되	어		있	어	서		이	동	이		편	리	하	기		때	문	이	다	.	마	지
막	으	로		이	용	료	가		저	렴	하	다	는		것	도		지	하	철	을		선	호
하	는		이	유	로		꼽	힌	다	.										

(우측 눈금: 50 / 100 / 150 / 200 / 250)

듣기

01	02	03	04	05	06	07	08	09	10	11	12	13	14	15	16	17	18	19	20
③	②	②	③	④	②	④	②	④	④	②	④	②	④	①	①	④	④	③	②

21	22	23	24	25	26	27	28	29	30
③	④	③	②	③	①	①	②	④	④

01

여자 서울로 가는 기차는 어디에서 타면 되나요?
남자 2층 승차장으로 가시면 됩니다. 저쪽 계단으로 올라가세요.
여자 아, 저쪽이요? 감사합니다.

Nữ   Tôi lên tàu hỏa đi Seoul ở đâu thì được ạ?
Nam Chị đi đến sân ga ở tầng 2 là được. Chị đi lên bằng cầu thang ở đằng kia nhé.
Nữ   À, đằng kia ạ? Cảm ơn anh.

기차역 안내 데스크의 직원이 계단 쪽을 가리키는 장면이 정답이다.
Bối cảnh nhân viên ở quầy hướng dẫn của ga tàu hỏa chỉ hướng cầu thang là đáp án.

단어 승차장 sân ga, nơi lên tàu, xe

02

남자 여보, 이 셔츠 입어 볼까요?
여자 그 색깔은 당신한테 안 어울리는 것 같은데요.
남자 그럼 다른 색깔이 있는지 물어봐야겠네요.

Nam Vợ ơi, anh mặc thử cái áo sơ mi này nhé?
Nữ   Có vẻ màu đó không hợp với anh.
Nam Vậy anh phải hỏi xem có màu khác không nhỉ.

옷 매장에서 부부가 대화하는 장면이다.
Đây là bối cảnh vợ chồng trò chuyện trong cửa hàng quần áo.

03

여자 신입생 100명을 대상으로 가입하고 싶은 동아리에 대해 조사했습니다. 경영 동아리에 가입하고 싶다고 대답한 학생이 가장 많았고, 창업 동아리, 음악이나 체육 활동 같은 예술 동아리가 그 뒤를 이었습니다. 봉사 동아리는 가장 적게 선호하는 것으로 나타났습니다.

Nữ   Tôi đã khảo sát trên đối tượng là 100 sinh viên mới về câu lạc bộ mà họ muốn tham gia. Số lượng sinh viên trả lời muốn tham gia câu lạc bộ quản trị kinh doanh nhiều nhất, sau đó là câu lạc bộ khởi nghiệp, và các câu lạc bộ nghệ thuật như âm nhạc hoặc hoạt động thể thao. Câu lạc bộ hoạt động tình nguyện ít được yêu thích nhất.

신입생 희망 가입 동아리가 '경영 > 창업 > 예술 > 봉사'의 순으로 되어 있는 그래프는 ②이다.
Biểu đồ thể hiện thứ tự của các câu lạc bộ 'quản trị kinh doanh > khởi nghiệp > nghệ thuật > hoạt động tình nguyện'mà sinh viên mới muốn tham gia là biểu đồ ②.

04

여자 민수 씨, 다음 주 모임 시간이 바뀌었대요.
남자 그래요? <u>언제로 바뀌었어요?</u>
여자

Nữ Anh Minsu, nghe nói thời gian của buổi gặp mặt vào tuần sau đã bị đổi rồi.
Nam Vậy à? Đổi sang khi nào?

밑줄 친 말에 대한 답으로 '③ 저녁에 문자로 알려 준대요'가 적합하다.
Câu trả lời phù hợp cho phần được gạch dưới là '③ họ bảo sẽ cho biết qua tin nhắn vào tối nay'.

05

남자 일요일 기차표가 매진이래.
여자 <u>그럼 비행기를 타는 게 어때?</u>
남자

Nam Họ nói là vé tàu hỏa ngày chủ nhật hết rồi.
Nữ Vậy đi máy bay thì thế nào?

밑줄 친 말에 대한 답으로 '④ 표가 있는지 알아봐야겠다'가 적합하다.
Câu trả lời phù hợp cho phần được gạch dưới là '④ phải tìm hiểu xem có vé không mới được'.

단어 매진 sự hết vé, sự hết hàng

06

남자 엄마, 저 우산을 버스에 놓고 내린 것 같아요.
여자 아니, 우산을 또 잃어버리면 어떡하니?
남자

Nam Mẹ ơi, chắc là con bỏ quên ô trên xe buýt rồi.
Nữ Lại làm mất ô thì làm thế nào?

엄마의 꾸지람을 듣고 '② 급하게 내리느라 깜빡했어요'라고 이유를 말하는 것이 정답이다.
Đáp án là câu trả lời lý do sau khi nghe mẹ trách mắng '② Do xuống xe vội nên con quên mất'.

07

남자 오늘 행사 때문에 일에 집중이 안 되네요.
여자 맞아요. <u>음악 소리가 너무 크네요.</u>
남자

Nam Do sự kiện hôm nay mà tôi không thể tập trung vào công việc được.
Nữ Đúng thế. Tiếng nhạc to quá.

밑줄 친 말과 호응하는 대답으로 '④ 행사가 빨리 끝났으면 좋겠어요'가 적절하다.
'④ Mong là sự kiện kết thúc nhanh' là câu trả lời phù hợp với phần được gạch dưới.

단어 집중(하다) tập trung

08

여자 김 대리, 이번 신입사원 지원자가 몇 명입니까?
남자 아직까지는 3명밖에 안 되는데요. <u>더 지원하지 않을까요?</u>
여자

Nữ Trợ lý Kim, lần này có bao nhiêu người ứng tuyển vào vị trí nhân viên mới?
Nam Hiện tại vẫn mới có 3 người thôi. <u>Chắc sẽ có thêm người ứng tuyển nhỉ?</u>

밑줄에 대한 대답으로 '② 네. 좀 더 기다려봐야겠네요'가 적합하다.
'② Vâng. Thế phải chờ thêm một chút' là câu trả lời phù hợp với phần được gạch dưới.

단어 지원자 người ứng tuyển, người dự tuyển

09

남자 주말인데 친구들 만나러 나가니?
여자 아니요. 오늘은 약속이 없어서 집에 있을 거예요.
남자 그럼 아빠하고 같이 공원에 자전거 타러 갈래?
여자 음. 글쎄요. 저는 집에서 <u>방 정리부터 하고</u> 책 좀 볼게요.

Nam Cuối tuần rồi, con có đi ra ngoài gặp bạn không?
Nữ Dạ không. Hôm nay con không có hẹn nên sẽ ở nhà.
Nam Vậy đi ra công viên đạp xe với bố nhé?
Nữ Ừm. Để xem. Con sẽ ở nhà <u>dọn phòng trước</u> rồi xem sách.

밑줄 친 말로 보아 정답은 '④ 방 청소를 한다'이다.
Xem phần được gạch dưới, đáp án là '④ dọn phòng'.

10

남자 빵 좀 드릴까요?
여자 네. 감사합니다.
남자 가져가고 싶은 만큼 담아 가세요. 비닐봉지에 담으면 좋겠는데…….
여자 아, <u>제 서랍에 하나 있어요.</u>

Nam Để tôi cho chị một ít bánh?
Nữ Vâng. Cảm ơn anh.
Nam Chị cứ lấy tùy thích. Cho vào túi nilon thì tốt quá…
Nữ À, <u>có một cái ở trong ngăn kéo của tôi.</u>

밑줄 친 말로 보아, 정답은 '④ 서랍에서 봉지를 꺼낸다'이다.
Xem phần gạch dưới, đáp án là '④ lấy túi từ trong ngăn kéo'.

단어 비닐봉지 túi nilon, túi bóng

11

남자 면접 준비는 잘 하고 있어?
여자 응. 하고 있는데 혼자 하기 어렵네.
남자 우리 학교 취업센터에서 모의 면접도 하던데. 아마 홈페이지에서 예약하면 될 거야.
여자 그래? 고마워. 바로 찾아가서 물어봐야겠다.

Nam Cậu đang chuẩn bị phỏng vấn tốt chứ?
Nữ Ừ. Đang chuẩn bị, nhưng chuẩn bị một mình nên khó quá.
Nam Ở trung tâm việc làm của trường có phỏng vấn thử đấy. Chắc là có thể đăng ký trên trang web.
Nữ Vậy à? Cảm ơn cậu. Tớ phải tìm đến đó hỏi mới được.

밑줄 친 말로 보아, 여자가 이어서 할 행동은 '② 취업지원센터로 간다'이다.

Xem phần gạch dưới, hành động tiếp theo của nhân vật nữ là '② đi đến trung tâm hỗ trợ việc làm'.

단어 모의 면접 phỏng vấn thử, phỏng vấn mô phỏng

12

여자 김 선생님, 이번 회사 야유회는 어디로 가는 게 좋을까요?
남자 부산이 어떨까요? 지난주에 야유회 장소 투표를 했는데 바다를 선호하더라고요.
여자 좋아요. 그럼 숙소하고 교통편 좀 알아봐 주세요. 일정은 제가 짜 볼게요.
남자 네, 그렇게 하는 것으로 하지요.

Nữ Anh Kim, nên đi đâu cho buổi dã ngoại lần này của công ty?
Nam Busan thì sao? Tuần trước đã bỏ phiếu chọn địa điểm dã ngoại, mà mọi người thích biển lắm.
Nữ Tuyệt. Vậy anh tìm hiểu chỗ ở và phương tiện giao thông nhé. Tôi sẽ lập lịch trình.
Nam Vâng, chúng ta làm như vậy đi.

밑줄 친 말로 보아, 여자가 이어서 할 행동은 '④ 야유회에 가서 무엇을 할지 계획을 세운다'이다.

Xem phần được gạch dưới, hành động tiếp theo của nhân vật nữ là '④ lập kế hoạch sẽ làm gì khi đi dã ngoại'.

단어 야유회 buổi dã ngoại   선호하다 yêu thích, ưa chuộng   일정 lịch trình

13

여자 해외 사이트에서 가방을 주문하는 거야?
남자 응. 물건을 받으려면 시간은 좀 오래 걸리는데 훨씬 싸. 국내에서 구할 수 없는 물건도 살 수 있고.
여자 혹시 물건이 잘못 배송될까 봐 걱정되는데 괜찮을까?
남자 난 그런 적은 없었어. 그리고 요즘 세일 기간이니까 더 할인받을 수 있거든.

Nữ Cậu đặt mua túi xách trên trang web nước ngoài à?
Nam Ừ. Hơi mất thời gian mới nhận được hàng nhưng rẻ hơn hẳn. Và có thể mua hàng hóa không thể kiếm được ở trong nước nữa.
Nữ Tớ lo là hàng hóa có thể bị gửi nhầm, nhưng chắc không sao nhỉ?
Nam Tớ chưa từng bị như thế. Vả lại dạo này đang là thời gian giảm giá nên có thể được giảm nhiều.

밑줄 친 말로 보아 정답은 '② 이 사이트는 배송이 느리다'이다.

Xem phần được gạch dưới, đáp án là '② trang web này giao hàng hóa chậm'.

단어 배송(하다) vận chuyển, giao hàng

14

남자 주민 여러분, 작년에 이어 올해도 우리 아파트 놀이터에서 어린이날 행사를 하려고 합니다. 어린이날 오전 열 시에 어린이 노래자랑 대회를 할 예정이니 이번 주말까지 참가 신청을 해 주시기 바랍니다. 주민 여러분의 적극적인 참여 바랍니다. 그리고 행사 당일에는 1층 주차장을 이용할 수 없으니 양해 부탁드립니다.

Nam Thưa quý cư dân, tiếp nối năm trước, năm nay chúng tôi cũng định tổ chức sự kiện ngày lễ thiếu nhi ở sân chơi của chung cư. Cuộc thi hát dành cho các em thiếu nhi sẽ được diễn ra vào lúc 10 giờ sáng ngày lễ thiếu nhi, nên mong quý cư dân đăng ký tham gia đến hết cuối tuần này. Hy vọng mọi người nhiệt tình tham gia. Và vào ngày diễn ra sự kiện thì không thể sử dụng bãi đỗ xe ở tầng 1 nên mong mọi người thông cảm.

밑줄 친 말로 보아, 정답은 '④ 노래자랑 참가 신청을 미리 받는다'이다.

Xem phần được gạch dưới, đáp án là '④ nhận đăng ký tham gia thi hát trước'.

단어 참여하다 tham gia   양해 sự thông cảm

15

여자 최근 건조해진 날씨 때문에 산불 사고가 이어지고 있습니다. 오늘 강원도에서 또 산불이 났다고 하는데요. 현재 7시간 만에 산불은 모두 진화됐으며 다행히 인명 피해는 없다고 합니다. 소방 당국은 화재의 정확한 원인을 조사하고 있습니다. 요즘 같은 건조한 날씨에는 작은 불씨도 큰 불로 이어지기 때문에 등산객들의 주의가 필요합니다.

Nam Gần đây sự cố cháy rừng đang tiếp diễn do thời tiết trở nên hanh khô. Hôm nay ở tỉnh Gangwon lại xảy ra cháy rừng. Hiện nay vụ cháy rừng đã được dập tắt hoàn toàn sau 7 tiếng và may mắn là không có tổn thất về người. Cơ quan phòng cháy chữa cháy đang điều tra nguyên nhân chính xác của vụ hỏa hoạn. Vào những ngày thời tiết khô như dạo này thì chỉ cần một tia lửa nhỏ cũng có thể dẫn đến ngọn lửa to nên cần sự chú ý của những người leo núi.

밑줄 친 말에서 '① 현재 산불을 모두 껐다'를 알 수 있다.

Có thể biết là '① hiện tại đã hoàn toàn dập tắt được cháy rừng' trong phần được gạch dưới.

단어 화재 hỏa hoạn   진화(하다) sự dập tắt   인명 피해 tổn thất về người   불씨 tia lửa, mồi lửa

16

여자 지난달 한국인 최초로 해외 음악 차트 1위를 달성하셨는데요. 그 비결이 뭘까요?

남자 글쎄요. 저는 저와 비슷한 또래의 이야기를 담고 싶었습니다. 현실과 사랑에 대한 고민을 포함해서 저의 세대의 모습을 솔직하게 표현하고 싶었습니다. 한국어로 표현한 음악이 차트 1위를 할 만큼 세계인들이 모두 공감하고 사랑해주시는 것이 꿈만 같습니다.

Nữ Anh là người Hàn Quốc đầu tiên đã giành được hạng 1 trên bảng xếp hạng âm nhạc nước ngoài vào tháng trước. Bí quyết của anh là gì?

Nam Tôi cũng không rõ nữa. Tôi đã muốn kể câu chuyện của những người cùng lứa tuổi với tôi. Tôi muốn thể hiện chân thật hình ảnh của thế hệ chúng tôi, bao gồm cả những trăn trở về hiện thực và tình yêu. Việc những người trên thế giới đều đồng cảm và yêu thích nó đến độ âm nhạc được thể hiện bằng tiếng Hàn Quốc đã giành được hạng 1 trên bảng xếp hạng giống như một giấc mơ vậy.

밑줄 친 말로 보아 '① 남자는 한국어로 음반을 냈다'를 알 수 있다.

Xem phần được gạch dưới có thể biết '① nhân vật nam đã phát hành ca khúc bằng tiếng Hàn Quốc'.

단어 비결 bí quyết   달성하다 đạt được, thực hiện được.

17

남자	저 헬스장이 잘 가르친다고 소문이 났던데 들었어?
여자	응. 좀 비싸긴 해도 다들 운동 효과가 좋다더라고.
남자	그런데 큰돈 들여서 운동하느니 차라리 매일 집 근처에서 자전거를 타는 게 낫지 않아?
Nam	Có tin đồn phòng gym kia dạy tốt lắm, cậu có nghe nói không?
Nữ	Ừ. Mọi người đều nói có hiệu quả lắm dù hơi đắt một chút.
Nam	Nhưng tập thể dục mà phải tiêu số tiền lớn thì thà là mỗi ngày đi xe đạp ở gần nhà không tốt hơn à?

밑줄 친 남자의 마지막 말로 보아, 남자의 중심 생각은 '④ 집에서 가까운 곳에서 매일 운동하는 게 낫다'이다.
Xem câu nói được gạch dưới của nhân vật nam, suy nghĩ trọng tâm của nhân vật nam là '④ mỗi ngày tập thể dục ở nơi gần nhà thì tốt hơn'.

18

남자	숙소 홈페이지에서 문의 좀 하려는데 왜 이렇게 가입이 복잡해?
여자	그래도 인터넷으로 하니까 직접 가지 않아서 좋잖아.
남자	난 이렇게 간단한 질문은 통화로 하는 게 빠르고 좋은 거 같아. 인터넷으로 하려니까 시간이 더 걸리는 것 같아.
Nam	Tớ định hỏi vài điều trên trang chủ của dịch vụ chỗ ở, mà sao việc đăng ký thành viên phức tạp thế này?
Nữ	Dù là vậy nhưng làm qua internet thì không cần trực tiếp đến đó nên tốt mà.
Nam	Tớ nghĩ câu hỏi đơn giản thế này thì hỏi qua điện thoại nhanh và tốt nhất. Vì định làm qua internet nên có lẽ mất nhiều thời gian hơn.

밑줄 친 말로 보아, 남자의 중심 생각은 '④ 간단한 문의 사항은 전화로 물어보는 것이 낫다'이다.
Xem phần được gạch dưới, suy nghĩ trọng tâm của nhân vật nam là '④ câu hỏi đơn giản thì hỏi qua điện thoại tốt hơn'.

단어 문의하다 hỏi, tư vấn   가입 sự đăng ký thành viên, sự gia nhập

19

여자	아이 장난감을 빌려주는 도서관이 생긴다고 해요.
남자	그래요? 여러 사람이 함께 사용하는데 괜찮을까요?
여자	네. 깨끗하게 잘 관리한대요. 아이들도 새로운 장난감으로 자주 바꿔주면 좋아할 거예요.
남자	그래도 저는 아이들 장난감은 새 상품을 구매해서 사용하는 게 좋다고 생각해요.
Nữ	Nghe nói mới có thư viện cho mượn đồ chơi trẻ em.
Nam	Vậy à? Nhiều người cùng sử dụng đồ chơi thế thì có sao không?
Nữ	Vâng. Nghe nói họ quản lý sạch sẽ lắm. Trẻ em cũng sẽ thích nếu được đổi đồ chơi mới thường xuyên.
Nam	Dù vậy, tôi nghĩ là đồ chơi trẻ em thì nên mua sản phẩm mới mà sử dụng.

밑줄 친 말로 보아, 남자의 중심 생각은 '③ 아이 장난감은 빌리는 것보다 사는 것이 낫다'이다.
Xem phần gạch dưới, suy nghĩ trọng tâm của nhân vật nam là '③ mua đồ chơi cho trẻ thì tốt hơn là mượn'.

단어 관리(하다) sự/việc quản lý   구매(하다) sự/việc mua hàng

20

여자	요즘 진행하시는 상담 프로그램이 인기를 끄는 이유는 무엇일까요?
남자	저는 무엇보다 상담자에게 현실적으로 대답해주는 것이 중요하다고 생각합니다. 무조건 긍정적인 대답을 하기보다는 좀 더 현실과 상황을 정확하게 바라볼 수 있도록 도와주는 편이에요. 그리고 항상 상담자가 내 가족이라는 생각으로 임하고 있습니다.

Nữ	Lý do mà chương trình tư vấn do anh tiến hành đang được yêu thích là gì ạ?
Nam	Tôi nghĩ việc trả lời người được tư vấn một cách thực tế quan trọng hơn bất cứ việc gì. Tôi thường giúp cho họ có thể nhìn thẳng vào hiện thực và tình hình một cách chính xác hơn một chút, chứ không phải lúc nào cũng đưa ra câu trả lời mang tính tích cực. Và tôi đang luôn làm việc với suy nghĩ là người được tư vấn là gia đình của tôi.

밑줄 친 말에서 정답은 '② 문제에 대한 객관적인 조언이 필요하다'이다.

Trong phần được gạch dưới, đáp án là '② cần lời khuyên mang tính khách quan về vấn đề'.

단어 상담 sự tư vấn   현실적(으로) mang tính thực tế, hiện thực   긍정적(이다) mang tính tích cực   임하다 đảm nhiệm

[21~22]

남자	부장님, 최근 회사 매장 판매율이 급격하게 떨어지고 있다고 하는데 대책이 필요할 것 같아요.
여자	맞아요. 그래서 이번에 온라인 판매를 시작하려고 하는데 소비자의 이목을 끌 수 있는 홍보 전략이 필요할 것 같아요.
남자	우선 소비자들에게는 제품의 사진이 첫인상이기 때문에 그것부터 신경을 써야 할 것 같아요.
여자	좋아요. 그럼 경쟁 회사들 홈페이지 조사를 좀 부탁해요.
Nam	Trưởng bộ phận, nghe nói gần đây tỉ lệ bán hàng của cửa hàng của công ty giảm đột ngột, có lẽ cần giải pháp ạ.
Nữ	Đúng vậy. Vì thế lần này tôi định bắt đầu bán hàng trực tuyến, nhưng có lẽ cần chiến lược quảng bá thu hút sự chú ý của người tiêu dùng.
Nam	Trước tiên, đối với khách hàng thì ảnh của sản phẩm là ấn tượng đầu tiên nên cần phải chú ý từ cái đó trước.
Nữ	Tốt. Vậy thì nhờ cậu khảo sát trang web của các công ty cạnh tranh nhé.

21 밑줄 친 남자의 말로 보아, 남자의 중심 생각은 '③ 온라인 홍보용 제품의 사진이 중요하다'이다.

Xem câu nói được gạch dưới của nhân vật nam, suy nghĩ trọng tâm của nhân vật nam là '③ hình ảnh sản phẩm dùng cho quảng bá trực tuyến rất quan trọng'.

22 밑줄 친 여자의 말로 '④ 이 회사는 제품을 온라인으로 판매하려고 한다'를 알 수 있다.

Có thể biết '④ công ty này định bán sản phẩm trực tuyến' thông qua câu nói được gạch dưới của nhân vật nữ.

단어 판매율 tỷ lệ bán hàng   대책 đối sách, giải pháp   홍보(하다) quảng bá   전략 chiến lược   소비자 người tiêu dùng
신경을 쓰다 chú ý, lưu tâm   경쟁 sự cạnh tranh

[23~24]

여자	여보세요. 여권을 잃어버려서 재발급받으려고 하는데요. 어떻게 신청해야 할까요?
남자	저희 시청 여권과에 신분증과 여권 사진을 가지고 오시면 됩니다.
여자	아 그래요? 혹시 인터넷으로 신청이 가능한가요?
남자	네. 전자 여권을 발급받으신 적이 있으면 온라인으로도 신청이 가능합니다. 하지만 여권 사진이 규격에 맞지 않으면 신청이 취소될 수 있으니 주의하시기 바랍니다. 그리고 여권을 찾으실 때는 본인이 직접 신분증을 가지고 방문하셔야 합니다.
Nữ	A lô. Tôi bị mất hộ chiếu nên muốn được cấp lại. Tôi phải đăng ký thế nào?
Nam	Chị mang chứng minh thư và ảnh hộ chiếu đến phòng hộ chiếu của ủy ban nhân dân thành phố là được ạ.
Nữ	À thế à? Không biết là đăng ký qua internet có được không?
Nam	Vâng. Nếu chị đã từng nhận hộ chiếu điện tử thì đăng ký trực tuyến cũng được. Nhưng nếu ảnh hộ chiếu không đúng quy cách thì đơn đăng ký có thể bị hủy nên chị lưu ý nhé. Và khi nhận hộ chiếu thì chị phải trực tiếp mang chứng minh thư đến.

23 남자는 '③ 여권 재발급 방법을 안내하고 있다'.

Nhân vật nam '③ đang hướng dẫn phương pháp cấp lại hộ chiếu'.

24 밑줄 친 말로 보아 '② 여권 사진 크기가 맞아야 신청이 된다'를 알 수 있다.

Xem phần được gạch dưới có thể biết '② độ lớn của ảnh hộ chiếu phải đúng mới có thể đăng ký'.

[단어] 재발급 sự cấp lại   규격 quy cách   본인 đương sự, bản thân

[25~26]

> **여자** 다음 달부터 시청에서 탄력근무제를 도입한다고 하던데 정확하게 설명 좀 부탁드립니다.
> **남자** 네, 저희 시청에서는 조건이나 상황에 맞게 근무 시간을 조절하는 제도를 시행하려고 합니다. 일주일에 15시간에서 35시간 범위 내에서 근무가 가능하고 근무 시간에 따라 보수를 받게 되는 것입니다. 본인이 원하는 시간에 일하면 업무 집중도 높일 수 있고 집이 먼 직원들은 출퇴근 스트레스에서도 벗어날 수 있습니다. 이런 제도를 통해 근무자들이 일과 삶의 균형도 이루고 업무의 효율도 높이는 계기가 되었으면 좋겠습니다.
>
> **Nữ** Ủy ban nhân dân thành phố nói từ tháng sau sẽ thực hiện chế độ làm việc linh hoạt, nhờ anh giải thích chính xác ạ.
> **Nam** Vâng, ủy ban chúng tôi dự định thực hiện chế độ điều chỉnh thời gian làm việc theo điều kiện hoặc tình hình. Nhân viên có thể làm việc trong phạm vi từ 15 giờ đến 35 giờ 1 tuần và nhận lương theo thời gian làm việc. Nếu làm việc vào giờ mà bản thân muốn thì có thể nâng cao khả năng tập trung vào công việc, và những nhân viên ở xa cũng có thể thoát ra khỏi áp lực do đi làm và tan sở. Chúng tôi mong là thông qua chế độ thế này người làm việc có thể cân bằng công việc và cuộc sống, và sẽ là động lực nâng cao hiệu quả công việc.

25 두 번째 밑줄 친 남자의 말로 보아, 정답은 '③ 근무 시간을 조절하면 효율적으로 일을 할 수 있다'이다.

Trong câu nói được gạch dưới thứ 2 của nhân vật nam, đáp án là '③ nếu điều chỉnh thời gian làm việc thì có thể làm việc hiệu quả'.

26 첫 번째 밑줄 친 남자의 말로 보아, 정답은 '① 근무 시간에 따라서 보수가 결정된다'이다.

Trong câu nói được gạch dưới thứ nhất của nhân vật nam, đáp án là '① lương được quyết định theo thời gian làm việc'.

[단어] 범위 phạm vi   보수 lương, tiền thù lao   균형 sự cân bằng, thăng bằng   효율 hiệu quả   계기 cơ hội

[27~28]

> **여자** 원민 씨, 왜 그렇게 불을 다 끄고 다녀요?
> **남자** 제가 요즘 에코 마일리지를 적립하고 있거든요.
> **여자** 에코 마일리지요? 그게 뭐예요?
> **남자** 전기, 수도, 가스 등 에너지 사용을 줄이면 마일리지를 쌓아주는 에너지 절약 정책이에요. 에너지 사용량을 직전 2년 동안의 평균 사용량과 비교해 5% 이상 줄이면 마일리지를 쌓아 주는데 그걸로 관리비를 납부하거나 현금으로도 바꿀 수 있거든요.
>
> **Nữ** Anh Wonmin, sao anh tắt hết đèn như thế rồi mới ra ngoài?
> **Nam** Vì dạo này tôi đang tích dặm eco.
> **Nữ** Dặm eco? Cái đó là gì thế?
> **Nam** Là chính sách tiết kiệm năng lượng tích dặm nếu giảm sử dụng năng lượng như điện, nước, ga. Nếu lượng sử dụng giảm trên 5% so với lượng sử dụng bình quân của 2 năm trước đó thì có thể tích dặm và nộp phí quản lý bằng dặm đó hoặc có thể đổi thành tiền mặt.

27 남자는 에너지 정책 중 하나인 에코마일리지 제도에 대해 설명하고 있다.

Nhân vật nam đang giải thích về chế độ dặm eco, một trong những chính sách năng lượng.

28 '마일리지를 쌓아주고 그걸로 관리비를 납부하거나'에서 정답은 '② 에코 마일리지로 관리비를 낼 수 있다'이다.

Trong phần 'có thể tích dặm và nộp phí quản lý bằng dặm đó', đáp án là '② có thể trả phí quản lý bằng dặm eco'.

[단어] 적립하다 tích (điểm, dặm)   정책 chính sách   절약(하다) tiết kiệm   납부하다 đóng, nộp

[29~30]

여자	경위님, 최근 금융 사기 피해가 늘고 있는데요. 이를 피하기 위한 방법으로는 무엇이 있을까요?
남자	우선 개인 정보 관리가 가장 중요합니다. 전화로 금융 정보나 개인 정보를 물어보면 절대로 알려주면 안 됩니다. 그리고 인터넷 주소가 포함된 문자 메시지를 받았을 경우 바로 삭제해야 합니다.
여자	만약 인터넷 주소를 눌렀다면 어떻게 해야 하나요?
남자	핸드폰에 불법 프로그램이 설치되었을 수 있으니 최대한 빨리 저희 경찰청 '사이버 수사대'에 신고하시기 바랍니다. 저희 수사관들과 전문가들이 피해 수사를 위해 최선을 다하겠습니다.
Nữ	Thưa trung úy, gần đây thiệt hại do lừa đảo tài chính đang tăng. Có phương pháp nào để phòng tránh ạ?
Nam	Trước tiên việc quan trọng là quản lý thông tin cá nhân. Nếu có ai gọi điện thoại và hỏi thông tin tín dụng hoặc thông tin cá nhân thì tuyệt đối không được cho biết. Và khi nhận các tin nhắn có chứa đường link thì phải xóa ngay lập tức.
Nữ	Nếu lỡ bấm vào đường link thì phải làm thế nào?
Nam	Có thể chương trình bất hợp pháp đã được cài đặt ngay trên điện thoại nên phải khai báo với 'Đội điều tra an ninh mạng' của sở cảnh sát chúng tôi càng sớm càng tốt. Các nhân viên điều tra chúng tôi và các chuyên gia sẽ làm hết sức để điều tra các tổn thất.

29 두 번째 밑줄 친 남자의 말을 통해 남자가 '④ 금융 범죄를 수사하는 사람'임을 알 수 있다.

Thông qua câu nói được gạch dưới thứ 2 của nhân vật nam, có thể biết nhân vật nam là '④ cảnh sát điều tra tội phạm tài chính'.

30 첫 번째 밑줄 친 남자의 말에서 정답은 '④ 인터넷 주소가 포함된 문자 메시지는 누르면 안 된다'이다.

Trong câu nói được gạch dưới thứ nhất của nhân vật nam, đáp án là '④ không được bấm vào tin nhắn có chứa đường link'.

단어 금융 tài chính   사기 sự lừa đảo   삭제(하다) xóa   불법 bất hợp pháp   설치(하다) cài đặt   신고(하다) khai báo

거래(하다) giao dịch   수사(하다) điều tra

쓰기

51 ㉠ 축하해 주시기 바랍니다

Mong mọi người chúc mừng cho chúng tôi

㉡ 대중교통을 이용하시기 바랍니다

Mong mọi người sử dụng giao thông công cộng

㉠ 앞에 '결혼식에 오셔서'가 있으므로 축하해 달라는 내용을 써야 한다. '-아/어 주다'와 요청하는 '-기 바라다'를 사용하고, 초대장에 맞는 '높임말'을 써서 '축하해 주시기 바랍니다'가 가장 좋은 답이 된다.

Vì phía trước có nội dung 'đến lễ cưới' nên phải viết nội dung mong mọi người chúc mừng. Sử dụng '-아/어 주다' và '-기 바라다' thể hiện yêu cầu và sử dụng 'kính ngữ' phù hợp với thư mời để viết thành câu '축하해 주시기 바랍니다', đây là đáp án tốt nhất.

※ '보세요' 혹은 '축하해 주세요'처럼 낮은 수준의 어휘·문법을 사용하거나 의미의 전달 수준이 낮으면 감점이 된다.

Nếu sử dụng từ vựng-ngữ pháp trình độ thấp như '보세요' hoặc '축하해 주세요', hay mức độ truyền đạt ý nghĩa thấp thì sẽ bị trừ điểm.

㉡ '주차장 이용이 어렵다'는 이유가 있으므로 '대중교통을 이용하다' 같은 대안을 제시하면서 부탁하는 '-기 바라다'를 사용하면 좋다.

Vì lý do 'khó sử dụng bãi đỗ xe' nên dùng '-기 바라다' để nhờ vả và đưa ra phương án như 'sử dụng giao thông công cộng'.

※ '차를 가져오지 마세요', '주차하지 마세요' 같은 답은 의미가 통하기는 하지만 어휘 수준을 고려하면 감점 요인이 된다.

Các câu trả lời như '차를 가져오지 마세요', '주차하지 마세요' thì về mặt ý nghĩa cũng có thể hiểu được nhưng sẽ trở thành yếu tố bị trừ điểm nếu xét đến trình độ từ vựng.

52 ㉠ 소의 힘을 빌렸기/소의 도움을 받았기/소를 사용했기

　　 đã mượn sức của bò/đã nhận sự giúp đỡ của bò/đã sử dụng bò

　 ㉡ 좋은 상품은 없었을 것이다/좋은(중요한) 것은 없었다

　　 không có sản phẩm tốt/không có cái tốt (quan trọng)

㉠: '소를 사용하다'의 의미를 넣어야 한다. 그래서 조금 더 다양한 어휘를 사용해서 문장을 만들면 '소의 힘을 빌렸기/소의 도움을 받았기/소를 사용했기' 모두 정답이 될 수 있다.

　Phải điền nội dung có nghĩa 'sử dụng bò'. Vì vậy nếu dùng từ vựng đa dạng hơn một chút và viết thành câu thì 'so의 힘을 빌렸기/소의 도움을 받았기/소를 사용했기' đều có thể là đáp án.

※ '소를 썼기', '소가 있었기'와 같은 답은 어휘 · 문법 수준을 고려하면 감점 요인이 된다.

　Các câu trả lời như '소를 썼기', '소가 있었기' là yếu tố bị trừ điểm nếu xét đến trình độ từ vựng-ngữ pháp.

㉡: 'N만큼'과 연결되어 비교 문법으로 '가장 좋았다'라는 의미를 전달해야 한다. 그래서 'N만큼 좋은 N은 없다'라는 문형을 사용하고, '과거 추측'을 나타내는 '-았/었을 것이다'를 사용하면 더 좋은 정답이 된다.

　Phải truyền đạt ý nghĩa 'đã tốt nhất' bằng ngữ pháp so sánh liên kết với 'N만큼'(bằng). Vì thế sử dụng cấu trúc 'N만큼 좋은 N은 없다' (không có gì tốt bằng ~), và nếu dùng '-았/었을 것이다' để thể hiện 'suy đoán quá khứ' thì sẽ được câu trả lời đúng.

※ '중요했다', '가치가 있었다' 등은 의미는 통하지만 'N만큼'이라는 비교 문법과 연결되는 문법을 사용하지 않아 어휘 · 문법 수준에서 감점 요인이 된다.

　Các câu trả lời như '중요했다', '가치가 있었다' cũng có nghĩa nhưng vì không sử dụng ngữ pháp liên kết với ngữ pháp so sánh 'N만큼' nên bị trừ điểm ở phần từ vựng-ngữ pháp.

53

예시 답안

　한국취업연구소에서 게임 관련 전공자 300명을 대상으로 온라인 게임 업계 취업 실태에 대해 조사하였다. 2000년 30%였던 취업률이 2010년에 40%로 소폭 상승하였다. 그 후 2020년에는 무려 80%로 급격히 증가한 것으로 조사되었다. 이런 게임 업계의 취업률 증가의 원인으로는 우선 정부의 지원이 확대된 것을 들 수 있다. 또한 온라인 산업이 발전된 것도 증가의 한 원인이다. 앞으로 게임 산업의 수요가 증가하여 시장이 확대될 전망이며 이에 따라 전문 인력도 지속적으로 필요할 것으로 예상된다.

01	02	03	04	05	06	07	08	09	10	11	12	13	14	15	16	17	18	19	20
③	②	③	②	①	②	②	④	③	②	③	④	①	①	③	④	④	④	①	④

21	22	23	24	25	26	27
①	③	③	④	②	①	③

01 연습을 많이 (할수록) 실수가 적다.

Càng luyện tập nhiều thì sai sót càng ít.

'연습을 많이 하다'와 '실수가 적다'의 호응 관계를 표현하려면 '-(으)ㄹ수록'을 써야 한다.

Phải dùng '-(으)ㄹ수록' (càng ~ càng) nếu muốn thể hiện quan hệ tương ứng giữa '연습을 많이 하다' (luyện tập nhiều) và '실수가 적다' (sai sót ít).

※ -(으)ㄹ수록: 어떤 일의 정도가 심해지면 다른 일의 정도도 그에 따라 변함을 나타내는 연결어미.

Vĩ tố liên kết thể hiện nếu mức độ của một việc nào đó trở nên nghiêm trọng thì mức độ của việc khác cũng thay đổi theo.

02 이 옷은 10년 전에 샀지만 아직 (입을 만하다).

Áo này tôi mua 10 năm trước rồi nhưng vẫn đáng để mặc.

옷은 오래되었지만 '아직 괜찮다/입을 수 있다'라는 의미의 문법으로 '-(으)ㄹ 만하다'를 써야 한다.

Phải dùng '-(으)ㄹ 만하다' để thể hiện ý nghĩa áo đã cũ nhưng 'vẫn không sao / có thể mặc được'.

※ -(으)ㄹ 만하다: 어떤 행동을 할 가치가 있음을 나타내는 표현.

Cách diễn đạt thể hiện có giá trị để làm một việc nào đó.

03 비가 너무 많이 왔다(이유) – 소풍이 취소됐다(부정적 결과)

Mưa to (lý do) - chuyến dã ngoại đã bị hủy (kết quả mang tính tiêu cực)

※ -는 바람에: 어떤 일이 원인이나 이유가 됨을 나타내는 표현.

Cách diễn đạt việc nào đó trở thành nguyên nhân hoặc lý do.

※ -(으)ㄴ/는 탓에: 어떤 일이 부정적인 원인이나 까닭임을 나타내는 표현.

Cách diễn đạt việc nào đó là nguyên nhân hoặc căn nguyên mang tính tiêu cực.

04 전화를 아직 안 했지만 하려는 계획이 있으므로 '-(으)려고 하다'와 비슷하다.

Dù chưa gọi điện thoại nhưng có kế hoạch gọi nên tương tự với '-(으)려고 하다' (định ~).

※ -(으)려던 참이다: 동사의 뒤에 사용하며 곧 어떤 일을 하려고 함을 나타내는 표현.

Sử dụng sau động từ, thể hiện ý định sắp làm một việc nào đó.

05 '야채', '마시다'라는 단어로 보아, 정답은 '① 주스'이다.

Có các từ 'rau', 'uống', nên đáp án là '① nước ép hoa quả'.

06 '가리다', '미소' 등의 단어를 통해 입과 관련됨을 알 수 있다. 정답은 '② 치과'이다.

Thông qua các từ 'che', 'nụ cười' có thể biết là có liên quan đến miệng. Đáp án là '② nha khoa'.

07 '타다'와 '매다', '생명을 살리다'를 통해 '차'와 관련됨을 알 수 있다. 정답은 '② 운전 수칙'이다.

Thông qua các từ 'đi (phương tiện giao thông)', 'thắt' và 'cứu mạng sống' có thể biết là có liên quan đến 'xe'. Đáp án là '② quy tắc an toàn'.

단어 생명 sinh mạng, mạng sống

08 '적당량', '바르십시오/바르지 마십시오'에서 정답은 '④ 사용 방법'이다.

Trong cụm từ 'lượng phù hợp', 'hãy bôi/đừng bôi', đáp án là '④ cách sử dụng'.

단어 부위 vùng, chỗ (trên cơ thể)

09 '접수 방법은 청년 창업센터 1층 방문 접수'이므로 정답은 '③ 교육을 신청하려면 창업센터에 가야 한다'이다.

Vì 'phương pháp tiếp nhận là tiếp nhận trực tiếp ở tầng 1 của trung tâm khởi nghiệp thanh niên' nên đáp án là '③ nếu muốn đăng ký học thì phải đi đến trung tâm khởi nghiệp'.

단어 창업 khởi nghiệp

10 남자와 여자 모두 안전에 대한 만족도가 9점으로 가장 높다. 그러므로 정답은 ②이다.

Nam giới và nữ giới đều có mức độ hài lòng về an toàn cao nhất, đạt 9 điểm. Vì thế đáp án là ②.

11 '소포장 상품'을 쉽게 볼 수 있게 되었다고 했으므로 정답은 '③ 식품을 조금씩 나눠 판매하기 시작했다'이다.

Vì nội dung nói có thể dễ dàng nhìn thấy 'sản phẩm được đóng gói nhỏ' nên đáp án là '③ bắt đầu chia sản phẩm ra phần nhỏ và bán' là đáp án.

단어 초소형 dạng siêu nhỏ

12 '이 자세가 지속되면 목뼈가 변형될 뿐만 아니라'에서 정답은 '④ 거북목 자세로 일을 계속 하면 목뼈의 모양이 바뀐다'이다.

Trong nội dung 'nếu tư thế này được tiếp diễn, không chỉ xương cổ bị biến dạng', đáp án là '④ nếu liên tục làm việc với tư thế cổ rùa thì cổ sẽ bị biến dạng.'

단어 무의식적(으로) một cách vô thức   구부정하다 cong lệch, vặn vẹo   변형되다 biến dạng, biến hình   예방하다 phòng ngừa

13 (나) '맑은 물에는 고기가 없다'는 속담이 있다 - **속담 인용**

　　Có câu tục ngữ là 'không có cá ở nơi nước trong' – **trích dẫn tục ngữ**

　　(다) 사람이 너무 규칙과 법만 따지면 친구가 떠난다는 뜻이다 - **속담 뜻**

　　Nghĩa là nếu chỉ quá suy xét đến quy tắc và luật thì bạn bè sẽ rời xa - **nghĩa của tục ngữ**

　　(가) 인간관계에서 모든 일을 너무 정확하게 계산하면 정이 없는 사람이 되기 마련이다 - **풀이**

　　Trong mối quan hệ giữa người với người, nếu việc gì cũng tính toán quá chính xác thì dĩ nhiên trở thành người không có tình cảm – **giải nghĩa**

　　(라) 그런 성격을 가진 사람은 좋은 동료일 수 있지만 친구가 되기 어려울 수 있다 - **전개**

　　Người có tính cách như vậy khi làm việc thì có thể là đồng nghiệp tốt nhưng khó có thể trở thành bạn - **triển khai**

단어 인간관계 mối quan hệ giữa người với người

14 (가) 최근 한글 간판이나 상품명이 새삼 시선을 끌고 있다 - **최근 변화**

　　Dạo này các biển hiệu hay tên sản phẩm bằng chữ Hàn Quốc đang thu hút cái nhìn một cách mới mẻ – **sự thay đổi gần đây**

　　(라) 몇 년 전까지만 해도 간판이나 상품에 새겨지는 글씨는 대부분 외국어였다 - **과거 비교**

　　Cho đến mấy năm trước đây thôi thì chữ viết trên bảng hiệu hay sản phẩm đa phần đã là tiếng nước ngoài - **so sánh với quá khứ**

　　(다) 낯설지만 남달라 보이는 인상을 준다고 생각했기 때문이다 - **그 이유**

　　Vì đã nghĩ là nó mang lại ấn tượng đặc biệt dù lạ lẫm - **lý do**

　　(나) 하지만 요즘 반대로 한글 표기가 더 친숙하고 멋있다는 생각으로 바뀐 것이다 - **현재 상황**

　　Nhưng dạo này ngược lại các ký tự chữ Hàn Quốc được cho là thân thuộc và đẹp hơn - **tình trạng hiện tại**

단어 새삼 một cách mới mẻ   시선을 끌다 thu hút ánh nhìn   낯설다 lạ lẫm, bỡ ngỡ   남다르다 khác người, đặc biệt   새기다 khắc, ghi

15 (다) 겨울철 운동을 할 때 주의해야 할 점이 몇 가지 있다 - <u>소개</u>

Có vài điều cần phải chú ý khi tập thể dục vào mùa đông – **giới thiệu**

(나) <u>먼저</u> 충분한 스트레칭을 하고 운동을 해야 한다 - **주의점** ①

Trước tiên, phải stretching (giãn cơ) đầy đủ rồi mới tập – **điểm cần chú ý** ①

(라) 겨울은 다른 계절보다 기온이 낮아 근육이 수축하기 때문이다 - (나) 이유

Vì vào mùa đông nhiệt độ thấp nên cơ bắp co lại hơn các mùa khác – (나) **lý do**

(가) <u>그리고</u> 적절한 수분 보충이 아주 중요하다 - **주의점** ②

Và việc bổ sung lượng nước thích hợp rất quan trọng – **điểm cần chú ý** ②

`단어` 보충(하다) bổ sung   주의하다 chú ý   근육 cơ bắp   수축하다 co lại

16 빈칸에는 '저소득층'과 관련 있는 말이 적합하므로 정답은 '④ 비용이 부담이 되어'이다. '저소득: 소득이 적다'라는 단어를 이해하면 정답을 더 빨리 찾을 수 있다.

Nội dung liên quan đến 'tầng lớp có thu nhập thấp' sẽ thích hợp điền vào ô trống, do đó đáp án là '④ chi phí là gánh nặng'. Nếu hiểu cụm từ 'thu nhập thấp; thu nhập ít' thì có thể nhanh chóng tìm đáp án.

`단어` 노후 khi về già, tuổi già   수리하다 sửa chữa   시행하다 thi hành   저소득 thu nhập thấp   지속적 mang tính liên tục
부담되다 trở thành gánh nặng

17 '먼저 상대방의 위치와 상황에서 생각해 볼 수 있어야 한다'라고 했으므로 정답은 '④ 서로의 입장을 바꿔 생각해 보면'이다.

Vì nội dung là 'trước tiên phải đặt mình vào vị trí và tình huống của đối phương để suy nghĩ' nên đáp án là '④ nếu thử thay đổi lập trường của nhau rồi suy nghĩ'.

`단어` 맺다 kết, thiết lập (mối quan hệ)   원만하다 thuận lợi, suôn sẻ   유지하다 duy trì   비판하다 phê phán   입장 lập trường

18 '농사를 지을 때에는 해의 움직임과 날씨가 중요하'고 했으므로 빈칸에는 '해와 날씨의 변화에 따라서' 즉, '④ 절기의 변화에 맞추어서'가 적합하다.

Vì nội dung là 'khi làm nông thì quan trọng là sự di chuyển của mặt trời và thời tiết' nên 'theo sự thay đổi của mặt trời và thời tiết', tức '④ điều chỉnh theo sự biến đổi tiết khí' phù hợp với ô trống.

`단어` 추수 sự thu hoạch   농기구 nông cụ, công cụ nông nghiệp

19 SNS의 장점과 부작용을 연결하는 반의 관계 접속어 '① 반면에'가 적절하다.

Liên từ '① trái lại' thể hiện quan hệ đối lập kết nối ưu điểm và tác dụng phụ của SNS thích hợp điền vào chỗ trống.

20 '그러므로 청소년을 위한 건강한 스마트폰 사용 방법에 대한 교육이 필요한 시점이다'를 통해 정답은 '④ 청소년에게 적절한 스마트폰 사용 교육을 해야 한다'이다.

Đáp án là '④ Phải tiến hành giáo dục thanh thiếu niên việc sử dụng điện thoại thông minh phù hợp' là đáp án thông qua nội dung 'Vì vậy là thời điểm mà việc giáo dục cho thanh thiếu niên phương pháp sử dụng điện thoại thông minh lành mạnh trở nên cần thiết'.

`단어` 중독 sự nghiện   증세 triệu chứng   공유(하다) chia sẻ   소통(하다) đối thoại   유익하다 hữu ích   의존 sự phụ thuộc
사생활 đời tư, cuộc sống riêng tư   침해 sự xâm phạm   과도하다 quá mức   부작용 tác dụng phụ

21 살을 빼려고 '노력하다'의 의미를 표현하는 관용어 '① 열을 올린다'가 정답이다.

Thành ngữ '① 열을 올린다' mang ý nghĩa 'nỗ lực' để giảm cân là đáp án.

① 열을 올린다: 1. 매우 화를 내거나 흥분하다.

Rất nổi cáu hoặc kích động.

2. 어떤 일에 정신과 정성을 쏟다.

Dồn tâm trí và sự tận tâm vào một việc nào đó.

② 가슴을 울린다: 깊게 감동시키다.

Gây cảm động sâu sắc.

③ 고개를 숙인다: 1. 자존심을 버리고 누군가에게 항복하거나 굴복하다.
Gạt bỏ lòng tự trọng và đầu hàng hoặc quy phục ai đó.

2. 존경하는 마음을 가지다.
Mang lòng kính trọng.

④ 어깨가 무겁다: 책임감이 커서 부담스럽다.
Vì trách nhiệm nặng nề nên cảm thấy áp lực.

22 '지방이 없으면 면역력이 떨어져 병에 걸리기도 쉬워진다'라는 말은 '지방이 있어야 면역력이 있다'는 말이므로 정답은 '③ 지방은 병에 쉽게 걸리지 않도록 도와준다'이다.
Nội dung 'nếu không có mỡ thì khả năng miễn dịch sẽ giảm, dẫn đến dễ mắc bệnh' nghĩa là 'phải có mỡ thì mới có khả năng miễn dịch' nên đáp án là '③ mỡ giúp không dễ mắc bệnh'.

단어 재조명 sự nhìn nhận lại, sự đánh giá lại   면역력 sức miễn dịch, khả năng miễn dịch

23 '코끝이 찡해졌다'는 눈물이 날 만큼 감동을 받았다는 표현이므로 나의 감정은 '③ 감동스럽다'이다.
'Cay sóng mũi' nghĩa là cảm động đến độ rơi nước mắt nên cảm xúc của 'tôi' là '③ cảm động'.

24 '부모님은 누구보다 기뻐하시며 내가 어릴 때 처음 걷던 날이 아직도 생생하게 떠오른다고 하셨다'에서 정답은 '④ 부모님은 나의 첫 걸음마를 기억한다'이다.
Trong nội dung 'bố mẹ vui hơn ai hết và bảo là ngày tôi chập chững bước chân đầu tiên vẫn hiện lên sống động', đáp án là '④ bố mẹ nhớ những bước đi đầu tiên của tôi'.

단어 걸음마 bước chân chập chững   떼다 tháo, gỡ   생생하다 sống động, đầy sinh khí   먹먹하다 bị ù tai

25 ※ 내리막: 높은 곳에서 낮은 곳으로 이어지는 비탈진 곳이란 뜻으로 '기운이나 기세가 한창때가 지나서 약해지는 상황'을 의미한다.
Nơi dẫn từ cao xuống thấp, còn mang nghĩa 'vận may hoặc khí thế yếu đi sau thời kỳ đỉnh cao'(con dốc xuống).

단어 출산율 tỷ lệ sinh   대책 đối sách   절실하다 mãnh liệt, cấp bách, khẩn cấp

26 ※ 껑충: 어떠한 단계나 순서를 단번에 많이 건너뛰는 모양으로, 급격하게 오르는 모습을 표현.
Thể hiện sự gia tăng nhanh chóng, nhảy qua nhiều bước hoặc trình tự trong một lần(phăn phắt, (nhảy) vọt).

단어 공급 sự cung cấp   하락 sự giảm xuống   매매가 giá mua bán

27 ※ 빨간불: 위험한 상태에 있음을 알려 주는 각종 조짐을 비유적으로 이르는 말.
Lối nói ẩn dụ các dấu hiệu cho biết đang ở trạng thái nguy hiểm(đèn đỏ).

단어 매출 doanh số   업계 ngành, giới

듣기

01	02	03	04	05	06	07	08	09	10	11	12	13	14	15	16	17	18	19	20
②	①	①	③	④	④	②	②	②	①	①	③	③	③	④	②	④	④	③	④

21	22	23	24	25	26	27	28	29	30										
④	③	②	①	②	①	②	③	③	④										

01

> 여자 저, 죄송한데 사진 좀 찍어 주시겠어요?
> 남자 네. 그럼요. 그런데 뭘 눌러야 되지요?
> 여자 이걸 누르면 돼요.
>
> **Nữ** Anh ơi, xin lỗi nhưng anh có thể chụp ảnh giúp tôi được không?
> **Nam** Vâng. Dĩ nhiên là được. Mà tôi phải bấm ở đâu?
> **Nữ** Anh bấm cái này là được.

여자가 남자에게 사진을 찍어달라고 부탁하는 장면이다.
Đây là cảnh nhân vật nữ nhờ nhân vật nam chụp ảnh giúp.

02

> 남자 어서 오세요. 오시느라 고생 많으셨어요.
> 여자 아니에요. 집이 정말 좋네요. 이 꽃 받으세요.
> 남자 감사해요. 어서 들어오세요.
>
> **Nam** Xin mời vào. Chị đến đây chắc là vất vả lắm.
> **Nữ** Không sao ạ. Nhà tuyệt quá. Anh nhận hoa nhé.
> **Nam** Cảm ơn chị. Xin mời vào.

집에 초대한 손님을 맞이하는 장면이다.
Đây là cảnh đón khách đến thăm nhà.

03

> 여자 2016년 이후 대학생의 취업률이 꾸준히 감소하고 있습니다. 조사된 '대학생의 직업 선택 기준'을 보면 '수입'이 가장 많았고, '근무 조건'과 '적성'이 뒤를 이었으며 '승진 기회'가 가장 낮게 나타났습니다.
>
> **Nữ** Kể từ sau năm 2016 tỷ lệ tìm được việc làm của sinh viên đại học đang giảm một cách đều đặn. Theo 'tiêu chuẩn lựa chọn nghề nghiệp của sinh viên đại học' được khảo sát, 'thu nhập' được chọn nhiều nhất, tiếp theo là 'điều kiện làm việc' và 'khả năng thích ứng', hạng mục được chọn ít nhất là 'cơ hội thăng tiến'.

'대학생의 직업 선택 기준'이 수입 〉 근무 조건 〉 적성 〉 승진 기회 순으로 된 그래프는 ①이다.
Biểu đồ thể hiện thứ tự thu nhập 〉 điều kiện làm việc 〉 khả năng thích ứng 〉 cơ hội thăng tiến của 'tiêu chuẩn lựa chọn nghề nghiệp của sinh viên đại học' là ①.

단어 취업률 tỷ lệ tìm được việc làm, tỷ lệ có việc làm 　감소하다 giảm xuống 　근무 làm việc 　적성 khả năng thích ứng việc nào đó

04

> **여자** 아라 씨가 어제 교통사고를 당했대요.
> **남자** <u>많이 다쳤대요?</u>
> **여자**
>
> **Nữ** Ara nói hôm qua bị tai nạn giao thông.
> **Nam** <u>Cô ấy nói là bị thương nặng à?</u>

밑줄 친 말에 대한 답으로 어디가 얼마나 다쳤는지 말하는 게 적합하다. 정답은 '③ 다리가 부러졌대요'이다.

Để trả lời cho phần gạch dưới, nội dung thể hiện bị thương ở đâu, mức độ thế nào sẽ phù hợp. Đáp án là '③ Cô ấy nói bị gãy chân'.

05

> **남자** 오늘 학생 식당에 줄이 정말 기네요.
> **여자** 그러네요. <u>오늘 메뉴가 맛있나 봐요.</u>
> **남자**
>
> **Nam** Hôm nay hàng trước nhà ăn học sinh dài quá.
> **Nữ** Đúng nhỉ. <u>Chắc là menu hôm nay ngon.</u>

밑줄 친 말에 어울리는 대답은 '④ 우리도 기다려서 먹어 봐요'이다.

Đáp án thích hợp với phần được gạch dưới là '④ Chúng ta cũng chờ để ăn thử đi'.

06

> **여자** 오늘 비가 많이 온다고 하던데요?
> **남자** 그래요? <u>그러면 차를 놓고 출근해야겠네요.</u>
> **여자**
>
> **Nữ** Hôm nay nghe nói là có mưa nhiều mà?
> **Nam** Vậy à? <u>Thế phải để xe ở nhà rồi đi làm mới được.</u>

밑줄 친 말에 어울리는 대답은 '④ 그래요. 지하철이 더 빠를 거예요'이다.

Đáp án thích hợp với phần được gạch dưới là '④ Đúng rồi. Tàu điện ngầm sẽ nhanh hơn đấy'.

07

> **남자** 손님, 도와 드릴까요?
> **여자** 휴가 때 책을 한 권 읽으려고 하는데 <u>추천 좀 해 주세요.</u>
> **남자**
>
> **Nam** Quý khách, tôi có thể giúp gì ạ?
> **Nữ** Tôi định đọc một quyển sách trong kỳ nghỉ, <u>anh giới thiệu sách cho tôi nhé.</u>

밑줄 친 말에 이어지는 대답으로 책을 추천해 주는 내용이 적합하다. 정답은 '② 이 책이 꽤 읽을 만해요'이다.

Nội dung giới thiệu sách sẽ phù hợp để tiếp nối phần được gạch dưới. Đáp án là '② Sách này khá đáng đọc'.

08

여자 어제 주문한 사과를 환불받고 싶어요.
남자 무슨 문제라도 있었나요?
여자

| Nữ | Tôi muốn được hoàn tiền cho táo đã đặt hôm qua. |
| Nam | Có vấn đề gì thế ạ? |

환불 받고 싶은 이유를 물었으므로 '② 여기저기 썩었어요'가 정답이다.
Vì nhân vật nam hỏi lý do muốn hoàn tiền nên '② bị thối nhiều quá' là đáp án.

09

여자 민수야, 내 핸드폰 못 봤어?
남자 휴게실 소파에 없어? 아까 텔레비전 볼 때 썼잖아.
여자 응. 한 번 더 가서 찾아봐야겠어.
남자 그래. 내가 전화 한번 해 볼게.

Nữ	Minsu, cậu không thấy điện thoại của tớ à?
Nam	Không có trên sofa ở phòng nghỉ à? Lúc nãy cậu dùng khi xem tivi mà.
Nữ	Ừ. Tớ phải đi tìm thêm lần nữa mới được.
Nam	Ừ. Để tớ thử gọi (vào điện thoại cậu).

밑줄 친 말로 보아, 여자가 이어서 할 행동은 '② 휴게실에 간다'이다. 남자의 마지막 말 '내가 전화 한번 해 볼게'로 정답을 찾지 않도록 주의한다.
Xem phần được gạch dưới, hành động tiếp theo của nhân vật nữ là '② đi đến phòng nghỉ'. Chú ý đừng tìm đáp án bằng câu nói cuối cùng của nhân vật nam 'để tớ thử gọi (vào điện thoại cậu)'.

10

여자 며칠 전에 가방을 샀는데 교환 좀 하려고요.
남자 네, 영수증 있으세요?
여자 아니요. 영수증을 버렸는데. 어떡하죠?
남자 그럼 결제하신 카드 좀 주세요.

Nữ	Tôi đã mua túi xách mấy hôm trước nhưng muốn đổi.
Nam	Vâng, chị có hóa đơn không ạ?
Nữ	Không. Tôi đã bỏ hóa đơn rồi. Làm thế nào bây giờ?
Nam	Vậy chị đưa cho tôi thẻ mà chị đã thanh toán ạ.

밑줄 친 말로 보아, 여자가 이어서 할 행동은 '① 카드를 꺼낸다'이다.
Xem phần gạch dưới, hành động mà nhân vật nữ sẽ làm tiếp theo là '① lấy thẻ ra'.

단어 결제하다 thanh toán

11

> 남자 요즘 나무가 시들해지는 거 같아. 왜 이러지?
> 여자 아마 화분이 작아져서 그런 거 같은데. 큰 화분이 어디 있지?
> 남자 내가 큰 화분을 가져올 테니까 <u>꽃집에 가서 흙을 좀 사다 줄래?</u>
> 여자 <u>응. 알겠어.</u>
>
> Nam Hình như dạo này cây héo úa đi. Sao lại thế nhỉ?
> Nữ Chắc là vì chậu hoa nhỏ nên thế. Chậu hoa to ở đâu nhỉ?
> Nam Anh sẽ mang chậu hoa to đến, em đi cửa hàng mua đất về nhé?
> Nữ Ừ. Em biết rồi.

밑줄 친 말로 보아, 여자가 이어서 할 행동은 '① 꽃집에 간다'이다.
Xem phần gạch dưới, hành động nhân vật nữ làm tiếp theo là '① đi đến tiệm hoa'.

단어 시들하다 héo úa, héo khô

12

> 남자 이번 해외 교환 학생 지원자가 많지 않네요.
> 여자 아직 신청 기간이 많이 남긴 했는데 홍보가 부족했던 모양입니다.
> 남자 그래요? 그럼 홍보 포스터 좀 붙여야 할 것 같은데 <u>홍보부에 연락 좀 해주세요.</u>
> 여자 <u>네. 알겠습니다.</u>
>
> Nam Đợt này không có nhiều em học sinh đăng ký đi trao đổi ở nước ngoài.
> Nữ Thời hạn đăng ký vẫn còn dài, mà có vẻ là quảng bá chưa tốt.
> Nam Thế à? Thế chắc là phải dán poster quảng bá, chị liên hệ bộ phận quảng bá giúp tôi.
> Nữ Vâng. Tôi biết rồi.

밑줄 친 말로 보아, 여자가 이어서 할 행동은 '③ 홍보부에 전화를 한다'이다.
Xem phần gạch dưới, hành động nhân vật nữ làm tiếp theo là '③ gọi điện thoại cho bộ phận quảng bá'.

단어 지원자 người ứng tuyển, người dự tuyển   홍보 sự quảng bá

13

> 여자 차를 수리 센터에 맡겼는데 일주일 정도 걸린다고 하네.
> 남자 그래? 불편하겠다. 그럼 버스 타고 출퇴근하는 거야?
> 여자 응. 요즘 날씨도 추워져서 <u>버스 타고 출퇴근하려니까 너무 힘들어.</u>
> 남자 그렇겠다. 수리 센터에서도 차를 빌려주던데, 한번 알아 봐.
>
> Nữ Tớ đã để xe ở trung tâm sửa chữa, họ nói mất khoảng một tuần.
> Nam Thế à? Chắc cậu cảm thấy bất tiện lắm nhỉ. Thế cậu đi xe buýt đi làm à?
> Nữ Ừ. Dạo này trời cũng lạnh nữa, nên đi xe buýt đi làm rất vất vả.
> Nam Hẳn là thế. Ở trung tâm sửa chữa cũng cho mượn xe mà, cậu tìm hiểu thử xem.

밑줄 친 말로 보아, 정답은 '③ 여자는 버스를 타고 회사에 간다'이다.
Xem phần gạch dưới, đáp án là '③ nhân vật nữ đi xe buýt đến công ty'.

14

> 여자 안내 말씀 드리겠습니다. 시험 기간 중 사용이 금지되는 물품을 안내드립니다. 휴대폰과 전자 사전은 사용이 금지되어 있으며 신분증과 수험표만 책상 위에 두시기 바랍니다. <u>수험용 사인펜은 각 교실에서 나눠드릴 예정이니</u> 다른 연필이나 펜은 사용하지 마시기 바랍니다. 감사합니다.

Nữ   Xin thông báo. Chúng tôi xin phép thông báo các đồ vật bị cấm sử dụng trong thời gian thi. Điện thoại di động và từ điển điện tử bị cấm sử dụng, thí sinh chỉ được đặt chứng minh thư và phiếu thi trên bàn. <u>Bút lông để làm bài thi sẽ được phát trong mỗi phòng thi</u>, vì vậy thí sinh đừng sử dụng bút chì hoặc bút bi khác. Xin cảm ơn.

밑줄 친 말로 보아, 정답은 '③ 수험용 사인펜을 받을 것이다'이다.
Xem phần được gạch dưới, đáp án là '③ thí sinh sẽ được nhận bút lông dùng cho cuộc thi'.

단어 물품 hàng hóa, vật phẩm   수험표 phiếu thi   수험용 dùng cho cuộc thi

15

여자   내일 출근길에는 든든한 옷차림이 필요하겠습니다. 내일과 모레 아침 전국 대부분 지역의 기온이 5도 이하를 보이면서 춥겠습니다. 하지만 낮에는 추위가 풀리며 일교차가 크겠습니다. 요즘 공기가 무척 건조해지면서 화재 사고 위험이 높아지고 있습니다. 강한 바람까지 불면서 작은 불씨도 크게 번질 수 있는 만큼 산불 등 화재 예방에 유의하시길 바랍니다.

Nữ   Ngày mai trên đường đi làm mọi người cần phải mặc quần áo ấm áp. Sáng ngày mai và sáng ngày kia, hầu hết các khu vực trên toàn quốc sẽ có nhiệt độ dưới 5 độ và trời lạnh. Tuy nhiên, vào buổi trưa cái lạnh sẽ giảm và chênh lệch nhiệt độ trong ngày lớn. <u>Dạo này không khí trở nên rất khô và nguy cơ tai nạn hỏa hoạn đang tăng cao</u>. Vì gió mạnh và ngọn lửa nhỏ cũng có thể lan rộng nên mong mọi người lưu ý phòng ngừa hỏa hoạn như cháy rừng.

밑줄 친 말로 보아, 정답은 '④ 최근 공기의 습도가 낮아졌다'이다.
Xem phần được gạch dưới, đáp án là '④ dạo này độ ẩm của không khí trở nên thấp'.

단어 일교차 sự chênh lệch nhiệt độ trong ngày   예방(하다) phòng ngừa   유의(하다) lưu ý, chú ý

16

남자   한국 영화에 대한 관심이 높아지고 있는데요. 관장님, 이곳 소개 좀 부탁드립니다.
여자   네. 우리 한국영화 박물관에서는 한국에서 제작한 영화들을 복원해 옛 영화의 향수를 느끼실 수 있도록 하고 있습니다. 한국 영화 100년의 역사를 관람할 수 있으며 <u>현재는 영화 의상과 소품을 전시하는</u> 특별전도 열고 있으니 많은 관심 부탁드립니다.

Nam   Mối quan tâm về phim Hàn Quốc đang tăng cao. Xin mời viện trưởng giới thiệu về nơi này một chút ạ.
Nữ   Vâng. Viện bảo tàng phim Hàn Quốc chúng tôi đang phục chế các bộ phim được sản xuất ở Hàn Quốc để mọi người có thể cảm nhận hương vị của các bộ phim xưa. Khách đến thăm có thể xem lịch sử 100 năm của phim Hàn Quốc, và hiện nay triển lãm đặc biệt trưng bày <u>y phục và tiểu phẩm phim</u> cũng đang diễn ra nên tôi mong là nhận được nhiều sự quan tâm.

밑줄 친 말로 보아, 정답은 '② 이곳에서 영화에 사용했던 옷을 전시하고 있다'이다.
Xem phần gạch dưới, đáp án là '② Ở nơi này đang triển lãm quần áo đã được sử dụng trong các bộ phim'.

단어 복원하다 phục dựng, phục chế   향수 sự hưởng thụ, sự thưởng thức

17

남자   요즘 감시 카메라가 곳곳에 정말 많은 거 같아.
여자   그래도 카메라가 많으니까 범죄도 적게 일어나잖아.
남자   글쎄. 그럼 공공시설 같은 곳에만 설치하는 게 좋다고 생각해. 가끔은 사생활을 감시받는 느낌이 들거든.

Nam   Dạo này hình như camera giám sát có ở khắp mọi nơi.
Nữ   Dù là thế, nhưng vì camera nhiều nên tội phạm cũng ít xảy ra.
Nam   Không chắc nữa. Tớ nghĩ chỉ nên lắp đặt ở những nơi như công trình dịch vụ công cộng. Vì thỉnh thoảng tớ cảm thấy như cuộc sống riêng tư đang bị giám sát vậy.

밑줄 친 말로 보아, 남자의 중심 생각은 '④ 꼭 필요한 곳에만 감시 카메라를 설치하는 게 낫다'이다.
Xem phần gạch dưới, suy nghĩ trọng tâm của nhân vật nam là '④ lắp đặt camera giám sát chỉ ở những nơi thật sự cần thiết thì tốt hơn'.

단어 범죄 sự phạm tội 감시 giám sát

18

> 남자 조금 전에 후배들에게 무슨 말을 한 거야?
> 여자 이번 연주회에 작년에 우리가 했던 음악을 추천해 줬어.
> 남자 그런데 우리가 한 경험이 다 맞는 건 아니잖아. 후배들이 생각해 보고 스스로 결정해 보는 것도 중요하지 않을까?
>
> Nam Lúc nãy cậu nói gì với các em khóa dưới?
> Nữ Tớ đã đề cử nhạc mà chúng mình đã biểu diễn năm ngoái cho buổi trình diễn năm nay.
> Nam Nhưng kinh nghiệm mà chúng mình trải qua đâu phải đúng hết. Việc các em suy nghĩ và tự quyết định cũng quan trọng chứ?

밑줄 친 말로 보아, 남자의 중심 생각은 '④ 스스로 생각해 보고 결정하는 것이 좋다'이다.
Xem phần gạch dưới, suy nghĩ trọng tâm của nhân vật nam là '④ Việc tự suy nghĩ và quyết định là tốt'.

19

> 여자 요즘 가족들만 모여서 하는 작은 결혼식이 유행이라고 하는데 어때?
> 남자 얼마 전에 친구가 가족만 모여서 결혼식을 했는데 난 개인적으로 좀 아쉬웠어.
> 여자 보통 결혼식을 준비하는 데 비용도 부담되고 절차도 복잡해서 힘들잖아.
> 남자 힘들어도 한 번 하는 결혼식인데 난 많은 가족, 친구들과 함께 기쁨을 나누고 싶어.
>
> Nữ Nghe nói dạo này lễ cưới nhỏ, chỉ có gia đình tụ họp đang thịnh hành, anh thấy thế nào?
> Nam Không lâu trước đây bạn của anh đã làm lễ cưới chỉ có gia đình tham gia, nhưng anh thấy hơi đáng tiếc.
> Nữ Thông thường chuẩn bị lễ cưới thì vừa có gánh nặng về mặt chi phí, trình tự cũng phức tạp nữa nên vất vả mà.
> Nam Dù vất vả nhưng là lễ cưới chỉ làm 1 lần (trong đời), nên anh muốn chia sẻ niềm vui với nhiều người thân và bạn bè.

밑줄 친 말로 보아, 남자의 중심 생각은 '③ 사람들이 많이 모여 결혼식을 하는 게 좋다'이다.
Xem phần gạch dưới, suy nghĩ trọng tâm của nhân vật nam là '③ thích làm lễ cưới có nhiều người tụ họp'.

단어 절차 quy trình, trình tự 비용 chi phí

20

> 여자 올해 최고의 책으로 선정된 '실패하는 사람들의 10가지 습관'을 쓰시게 된 계기가 무엇일까요?
> 남자 사람들은 누구나 성공하고 싶어 하고 그 방법도 알고 있습니다. 하지만 그것을 실천하기란 쉽지 않죠. 그래서 다른 사람들이 성공한 비결을 아는 것보다 자신이 실패하는 이유를 아는 것이 더 중요하다고 생각했어요. 스스로 돌아보고 반성하다 보면 자연스럽게 좋은 습관도 기를 수 있다고 생각해요.
>
> Nam Động lực nào để anh viết quyển '10 thói quen của người thất bại', quyển sách được bình chọn là hay nhất năm nay ạ?
> Nữ Con người thì ai cũng muốn thành công và đều biết phương pháp thành công. Nhưng việc thực hiện nó thì không dễ. Vì vậy tôi đã nghĩ việc biết lý do mà mình thất bại thì quan trọng hơn là biết các phương pháp thành công của người khác. Bởi vì tôi nghĩ nếu cứ tự nhìn lại và suy xét bản thân thì có thể nuôi dưỡng thói quen tốt một cách tự nhiên.

밑줄 친 말로 보아, 남자의 중심 생각은 '④ 자신의 실패의 원인을 아는 것이 중요하다'이다.
Xem phần được gạch dưới, suy nghĩ trọng tâm của nhân vật nam là '④ Việc quan trọng là biết nguyên nhân thất bại của bản thân'.

단어 선정(하다) bình chọn, tuyển chọn 실천(하다) thực hiện, đưa vào thực tiễn 비결 bí quyết

여자 김 대리님, 올해 신입사원 환영회에서 줄 회사 홍보 용품으로 뭐가 좋을까요? 매년 회사 이름이 적힌 티셔츠를 줬는데 다른 거 없을까요?

남자 그러게요. <u>직원들이 회사 티셔츠를 잘 입지 않아서 홍보 효과도 없고 반응도 별로였어요.</u> 이번에는 직원들의 생각을 물어보는 게 어떨까요? <u>펜이나 우산처럼 자주 사용하거나 필요한 물건을 조사해서 회사 이름을 새겨서 주면 반응도 더 좋고 잘 사용할 거 같아요.</u>

여자 좋은 생각이네요. 그러면 직원들 의견을 모아 볼까요?

남자 우선 다음 주 회의에서 같이 논의해 보도록 하죠.

Nữ Trợ lý Kim, năm nay tặng gì trong tiệc chào đón nhân viên mới để quảng bá công ty thì được? Năm nào cũng tặng áo sơ mi có in tên công ty rồi, không có gì khác à?

Nam Thì thế. *Vì các nhân viên không thường mặc áo sơ mi của công ty nên không có hiệu quả quảng bá mà mọi người cũng không thích lắm.* Lần này thử hỏi ý kiến của nhân viên thì thế nào? *Thử khảo sát các vật dụng thường dùng hoặc cần thiết như bút bi hoặc ô đi mưa rồi khắc tên công ty lên đó thì chắc là mọi người sẽ thích và thường sử dụng hơn.*

Nữ Ý kiến hay đấy. Thế thử thu thập ý kiến của các nhân viên nhỉ?

Nam Trước tiên thì cùng thảo luận trong cuộc họp tuần sau đã.

21 두 번째 밑줄 친 말로 보아, 남자의 중심 생각은 '④ 홍보 용품을 자주 사용하는 물품으로 바꿔야 한다'이다.

Xem phần gạch dưới thứ 2, suy nghĩ trọng tâm của nhân vật nam là '④ Phải đổi vật dụng quảng bá thành sản phẩm thường sử dụng'.

22 첫 번째 밑줄 친 말로 보아, 정답은 '③ 직원들이 회사 티셔츠를 선호하지 않는다'이다.

Xem phần gạch dưới thứ nhất, đáp án là '③ Các nhân viên không thích áo sơ mi của công ty'.

단어 용품 vật dụng, đồ dùng   의견 ý kiến

남자 여보세요. 거기 서울 문화센터죠? 이번 미술 전시회에 가려고 하는데 혹시 세 살 어린이도 입장이 가능할까요?

여자 네, 미취학 아동은 보호자와 함께 오시면 관람 가능합니다. 이번 전시회는 야외에서 진행되기 때문에 관람 수칙을 잘 지켜주시기 바랍니다.

남자 알겠습니다. 혹시 유모차를 대여할 수 있을까요?

여자 네, 입장권을 보여주시면 바로 대여하실 수 있습니다. <u>따로 대여료를 내지 않으셔도 되지만</u> 본인 신분증을 맡기셔야 합니다.

Nam A lô. Đấy là trung tâm văn hóa Seoul phải không ạ? Tôi định đi đến triển lãm mỹ thuật lần này nhưng không biết là trẻ em 3 tuổi có được vào không ạ?

Nữ Vâng, trẻ em chưa đến tuổi đi học có thể vào xem nếu đi cùng người bảo hộ. Triển lãm lần này được tổ chức ở ngoài trời nên mong anh giữ quy tắc tham quan ạ.

Nam Tôi hiểu rồi ạ. Không biết bên cô có cho thuê xe đẩy trẻ em không?

Nữ Vâng, nếu anh đưa vé vào cổng ra thì có thể thuê ngay. *Anh không cần trả phí thuê* nhưng phải gửi lại chứng minh thư ạ.

23 남자는 전시회 관람에 대해 문의하고 있다.

Nhân vật nam đang hỏi về việc tham quan triển lãm.

24 밑줄 친 말에서 대여료는 무료임을 알 수 있다. 정답은 '① 유모차를 무료로 빌릴 수 있다'이다.

Có thể biết phí thuê là miễn phí trong phần được gạch dưới. Đáp án là '① có thể mượn xe đẩy trẻ em miễn phí'.

단어 대여(하다) thuê

[25~26]

여자	이 카페에서는 장애 학생들을 카페 직원으로 채용한다고 들었는데 어떻게 이런 생각을 하시게 되었나요?
남자	장애 학생들이 학교에서 우수한 교육을 받은 후에도 취업이 힘든 상황을 보고 안타까워서 시작하게 됐습니다. 학생들은 카페에서 사람들과 만나고 소통하며 자신감을 갖게 됐다고 해요. 우리 카페가 얼마 전 방송에 소개가 돼서 학생들의 연락이 많이 오는데 그분들에게 모두 일자리를 제공하기 어려워서 커피 만드는 교육만 하고 있습니다. 그래서 제 목표는 체인점을 열어서 많은 장애가 있는 학생들에게 일자리를 제공하는 것입니다. 장애와 상관없이 모두가 일할 기회를 얻는 사회가 되었으면 좋겠습니다.
Nữ	Nghe nói ở tiệm cà phê này tuyển dụng nhân viên là các học sinh khuyết tật, làm thế nào mà anh có suy nghĩ đó ạ?
Nam	Tôi thấy tình hình các em học sinh khuyết tật khó xin việc làm dù đã được học chương trình giáo dục xuất sắc ở trường và cảm thấy tiếc cho các em nên đã bắt đầu tuyển dụng. Các học sinh nói là được gặp gỡ và giao tiếp với mọi người tại quán cà phê và cảm thấy tự tin hơn. Cách đây không lâu, quán cà phê của chúng tôi đã được giới thiệu trên truyền hình nên nhiều học sinh liên lạc với chúng tôi nhưng rất khó để tuyển dụng hết tất cả nên chúng tôi chỉ đang đào tạo cách làm cà phê. Vì vậy mục tiêu của tôi là mở chuỗi cửa hàng và cung cấp việc làm cho nhiều học sinh khuyết tật. Tôi hy vọng xã hội này sẽ trở thành một xã hội mà tất cả mọi người đều có được cơ hội làm việc mà không liên quan đến khuyết tật của cơ thể.

25 두 번째 밑줄 친 말로 보아, 남자의 중심 생각은 '② 장애 학생들의 일자리 기회가 늘어야 한다'이다.

Xem phần được gạch dưới thứ 2, suy nghĩ trọng tâm của nhân vật nam là '② Phải tăng cơ hội việc làm của các học sinh khuyết tật'.

26 첫 번째 밑줄 친 말로 보아, 정답은 '① 카페에서 커피 만드는 법을 가르친다'이다.

Xem phần được gạch dưới thứ nhất, đáp án là '① dạy cách làm cà phê ở quán cà phê'.

단어 장애 sự khuyết tật, sự cản trở, chướng ngại　채용하다 tuyển dụng　체인점 chuỗi cửa hàng

[27~28]

남자	요즘 플라스틱으로 인한 환경오염이 심각한가 봐요. 기업들도 점차 친환경 제품을 개발하고 있대요.
여자	맞아요. 한 회사에서는 친환경 포장지를 개발했는데 땅속에서 자연 분해가 가능하다고 하더라고요.
남자	정말요? 물론 이런 기업의 노력도 중요하지만 일상생활에서 우리의 작은 실천이 더 중요하지 않을까요? 우리 회사 회의실에서 개인 컵을 사용하는 것처럼요.
여자	네. 우리부터 노력해야죠.
Nam	Có vẻ dạo này do nhựa mà môi trường ô nhiễm nghiêm trọng. Nghe nói là dần dần các doanh nghiệp cũng đang phát triển sản phẩm thân thiện với môi trường.
Nữ	Đúng thế. Nghe nói có một công ty đã phát triển bao bì thân thiện với môi trường, và nó có thể tự phân hủy trong lòng đất.
Nam	Thật à? Đương nhiên sự nỗ lực của các doanh nghiệp này cũng quan trọng nhưng sự thực hiện nhỏ nhoi của chúng ta trong đời sống hàng ngày không phải quan trọng hơn sao? Giống như việc công ty tôi sử dụng cốc cá nhân trong phòng họp vậy.
Nữ	Vâng. Chúng ta phải nỗ lực trước chứ.

27 밑줄 친 남자의 말을 통해 정답은 '② 개인적 실천의 중요성을 말하기 위해'이다.

Thông qua câu nói được gạch dưới của nhân vật nam, đáp án là '② để nói về tầm quan trọng của việc thực hiện mang tính cá nhân'.

28 밑줄 친 여자의 말에서 '③ 친환경 포장지는 땅 속에서 썩어 없어진다'는 것을 알 수 있다.

Trong câu nói được gạch dưới của nhân vật nữ, có thể biết '③ Bao bì thân thiện với môi trường bị mục rữa rồi biến mất trong lòng đất'.

단어 친환경 thân thiện với môi trường　제품 sản phẩm　개발하다 phát triển　포장지 bao bì　자연 분해 tự phân hủy
실천 sự thực hiện, sự đưa vào thực tiễn

여자 요즘 반려동물을 많이 키우시는데 한 해 버려지는 동물들이 약 14만 마리라고 하죠?
남자 네, 그렇습니다. 버려지는 동물들이 갈수록 늘어나는데 마땅한 유기동물보호소나 제도가 마련되어 있지 않습니다. 그래서 저희 '서울 유기견 센터'에서는 유기견 입양을 원하시는 분들께 입양을 안내해 드리고 도와드리는 일을 하고 있습니다.
여자 입양을 원하면 바로 할 수 있나요? 비용이 얼마나 드나요?
남자 비용은 따로 들지 않지만 무조건 입양이 가능한 것은 아닙니다. 먼저 입양 상담을 위해서 센터에 방문 예약을 해 주시고요. 직접 유기견을 만나 보고 입양 계약서를 작성한 후에 입양이 가능합니다. 물론 가족 모두의 동의를 얻었을 경우에만 입양이 가능하고요.

Nữ Dạo này mọi người nuôi thú cưng nhiều, mà anh nói một năm có khoảng 140.000 con vật bị bỏ phải không ạ?
Nam Vâng, đúng vậy. Các con vật bị bỏ ngày càng nhiều nhưng lại không có trung tâm bảo vệ động vật bị bỏ rơi hoặc chế độ phù hợp. Vì thế ở 'Trung tâm chó bị bỏ rơi Seoul' của chúng tôi hướng dẫn và giúp đỡ cho những người muốn nhận nuôi chó bị bỏ rơi.
Nữ Nếu muốn nhận nuôi thì có thể tiến hành ngay không? Chi phí bao nhiêu ạ?
Nam Không mất phí nhưng không phải là chắc chắn sẽ được nhận nuôi. Trước tiên phải đặt hẹn đến trung tâm để tư vấn về việc nhận nuôi. Sau khi trực tiếp gặp chó bị bỏ rơi rồi viết hợp đồng thì có thể nhận nuôi. Dĩ nhiên là chỉ có thể nhận nuôi khi đã được sự đồng ý của tất cả thành viên trong gia đình.

29 첫 번째 밑줄 친 말에서 남자는 '③ 유기견 입양을 관리하는 사람'임을 알 수 있다.
Có thể biết nhân vật nam là '③ người quản lý việc nhận nuôi chó bị bỏ rơi' trong phần được gạch dưới thứ nhất.

30 마지막 밑줄 친 남자의 말에서 '④ 유기동물을 입양하려면 가족들의 찬성이 필요하다'는 것을 알 수 있다.
Có thể biết '④ Nếu muốn nhận nuôi động vật bị bỏ rơi thì cần sự tán thành của các thành viên trong gia đình' trong câu nói được gạch dưới cuối cùng của nhân vật nam.

단어 반려동물 thú cưng   유기견 chó bị bỏ rơi   입양(하다) nhận nuôi   마땅하다 thích hợp, phù hợp   비용 chi phí
작성하다 viết, soạn thảo   동의 đồng ý

쓰기

51 ㉠ 빌려 드립니다/대여합니다
Cho mượn/cho thuê

㉡ 예약해 주시기 바랍니다/예약하셔야 합니다
Xin vui lòng đặt trước/phải đặt trước

㉠: '자전거를'과 연결되는 '빌려 주다', '대여하다' 등의 어휘를 사용해야 하고, 문법 '-아/어 주다'의 높임말 '-아/어 드리다'를 사용하는 것이 좋다.
Phải sử dụng từ vựng như '빌려 주다', '대여하다' liên kết với '자전거를' (xe đạp), và sẽ tốt hơn nếu sử dụng '-아/어 드리다' - kính ngữ của '-아/어 주다'.

※ '빌려요', '빌리세요', '쓰세요'처럼 낮은 수준의 어휘·문법은 감점 요인이다.
Các từ vựng-ngữ pháp trình độ thấp như '빌려요', '빌리세요', '쓰세요' là yếu tố bị trừ điểm.

㉡: '하루 전까지'와 문맥상 어울리는 '예약하다'는 어휘를 사용한다.
Sử dụng từ 'đặt trước' phù hợp với ngữ cảnh và 'cho đến trước 1 ngày'.

※ '말하세요', '말씀하시기 바랍니다'도 의미 전달이 충분히 가능하지만 어휘·문법 수준에서 감점 요인이다.
'말하세요', '말씀하시기 바랍니다' cũng có thể truyền đạt đầy đủ ý nghĩa nhưng là yếu tố bị trừ điểm khi xét đến trình độ từ vựng – ngữ pháp.

52 ㉠ 풀리지 않는다면
   Nếu không giải tỏa được

   ㉡ 하는 것이 중요하다
   Quan trọng là làm

> ㉠: 앞의 '아무리'와 호응하는 '–다면'을 사용해야 한다. 여기에 '피곤이 풀리지 않다'를 연결하여 '풀리지 않는다면'이라고 쓰는 게 정답이다.
>
> Phải sử dụng '–다면' tương ứng với '아무리 (dù thế nào đi nữa)' ở phía trước. Kết hợp '–다면'(nếu) với 'sự mệt mỏi không tan biến' rồi viết đáp án là 'nếu sự mệt mỏi không tan biến'.
>
> ※ '쌓인다면'은 어색한 호응이고 어휘·문법 수준에서 감점 요인이 된다.
>
> '쌓인다면' là biểu hiện không tự nhiên và là yếu tố bị trừ điểm khi xét về trình độ từ vựng-ngữ pháp.
>
> ㉡: '무엇보다'와 호응하는 '–는 것이 중요하다'를 사용해야 한다. 여기에 '식사를 하다'라는 표현을 연결하면 정답이 된다.
>
> Phải sử dụng '–는 것이 중요하다' tương ứng với 'hơn hết thảy'. Ở đây nếu liên kết với cách diễn đạt 'dùng bữa' thì sẽ là câu trả lời đúng.
>
> ※ '해야 한다'도 가능한 정답이나 '–는 것이 중요하다'를 추천한다.
>
> '해야 한다' cũng là câu trả lời khả thi nhưng '–는 것이 중요하다' là câu trả lời được khuyên dùng.

53

예시 답안

	택	배		이	용	률		변	화		그	래	프	를		살	펴	보	면	,		20	00	년	에	
40	%	에	서		20	05	년	도	에		45	%	로		조	금		증	가	하	였	다	.		그	50
러	다		20	10	년	에		택	배		이	용	률	이		75	%	로		급	격	하	게			
상	승	하	였	다	.	그		후		20	15	년	에	는		80	%	로		소	폭		증	가	100
하	여		20	20	년	까	지		90	%	로		꾸	준	히		증	가	하	는		추	세	를	
보	였	다	.	20	00	년	부	터		20	20	년	까	지		20	년		사	이	에		무	려	150
두		배		넘	게		증	가	한		것	이	다	.	택	배		이	용		물	품	을		
살	펴	보	면		식	품	이		1	위	를		차	지	했	다	.	그	리	고		의	류	가	200
그		뒤	를		이	었	고		전	자		제	품	이		3	위	로		꼽	혔	다	.		앞	
으	로		다	양	한		상	품		배	송		수	요	가		증	가	하	고		택	배	250
이	용	자		연	령	층	이		확	대	될		전	망	이	다	.									

읽기

01	02	03	04	05	06	07	08	09	10	11	12	13	14	15	16	17	18	19	20
①	③	③	④	③	②	④	③	④	①	④	②	①	④	①	②	④	④	②	③

21	22	23	24	25	26	27
①	④	①	②	④	②	④

01 학생증이 (있어야) 할인을 받을 수 있다.

Phải có thẻ học sinh mới được giảm giá.

'학생증이 있다'가 '할인을 받다'의 조건이 되므로 조건을 나타내는 '-아/어야' 문법을 써야 한다.

Vì 'có thẻ học sinh' là điều kiện của 'được giảm giá' nên phải sử dụng ngữ pháp ' -아/어야' thể hiện điều kiện.

※ -아/어야: 앞에 오는 말이 뒤의 오는 말의 필수적인 조건임을 나타내는 표현.

Thể hiện nội dung phía trước là điều kiện cần thiết của nội dung phía sau.

02 그가 곤란할까 봐 실수를 (모른 척했다).

Vì sợ anh ấy khó xử nên tôi đã giả vờ không biết sai sót đó.

※ -는 척하다: 실제로 그렇지 않은데도 어떤 행동이나 상태를 거짓으로 꾸밈을 나타내는 표현.

Thể hiện sự ngụy tạo một hành động hoặc trạng thái nào đó dù thực tế không như vậy.

03 목적을 나타내는 '-고자'와 비슷한 문법으로 '-기 위해'를 쓴 '③ 모집하기 위해'가 정답이다.

Đáp án là '③ để tuyển sinh (chiêu mộ) sử dụng -기 위해' mang ý nghĩa tương tự với ' -고자', ngữ pháp thể hiện mục đích.

04 '당연하다'라는 의미의 표현으로 '④ 힘들기 마련이에요'가 정답이다.

Đáp án là '④ dĩ nhiên là vất vả' mang ý nghĩa 'tất nhiên'.

05 '한 방울', '젊어지다', '피부'를 통해서 정답은 '③ 화장품'이다.

Thông qua 'một giọt', 'trẻ ra', 'da', đáp án là '③ mỹ phẩm'.

06 '신상품', '할인', '회원'을 통해 정답은 '② 백화점'이다.

Thông qua 'sản phẩm mới', 'giảm giá', 'hội viên', đáp án là '② trung tâm thương mại'.

> 단어 신상품 sản phẩm mới   파격 phá cách, (giảm giá) cực sốc

07 '영양가', '꾸준한 운동', '장수'를 통해 정답은 '④ 건강 관리'이다.

Thông qua 'giá trị dinh dưỡng', 'tập thể dục đều đặn', 'trường thọ', đáp án là '④ quản lý sức khỏe'.

> 단어 영양가 giá trị dinh dưỡng   비결 bí quyết

08 카드 만들기 수업을 안내하는 글이다. 정답은 '③ 수업 안내'이다.

Đây là nội dung hướng dẫn về lớp làm thiệp. Đáp án là '③ hướng dẫn về lớp học'.

09 응모 대상이 '인주시에 거주하는 가족'이므로 정답은 '④ 인주시에 살고 있는 사람만 응모 가능하다'이다.

Vì đối tượng dự thi là 'các gia đình đang cư trú ở thành phố Inju' nên đáp án là '④ Chỉ những người đang sống ở thành phố Inju có thể dự thi'.

> 단어 응모 sự dự thi

10 한국에서 일하는 외국인 자녀(파견 직원 자녀)가 5%로 가장 적다. 정답은 ①.

Con cái của người nước ngoài làm việc ở Hàn Quốc (con cái của nhân viên được phái sang Hàn Quốc) ít nhất với 5%. Đáp án là ①.

단어 현황 hiện trạng

11 '감독과 배우들이 참석하여 영화 상영 후에 자신의 영화에 대해 관객들과 이야기를 하는 시간도 가질 예정'이라고 했으므로 '④ 영화를 보고 나서 감독과 배우들과 대화를 할 수 있다'가 정답이다.

Vì nội dung là 'đạo diễn và các diễn viên sẽ tham dự và sau khi trình chiếu bộ phim thì sẽ có thời gian trò chuyện với khán giả về bộ phim của mình' nên '④ sau khi xem phim, có thể trò chuyện với đạo diễn và các diễn viên' là đáp án.

단어 상영 sự chiếu phim, sự trình chiếu   개막식 lễ khai mạc

12 '5년 후부터 본격적으로 드론 택배를 사용할 수 있도록 제도 개선도 추진할 예정이다'라고 했으므로 정답은 '② 5년 후에 드론 택배로 배달을 할 예정이다'이다.

Vì nội dung là 'dự kiến thúc đẩy việc cải thiện chế độ để từ 5 năm sau có thể chính thức sử dụng dịch vụ giao hàng bằng drone' nên '② dự kiến 5 năm sau giao hàng bằng drone' là đáp án.

단어 추진하다 thúc đẩy   분야 lĩnh vực   고려하다 suy xét, cân nhắc   각종 các loại   규제 sự hạn chế, quy chế
본격적으로 một cách chính thức, một cách thực sự   개선(하다) cải thiện

13 (나) 요즘은 여행갈 때 카메라를 따로 챙기는 사람은 별로 없다 - **요즘 변화**
Dạo này không có nhiều người mang theo máy ảnh khi đi du lịch - **sự thay đổi gần đây**

(다) 카메라 렌즈도 따로 챙겨야 하고 무겁기 때문이다 - **이유 ①**
Vì nặng và phải mang theo ống kính riêng nữa - **lý do ①**

(가) 또한 스마트폰 카메라가 성능이 높아진 것도 이유이다 - **이유 ②**
Và tính năng của máy ảnh điện thoại thông minh trở nên cao hơn cũng là lý do - **lý do ②**

(라) 이처럼 성능이 좋은 스마트폰 덕분에 여행이 더 가벼워졌다 - **결과**
Như vậy, nhờ vào điện thoại thông minh có tính năng tốt mà việc đi du lịch đã trở nên nhẹ nhàng hơn - **kết quả**

단어 성능 tính năng

14 (가) 일반적으로 우리가 알고 있던 사실과 다른 것이 있다 - **도입**
Thông thường có những cái chúng ta biết khác với sự thật - **dẫn nhập**

(다) 예를 들면 술은 몸을 따뜻하게 해 준다고 알려져 있지만 이것은 사실 착각이다 - **예시**
Ví dụ như rượu được biết đến là làm cho cơ thể ấm lên nhưng đây thật ra là sự nhầm lẫn - **ví dụ**

(나) 술을 마시면 알코올이 혈관을 확장시켜 잠시 열이 오르는 것이다 - **보충 설명**
Nếu uống rượu thì cồn sẽ khiến mạch máu giãn nở nên nhiệt sẽ tăng lên trong giây lát - **giải thích bổ sung**

(라) 그래서 일시적으로 따뜻한 느낌이 들 뿐 오히려 체내의 열을 빼앗겨 위험에 처할 수 있다 - **결과**
Vì thế chỉ có cảm giác ấm trong nhất thời, trái lại có thể đối mặt nguy hiểm - **kết quả**

단어 착각 sự nhầm lẫn   확장(하다) mở rộng, nới rộng

15 (가) 한국의 직장 문화는 개인보다는 전체의 화합을 중요하게 생각한다 - **설명**
Văn hóa công sở Hàn Quốc xem trọng sự hòa hợp tập thể hơn là cá nhân - **giải thích**

(라) 이런 문화 때문에 자신의 일이 끝나도 동료를 위해 남아서 일하기도 했다. - **전개**
Vì văn hóa này, dù cho công việc của bản thân kết thúc thì người ta cũng đã ở lại làm việc vì đồng nghiệp. - **triển khai**

(다) 또한 퇴근 후 회식을 하며 이 화합 문화를 유지하려고 노력한다 - **첨가**
Và sau khi tan sở, người ta tham dự liên hoan công ty và nỗ lực để duy trì văn hóa hòa hợp này - **thêm vào**

(나) 하지만 요즘은 과거에 당연하게 여겼던 전체를 중시하는 분위기가 조금씩 달라지고 있다 - **변화**
Nhưng dạo này bầu không khí xem trọng tập thể, điều từng được cho là hiển nhiên trong quá khứ, đã dần khác đi - **sự thay đổi**

단어 여기다 cho rằng, nghĩ rằng, xem như   화합 sự hòa hợp   유지하다 duy trì

16 '시간을 절약할 수 있다'라는 결론이 나오려면 빈칸에는 이와 반대되는 내용이 나와야 한다. 정답은 '② 시간을 많이 쓰기'이다.

Để ra được kết luận 'có thể tiết kiệm thời gian' thì nội dung trái ngược với cái này phải xuất hiện trong ô trống. Đáp án là '② dùng nhiều thời gian'.

`단어` 실제로 trên/trong thực tế   유용하다 hữu dụng, có ích   명확하다 rõ ràng   기준 tiêu chuẩn

17 '경쟁 상대로 느낄 수 있기 때문이다', '경쟁 심리를 자극하고 있는 것은 아닌지'에서 문단의 중심 단어는 '경쟁'이다. 이 단어를 이용한 '④ 경쟁 관계로 두지 않는 것'이 정답이다.

Trong nội dung 'vì có thể cảm thấy là đối tượng cạnh tranh', 'có phải là đang khích động tâm lý cạnh tranh không', từ vựng trọng tâm của đoạn văn là 'cạnh tranh'. '④ không tạo mối quan hệ cạnh tranh' sử dụng từ này là đáp án.

`단어` 경쟁 sự cạnh tranh   상대 đối phương, đối tượng   자극하다 kích thích, khích động

18 제주도, 경기도, 경상도의 각 지역의 특산물로 추석 음식의 예를 들었으므로 '④ 지역마다 특색에 맞는'이 정답이다.

Vì nội dung đã lấy đặc sản của các khu vực Jeju, tỉnh Geonggi, tỉnh Gyeongsang làm ví dụ món ăn Trung thu, nên đáp án là '④ phù hợp với sự đặc sắc của mỗi vùng'.

`단어` 풍요 sự sung túc, dồi dào   다산 sự sinh đẻ nhiều   상징 biểu tượng, sự tượng trưng

19 괄호 뒤가 '해결하려고 하면 실패할 것이 분명하다'라는 가정하는 문장이므로 이에 호응하는 '② 만약'이 정답이다.

Phía sau dấu ngoặc là câu giả định 'nếu định giải quyết thì rõ ràng sẽ thất bại' nên '② 만약' tương ứng với nội dung này là đáp án.

20 '기본 원리를 익히지 않고서 문제부터 해결하려는 조급한 마음을 버려야 한다'에서 정답은 '③ 기본 원리부터 차근차근 공부해야 한다'이다.

Đáp án là '③ Phải học từng bước một từ nguyên lý cơ bản' nằm trong nội dung 'phải từ bỏ tâm lý gấp gáp muốn giải quyết vấn đề trước mà không nhuần nhuyễn các nguyên lý cơ bản'.

`단어` 차근차근 từ tốn, chậm rãi   기본 cơ bản   원리 nguyên lý   익히다 làm quen   성급하다 gấp gáp

21 최근 언론의 '관심을 받다'라는 뜻이 들어가야 하므로 '① 눈길을 끈다'가 정답이다.

Vì ý nghĩa gần đây 'được sự quan tâm' của cơ quan ngôn luận phải xuất hiện nên '① 눈길을 끈다' là đáp án.

① 눈길을 끈다: 관심을 받다.
　　　　　　　　　Nhận được sự quan tâm.
② 불 보듯 훤하다: 의심할 것 없이 확실하다.
　　　　　　　　　Chắc chắn, không có gì nghi ngờ.
③ 눈에 불을 켠다: 매우 욕심을 내거나 관심을 기울이다.
　　　　　　　　　Sinh lòng tham hoặc rất quan tâm.
④ 발 벗고 나선다: 어떤 일에 적극적으로 나서다.
　　　　　　　　　Can dự vào việc nào đó một cách tích cực.

22 '아이들은 어머니의 성을 따르며'에서 정답은 '④ 이 민족의 집안은 여자의 성을 따른다'이다.

Đáp án là '④ Các gia đình của dân tộc này theo họ của phụ nữ' nằm trong câu 'các đứa trẻ theo họ của mẹ'.

`단어` 민족 dân tộc   구성하다 cấu thành, tạo thành

23 '그대로 얼어 버렸다'는 움직일 수 없을 만큼 순간적으로 긴장한 모습을 표현한 것이므로 정답은 '① 놀라다'이다.

'Bị đứng hình tại chỗ' là cách diễn đạt dáng vẻ căng thẳng trong nhất thời đến độ không thể di chuyển được, nên đáp án là '① giật mình'.

24 '그때 생각이 떠올라 차마 손이 가지 않는다'를 통해 정답은 '② 나는 삼계탕을 먹지 않는다'이다.

Thông qua 'suy nghĩ về lúc đó hiện lên nên hoàn toàn không động tay vào', đáp án là '② Tôi không ăn canh gà hầm sâm'.

`단어` 개울가 bờ suối   비틀다 vặn, bẻ quặt   차마 hoàn toàn (không ~)

25 ※ 울상: 울려고 하는 얼굴 표정.

Dáng vẻ khuôn mặt sắp khóc(mếu máo).

26 ※ 일손이 부족하다: 일하는 사람이 부족하다.

Thiếu người làm việc(thiếu tay làm).

※ 발 벗고 나서다: 적극적으로 나서다.

Đứng ra, can dự vào một cách tích cực(tháo giày rồi đứng ra(xoắn tay áo tham gia)).

27 ※ 잰걸음: 보폭이 짧고 빠른 걸음.

Bước hẹp và nhanh(bước chân ngắn).

Chuẩn bị hoàn hảo cho cấp 3-4 TOPIK II

TOPIK II

한국어 능력시험 **3-4**급

토픽

Chuẩn bị hoàn hảo cho cấp 3-4 TOPIK II

TOPIK II

한국어 능력시험 3-4급

토픽

문법 및 어휘

TOPIK II

문법 및 어휘

Ngữ pháp và Từ vựng

01 연결어미

의미 • 기능	문법	유사 문법 비교
이유	−느라고	−아/어서, −(으)니까
	−기에	−길래, −기 때문에
	−는 바람에	−는 탓에, −기 때문에, −는 통에, −는 덕분에
조건, 가정	−는다면	−(으)면
	−아/어야[1]	−(으)면
	−거든	−(으)면
목적, 의도	−도록[1]	
	−게	
	−기 위해(서)	
인정, 양보	−아/어도	−더라도, −아/어야[2]
	−더라도	−(으)ㄹ지라도
	−(으)ㄹ지라도	
추가	−(으)ㄹ 뿐만 아니라	
	−(으)ㄴ/는 데다가	
우려, 추측	−(으)ㄹ 텐데	−(으)ㄹ 테니
	−(으)ㄹ까 봐(서)	
선택	−든지	
	−는 대신에	
상태, 정도	−도록[2]	
	−(으)ㄴ/는 만큼	
	−(으)ㄹ수록	
	−(으)ㄴ/는 대로	−(으)ㄴ 채로
대조, 대립	−(으)나	−지만, −는데
	−(으)ㄴ/는 반면에	−지만, −(으)나
기타	−다가	
	−는 김에	
	−더니	

① 이유 Lý do

(1) -느라고

의미와 용법 | Ý nghĩa và cách sử dụng

- 동사에 붙어 앞 절이 뒤 절의 이유나 원인이 됨을 나타낸다.
  Kết hợp với động từ, thể hiện vế trước là lý do hoặc nguyên nhân của vế sau.

- 구어에서는 '-느라고'보다 '-느라'가 더 많이 쓰인다.
  Trong văn nói thì '-느라' được sử dụng nhiều hơn '-느라고'.

예문 | Ví dụ

담화 예문 Hội thoại mẫu	가 : 요즘 힘들어 보여요. **일하느라고** 쉬지도 못하나 봐요. 나 : 일이 너무 많아서 쉴 수가 있어야지요. 가 : Dạo này trông anh có vẻ mệt mỏi. Chắc là anh **mải làm việc** nên không thể nghỉ ngơi. 나 : Vì việc nhiều quá nên chẳng thể nghỉ được.
문장 예문 Câu mẫu	• 영화를 **보느라고** 민준 씨의 전화를 못 받았어요. Tôi **mải xem** phim nên đã không thể nghe điện thoại của Minjun. • 시험공부를 **하느라고** 요즘 친구를 못 만나요. Tôi **bận học** thi nên dạo này không thể gặp bạn bè. • 숙제를 **하느라고** 좋아하는 드라마를 못 봤어요. Tôi **bận làm** bài tập nên đã không thể xem phim truyền hình mà tôi thích.

형태 정보 | Hình thức sử dụng

동사	받침 ○	-느라고	먹느라고, 읽느라고, 듣느라고, 돕느라고
	받침 X	-느라고	가느라고, 쉬느라고, 자느라고
	ㄹ 받침	-느라고 (어간 'ㄹ' 탈락)	노느라고, 사느라고, 만드느라고

제약 정보 | Quy tắc sử dụng

① 앞 절과 뒤 절의 주어가 같아야 하고, 주로 뒤 절의 주어는 생략한다. Chủ ngữ của vế trước và vế sau phải giống nhau, chủ yếu lược bỏ chủ ngữ ở vế sau.	민수가 노래하느라고 (민수가) 공부를 못 했어요. 민수가 노래하느라고 수지가 공부를 못 했어요. (X)
② 과거 '-었-', 미래·추측의 '-겠-'과 결합하지 않는다. Không thể kết hợp với '-었-' thể hiện quá khứ và '-겠-' thể hiện tương lai, suy đoán.	숙제를 하느라고 친구 생일 파티에 못 갔어요. 숙제를 했느라고 친구 생일 파티에 못 갔어요. (X)
③ 뒤 절에 명령문이나 청유문이 올 수 없다. Vế sau không được là câu mệnh lệnh hoặc câu đề nghị.	자느라고 전화 못 받아라. (X) 공부하느라고 드라마를 보지 마세요. (X) 자느라고 전화를 받지 말자. (X) 공부하느라고 드라마를 보지 맙시다. (X)

유사 문법 비교 So sánh với ngữ pháp tương tự

−느라고	−아/어서	−(으)니까
뒤 절에 청유문과 명령문이 올 수 없다. Vế sau không được là câu đề nghị hoặc câu mệnh lệnh. 숙제하느라고 드라마 보지 마세요. (X) 숙제하느라고 드라마 보지 맙시다. (X)	뒤 절에 청유문과 명령문이 올 수 없다. Vế sau không được là câu đề nghị hoặc câu mệnh lệnh. 시간이 없어서 서두르세요. (X) 시간이 없어서 서두릅시다. (X)	뒤 절에 청유문과 명령문이 올 수 있다. Vế sau có thể là câu đề nghị hoặc câu mệnh lệnh. 배가 고프니까 식사부터 하세요. 배가 고프니까 식사부터 합시다.
동사와 결합한다. Kết hợp với động từ. 공부하느라 약속을 못 지켰어요. 머리가 아프느라고 시험공부를 못 했어요. (X) 학생이느라고 돈이 없어요. (X)	동사, 형용사, '이다'와 결합한다. Kết hợp với động từ, tính từ, '이다'(là). 공부를 많이 해서 시험을 잘 봤어요. 날씨가 추워서 집에 있었어요. 학생이라서 돈이 없어요.	동사, 형용사, '이다'와 결합한다. Kết hợp với động từ, tính từ, '이다'(là). 공부를 많이 했으니까 시험을 잘 봤어요. 날씨가 추우니까 집에 있자. 학생이니까 돈이 없어요.
앞 절과 뒤 절의 주어가 같아야 한다. Chủ ngữ của vế trước và vế sau phải giống nhau. 민준이가 공부하느라 (민준이가) 전화를 못 받았어요. 민준이가 공부하느라 수지가 전화를 못 받았어요. (X)	앞 절과 뒤 절의 주어가 달라도 된다. Chủ ngữ của vế trước và vế sau có thể khác nhau. 민준이가 아파서 어머니가 오셨어요.	앞 절과 뒤 절의 주어가 달라도 된다. Chủ ngữ của vế trước và vế sau có thể khác nhau. 민준이가 배가 아프니까 병원에 갔어요. 민준이가 아프니까 어머니가 오셨어요.
과거 '−었−', 미래·추측의 '−겠−'과 결합하지 않는다. Không thể kết hợp với '−었−' thể hiện quá khứ và '−겠−' thể hiện tương lai, suy đoán. 숙제를 했느라고 친구 생일 파티에 못 갔어요. (X) 숙제를 하겠느라고 친구 생일 파티에 못 갈 거예요. (X)	과거 '−었−', 미래·추측의 '−겠−'과 결합하지 않는다. Không thể kết hợp với '−었−' thể hiện quá khứ và '−겠−' thể hiện tương lai, suy đoán. 꽃을 좋아했어서 꽃을 선물해요. (X) 꽃을 좋아하겠어서 꽃을 선물해요. (X)	과거 '−었−', 미래·추측의 '−겠−'과 결합한다. Có thể kết hợp với '−었−' thể hiện quá khứ và '−겠−' thể hiện tương lai, suy đoán. 꽃을 좋아했으니까 꽃을 선물해요. 꽃을 좋아하겠으니까 꽃을 선물해요.

(2) −기에

의미와 용법 Ý nghĩa và cách sử dụng

- 동사, 형용사, '이다, 아니다'에 붙어 앞 절이 뒤 절의 원인이나 근거임을 나타낸다.
  Kết hợp với động từ, tính từ, '이다, 아니다'(là, không phải là), thể hiện vế trước là nguyên nhân hoặc căn cứ của vế sau.

- 주로 문어에 쓰인다.
  Chủ yếu được sử dụng trong văn viết.

예문 Ví dụ

담화 예문 Hội thoại mẫu	가 : 학교 앞에 새로 생긴 중국집에 가 보자. 나 : 그래. 얼마나 **맛있기에** 사람들이 그렇게 많은지 한번 가 보자. 가 : Chúng mình thử đi quán ăn Trung Quốc mới mở ở trước trường đi. 나 : Ừ. Chúng mình thử đi xem nó ngon đến mức nào **mà** người ta đông như thế.

문장 예문 Câu mẫu	• 그가 **부탁하기에** 나도 한번 서점에 가 보았다. **Vì** anh ấy nhờ nên tôi cũng đã đi thử đến nhà sách. • 밖에서 큰 소리가 **나기에** 모두 밖으로 나갔다. **Vì** bên ngoài có tiếng động to nên tất cả đã đi ra ngoài. • 꽃이 정말 싸고 **예쁘기에** 한 송이 샀다. **Vì** hoa quá rẻ và đẹp nên tôi đã mua một cành.

형태 정보　Hình thức sử dụng

동사	받침 ○, X	-기에	먹기에, 읽기에, 찾기에, 가기에, 신기에, 만나기에
형용사	받침 ○, X	-기에	작기에, 좋기에, 많기에, 크기에, 바쁘기에, 깨끗하기에
이다, 아니다		-기에	학생이기에, 책이 아니기에

제약 정보　Quy tắc sử dụng

① 뒤 절의 주어가 의지가 없는 무생물 주어일 경우에 잘 결합하지 않는다. Thường không kết hợp được khi chủ ngữ của vế sau là sự vật vô tri vô giác.	비가 내리기에 상황이 더욱 안 좋아졌다. (X) 동생이 들어오기에 방 안 분위기가 갑자기 이상해졌다. (X)
② 앞 절과 뒤 절의 주어가 같지 않아야 한다. 그리고 앞 절에는 1인칭 주어가 오지 않는다. Chủ ngữ của vế trước và vế sau phải khác nhau. Và ở vế trước thì chủ ngữ không được là ngôi thứ nhất.	철수가 체중이 늘기에 (철수가) 운동을 시작했습니다. (X) 내가 토픽 시험에 합격했기에 (어머니가) 정말 기뻐하셨습니다. (X)
③ 뒤 절에 명령문이나 청유문, 감탄문이 올 수 없다. Vế sau không được là câu mệnh lệnh, câu đề nghị hoặc câu cảm thán.	날씨가 덥기에 창문을 열어라. (X) 날씨가 덥기에 창문을 엽시다. (X) 시원한 바람이 불기에 창문을 여는군요. (X)

유사 문법 비교　So sánh với ngữ pháp tương tự

①

-기에	-길래
주로 글을 쓸 때나 격식적인 상황에서 쓰인다. Chủ yếu dùng khi viết văn hoặc dùng trong trường hợp trang trọng. 차가 고장났기에 지하철을 타고 병원에 갔습니다.	주로 말할 때 쓰인다. Chủ yếu dùng trong văn nói. 차가 고장났길래 지하철을 타고 병원에 갔지.
앞 절과 뒤 절의 주어가 달라야 하며, 앞 절의 주어로 1인칭이 잘 오지 않는다. Chủ ngữ của vế trước và vế sau phải khác nhau, và thường chủ ngữ của vế trước không phải là ngôi thứ nhất. 내가 장학금을 받았기에 부모님이 기뻐하셨다. (X)	뒤 절의 주어로 1인칭이 와야 한다. Chủ ngữ của vế sau phải là ngôi thứ nhất. 수지가 울길래 민수가 달래 줬다. (X)

②

−기에	−기 때문에
수사의문문과 잘 어울린다. Phù hợp dùng cho câu hỏi tu từ. 어제 어디를 갔기에 하루 종일 볼 수가 없었어?	수사의문문과 어울려 쓰지 않는다. Không phù hợp dùng cho câu hỏi tu từ. 어제 어디를 갔기 때문에 하루 종일 볼 수가 없었어? (X)

(3) −는 바람에

의미와 용법 Ý nghĩa và cách sử dụng

• 동사에 붙어 부정적인 또는 예상치 못한 결과에 대한 원인이나 이유를 나타낸다.
   Kết hợp với động từ, thể hiện nguyên nhân hoặc lý do dẫn đến kết quả mang tính tiêu cực hoặc bất ngờ.

예문 Ví dụ

담화 예문 Hội thoại mẫu	가 : 왜 어제 수업에 안 왔어요? 나 : 어제 늦잠을 **자는 바람에** 못 갔어요. 가 : Sao hôm qua bạn không đến lớp? 나 : **Tại vì tôi ngủ** dậy muộn nên không thể đến lớp được.

문장 예문
Câu mẫu
	• 방학 동안 계절학기 수업을 **듣는 바람에** 여행을 못 갔어요.
	   Tại vì tôi phải tham gia lớp học trong kỳ nghỉ nên đã không thể đi du lịch.
	• 텔레비전을 3시간이나 **보는 바람에** 숙제를 못 했어요.
	   Tại vì tôi xem phim những 3 tiếng nên đã không thể làm bài tập.
	• 스파게티를 **만드는 바람에** 부엌이 엉망이 됐어요.
	   Tại vì làm spaghetti nên bếp trở nên lộn xộn.

형태 정보 Hình thức sử dụng

동사	받침 ○	−는 바람에	먹는 바람에, 읽는 바람에, 찾는 바람에
	받침 X	−는 바람에	가는 바람에, 만나는 바람에, 마시는 바람에
	ㄹ 받침	−는 바람에 (어간의 'ㄹ' 탈락)	만드는 바람에, 노는 바람에, 아는 바람에

제약 정보 Quy tắc sử dụng

① 형용사와 결합하지 않는다. Không kết hợp với tính từ.	비행기에서 자리가 불편한/불편하는 바람에 피곤해요. (X) 시험이 어려운/어렵는 바람에 성적이 떨어졌어요. (X)
② 과거 '−었−', 미래 · 추측의 '−겠−'과 결합하지 않는다. Không kết hợp với '−었−' thể hiện quá khứ và '−겠−' thể hiện tương lai, suy đoán.	일찍 잤는 바람에 축구 경기를 못 봤어요. (X) 일찍 자겠는 바람에 축구 경기를 못 볼 것 같아요. (X)
③ 뒤 절에 청유문이나 명령문이 올 수 없다. Vế sau không được là câu đề nghị hoặc câu mệnh lệnh.	버스가 끊긴 바람에 택시를 타자/탑시다/탈래요?/탈까요?/타는 건 어때요? (X) 버스가 끊긴 바람에 택시를 타라/타/타요. (X)

④ '-는 바람에' 뒤 절은 현재와 과거만 올 수 있고 미래 시제는 올 수 없다. Vế đứng sau '-는 바람에' chỉ có thể ở thì hiện tại hoặc quá khứ, không sử dụng thì tương lai.		아이가 우는 바람에 잠을 자기 어려워요. 아이가 우는 바람에 잠을 자기 어려웠어요. 아이가 우는 바람에 잠을 자기 어려울 거예요. (X)	

①

-는 바람에	-는 탓에	-기 때문에	-는 통에
과거 '-었-'과 결합하지 않는다. Không kết hợp với '-었-' thể hiện quá khứ. 비 왔는 바람에 여행을 취소했다. (X) 비가 온 바람에 여행이 취소됐다. (X)	과거 '-었-'과 결합하지 않는다. 과거의 일에는 '-은 탓에'로 사용한다. Không kết hợp với '-었-' thể hiện quá khứ. Sử dụng '-은 탓에' cho việc xảy ra trong quá khứ. 비가 왔는 탓에 여행을 취소했다. (X) 비가 온 탓에 여행이 취소됐다.	과거 '-었-'과 결합한다. 과거의 일에는 '-(었)기 때문에'로 표현한다. Có thể kết hợp với '-었-' thể hiện quá khứ. Thể hiện quá khứ bằng '-(었)기 때문에'. 비가 왔기 때문에 여행을 취소했다.	과거 '-었-'과 결합하지 않는다. 과거의 일에는 '-은 통에'로 사용한다. Không kết hợp với '-었-' thể hiện quá khứ. Sử dụng '-은 통에' cho việc xảy ra trong quá khứ. 비가 왔는 통에 여행을 취소했다. (X) 비가 온 통에 여행이 취소됐다.
동사와 결합한다. Kết hợp với động từ. 공부하느라 약속을 못 지켰어요. 머리가 아프느라고 시험공부를 못 했어요. (X) 학생이느라고 돈이 없어요. (X)	동사, 형용사, '이다'와 결합한다. Kết hợp với động từ, tính từ, '이다'(là). 공부를 많이 해서 시험을 잘 봤어요. 날씨가 추워서 집에 있었어요. 학생이라서 돈이 없어요.	동사, 형용사, '이다'와 결합한다. Kết hợp với động từ, tính từ, '이다'(là). 공부를 많이 해서 시험을 잘 봤어요. 날씨가 추워서 집에 있었어요. 학생이라서 돈이 없어요.	동사, 형용사, '이다'와 결합한다. Kết hợp với động từ, tính từ, '이다'(là). 공부를 많이 했으니까 시험을 잘 봤어요. 날씨가 추우니까 집에 있자. 학생이니까 돈이 없어요.
앞 절의 내용이 뒤 절의 부정적 결과에 영향을 끼친다. 부정적 원인이 있었음에도 의외의 긍정적 결과가 생긴 경우에도 사용할 수 있다. Nội dung của vế trước ảnh hưởng đến kết quả mang tính tiêu cực của vế sau. Trong trường hợp có nguyên nhân mang tính tiêu cực nhưng phát sinh kết quả tích cực thì vẫn có thể sử dụng. 비가 오는 바람에 여행을 갈 수 없다. 기차가 늦게 오는 바람에 기차를 탈 수 있었다.	앞 절의 내용이 뒤 절의 '부정적' 결과에 영향을 끼친다. Nội dung của vế trước ảnh hưởng đến kết quả mang tính tiêu cực của vế sau. 비가 오는 탓에 여행을 갈 수 없다. 기차가 늦게 온 탓에 기차를 탈 수 있었다. (X)	앞 절과 뒤 절의 내용이 긍정적, 부정적인 것과 상관이 없다. Nội dung của vế trước và vế sau không liên quan gì đến tính tích cực hay tiêu cực. 비가 오기 때문에 여행을 갈 수 있다. 기차가 늦게 왔기 때문에 기차를 탈 수 있었다.	앞 절의 내용이 뒤 절의 '부정적' 결과에 영향을 끼친다. Nội dung của vế trước ảnh hưởng đến kết quả mang tính tiêu cực của vế sau. 비가 오는 통에 여행을 갈 수 없다. 기차가 늦게 오는 통에 기차를 탈 수 있었다. (X)

②

	−는 바람에	−는 덕분에
	앞 절이 뒤 절의 부정적 원인이 된다. Nội dung của vế trước là nguyên nhân mang tính tiêu cực của vế sau. 비가 오는 바람에 여행이 취소됐다. 비가 오는 바람에 가뭄이 해소됐다. (X)	앞 절이 뒤 절의 긍정적 원인이 된다. Nội dung của vế trước là nguyên nhân mang tính tích cực của vế sau. 바람이 부는 덕분에 더웠던 날씨가 시원해졌다. 바람이 부는 덕분에 날씨가 더 추워졌다. (X)
	과거의 일에도 '−는 바람에'를 사용한다. Khi thể hiện việc ở quá khứ cũng dùng '−는 바람에'. 늦게 일어나는 바람에 지각을 했다. 늦게 일어난 바람에 지각을 했다. (X)	과거의 일에는 '−은 덕분에'를 사용한다. Sử dụng '−은 덕분에' thể hiện việc ở quá khứ. 일찍 잔 덕분에 일찍 일어났다.
	'N 바람에'의 형태로 사용할 수 없다. Không thể sử dụng ở dạng 'N(danh từ) 바람에' 태풍 바람에 여행이 취소됐다. (X)	'N 덕분에'의 형태로 사용할 수 있다. Có thể sử dụng ở dạng 'N(danh từ) 덕분에' 네 덕분에 일찍 일어났어.

❷ 조건, 가정 Điều kiện, giả định

(1) −는다면

의미와 용법 Ý nghĩa và cách sử dụng

- 동사, 형용사, '이다, 아니다'에 붙어 조건이나 가정을 나타낸다.
  Kết hợp với động từ, tính từ, '이다, 아니다'(là, không phải là), thể hiện điều kiện hoặc giả định.

예문 Ví dụ

담화 예문 Hội thoại mẫu	가 : 지금 생일 파티에 **간다면** 9시가 넘는데 괜찮을까? 나 : 한 시간이라도 같이 시간을 보내는 게 좋을 것 같아. 빨리 가자. 가 : **Nếu** bây giờ **đi** đến buổi tiệc thì hơn 9 giờ, không sao chứ? 나 : Dù chỉ dành thời gian với nhau 1 tiếng cũng tốt mà. Đi mau thôi.

문장 예문
Câu mẫu
	• 어머니께서 **가신다면** 저도 가겠습니다.
	  Nếu mẹ **đi** thì con cũng sẽ đi.
	• 컴퓨터 속도가 너무 **느리다면** 수리를 한번 맡겨 보세요.
	  Nếu tốc độ máy tính **chậm** quá thì anh thử gửi sửa đi.
	• 동생이 지금이라도 정신을 차리고 공부를 열심히 **한다면** 어머니께서 좋아하실 것 같아요.
	  Nếu giờ em tôi lấy lại tinh thần và học hành chăm chỉ thì chắc là mẹ tôi sẽ vui lòng.

형태 정보 Hình thức sử dụng

동사	받침 ○	−는다면	먹는다면, 읽는다면, 찾는다면
	받침 X	−ㄴ다면	간다면, 만난다면, 마신다면
	ㄹ 받침	−ㄴ다면 (어간의 'ㄹ' 탈락)	만든다면, 논다면, 안다면

형용사	받침 ○	–다면	작다면, 좋다면, 많다면, 길다면, 멀다면, 달다면
	받침 ×	–다면	크다면, 바쁘다면 깨끗하다면
이다, 아니다		–라면	학생이라면, 가족이 아니라면

제약 정보   Quy tắc sử dụng

① 앞 절과 뒤 절의 주어가 같아도 되고 달라도 된다. Chủ ngữ của vế trước và vế sau giống hoặc khác nhau đều được.	내가 선생님이 된다면 (내가) 학생들에게 친절한 선생님이 될 거예요. 민준이가 같이 여행을 가자고 한다면 (나는) 같이 여행을 갈 거예요.
② 과거 '–었–', 미래 · 추측의 '–겠–'과 결합하지 않는다. Không kết hợp với '–었–' thể hiện quá khứ và '–겠–' thể hiện tương lai, suy đoán.	수지가 지난 주말에 생일 파티를 했다면 우리가 갔다. (X) 수지가 다음 주말에 생일 파티를 하겠다면 우리가 갈 것이다. (X)

유사 문법 비교   So sánh với ngữ pháp tương tự

–는다면	–(으)면
일어날 가능성이 희박하거나 사실이 아닌 것을 가정하여 제시하는 의미가 강하다. Ý nghĩa giả định về một việc nào đó rất khó xảy ra hoặc việc đó không phải là sự thật rất mạnh. 외계인이 있다면 어떤 모습일까?	주로 현실 세계의 일이나 일어날 가능성이 있는 일을 조건으로 제시한다. Chủ yếu đưa một việc của thế giới hiện thực hoặc việc có khả năng xảy ra làm điều kiện. 나는 아이스크림을 먹으면 배가 아프다.

(2) –아/어야[1]

의미와 용법   Ý nghĩa và cách sử dụng

• 동사, 형용사, '이다, 아니다'에 붙어 앞의 내용이 뒤에 오는 내용의 필수 조건임을 나타낸다.
     Kết hợp với động từ, tính từ, '이다, 아니다'(là, không phải là), thể hiện nội dung phía trước là điều kiện cần thiết của nội dung phía sau.

예문   Ví dụ

담화 예문 Hội thoại mẫu	가 : 제 발음을 향상시키는 방법이 없을까요? 나 : 발음은 듣기가 중요해요. 많이 **들어야** 정확히 따라할 수 있거든요. 가 : Không có phương pháp nào giúp phát âm của tôi tốt hơn ư? 나 : Đối với phát âm thì việc luyện nghe rất quan trọng. **Phải nghe** nhiều mới có thể phát âm theo chính xác được.

문장 예문
Câu mẫu
	• 술, 담배를 **끊어야** 건강해져요.
	   Phải cai rượu, thuốc lá mới trở nên khỏe mạnh.
	• 자신을 사랑할 줄 **알아야** 남도 사랑할 수 있는 법이에요.
	   Phải biết yêu thương bản thân mình thì mới có thể yêu thương người khác.
	• 밤이 **깊어야** 새벽이 온다.
	   Đêm **phải sâu** thì bình minh mới đến.

형태 정보 Hình thức sử dụng

동사, 형용사	어간 'ㅏ, ㅗ'	-아야	자야, 사야, 봐야, 아파야, 앉아야, 닫아야, 찾아야
	어간 'ㅏ, ㅗ' 이외	-어야	서야, 마셔야, 기뻐야, 예뻐야, 입어야, 먹어야
	-하다	-여야(-해야)	말해야, 공부해야, 시작해야, 건강해야, 깨끗해야
불규칙	걷다	-아/어야	걸어야
	덥다		더워야
	짓다		지어야
	그렇다		그래야
	다르다		달라야
이다, 아니다		-어야	학생이어야, 가족이 아니어야

제약 정보 Quy tắc sử dụng

① 미래 · 추측의 '-겠-'과 결합하지 않는다. 　Không kết hợp cùng '-겠-' thể hiện tương lai, suy đoán.	공부를 열심히 하겠어야 합격을 할 거예요. (X) 서두르겠어야 지각하지 않을 거예요. (X)
② 뒤 절에 명령문이나 청유문이 올 수 없다. 　Vế sau không được là câu mệnh lệnh hoặc câu đề nghị.	9시가 돼야 수업을 시작하십시오. (X) 9시가 돼야 수업을 시작합시다. (X)

유사 문법 비교 So sánh với ngữ pháp tương tự

-아/어야	-(으)면
앞 절이 뒤 절의 조건임을 나타낸다. Thể hiện vế trước là điều kiện của vế sau. 매년 방학이 되어야 여행을 가요. 밥을 먹어야 학교에 가요.	앞 절이 뒤 절의 필수 조건임을 나타낸다. 반복되는 상황의 조건을 나타낼 때도 사용한다. Thể hiện vế trước là điều kiện cần thiết của vế sau. Cũng được sử dụng khi thể hiện điều kiện của tình huống lặp đi lặp lại. 매년 방학이 되면 여행을 가요. 밥을 먹으면 학교에 가요.
뒤 절에 명령문이나 청유문이 올 수 없다. Câu mệnh lệnh hoặc câu đề nghị không thể xuất hiện ở vế sau. 모두 모여야 회의를 시작합시다. (X) 수업이 끝나야 연락 주십시오. (X)	뒤 절에 명령문이나 청유문이 올 수 있다. Câu mệnh lệnh hoặc câu đề nghị có thể xuất hiện ở vế sau. 모두 모이면 회의를 시작합시다. 수업이 끝나면 연락 주십시오.

(3) -거든

- 동사, 형용사, '이다, 아니다'에 붙어 앞 절이 뒤 절의 조건이나 가정임을 나타낸다.
  Kết hợp với động từ, tính từ, '이다, 아니다'(là, không phải là), thể hiện vế trước là điều kiện hoặc giả định của vế sau.

- 뒤 절에는 명령, 요청, 부탁 또는 미래의 일을 나타내는 말이 온다.
  Nội dung thể hiện mệnh lệnh, yêu cầu, nhờ vả hoặc việc của tương lai xuất hiện ở vế sau.

예문　Ví dụ

담화 예문 Hội thoại mẫu	가 : 선생님, 그동안 고마웠습니다. 나 : 아키라 씨, 고향에 **도착하거든** 전화해요. 가 : Thưa thầy/cô, thời gian qua em đã rất mang ơn của thầy/cô. 나 : Em Akira, **nếu về đến** quê nhà thì gọi điện thoại nhé.
문장 예문 Câu mẫu	• 너무 **비싸거든** 사지 마세요. **Nếu đắt** quá thì đừng mua. • 오후에 날씨가 **좋지 않거든** 내일 오세요. **Nếu** chiều nay thời tiết **không tốt** thì ngày mai hãy đến nhé. • 대학원을 **졸업하거든** 휴식을 좀 가져야겠어요. **Nếu tốt nghiệp** cao học thì tôi phải nghỉ ngơi một chút.

형태 정보　Hình thức sử dụng

동사	받침 ○, ✕	-거든	먹거든, 읽거든, 찾거든, 가거든, 만나거든
형용사	받침 ○, ✕	-거든	작거든, 좋거든, 많거든, 크거든, 바쁘거든, 깨끗하거든
이다, 아니다		-거든	학생이거든, 책이 아니거든

제약 정보　Quy tắc sử dụng

① 과거는 '-었거든'으로 쓴다. Sử dụng '-었거든' cho quá khứ.	다 먹었거든 이제 출발하자. 친구하고 다 놀았거든 집에 들어와서 숙제해라.
② 뒤 절에 평서문과 감탄문이 올 수 없다. Câu tường thuật và câu cảm thán không thể xuất hiện ở vế sau.	비가 오거든 바람도 붑니다. (✕) 봄에 꽃이 피거든 정말 아름답구나. (✕)

유사 문법 비교　So sánh với ngữ pháp tương tự

-거든	-(으)면
실현될 가능성이 있는 상황에 사용된다. Được sử dụng trong tình huống có khả năng thành hiện thực. 내가 장학금을 받거든 한턱낼게.	실현될 가능성과 관계없이 사용된다. Được sử dụng bất kể có thực hiện được hay không. 내가 대통령이 되면 너한테 좋은 집을 사 줄게.
뒤 절에 평서문, 감탄문은 올 수 없다. Câu tường thuật và câu cảm thán không thể xuất hiện ở vế sau. 시험에 합격하거든 저녁을 삽니다. (✕) 시험에 합격하거든 정말 좋겠다! (✕)	뒤 절의 문장 형식에 제약이 없다. Không có giới hạn sử dụng cho câu xuất hiện ở vế sau. 시험에 합격하면 저녁을 사/살게/먹자/삽니다.

❸ 목적, 의도 Mục đích, ý định

(1) -도록¹

의미와 용법 Ý nghĩa và cách sử dụng

• 동사와 일부 형용사에 붙어 뒤 절의 행위에 대한 목적을 나타낸다.
  Kết hợp với động từ và một số tính từ, thể hiện mục đích cho hành vi của vế sau.

예문 Ví dụ

담화 예문 Hội thoại mẫu	(방송 인터뷰에서) **가** : 내일부터 경기를 치를 텐데 각오 한 말씀 해주세요. **나** : 좋은 성적을 **거두도록** 최선을 다하겠습니다. (Trong cuộc phỏng vấn trên truyền hình) **가** : Từ ngày mai trận đấu sẽ bắt đầu, mời anh nói vài lời thể hiện sự quyết tâm. **나** : Tôi sẽ cố gắng hết sức **để đạt** thành tích tốt.
문장 예문 Câu mẫu	• 아이들이 자신감을 **갖도록** 칭찬을 많이 해줘야 합니다. 　Phải khen nhiều **để** trẻ em **có được** sự tự tin. • 여름에는 더위로 지치지 **않도록** 휴식을 충분히 취하는 것이 중요해요. 　Vào mùa hè, **để không** bị kiệt sức vì cái nóng thì việc quan trọng là nghỉ ngơi đầy đủ. • 구급차가 **지나가도록** 길을 비켜 주었다. 　Tôi đã tránh đường **để** xe cấp cứu **đi qua**.

형태 정보 Hình thức sử dụng

동사	받침 ○	-도록	먹도록, 읽도록, 찾도록
	받침 X	-도록	가도록, 만나도록, 마시도록

제약 정보 Quy tắc sử dụng

① 일반적으로 형용사와는 결합하지 않으나 일부 형용사와는 결합할 수 있다. Thường thì không kết hợp với tính từ nhưng có thể kết hợp với một số tính từ.	신부가 예쁘도록 화장을 곱게 했다. (X) 음식이 맛있도록 여러 가지 양념을 넣었다. (X) 펭귄은 영하의 날씨에도 생존이 가능하도록 진화하였다. 이 에어컨은 자연 바람에 가깝도록 만든 제품입니다.
② 과거 '-었-', 미래·추측의 '-겠-'과 결합하지 않는다. Không kết hợp với '-었-' thể hiện quá khứ và '-겠-' thể hiện tương lai, suy đoán.	나무가 잘 자랐도록 비료를 줬어요. (X) 나무가 잘 자라겠도록 비료를 줄 거예요. (X)

(2) -게

의미와 용법 Ý nghĩa và cách sử dụng

• 동사, 형용사에 붙어 뒤 절의 행위에 대한 목적이나 결과를 나타낸다.
  Kết hợp với động từ, tính từ, thể hiện mục đích hoặc kết quả của hành vi ở vế sau.

예문 | Ví dụ

담화 예문 Hội thoại mẫu	가 : 교실이 너무 더워요. 나 : 그래요? 바람이 **들어오게** 창문을 여세요. 가 : Phòng học nóng quá. 나 : Vậy à? Bạn mở cửa sổ **để** cho gió thổi **vào** đi.

문장 예문
Câu mẫu
	• 사진을 **찍게** 모두 모이세요.
	  Mọi người tập họp lại **để chụp ảnh** nào.
	• 이 선물을 들고 **가게** 잘 포장해 주세요.
	  Làm ơn gói món quà này kỹ **để** tôi có thể cầm **đi**.
	• **춥지 않게** 두꺼운 옷을 입었습니다.
	  Tôi đã mặc quần áo dày **để không bị lạnh**.

형태 정보 | Hình thức sử dụng

동사	받침 ○, X	–게	먹게, 읽게, 찾게, 가게, 만나게
형용사	받침 ○, X	–게	작게, 좋게, 많게, 크게, 바쁘게, 깨끗하게

제약 정보 | Quy tắc sử dụng

① 앞 절과 뒤 절의 주어가 같아도 되고 달라도 된다. Chủ ngữ của vế trước và vế sau giống hoặc khác nhau đều được.	아기가 잘 수 있게 우리는 조용히 이야기했다. (내가) 그의 이야기를 잊어버리지 않게 (내가) 공책에 써 놓았다.
② 과거 '–었–', 미래 · 추측의 '–겠–'과 결합하지 않는다. Không kết hợp với '–었–' thể hiện quá khứ và '–겠–' thể hiện tương lai, suy đoán.	나는 유미 씨가 옷을 갈아입었게 밖으로 나왔어요. (X) 나는 유미 씨가 옷을 갈아입겠게 밖으로 나왔어요. (X) 약을 먹었게 물을 주세요. (X) 약을 먹겠게 물을 주세요. (X)

(3) –기 위해

의미와 용법 | Ý nghĩa và cách sử dụng

• 동사에 붙어 어떤 일의 목적이나 의도를 나타낸다.
  Kết hợp với động từ, thể hiện mục đích hoặc ý định của việc nào đó.

• '–기 위하여'로 풀어 사용하기도 한다.
  Cũng được sử dụng dưới dạng '–기 위hầy'.

예문 | Ví dụ

담화 예문 Hội thoại mẫu	가 : 왜 주말에도 아르바이트를 해요? 나 : 다음 달에 친구와 유럽에 **가기 위해** 돈을 모으고 있어요. 가 : Vì sao cuối tuần mà bạn cũng làm thêm thế? 나 : Mình đang dành dụm tiền **để đi** châu Âu với bạn mình vào tháng sau.

문장 예문 Câu mẫu	• 어머니가 돈을 **찾기 위해** 은행에 갔어요. 　Mẹ đã đi ngân hàng **để rút** tiền. • 저는 고향에 **가기 위해** 기차표를 샀어요. 　Tôi đã mua vé tàu hỏa **để đi** về quê. • 불우 이웃을 **돕기 위하여** 조금씩 돈을 모읍시다. 　Chúng ta hãy dành dụm từng chút một **để giúp** hàng xóm không may mắn.

형태 정보 Hình thức sử dụng

동사	받침 ◯	-기 위해	먹기 위해, 읽기 위해, 찾기 위해
	받침 ✕	-기 위해	가기 위해, 만나기 위해, 마시기 위해

제약 정보 Quy tắc sử dụng

① 앞 절과 뒤 절의 주어가 같아야 하고, 주로 뒤 절의 주어는 생략한다. Chủ ngữ của vế trước và vế sau phải giống nhau, chủ ngữ của vế sau thường được giản lược.	저는 화장품을 사기 위해 친구는 백화점에 가요. (✕) 나는 컴퓨터를 고치기 위해 마이클 씨는 서비스센터에 갔어요. (✕)
② 일반적으로 형용사와 결합하지 않는다. Thường thì không kết hợp với tính từ.	미도리 씨는 시원하기 위해 창문을 열었어요. (✕) 수지 씨는 기분이 좋기 위해 노래를 해요. (✕) 줄리아 씨는 예쁘기 위해 화장을 했어요. (✕)
③ 과거 '-었-', 미래 · 추측의 '-겠-'과 결합하지 않는다. Không kết hợp với '-었-' thể hiện quá khứ và '-겠-' thể hiện tương lai, suy đoán.	저는 어제 친구의 생일 선물을 샀기 위해 백화점에 갔어요. (✕) 저는 내일 친구의 생일 선물을 사겠기 위해 백화점에 갈 거예요. (✕)

❹ 인정, 양보 Thừa nhận, nhượng bộ

(1) -아/어도

의미와 용법 Ý nghĩa và cách sử dụng

• 동사, 형용사, '이다, 아니다'에 붙어 앞 절의 내용에 대한 기대가 뒤 절에서 어긋남을 나타낸다.
　Kết hợp với động từ, tính từ, '이다, 아니다'(là, không phải là), thể hiện sự kỳ vọng về nội dung của vế trước bị sai lệch đi ở vế sau.

예문 Ví dụ

담화 예문 Hội thoại mẫu	가 : 고객님, 무엇을 도와드릴까요? 나 : 보일러를 **켜도** 찬물만 나와요. 가 : Quý khách, tôi có thể giúp gì ạ? 나 : **Dù bật** lò sưởi cũng chỉ ra nước lạnh thôi.

문장 예문 Câu mẫu	• 그는 키가 **작아도** 농구를 잘해요. **Dù thấp** nhưng anh ấy chơi bóng rổ giỏi. • 이 은혜는 **죽어도** 잊지 않겠습니다. Ân huệ này **dù có chết** tôi cũng sẽ không quên. • 몇 번을 **읽어도** 무슨 말인지 모르겠어요. **Dù đọc** vài lần cũng không thể hiểu.

형태 정보 Hình thức sử dụng

동사, 형용사	어간 'ㅏ, ㅗ'	–아도	자도, 사도, 봐도, 아파도, 앉아도, 닫아도, 찾아도
	어간 'ㅏ, ㅗ' 이외	–어도	서도, 마셔도, 기뻐도, 예뻐도, 입어도, 먹어도
	–하다	–여도(–해도)	말해도, 공부해도, 시작해도, 건강해도, 깨끗해도
불규칙	걷다	–아/어도	걸어도
	덥다		더워도
	짓다		지어도
	그렇다		그래도
	다르다		달라도
이다, 아니다		–어도	학생이어도, 가족이 아니어도

유사 문법 비교 So sánh với ngữ pháp tương tự

①

–아/어도	–더라도
'–더라도'에 비해 덜 가정적이며 실현 가능성이 높다. So với '–더라도' thì ít mang tính giả định hơn và khả năng thực hiện cao hơn. 비가 왔어도 소풍을 갔을 것이다. 이번 어린이날에는 비가 왔어도 소풍을 갔다.	'–아/어도'에 비해 더 가정적이며 실현 가능성이 낮다. So với '–아/어도' thì mang tính giả định hơn và khả năng thực hiện thấp hơn. 비가 왔더라도 소풍을 갔을 것이다. 이번 어린이날에는 비가 왔더라도 소풍을 갔다. (X)

②

–아/어도	–아/어야²
뒤 절에 긍정적인 내용과 부정적인 내용이 모두 올 수 있다. Ở vế sau có thể là nội dung mang tính tích cực hoặc tiêu cực. 아무리 졸라도 꿈쩍도 안 해요. 비가 와도 등산을 갈 거예요. 공부를 많이 안 해도 성적이 좋아요.	뒤 절에는 주로 부정적인 내용이 온다. 뒤 절에 긍정적인 내용이 올 경우 양보의 의미는 사라지고 조건의 의미를 갖는다. Vế sau chủ yếu là nội dung mang tính tiêu cực. Trong trường hợp ở vế sau xuất hiện nội dung tích cực thì ý nghĩa nhượng bộ mất đi và mang ý nghĩa điều kiện. 아무리 졸라야 꿈쩍도 안 해요. 비가 안 와야 등산을 갈 거예요. (조건의 의미) 공부를 많이 해야 성적이 좋아요. (조건의 의미)

(2) -더라도

의미와 용법 Ý nghĩa và cách sử dụng

- 동사, 형용사, '이다, 아니다'에 붙어 앞 절의 내용으로 기대하는 바가 뒤 절에서 부정됨을 나타낸다.
  Kết hợp với động từ, tính từ, '이다, 아니다'(là, không phải là), thể hiện điều mong đợi ở nội dung của vế trước bị phủ định ở vế sau.

예문 Ví dụ

담화 예문 Hội thoại mẫu	**가** : 내일 문화 체험인데 비가 오면 어떻게 해요? **나** : 혹시 비가 **오더라도** 갈 거예요. 가 : Ngày mai có trải nghiệm văn hóa, nếu trời mưa thì làm thế nào? 나 : **Dù trời có mưa** thì tôi cũng sẽ đi.
문장 예문 Câu mẫu	• 저는 무슨 일이 **있더라도** 꿈을 포기하지 않을 거예요. **Dù có** việc gì xảy ra đi nữa thì tôi cũng không từ bỏ ước mơ. • 아무리 화가 **나더라도** 폭력은 안 된다. **Dù nổi** giận đến mức nào cũng không được dùng bạo lực. • **바쁘더라도** 식사는 꼭 챙겨 드세요. **Dù bận** cũng nhất định ăn uống đầy đủ nhé.

형태 정보 Hình thức sử dụng

동사	받침 ○, X	-더라도	먹더라도, 읽더라도, 찾더라도, 가더라도
형용사	받침 ○, X	-더라도	작더라도, 좋더라도, 크더라도, 바쁘더라도
이다, 아니다		-더라도	학생이더라도, 책이 아니더라도

유사 문법 비교 So sánh với ngữ pháp tương tự

-더라도	-(으)ㄹ지라도
'-(으)ㄹ지라도'에 비해 덜 가정적이다. Ít mang tính giả định hơn so với '-(으)ㄹ지라도'. 실패로 끝나더라도 끝까지 최선을 다할 것이다. 나에게 억만금이 있더라도 자식에게는 한 푼도 물려주지 않을 것이다.	'-더라도'에 비해 더 가정적이며 화자의 강한 의지, 결심을 나타낸다. So với '-더라도' thì mang tính giả định nhiều hơn và thể hiện ý chí, quyết tâm mạnh mẽ của người nói. 실패로 끝날지라도 끝까지 최선을 다할 것이다. 나에게 억만금이 있을지라도 자식에게는 한 푼도 물려주지 않을 것이다.

(3) –(으)ㄹ지라도

의미와 용법 | Ý nghĩa và cách sử dụng

- 동사, 형용사, '이다, 아니다'에 붙어 앞 절의 내용을 인정하거나 가정하지만 뒤 절의 내용에는 영향을 미치지 않음을 나타낸다.

  Kết hợp với động từ, tính từ, '이다, 아니다'(là, không phải là), thể hiện sự công nhận hoặc giả định nội dung của vế trước nhưng không ảnh hưởng đến nội dung của vế sau.

- 앞 절과 뒤 절의 내용이 상반됨을 나타낸다.

  Thể hiện nội dung của vế trước và vế sau đối lập nhau.

예문 | Ví dụ

담화 예문 Hội thoại mẫu	가 : 이번 영화의 흥행 실패에 대해 자네가 책임을 져야 할 걸세. 나 : 국내 흥행에는 **실패했을지라도** 해외 수출로 만회할 수 있으니 믿고 기다려 주십시오. 가 : Anh sẽ phải chịu trách nhiệm về sự thất bại của bộ phim lần này. 나 : **Dù đã thất bại** khi trình chiếu trong nước nhưng có thể cứu vãn nhờ vào việc xuất khẩu sang nước ngoài nên anh hãy tin tưởng và chờ đợi.
문장 예문 Câu mẫu	• 승규는 체격은 **작을지라도** 꿈이 큰 소년이었다. Seunggyu là một thiếu niên **dẫu** vóc dáng **nhỏ bé** nhưng ước mơ to lớn. • 아무리 곤경에 **처했을지라도** 침착하게 행동해야 한다. **Dù có rơi vào** khốn cùng thì cũng phải bình tĩnh hành động. • 비록 굶어 **죽을지라도** 남들에게 구걸하며 살지는 않겠습니다. **Dẫu có chết** đói tôi cũng sẽ không sống mà xin xỏ người khác.

형태 정보 | Hình thức sử dụng

동사	받침 ○	–을지라도	먹을지라도, 읽을지라도, 찾을지라도
	받침 ✕	–ㄹ지라도	갈지라도, 만날지라도, 마실지라도
	ㄹ 받침	–ㄹ지라도 (어간의 'ㄹ' 탈락)	만들지라도, 놀지라도, 알지라도
형용사	받침 ○	–을지라도	작을지라도, 좋을지라도, 많을지라도
	받침 ✕	–ㄹ지라도	클지라도, 바쁠지라도, 깨끗할지라도
	ㄹ 받침	–ㄹ지라도 (어간의 'ㄹ' 탈락)	길지라도, 멀지라도, 달지라도
불규칙	걷다	–(으)ㄹ지라도	걸을지라도
	덥다		더울지라도
	짓다		지을지라도
	그렇다		그럴지라도
이다, 아니다		–ㄹ지라도	학생일지라도, 가족이 아닐지라도

⑤ 추가 Bổ sung

(1) -(으)ㄹ 뿐만 아니라

의미와 용법 Ý nghĩa và cách sử dụng

- 동사, 형용사, '이다, 아니다'에 붙어 앞 절의 내용에 뒤 절의 내용이 더해짐을 나타낸다.
  Kết hợp với động từ, tính từ, '이다, 아니다'(là, không phải là), thể hiện nội dung của vế sau là sự bổ sung thêm cho nội dung của vế trước.

예문 Ví dụ

담화 예문 Hội thoại mẫu	가 : 이번 영화는 예술성에다가 대중성도 갖춘 거 같아. 나 : 맞아. 다양한 영화제 시상을 **받았을 뿐만 아니라** 흥행까지 성공했잖아. 가 : Phim lần này có vẻ có cả tính đại chúng bên cạnh tính nghệ thuật. 나 : Đúng vậy. **Không những được nhận** các giải thưởng của các liên hoan phim khác nhau mà còn thành công khi công chiếu.
문장 예문 Câu mẫu	• 승규 아버지는 **교수일 뿐만 아니라** 정치가이기도 하다. Bố của Seunggyu **không những là giáo sư** mà còn là chính trị gia. • 지수는 **예쁠 뿐만 아니라** 성격도 좋아서 인기가 많다. Jisu **không những đẹp** mà tính cách cũng tốt nên được yêu mến. • 민준이는 학교가 **멀 뿐만 아니라** 교통도 불편해서 학교 근처에서 자취를 한다. Minjun ở trọ gần trường vì trường **không những xa** mà giao thông cũng bất tiện.

형태 정보 Hình thức sử dụng

동사	받침 ○	-을 뿐만 아니라	먹을 뿐만 아니라, 읽을 뿐만 아니라, 찾을 뿐만 아니라
	받침 X	-ㄹ 뿐만 아니라	갈 뿐만 아니라, 만날 뿐만 아니라, 마실 뿐만 아니라
	ㄹ 받침	-ㄹ 뿐만 아니라 (어간의 'ㄹ' 탈락)	만들 뿐만 아니라, 놀 뿐만 아니라, 알 뿐만 아니라
형용사	받침 ○	-을 뿐만 아니라	작을 뿐만 아니라, 좋을 뿐만 아니라, 많을 뿐만 아니라
	받침 X	-ㄹ 뿐만 아니라	클 뿐만 아니라, 바쁠 뿐만 아니라, 깨끗할 뿐만 아니라
	ㄹ 받침	-ㄹ 뿐만 아니라 (어간의 'ㄹ' 탈락)	길 뿐만 아니라, 멀 뿐만 아니라, 달 뿐만 아니라
불규칙	걷다	-(으)ㄹ 뿐만 아니라	걸을 뿐만 아니라
	덥다		더울 뿐만 아니라
	짓다		지을 뿐만 아니라
	그렇다		그럴 뿐만 아니라
이다, 아니다		-ㄹ 뿐만 아니라	학생일 뿐만 아니라, 가족이 아닐 뿐만 아니라

제약 정보 Quy tắc sử dụng

앞 문장이 긍정이면 뒤의 문장도 긍정으로 써야 하고, 앞 문장이 부정이면 뒤의 문장도 부정으로 써야 한다. Nếu câu ở phía trước mang tính tích cực thì câu ở phía sau cũng phải là tích cực, và câu ở phía trước mang tính tiêu cực thì câu ở phía sau cũng phải là tiêu cực.	이 컴퓨터는 가격이 저렴할 뿐만 아니라 성능이 좋다. 이 컴퓨터는 가격이 저렴할 뿐만 아니라 고장이 잘 난다. (X)

(2) -(으)ㄴ/는 데다가

의미와 용법 Ý nghĩa và cách sử dụng

- 동사, 형용사, '이다, 아니다'에 붙어 앞 절의 내용에 뒤 절의 내용이 더해짐을 나타낸다.
  Kết hợp với động từ, tính từ, '이다, 아니다'(là, không phải là), thể hiện nội dung của vế sau là sự bổ sung thêm cho nội dung của vế trước.

예문 Ví dụ

담화 예문 Hội thoại mẫu	가 : 요즘 어머니께서 기분이 안 좋으신 것 같아서 선물을 사려고 하는데 뭐가 좋을까? 나 : 꽃을 드리는 게 어때? 꽃은 **예쁜 데다가** 향기가 좋아서 받은 사람의 기분을 좋게 해 주잖아. 가 : Dạo này hình như tâm trạng của mẹ không tốt nên em định mua quà tặng mẹ, mà mua cái gì được nhỉ? 나 : Tặng hoa thì thế nào? Hoa **đẹp lại còn** thơm nên sẽ làm tâm trạng của người nhận tốt lên.

문장 예문
Câu mẫu
	• 승규는 **잘생긴 데다가** 성격도 좋아서 인기가 많다.
	  Seunggyu **đã đẹp trai lại còn** tốt tính nên được yêu mến.
	• 김치는 **매운 데다가** 마늘 냄새가 강해서 외국인이 싫어할 수도 있다.
	  Kimchi **đã cay lại còn** nồng mùi tỏi nên người nước ngoài có thể không thích.
	• 나는 최근 운동을 **시작한 데다가** 식이 요법도 해서 건강이 좋아지고 있다.
	  Gần đây tôi đã **bắt đầu** tập thể dục **lại còn** thực hiện chế độ dinh dưỡng trị liệu nên sức khỏe đang tốt lên.

형태 정보 Hình thức sử dụng

동사	받침 ○, X	-는 데다가	먹는 데다가, 읽는 데다가, 가는 데다가, 만나는 데다가
	ㄹ 받침	-는 데다가 (어간의 'ㄹ' 탈락)	만드는 데다가, 노는 데다가, 아는 데다가
형용사	받침 ○	-은 데다가	작은 데다가, 좋은 데다가, 많은 데다가
	받침 X	-ㄴ 데다가	큰 데다가, 바쁜 데다가, 깨끗한 데다가
	ㄹ 받침	-ㄴ 데다가 (어간의 'ㄹ' 탈락)	긴 데다가, 먼 데다가, 단 데다가
불규칙	덥다	-(으)ㄴ/는 데다가	더운 데다가
	그렇다		그런 데다가
이다, 아니다		-ㄴ 데다가	학생인 데다가, 가족이 아닌 데다가

제약 정보	Quy tắc sử dụng

앞에 오는 말과 뒤에 오는 말의 주어가 같아야 한다. Vế trước và vế sau phải có cùng chủ ngữ.	승규는 잘생긴 데다가 민수는 성격도 좋아서 인기가 많다. (X) 승규는 잘생긴 데다가 (승규는) 성격도 좋아서 인기가 많다.

❻ 우려, 추측 Lo ngại, suy đoán

(1) –(으)ㄹ 텐데

의미와 용법	Ý nghĩa và cách sử dụng

- 동사, 형용사, '이다, 아니다'에 붙어 어떤 일에 대한 우려나 추측을 나타낸다.
  Kết hợp với động từ, tính từ, '이다, 아니다'(là, không phải là), thể hiện sự lo lắng hoặc suy đoán về một việc nào đó.

예문	Ví dụ

담화 예문 Hội thoại mẫu	가 : 요즘 계속 밤을 새워 일을 해서 몸이 아프네요. 나 : **피곤할 텐데** 얼른 집에 가서 쉬세요. 가 : Dạo này tôi liên tục thức trắng đêm làm việc nên đau người quá. 나 : **Chắc là anh mệt mỏi** lắm, mau về nhà nghỉ ngơi đi.

문장 예문
Câu mẫu
	- 눈이 **내릴 텐데** 따뜻하게 입고 가세요.
	  Tuyết **sẽ rơi** đấy, mặc ấm vào rồi đi nhé.
	- 동생이 엄마에게 제 성적을 **말할 텐데** 어쩌지요?
	  Em tôi **sẽ nói** với mẹ thành tích của tôi mất, làm sao đây?
	- 왕밍 씨, 커피를 많이 **마셨을 텐데** 주스를 드세요.
	  Wangming, **chắc là bạn uống** cà phê nhiều rồi, uống nước ép hoa quả đi.

형태 정보	Hình thức sử dụng

동사	받침 ○	–을 텐데	먹을 텐데, 읽을 텐데, 찾을 텐데
	받침 X	–ㄹ 텐데	갈 텐데, 만날 텐데, 마실 텐데
	ㄹ 받침	–ㄹ 텐데 (어간의 'ㄹ' 탈락)	만들 텐데, 놀 텐데, 알 텐데
형용사	받침 ○	–을 텐데	작을 텐데, 좋을 텐데, 많을 텐데
	받침 X	–ㄹ 텐데	클 텐데, 바쁠 텐데, 깨끗할 텐데
	ㄹ 받침	–ㄹ 텐데 (어간의 'ㄹ' 탈락)	길 텐데, 멀 텐데, 달 텐데

불규칙	걷다	-(으)ㄹ 텐데	걸을 텐데
	덥다		더울 텐데
	짓다		지을 텐데
	그렇다		그럴 텐데
이다, 아니다		-ㄹ 텐데	학생일 텐데, 가족이 아닐 텐데

제약 정보 Quy tắc sử dụng

① 미래 · 추측의 '-겠-'과는 결합하지 않는다. Không kết hợp với '-겠-' thể hiện tương lai, suy đoán.	다리가 좀 아프겠을 텐데 걸어갈 생각이에요? (X) 저녁을 먹겠을 텐데 간식을 먹지 말자. (X)
② '-ㄴ/은 텐데, -는 텐데'의 형태로 쓰지 않는다. Không sử dụng dưới dạng '-ㄴ/은 텐데, -는 텐데'.	어제는 날씨가 나쁜 텐데 운동을 하러 나갔다고요? (X) 이제 집에 가고 있는 텐데 다시 돌아오라고 할까요? (X)

유사 문법 비교 So sánh với ngữ pháp tương tự

-(으)ㄹ 텐데	-(으)ㄹ 테니
뒤 절을 제시하는 배경이나 상황이 된다. Là bối cảnh hoặc tình huống nêu ra về sau.	뒤 절의 조건이나 근거가 된다. Là điều kiện hoặc căn cứ của về sau.
잠을 못 자서 피곤할 텐데 어서 들어가 쉬세요. 잠을 못 자서 피곤할 텐데 빨리 안 자고 뭐 해요? 저녁을 먹어서 배가 부를 텐데 그만 드세요. 저녁을 먹어서 배가 부를 텐데 또 먹어요?	잠을 못 자서 피곤할 테니 어서 들어가 쉬세요. 잠을 못 자서 피곤할 테니 빨리 안 자고 뭐 해요? (X) 저녁을 먹어서 배가 부를 테니 그만 드세요. 저녁을 먹어서 배가 부를 테니 또 먹어요? (X)

(2) -(으)ㄹ까 봐(서)

의미와 용법 Ý nghĩa và cách sử dụng

• 동사, 형용사, '이다, 아니다'에 붙어 어떤 일에 대한 우려나 추측을 나타낸다.
  Kết hợp với động từ, tính từ, '이다, 아니다'(là, không phải là), thể hiện sự lo lắng hoặc suy đoán về một việc nào đó.

예문 Ví dụ

담화 예문 Hội thoại mẫu	가 : 우유 어디에 있어요? 나 : 우유가 **상할까 봐** 냉장고에 넣어 두었어요. 가 : Sữa ở đâu vậy? 나 : **Vì sợ** sữa **bị hỏng** nên tôi cho vào tủ lạnh rồi.

문장 예문
Câu mẫu
	• 약속 시간을 **잊어버릴까 봐** 친구들에게 다시 한번 이야기했다.
	  Vì sợ quên giờ hẹn nên tôi đã nói với các bạn lại một lần nữa.
	• 친구가 화를 **낼까 봐** 사실대로 이야기할 수 없었다.
	  Sợ bạn nổi giận nên tôi đã không thể nói theo sự thật.
	• 부모님께서 야단을 **치실까 봐** 걱정했는데 아무 말도 하지 않으셨다.
	  Tôi đã lo lắng **vì sợ** là bố mẹ **trách mắng** nhưng bố mẹ không nói gì cả.

형태 정보 Hình thức sử dụng

동사	받침 ○	-을까 봐(서)	먹을까 봐서, 읽을까 봐서, 찾을까 봐서
	받침 X	-ㄹ까 봐(서)	갈까 봐서, 만날까 봐서, 마실까 봐서
	ㄹ 받침	-ㄹ까 봐(서) (어간의 'ㄹ' 탈락)	만들까 봐서, 놀까 봐서, 알까 봐서
형용사	받침 ○	-을까 봐(서)	작을까 봐서, 좋을까 봐서, 많을까 봐서
	받침 X	-ㄹ까 봐(서)	클까 봐서, 바쁠까 봐서, 깨끗할까 봐서
	ㄹ 받침	-ㄹ까 봐(서) (어간의 'ㄹ' 탈락)	길까 봐서, 멀까 봐서, 달까 봐서
불규칙	걷다	-(으)ㄹ까 봐(서)	걸을까 봐서
	덥다		더울까 봐서
	짓다		지을까 봐서
	그렇다		그럴까 봐서
이다, 아니다		-ㄹ 까봐(서)	학생일까 봐서, 가족이 아닐까 봐서

제약 정보 Quy tắc sử dụng

① 과거 '-었-'과 결합할 수 있다. 　Có thể kết hợp với '-었-' thể hiện quá khứ.	기차가 떠났을까 봐 서둘렀다. 영화가 시작했을까 봐 택시를 타고 왔어요.
② 미래·추측의 '-겠-'과 결합하지 않는다. 　Không kết hợp với '-겠-' thể hiện tương lai, suy đoán.	기차가 떠나겠을까 봐 서둘렀다. (X) 수업이 끝나겠을까 봐 걱정했어요. (X)

※ '-을까 봐서'는 '-을까 싶어' 혹은 '-을지 몰라'와 바꿔 쓸 수 있다.
　Có thể dùng '-을까 싶어' hoặc '-을지 몰라' thay cho '-을까 봐서'.

❼ 선택 Lựa chọn

(1) -든지

의미와 용법 Ý nghĩa và cách sử dụng

- 동사, 형용사, '이다, 아니다'에 붙어 나열된 동작이나 상태, 대상들 중에서 어느 것을 선택해도 괜찮음을 나타낸다.
  Kết hợp với động từ, tính từ, '이다, 아니다'(là, không phải là), thể hiện giữa những động tác hoặc trạng thái, đối tượng được liệt kê thì chọn cái nào cũng được.

담화 예문 Hội thoại mẫu	가 : 입학 원서를 내려고 하는데 이메일로 제출해도 되나요? 나 : 이메일로는 접수가 불가능합니다. 직접 **방문하시든지** 우편으로 접수하셔야 합니다. 가 : Tôi định nộp đơn xin học, mà nộp bằng email được không ạ? 나 : Không thể nhận qua email được. Bạn phải trực tiếp **đến hoặc** nộp qua đường bưu điện.
문장 예문 Câu mẫu	• 음악을 듣든지 영화를 **보든지** 하루에 2시간은 혼자만의 시간을 갖고 싶다. 　**Bất kể** là nghe nhạc **hay** xem phim, tôi muốn mỗi ngày có hai giờ cho riêng mình. • 시끄러우니까 조용히 **하든지** 나가 줬으면 좋겠어요. 　Ồn ào quá, **hoặc** im lặng **hoặc** đi ra ngoài đi. • 너는 자는 거니? 공부를 하는 거니? **자든지** 공부를 **하든지** 둘 중 하나만 해. 　Bạn ngủ hay học vậy? **Hoặc** ngủ **hoặc** học, làm một trong hai thôi.

동사	받침 ○, ✕	–든지	먹든지, 읽든지, 찾든지, 가든지, 만나든지
형용사	받침 ○, ✕	–든지	작든지, 좋든지, 많든지, 크든지, 바쁘든지, 깨끗하든지
이다, 아니다		–든지	학생이든지, 책이 아니든지

과거의 '–었–'과는 결합하나 미래 · 추측의 '–겠–'과는 결합하지 않는다. Kết hợp với '–었–' thể hiện quá khứ nhưng không kết hợp với '–겠–' thể hiện tương lai, suy đoán.	그가 이미 퇴근을 했든지 외근을 나간 것 같아요. 그가 이따가 퇴근을 하겠든지 외근을 나갈 거예요. (✕) 그녀가 전에 누구와 사귀었든지 관심 없어요. 그녀가 앞으로 누구와 사귀겠든지 관심 없어요. (✕)

(2) –는 대신에[1]

• 동사에 붙어 어떤 행위를 다른 행위로 대체함을 나타낸다.
　Kết hợp với động từ, thể hiện sự thay thế một hành vi nào đó bằng hành vi khác.

• 구어에서는 '에'를 생략한 '–는 대신'을 더 많이 사용한다.
　'–는 대신' (giản lược '에') được dùng nhiều hơn trong văn nói.

담화 예문 Hội thoại mẫu	가 : 어제 뭐 했어요? 나 : 쇼핑하러 백화점에 갔어요. 그런데 너무 비싸서 **사는 대신에** 구경만 하고 왔어요. 가 : Hôm qua anh làm gì? 나 : Tôi đã đi trung tâm thương mại để mua sắm. Nhưng đắt quá nên **thay vì mua** thì tôi chỉ xem rồi về.

	• 신문을 **읽는 대신에** 잡지를 읽었어요.
문장 예문 Câu mẫu	Tôi đã đọc tạp chí **thay vì đọc** báo.
	• 도서관에 **가는 대신에** 집에서 공부했어요.
	Thay vì đi thư viện, tôi đã học ở nhà.
	• 친구에게 말로 **사과하는 대신에** 편지로 사과했어요.
	Thay vì xin lỗi bạn bằng lời nói, tôi đã xin lỗi qua thư.

형태 정보 Hình thức sử dụng

	받침 ○	–는 대신에	먹는 대신에, 읽는 대신에, 찾는 대신에 * 재미있는 대신에, 맛없는 대신에
동사	받침 X	–는 대신에	가는 대신에, 만나는 대신에, 마시는 대신에
	ㄹ 받침	–는 대신에 (어간의 'ㄹ' 탈락)	만드는 대신에, 노는 대신에, 아는 대신에

※ '재미있다', '맛없다'처럼 '–있다/없다'가 붙는 형용사는 동사의 활용이 적용됩니다. 이하 * 표시는 동일합니다.
　　Những tính từ có '–있다/없다' như '재미있다', '맛없다' thì được sử dụng như động từ. Các phần được đánh dấu * bên dưới áp dụng như thế.

제약 정보 Quy tắc sử dụng

① 형용사와 결합하면 의미가 달라진다. 　Nếu kết hợp với tính từ thì ý nghĩa trở nên khác đi.	수지는 얼굴이 예쁜 대신에 공부를 못해요. (–는 대신에²) 이 집은 방이 좁은 대신에 방이 더 많아요. (–는 대신에²)
② 과거 '–었–', 미래·추측의 '–겠–'과 결합하지 않는다. 　Không kết hợp với '–었–' thể hiện quá khứ và '–겠–' thể hiện 　tương lai, suy đoán.	낮잠을 잤는 대신에 밤에 일찍 자겠다. (X) 낮잠을 자겠는 대신에 밤에 일찍 자겠다. (X)

※ –는 대신에²: 앞 절의 것을 뒤 절의 것으로 보상함을 나타낸다.
　　Thể hiện sự bù đắp cho nội dung vế trước bằng nội dung vế sau.

⑧ 상태, 정도 Trạng thái, mức độ

(1) –도록²

의미와 용법 Ý nghĩa và cách sử dụng

• 동사에 붙어 동작의 정도나 결과, 한계를 나타낸다.
　Kết hợp với động từ, thể hiện mức độ hoặc kết quả, giới hạn của động tác.

담화 예문 Hội thoại mẫu	가 : 목소리가 왜 그래요? 나 : 어젯밤에 축구 경기를 목이 **쉬도록** 응원했거든요. 가 : Giọng nói của anh sao thế? 나 : Vì đêm qua tôi đã cổ vũ trận đấu bóng đá **đến độ khàn cả cổ**.

문장 예문
Câu mẫu
	• 이마에 멍이 **들도록** 세게 부딪쳤어요.
	   Bị va vào mạnh **đến độ** trán bầm tím.
	• 마흔이 **넘도록** 결혼할 생각을 안 해요.
	   Tôi không nghĩ đến việc kết hôn **cho đến** khi **hơn** 40 tuổi.
	• **취하도록** 술을 마시는 것은 건강에 좋지 않아요.
	   Việc uống rượu **đến say** không tốt cho sức khỏe.

형태 정보   Hình thức sử dụng

동사	받침 ○	-도록	먹도록, 읽도록, 찾도록
	받침 X	-도록	가도록, 만지도록, 마시도록

제약 정보   Quy tắc sử dụng

① 형용사와 결합하면 의미가 달라진다. Nếu kết hợp với tính từ thì ý nghĩa trở nên khác đi.	얼굴이 빨갛도록 부끄러웠어요. (X) 그 드라마를 재미있도록 봤어요. (X) 신부의 모습이 눈이 부시도록 아름다웠어요.
② 과거 '-었-', 미래 · 추측의 '-겠-'과 결합하지 않는다. Không kết hợp với '-었-' thể hiện quá khứ và '-겠-' thể hiện tương lai, suy đoán.	밤늦었도록 발표 준비를 했어요. (X) 밤늦겠도록 발표 준비를 할 거예요. (X)

(2) -(으)ㄴ/는 만큼

의미와 용법   Ý nghĩa và cách sử dụng

• 동사, 형용사, '이다, 아니다'에 붙어 앞 절과 비슷한 정도나 한도를 나타낸다.
  Kết hợp với động từ, tính từ, '이다, 아니다'(là, không phải là), thể hiện mức độ hoặc giới hạn tương tự với vế trước.

예문   Ví dụ

담화 예문 Hội thoại mẫu	가 : 지수야, 너 왜 저녁을 다 안 먹고 남겼니? 나 : 저는 **먹는 만큼** 살이 쪄서 식사량을 줄여야겠어요. 가 : Jisu, vì sao con không ăn cơm tối hết mà chừa lại thế? 나 : Vì con **ăn bao nhiêu** là lên cân bấy nhiêu nên phải giảm lượng thức ăn.

문장 예문 Câu mẫu	• 용돈을 **받는 만큼** 돈을 쓸 수 있어요. Có thể tiêu **bằng số** tiền tiêu vặt **được nhận**. • 손님이 **오는 만큼** 음식을 준비하세요. Hãy chuẩn bị thức ăn **bằng lượng** khách đến. • 일이 **많은 만큼** 월급도 많다. Lương cũng cao **bằng mức độ nhiều** của công việc.

형태 정보 Hình thức sử dụng

동사	받침 ○	-는 만큼	먹는 만큼, 읽는 만큼, 찾는 만큼 * 재미있는 만큼, 맛없는 만큼
	받침 X	-는 만큼	가는 만큼, 만나는 만큼, 마시는 만큼
	ㄹ 받침	-는 만큼 (어간의 'ㄹ' 탈락)	만드는 만큼, 노는 만큼, 아는 만큼
형용사	받침 ○	-은 만큼	작은 만큼, 좋은 만큼, 많은 만큼
	받침 X	-ㄴ 만큼	큰 만큼, 바쁜 만큼, 깨끗한 만큼
	ㄹ 받침	-ㄴ 만큼 (어간의 'ㄹ' 탈락)	긴 만큼, 먼 만큼, 단 만큼
불규칙	덥다	-(으)ㄴ/는 만큼	더운 만큼
	그렇다		그런 만큼
이다, 아니다		-ㄴ 만큼	학생인 만큼, 가족이 아닌 만큼

제약 정보 Quy tắc sử dụng

과거 '-었-', 미래·추측의 '-겠-'과 결합하지 않는다. Không kết hợp với '-었-' thể hiện quá khứ và '-겠-' thể hiện tương lai, suy đoán.	영수가 알았는 만큼 나도 알았어. (X) 영수가 알겠는 만큼 나도 알았어. (X) 수지가 피곤했는 만큼 나도 피곤해. (X) 수지가 피곤하겠는 만큼 나도 피곤해. (X)

(3) -(으)ㄹ수록

의미와 용법 Ý nghĩa và cách sử dụng

• 동사, 형용사, '이다, 아니다'에 붙어 앞의 일의 정도가 심해지면 뒤의 일의 정도도 그에 따라 변화함을 나타낸다.
  Kết hợp với động từ, tính từ, '이다, 아니다'(là, không phải là), thể hiện nếu mức độ của việc ở phía trước trở nên nghiêm trọng thì mức độ của việc ở phía sau cũng biến đổi theo.

| 예문 | Ví dụ |

| 담화 예문
Hội thoại mẫu | 가 : 무거우실 텐데 아이를 내려놓고 쉬세요.
나 : 아니야, 하나도 안 힘들구나. 내 손녀여서 그런지 보면 **볼수록** 예뻐.

가 : Chắc là nặng lắm, chị để bé xuống và nghỉ ngơi đi.
나 : Không, không vất vả chút nào cả. Không biết có phải vì là cháu tôi không mà **càng nhìn càng** đẹp. |
| 문장 예문
Câu mẫu | • 보석은 크면 **클수록** 값이 비싸다.
Đá quý thì **càng to càng** đắt.

• 산은 높이 **올라갈수록** 기온이 떨어진다.
Núi thì **càng lên cao** nhiệt độ không khí càng giảm.

• **어린아이일수록** 영양 섭취에 신경을 써야 한다.
Càng là trẻ em càng phải chú ý đến việc hấp thụ chất dinh dưỡng. |

| 형태 정보 | Hình thức sử dụng |

동사	받침 ○	–을수록	먹을수록, 읽을수록, 찾을수록
	받침 X	–ㄹ수록	갈수록, 만날수록, 마실수록
	ㄹ 받침	–ㄹ수록 (어간의 'ㄹ' 탈락)	만들수록, 놀수록, 알수록
형용사	받침 ○	–을수록	작을수록, 좋을수록, 많을수록
	받침 X	–ㄹ수록	클수록, 바쁠수록, 깨끗할수록
	ㄹ 받침	–ㄹ수록 (어간의 'ㄹ' 탈락)	길수록, 멀수록, 달수록
이다, 아니다		–ㄹ수록	학생일수록, 가족이 아닐수록

(4) –(으)ㄴ/는 대로

| 의미와 용법 | Ý nghĩa và cách sử dụng |

• 동사, 형용사에 붙어 앞 절의 동작이나 상태와 같은 모양을 나타낸다.
  Kết hợp với động từ, tính từ, thể hiện sự tương đồng với động tác hoặc trạng thái của vế trước.

| 예문 | Ví dụ |

| 담화 예문
Hội thoại mẫu | 가 : 한국 회사에 취직하려고 요즘 열심히 준비하고 있어.
나 : 열심히 준비하면 **원하는 대로** 다 될 거야.

가 : Dạo này tôi đang chăm chỉ chuẩn bị để xin việc ở công ty Hàn Quốc.
나 : Nếu chuẩn bị chăm chỉ thì sẽ được **như cái mình muốn** thôi. |

문장 예문 Câu mẫu	• 미술 작품은 네가 보고 **느끼는 대로** 감상하는 것이 중요해. 　Đối với tác phẩm mỹ thuật thì quan trọng là thưởng thức nó **theo** cái bạn xem và **cảm nhận**. • 줄리아한테 내가 **말하는 대로** 전해 줘. 　Hãy chuyển lời đến Julia **như** tôi **đã nói**. • 날씨가 추우면 **추운 대로** 더우면 **더운 대로** 즐길 수 있는 것들이 많다. 　Có nhiều thứ có thể tận hưởng, thời tiết lạnh thì tận hưởng **theo** lạnh, nóng thì tận hưởng **theo** nóng.

형태 정보 Hình thức sử dụng

동사	받침 ○	-는 대로	먹는 대로, 읽는 대로, 찾는 대로 * 재미있는 대로, 맛없는 대로
	받침 X	-는 대로	가는 대로, 만나는 대로, 마시는 대로
	ㄹ 받침	-는 대로 (어간의 'ㄹ' 탈락)	만드는 대로, 노는 대로, 아는 대로
형용사	받침 ○	-은 대로	작은 대로, 좋은 대로, 많은 대로
	받침 X	-ㄴ 대로	큰 대로, 바쁜 대로, 깨끗한 대로
	ㄹ 받침	-ㄴ 대로 (어간의 'ㄹ' 탈락)	긴 대로, 먼 대로, 단 대로
불규칙	덥다	-(으)ㄴ/는 대로	더운 대로
	그렇다		그런 대로
	짓다		지은 대로

※ 동사의 과거를 나타낼 때는 '-은 대로(-ㄴ 대로)'가 결합한다.
　Khi thể hiện thì quá khứ của động từ thì kết hợp với '-은 대로(-ㄴ 대로)'.

제약 정보 Quy tắc sử dụng

① 과거 '-었-', 미래·추측의 '-겠-'과 결합하지 않는다. Không kết hợp với '-었-' thể hiện quá khứ và '-겠-' thể hiện tương lai, suy đoán.	영수가 알았는 대로 나도 알았어. (X) 수지가 피곤했는 대로 나도 피곤해. (X) 영수가 알겠는 대로 나도 알았어. (X) 수지가 피곤하겠는 대로 나도 피곤해. (X)
② 앞 절에 부정 표현이 올 수 없다. Cách diễn đạt phủ định không thể xuất hiện ở vế trước.	영수가 돈을 쓰지 않는 대로 나도 돈을 쓰지 않을 거야. (X) 영수가 돈을 안 쓰는 대로 나도 돈을 안 쓸 거야. (X) 수지가 자지 않는 대로 나도 자지 않았다. (X) 수지가 안 자는 대로 나도 안 잤더니 피곤해. (X)

유사 문법 비교 So sánh với ngữ pháp tương tự

-는 대로	-(으)ㄴ 채로
'어떤 동작이 이루어지는 모양과 같이'의 뜻을 나타낸다. Thể hiện nghĩa 'giống với hình dạng mà một động tác nào đó được thực hiện'. 내가 고개를 숙이는 대로 너희도 숙여 봐라.	어떤 동작이 유지됨을 나타낸다. Thể hiện sự duy trì một động tác nào đó. 고개를 숙인 채로 말대답을 한다.

9 대조, 대립 Đối chiếu, đối lập

(1) –(으)나

의미와 용법 | Ý nghĩa và cách sử dụng

- 동사, 형용사, '이다, 아니다'에 붙어 앞 절이 뒤 절과 반대되는 내용임을 나타낸다.
  Kết hợp với động từ, tính từ, '이다, 아니다'(là, không phải là), thể hiện nội dung vế trước đối lập với nội dung vế sau.
- 주로 문어에서 더 많이 쓰인다.
  Chủ yếu sử dụng nhiều trong văn viết.

예문 | Ví dụ

담화 예문 Hội thoại mẫu	가 : 시험 결과는 어떻게 되었니? 나 : 공부는 열심히 **했으나** 성적은 별로 잘 안 나왔어요. 가 : Kết quả thi sao rồi? 나 : Con đã học chăm chỉ **nhưng** điểm thì không tốt lắm.

문장 예문
Câu mẫu
	• 눈은 **내리나** 그리 춥지 않다.
	  Tuyết **rơi nhưng** không lạnh lắm.
	• 어제 고등학교 동창을 **만났으나** 반갑지가 않았다.
	  Hôm qua tôi **đã gặp** bạn học phổ thông **nhưng** không vui mừng lắm.
	• 철수는 키는 **작으나** 믿음직하다.
	  Cheolsu thì dáng người **thấp bé nhưng** đáng tin cậy.

형태 정보 | Hình thức sử dụng

동사	받침 ○	–으나	먹으나, 읽으나, 찾으나
	받침 X	–나	가나, 만나나, 마시나
	ㄹ 받침	–나 (어간의 'ㄹ' 탈락)	만드나, 노나, 아나
형용사	받침 ○	–으나	작으나, 좋으나, 많으나
	받침 X	–나	크나, 바쁘나, 깨끗하나
	ㄹ 받침	–나 (어간의 'ㄹ' 탈락)	기나, 머나, 다나
불규칙	걷다	–(으)나	걸으나
	덥다		더우나
	짓다		지으나
	그렇다		그러나
이다, 아니다		–나	학생이나, 가족이 아니나

So sánh với ngữ pháp tương tự

①

-(으)나	-지만
주로 문어, 격식적 구어에서 사용된다. Chủ yếu sử dụng trong văn viết và văn nói mang tính trang trọng.	문어와 구어에 모두 쓰인다. Sử dụng trong cả văn viết và văn nói.
앞 절의 내용을 긍정하면서 뒤 절에 또 다른 긍정의 내용을 덧붙일 때 사용하는 것은 매우 어색하다. Câu văn sẽ không tự nhiên nếu sử dụng khi nội dung vế trước mang tính tích cực và bổ sung thêm nội dung ở phía sau cũng mang tính tích cực. 이 회사는 월급도 많이 주나 집에서도 무척 가까워서 좋다. (X) 참외 맛도 좋으나 수박 맛은 더 좋다. (X) 수지는 수학도 잘하나 영어는 더 잘한다. (X)	앞 절의 내용을 긍정하면서 뒤 절에 또 다른 긍정의 내용을 덧붙일 때 사용할 수 있다. Có thể sử dụng khi nội dung vế trước mang tính tích cực và bổ sung thêm nội dung ở phía sau cũng mang tính tích cực. 이 회사는 월급도 많이 주지만 집에서도 무척 가까워서 좋다. 참외 맛도 좋지만 수박 맛은 더 좋다. 수지는 수학도 잘하지만 영어는 더 잘해요.
'미안하지만/죄송하지만' 등과 같은 관용적 용법이 없다. Không sử dụng như quán ngữ như '미안하지만/죄송하지만'. 미안하나 그 책 좀 나한테 줘. (X) 죄송하나 저는 가지 않겠습니다. (X) 실례이나 지금 어디 계세요? (X)	'미안하다/죄송하다/실례하다' 등에 붙어, 부탁하거나 양해를 구하는 상황에서 관용적으로 쓰인다. Có thể kết hợp với '미안하다/죄송하다/실례하다', được sử dụng như thói quen trong trường hợp nhờ vả hoặc tìm kiếm sự thông cảm. 미안하지만 그 책 좀 나한테 줘. 죄송하지만 저는 가지 않겠습니다. 실례지만 지금 어디 계세요? 바쁘시겠지만 같이 좀 갑시다.
서로 반대되는 동사나 형용사를 '-(으)나 -(으)나' 구성으로 사용하여, 어떤 경우에도 결과나 행동이 동일함을 나타낸다. Sử dụng động từ hoặc tính từ phản nghĩa nhau dưới dạng '-(으)나 -(으)나', thể hiện dù trong trường hợp nào thì kết quả hoặc hành động vẫn như thế. 앉으나 서나 당신 생각. 하나 마나 한 이야기는 하지 마세요.	'-지만 -지만' 구성으로 사용되는 용법이 없다. Không sử dụng dưới dạng '-지만 -지만'. 앉지만 서지만 당신 생각. (X) 하지만 말지만 한 이야기는 하지 마세요. (X)

②

-(으)나	-는데
앞 절과 뒤 절의 내용이 대등하며, 내용은 서로 대립된다. Vế trước và vế sau đồng đẳng và nội dung đối lập nhau. 수지 씨는 쇼핑을 좋아하나 샤오잉 씨는 안 좋아해요.	앞 절은 뒤 절의 배경 상황이 되며, 내용은 서로 대립된다. Vế trước là bối cảnh hoặc tình huống của vế sau, nội dung đối lập nhau. 수지 씨는 수영을 좋아하는데 잘하지 못해요.
뒤 절이 생략되어도 대립되는 결과를 쉽게 짐작할 수 있다. Dù cho vế sau được giản lược vẫn có thể dễ dàng đoán được kết quả đối lập. 열심히 공부했으나 시험을 잘 못 봤어요. 열심히 공부했으나……(시험을 잘 못 봤어요.)	뒤 절이 생략되면 내용의 의미를 알 수 없다. Nếu giản lược vế sau thì không thể biết được ý nghĩa của nội dung. 열심히 공부했는데 시험을 잘 못 봤어요. 열심히 공부했는데……(시험을 잘 못 봤어요/시험이 취소됐어요/시험 문제가 잘못 나왔어요……)

(2) -(으)ㄴ/는 반면에

- 동사, 형용사, '이다, 아니다'에 붙어 앞의 내용과 뒤의 내용이 반대임을 나타낸다.
  Kết hợp với động từ, tính từ, '이다, 아니다'(là, không phải là), thể hiện nội dung phía trước và phía sau đối lập nhau.

예문   Ví dụ

담화 예문 Hội thoại mẫu	가 : 지하철이 버스보다 훨씬 좋은 거 같아. 나 : 그렇긴 한데 지하철은 길이 막히지 **않는 반면에** 여러 번 갈아타야 하는 불편함도 있잖아. 가 : Có vẻ tàu điện ngầm thích hơn xe buýt nhiều. 나 : Dẫu vậy, tàu điện ngầm thì không tắc đường nhưng **ngược lại** có sự bất tiện là phải đổi tuyến vài lần.
문장 예문 Câu mẫu	• 동양에서는 주식으로 밥을 **먹는 반면에** 서양에서는 빵을 먹습니다. 　Ở châu Á cơm là món ăn chính, **ngược lại** ở châu Âu là bánh. • 저는 성격이 **급한 반면에** 제 동생은 성격이 급하지 않아요. 　Tính cách của tôi gấp gáp, **ngược lại** tính cách của em tôi thì không. • 영화관은 **시끄러운 반면에** 미술관은 조용하다. 　Phòng triển lãm mỹ thuật thì yên tĩnh **trái ngược** với rạp chiếu phim **ồn ào**.

형태 정보   Hình thức sử dụng

동사	받침 ○	-는 반면에	먹는 반면에, 읽는 반면에, 찾는 반면에 * 재미있는 반면에, 맛없는 반면에
	받침 ✕	-ㄴ 반면에	가는 반면에, 만나는 반면에, 마시는 반면에
	ㄹ 받침	-ㄴ 반면에 (어간의 'ㄹ' 탈락)	만드는 반면에, 노는 반면에, 아는 반면에
형용사	받침 ○	-은 반면에	작은 반면에, 좋은 반면에, 많은 반면에
	받침 ✕	-ㄴ 반면에	큰 반면에, 바쁜 반면에, 깨끗한 반면에
	ㄹ 받침	-ㄴ 반면에 (어간의 'ㄹ' 탈락)	긴 반면에, 먼 반면에, 단 반면에
불규칙	덥다	-(으)ㄴ/는 반면에	더운 반면에
	그렇다		그런 반면에
	짓다		지은 반면에
이다, 아니다		-ㄴ 반면에	학생인 반면에, 가족이 아닌 반면에

제약 정보 | Quy tắc sử dụng

| 과거 '-었-', 미래 · 추측의 '-겠-'과 결합하지 않는다.
Không kết hợp với '-었-' thể hiện quá khứ và '-겠-' thể hiện tương lai, suy đoán. | 어릴 때, 저는 일찍 잤는 반면에 동생은 늦게까지 안 잤어요. (X)
취직을 하면 돈을 많이 벌겠는 반면에 제 시간은 없을 것 같아요. (X) |

유사 문법 비교 | So sánh với ngữ pháp tương tự

–는 반면에	–지만	–으나
과거 '-었-', 미래 · 추측의 '-겠-'과 결합하지 않는다. Không kết hợp với '-었-' thể hiện quá khứ và '-겠-' thể hiện tương lai, suy đoán. 서울은 눈이 오는 반면에 부산에는 눈이 오지 않았다. (X) 서울은 눈이 오겠는 반면에 부산에는 눈이 오지 않을 거예요. (X)	과거 '-었-', 미래 · 추측의 '-겠-'과 결합한다. Kết hợp với '-었-' thể hiện quá khứ và '-겠-' thể hiện tương lai, suy đoán. 서울은 눈이 왔지만 부산에는 눈이 오지 않았다. 서울은 눈이 오겠지만 부산에는 눈이 오지 않을 거예요.	과거 '-었-', 미래 · 추측의 '-겠-'과 결합한다. Kết hợp với '-었-' thể hiện quá khứ và '-겠-' thể hiện tương lai, suy đoán. 서울은 눈이 왔으나 부산에는 눈이 오지 않았다. 서울은 눈이 오겠으나 부산에는 눈이 오지 않을 거예요.
문어에서 주로 사용된다. Chủ yếu sử dụng trong văn viết.	문어, 구어에서 다 잘 사용된다. Có thể sử dụng cả trong văn nói và văn viết.	구어에서는 잘 사용되지 않는다. Thường không được sử dụng trong văn nói.

⑩ 기타 Các ngữ pháp khác

(1) –다가

의미와 용법 | Ý nghĩa và cách sử dụng

• 동사, 형용사, '이다, 아니다'에 붙어 어떠한 행위나 상태가 중단되고 다른 행위나 상태로 전환됨을 나타낸다.
  Kết hợp với động từ, tính từ, '이다, 아니다'(là, không phải là), thể hiện hành vi hoặc trạng thái nào đó bị gián đoạn và chuyển thành hành vi hoặc trạng thái khác.

예문 | Ví dụ

담화 예문 Hội thoại mẫu	가 : 어제 뭐 했어요? 나 : 집에서 책을 **읽다가** 피곤해서 잤어요. 가 : Hôm qua bạn đã làm gì? 나 : Mình **đang** đọc sách ở nhà **thì** mệt nên đã ngủ.
문장 예문 Câu mẫu	• 밥을 **먹다가** 전화를 받았어요. Tôi **đang** ăn cơm **thì** nhận được điện thoại. • 조금 전까지 비가 **오다가** 지금은 눈이 온다. Lúc nãy trời mưa **rồi** bây giờ tuyết rơi. • 과일을 **깎다가** 손을 다쳤어요. Julia **đang** cắt hoa quả **thì** bị thương ở tay.

동사	받침 ○, ×	-다가	먹다가, 읽다가, 찾다가, 가다가, 신다가, 만나다가
형용사	받침 ○, ×	-다가	작다가, 좋다가, 많다가, 크다가, 바쁘다가, 깨끗하다가
이다, 아니다		-다가	학생이다가, 책이 아니다가

제약 정보   Quy tắc sử dụng

① 일반적으로 앞 절과 뒤 절의 주어가 같아야 한다. Thông thường chủ ngữ của vế trước và vế sau phải giống nhau.	영수 씨가 의자에 앉다가 유미 씨가 넘어졌어요. (×) 영수 씨가 의자에 앉다가 (영수 씨가) 넘어졌어요.
② 과거의 '-었-'과 결합할 때 문장의 가장 마지막 서술어를 과거 시제로 바꾼다. Khi kết hợp với '-었-' thể hiện quá khứ thì đổi vị ngữ cuối cùng thành thì quá khứ.	옷을 입었다가 더워서 벗었어요. 버스를 탔다가 잘못 타서 내렸어요.
③ 미래 · 추측의 '-겠-'과 결합할 수 없다. Không thể kết hợp với '-겠-' thể hiện tương lai, suy đoán.	내일 집에 가겠다가 친구를 만나요. (×) 내일 스케이트를 타겠다가 넘어져서 다쳐요. (×)

(2) -는 김에

의미와 용법   Ý nghĩa và cách sử dụng

- 동사에 붙어 '어떤 행위를 하는 기회에'라는 뜻을 나타낸다.
  Kết hợp với động từ, thể hiện ý nghĩa 'nhân tiện/tiện thể làm hành vi nào đó'.

예문   Ví dụ

담화 예문 Hội thoại mẫu	가 : 오늘 오후에 시장에 가려고 하는데 같이 가실래요? 나 : 네, 좋아요. 시장에 **가는 김에** 맛있는 음식도 먹어요. 가 : Chiều nay tôi định đi chợ, chị đi cùng nhé? 나 : Vâng, được ạ. **Nhân tiện đi** chợ thì chúng ta ăn món ăn ngon đi.

문장 예문
Câu mẫu
	• 건강검진 **받는 김에** 저번에 다쳤던 곳까지 검사 받으세요.
	  Nhân tiện được khám sức khỏe thì anh kiểm tra luôn cả chỗ bị thương lần trước đi.
	• 냉장고에서 물 **꺼내는 김에** 주스도 꺼내 줘.
	  Nhân tiện lấy nước trong tủ lạnh ra thì lấy cho tớ nước ép luôn nhé.
	• 스파게티를 **만드는 김에** 샐러드도 만들어 줄게요.
	  Nhân tiện làm spaghetti thì tôi cũng sẽ làm cả salad cho.

형태 정보   Hình thức sử dụng

동사	받침 ○	-는 김에	먹는 김에, 읽는 김에, 찾는 김에
	받침 ×	-는 김에	가는 김에, 만나는 김에, 마시는 김에
	ㄹ 받침	-는 김에 (어간의 'ㄹ' 탈락)	만드는 김에, 노는 김에, 아는 김에

제약 정보 Quy tắc sử dụng

① 형용사와 결합하지 않는다. Không kết hợp với tính từ.	방이 추운 김에 옷을 두껍게 입어요. (X) 건강에 좋은 김에 운동을 시작하세요. (X)
② 과거 '-었-', 미래 · 추측의 '-겠-'과 결합하지 않는다. Không kết hợp với '-었-' thể hiện quá khứ và '-겠-' thể hiện tương lai, suy đoán.	명동에 갔는 김에 쇼핑을 했어요. (X) 영수를 만났는 김에 영화를 봤어요. (X) 명동에 가겠는 김에 쇼핑을 할 거예요. (X) 영수를 만나겠는 김에 영화를 보겠어요. (X)
③ 앞 절과 뒤 절의 주어가 같아야 한다. Chủ ngữ của vế trước và vế sau phải giống nhau.	(내가) 찌개를 끓이는 김에 (내가) 밥을 했다. (네가) 도서관에 가는 김에 (네가) 내 책도 빌려줄 수 있어? 왕밍이 마트에 가는 김에 (왕밍이) 고기를 사다주기로 했어요.

(3) -더니

의미와 용법 Ý nghĩa và cách sử dụng

• 동사, 형용사, '이다, 아니다'에 붙어 과거에 관찰하여 알게 된 사실에 이어서 다른 상태나 행위가 일어남을 나타낸다.
  Kết hợp với động từ, tính từ, '이다, 아니다'(là, không phải là), thể hiện trạng thái hoặc hành vi nào đó xảy ra tiếp theo sau sự thật mà người nói
  quan sát và biết được trong quá khứ.

예문 Ví dụ

담화 예문 Hội thoại mẫu	가 : 혹시 영철 씨 어디 갔는지 아세요? 자리에 없네요. 나 : 글쎄요. 전화를 **받더니** 사무실 밖으로 나가던데요. 가 : Anh có biết anh Youngcheol đi đâu không? Anh ấy không có ở chỗ ngồi. 나 : Tôi cũng không rõ. Anh ấy **nhận** điện thoại **rồi** đi ra khỏi văn phòng rồi.

문장 예문
Câu mẫu
	• 영철이는 냉장고 문을 **열더니** 물을 꺼내 마셨다.
	  Youngcheol **mở** cửa tủ lạnh **rồi** lấy nước uống.
	• 남편이 침대에 **눕더니** 금세 드르렁 드르렁 코를 골더라고요.
	  Chồng tôi **nằm** lên giường **rồi** ngáy khò khò tức thì.
	• 갑자기 천둥 번개가 **치더니** 비가 쏟아졌다.
	  Đột nhiên trời **sấm sét rồi** đổ mưa.

형태 정보 Hình thức sử dụng

동사	받침 ○, X	-더니	먹더니, 읽더니, 찾더니, 가더니, 신더니, 만나더니
형용사	받침 ○, X	-더니	작더니, 좋더니, 많더니, 크더니, 바쁘더니, 깨끗하더니
이다, 아니다		-더니	학생이더니, 책이 아니더니

① 앞 절과 뒤 절의 주어가 같거나, 주제(화제)가 동질적이어야 한다. Chủ ngữ của vế trước và vế sau phải giống nhau hoặc chủ đề phải đồng nhất.	수지가 가방을 챙겨들더니 선희가 밖으로 나갔다. (X) 비가 내리더니 잠이 온다. (X)
② 앞 절과 뒤 절의 주어는 대부분 3인칭이며 2인칭은 드물게 나타난다. Chủ ngữ của vế trước và vế sau đa phần là ngôi số 3, ngôi số 2 hiếm khi xuất hiện.	선생님이 교실에 들어오시더니 (선생님이) 반장을 찾으셨다. 자동차 보닛에서 연기가 나더니 자동차가 멈춰버렸어요. 너는 지난번엔 시계를 잃어버리더니 이번엔 지갑이니?
③ '-더니'를 사람의 심리나 기분, 감정 또는 감각을 나타내는 형용사와 함께 쓸 때는 1인칭 주어를 사용한다. Khi sử dụng '-더니' cùng với tính từ thể hiện tâm lý hoặc tâm trạng, cảm xúc hoặc cảm giác của con người thì phải sử dụng ngôi thứ nhất làm chủ ngữ.	아침에 일어나면 (내가) 어지럽더니 저혈압이래요. 아침에 일어나면 지영이가 어지럽더니 저혈압이래요. (X) 아까부터 현우가 배고프더니 이제는 속이 쓰려요. (X)
④ 뒤 절에 청유문이나 명령문이 올 수 없다. Câu đề nghị hoặc câu mệnh lệnh không thể xuất hiện ở vế sau.	딸기를 씻더니 함께 먹읍시다. (X) 히로는 책을 펴더니 56쪽을 읽으세요. (X) 이 자료를 검토하더니 보고서를 작성하십시오. (X)
⑤ 뒤 절에 미래 시제가 올 수 없다. Thì tương lai không được xuất hiện ở vế sau.	마이클이 교실에 들어오더니 자리에 앉겠습니다. (X) 마이클이 교실에 들어오더니 자리에 앉을 것이다. (X)

02 종결어미

의미 • 기능	종결어미	유사 문법 비교
추측	-나 보다	-는 모양이다, -(으)ㄹ 것 같다, -는 것 같다, -는 듯하다
	-아/어 보이다	
	-(으)ㄹ 리가 없다	
상태	-아/어 놓다	-아/어 두다
	-아/어 가다	-고 있다
변화	-아/어지다	-게 되다
당연	-기 마련이다	
	-(으)ㄴ/는 법이다	
한정	-(으)ㄹ 뿐이다	-(으)ㄹ 따름이다
종결, 완료	-고 말다	-아/어 버리다
	-아/어 버리다	
정도, 판단	-(으)ㄴ/는 셈이다	
	-(으)ㄴ/는 편이다	
	-(으)ㄹ 만하다	
계획, 의도	-(으)ㄹ까 하다	-(으)ㄹ까 싶다, -(으)ㄹ까 보다
	-(으)려고 하다	
	-(으)려던 참이다	
습관, 태도	-곤 하다	
	-아/어 대다	-기(가) 일쑤이다
간접 화법	-다고/냐고/자고 하다	
피동	-이/히/리/기-	
	-아/어지다	
사동	-이/히/리/기/우-	
	-게 하다	-이/히/리/기/우-
기타	-(으)ㄹ 뻔하다	
	-기 나름이다	
	-(으)ㄴ/는 척하다	

1 추측 Suy đoán

(1) -나 보다

의미와 용법 Ý nghĩa và cách sử dụng

• 동사에 붙어 말하는 사람의 추측의 뜻을 나타낸다.
  Kết hợp với động từ, thể hiện sự suy đoán của người nói.

예문 Ví dụ

담화 예문 Hội thoại mẫu	가 : 테니스 대회에서 또 우승하셨다고 들었어요. 테니스를 정말 잘 **치시나 봐요**. 저도 좀 가르쳐 주세요. 나 : 네, 다음 연습 때 같이 가요. 가 : Tôi nghe nói anh lại giành chức vô địch ở đại hội tennis. **Có vẻ như** anh chơi tennis rất giỏi. Hãy dạy cho tôi một chút đi. 나 : Vâng, lần luyện tập sau anh cùng đi với tôi nhé.
문장 예문 Câu mẫu	• 미도리 씨는 키가 커서 낮은 신발을 즐겨 **신나 봐요**. **Có vẻ như** chị Midori cao nên thích **mang** giày thấp. • 사람들이 우산을 쓴 것을 보니 밖에 비가 **오나 봐요**. Tôi thấy người ta dùng ô, **có vẻ như** trời mưa bên ngoài. • 유진 씨는 늘 일등을 한다. 정말 공부를 열심히 **하나 보다**. Bạn Yujin lúc nào cũng hạng nhất. **Có vẻ như** bạn ấy học rất chăm chỉ.

형태 정보 Hình thức sử dụng

동사	받침 ○	-나 보다	먹나 보다, 읽나 보다, 찾나 보다
	받침 X	-나 보다	가나 보다, 만나나 보다, 마시나 보다
	ㄹ 받침	-나 보다 (어간의 'ㄹ' 탈락)	만드나 보다, 노나 보다, 아나 보다

제약 정보 Quy tắc sử dụng

① 1인칭 주어와는 결합하지 않는다. Không kết hợp với chủ ngữ ngôi thứ nhất.	저는 집에 가나 봐요. (X) 나는 밥을 먹나 봐요. (X) 우리는 내일 방학을 하나 봐요. (X)
② 형용사, '이다', '아니다'는 '-(으)ㄴ가 보다'와 결합한다. Kết hợp với tính từ, '이다, 아니다'(là, không phải là) theo cấu trúc '-(으)ㄴ가 보다'.	불편하다 + -ㄴ가 보다 → 불편한가 보다 부끄럽다 + -(으)ㄴ가 보다 → 부끄러운가 보다 귀찮다 + -은가 보다 → 귀찮은가 보다 학생이다 + -ㄴ가 보다 → 학생인가 보다 학생이 아니다 + -ㄴ가 보다 → 학생이 아닌가 보다

−나 보다	−는 모양이다	−(으)ㄹ 것 같다, −는 것 같다	−는 듯하다
간접적인 경험이나 연관된 상황을 바탕으로 추측해서 말할 때 쓴다. Dùng khi suy đoán và nói lên suy nghĩ dựa trên kinh nghiệm gián tiếp hoặc tình huống liên quan. 앤디 씨가 테니스를 잘 치나 봐요. 앤디 씨가 테니스를 잘 치는 모양이에요. (앤디 씨가 테니스를 치는 것을 직접 보지는 않았지만 잘 친다는 이야기를 듣거나 상을 받는 것을 봄)		말하는 사람이 직·간접적으로 경험한 사실 모두에 대해 추측해서 말할 때 사용한다. Dùng khi người nói suy đoán và nói về sự thật đã trải nghiệm trực tiếp hoặc gián tiếp. 따님이 아주 춤을 잘 추는 것 같아요. 따님이 아주 춤을 잘 추는 듯해요. (듣는 사람의 딸이 춤을 추는 것을 직접 봄)	
알고 있는 사실이나 주변의 상황에 비추어 짐작하는 것이므로 근거가 있는 추측에만 사용된다. Vì là suy đoán dựa trên sự thật đã biết hoặc tình huống xung quanh nên chỉ được sử dụng trong suy đoán có căn cứ. 방학이니까 고향에 갔나 봐요. 방학이니까 고향에 간 모양이에요.		근거가 있는 추측에도 쓰이지만 '내 생각에는', '내가 보기에는', '왠지' 등과 함께 쓰여 주관적이거나 자신이 없이 말하는 상황에도 쓰인다. Sử dụng khi suy đoán có căn cứ, và cũng được kết hợp với các cụm từ 'tôi nghĩ', 'tôi thấy', 'không hiểu sao' để dùng trong tình huống mang tính chủ quan hoặc khi nói mà không có tự tin. 제 생각에 오후에 비가 올 듯해요/올 것 같아요. 왠지 그 사람이 올 듯해요/올 것 같아요.	
추측의 의미만 있고, 완곡한 표현으로는 쓰이지 않는다. Chỉ có ý nghĩa suy đoán, không dùng như cách nói giảm nói tránh (uyển ngữ). 미안해요. 조금 늦나 봐요. 그 옷은 유진 씨에게 별로 어울리지 않는 모양이에요. (추측의 의미로만 해석된다. Chỉ được phân tích với ý nghĩa suy đoán.)		자신의 의견을 완곡하게 말할 때 쓰인다. Dùng khi nói ý kiến của bản thân một cách khéo léo. 미안해요. 조금 늦을 것 같아요. 그 옷은 유진 씨에게 별로 어울리지 않는 듯해요.	
비격식적인 구어에서 더 많이 쓰인다. Được sử dụng nhiều hơn trong văn nói không mang tính trang trọng. 엄마, 아기가 자나 봐.	격식적인 문어에서 많이 쓰인다. Được sử dụng nhiều trong văn viết mang tính trang trọng. 국회는 법안 통과를 계속 미룰 모양입니다.	문어보다 구어에서 더 많이 쓰인다. Được sử dụng trong văn nói nhiều hơn so với văn viết. 유진 씨, 'ㄹ' 발음을 좀 더 연습해야 할 것 같아요.	구어보다 문어에서 주로 쓰인다. Được sử dụng chủ yếu trong văn viết hơn là văn nói. 이번 주 주식 거래는 전체적으로 오름세인 듯합니다.

(2) −아/어 보이다

- 형용사에 붙어 겉으로 볼 때 앞의 말처럼 느껴지거나 추측됨을 나타낸다.
  Kết hợp với tính từ, thể hiện sự cảm nhận hoặc suy đoán giống như nội dung ở phía trước khi nhìn từ bên ngoài.
- 사물을 보고 그것이 어떠함을 짐작해서 말할 때 쓴다.
  Sử dụng khi nhìn một sự vật, đoán và nói vật đó như thế nào.

담화 예문 Hội thoại mẫu	가 : 좋은 일이 있었나 봐요? 기분이 **좋아 보여요**. 나 : 아, 오늘이 제 생일이거든요. 가 : Hình như anh có chuyện vui hả? **Trông** tâm trạng **có vẻ** tốt nhỉ. 나 : À, vì hôm nay là sinh nhật tôi.

문장 예문 Câu mẫu	• 지수는 체격이 작아서 실제 키보다 더 **작아 보인다.** Jisu có vóc người nhỏ nên **trông thấp** hơn chiều cao thực tế. • 나는 디자인도 예쁘고 원단도 **고급스러워 보이는** 가방을 싸게 샀다. Tôi đã mua chiếc túi xách có thiết kế đẹp và chất liệu **trông** cũng **cao cấp** với giá rẻ. • 지수는 또래보다 다섯 살은 **어려 보여서** 가끔 오해를 샀다. Jisu **trông trẻ** hơn 5 tuổi so với những người đồng trang lứa nên thỉnh thoảng bị hiểu lầm.		

형태 정보   Hình thức sử dụng

형용사	어간 'ㅏ, ㅗ'	–아 보이다	작아 보이다, 낡아 보이다, 좋아 보이다. 아파 보이다
	어간 'ㅏ, ㅗ' 이외	–어 보이다	재미있어 보이다, 예뻐 보이다, 커 보이다
	–하다	–해 보이다	건강해 보이다, 편안해 보이다, 복잡해 보이다
불규칙	덥다	–아/어 보이다	더워 보이다
	다르다		달라 보이다
	그렇다		그래 보이다

(3) –(으)ㄹ 리가 없다

의미와 용법   Ý nghĩa và cách sử dụng

• 동사, 형용사, '이다, 아니다'에 붙어 어떤 일이 일어날 까닭이나 가능성이 없음을 나타낸다.
  Kết hợp với động từ, tính từ, '이다, 아니다'(là, không phải là), thể hiện không có lý do hoặc khả năng để một việc nào đó xảy ra.

예문   Ví dụ

담화 예문 Hội thoại mẫu	가 : 유민이가 시험에서 떨어졌대. 나 : **그럴 리가 없어!** 유민이가 얼마나 열심히 공부했는데. 가 : Nghe nói Yumin thi trượt rồi. 나 : **Không có chuyện đó đâu!** Yumin học chăm chỉ biết bao nhiêu mà.
문장 예문 Câu mẫu	• 지수처럼 착한 아이가 거짓말을 **할 리가 없다.** **Không có chuyện** một đứa hiền lành như Jisu lại nói dối. • 진심이 담기지 않은 사과가 마음을 **움직일 리가 없다.** **Không có chuyện** lời xin lỗi chẳng chứa đựng sự chân thành lại làm động lòng người. • 이런 일을 겪어 보지도 않은 네가 지금 내 심정을 **알 리가 없어.** Bạn chưa từng trải qua việc như thế này thì **làm gì biết được** tâm trạng của mình bây giờ.

형태 정보   Hình thức sử dụng

동사	받침 ○	–을 리가 없다	먹을 리가 없다, 읽을 리가 없다, 찾을 리가 없다
	받침 Ⅹ	–ㄹ 리가 없다	갈 리가 없다, 만날 리가 없다, 마실 리가 없다
	ㄹ 받침	–ㄹ 리가 없다 (어간의 'ㄹ' 탈락)	만들 리가 없다, 놀 리가 없다, 알 리가 없다

	받침 ○	-을 리가 없다	작을 리가 없다, 좋을 리가 없다, 많을 리가 없다
형용사	받침 X	-ㄹ 리가 없다	클 리가 없다, 바쁠 리가 없다, 깨끗할 리가 없다
	ㄹ 받침	-ㄹ 리가 없다 (어간의 'ㄹ' 탈락)	길 리가 없다, 멀 리가 없다, 힘들 리가 없다
불규칙	걷다	-(으)ㄹ 리가 없다	걸을 리가 없다
	덥다		더울 리가 없다
	짓다		지을 리가 없다
	그렇다		그럴 리가 없다
이다, 아니다		-ㄹ 리가 없다	학생일 리가 없다, 가족이 아닐 리가 없다

❷ 상태 Trạng thái

(1) -아/어 놓다

의미와 용법 Ý nghĩa và cách sử dụng

• 동사에 붙어 어떤 행위를 끝내고 그 결과를 유지함을 나타낸다.
  Kết hợp với động từ, thể hiện việc đã kết thúc hành vi nào đó và vẫn duy trì kết quả đó.

예문 Ví dụ

담화 예문 Hội thoại mẫu	가 : 오늘 점심에 무슨 음식을 만들 거예요? 나 : 비빔밥을 만들려고 아침에 재료를 미리 **준비해 놓았어요.** 가 : Em sẽ nấu món gì cho trưa nay? 나 : Em định làm cơm trộn nên buổi sáng đã **chuẩn bị sẵn** nguyên liệu.
문장 예문 Câu mẫu	• 어제 줄리아 씨가 알려준 요리 방법을 공책에 **적어 놓았어요.** Tôi đã **ghi lại** vào vở phương pháp nấu ăn mà Julia dạy tôi hôm qua. • 교실에 있는 책상부터 **닦아 놓고** 청소를 시작해야겠어요. Tôi phải **lau** bàn trong phòng học trước rồi bắt đầu làm vệ sinh mới được. • 이것은 줄리아 씨가 어렸을 때부터 **모아 놓은** 우표예요. Cái này là tem mà Julia đã **sưu tập** từ lúc còn bé.

형태 정보 Hình thức sử dụng

	어간 'ㅏ, ㅗ'	-아 놓다	사 놓다, 봐 놓다, 닫아 놓다, 찾아 놓다
동사	어간 'ㅏ, ㅗ' 이외	-어 놓다	열어 놓다, 벗어 놓다, 만들어 놓다, 고쳐 놓다
	-하다	-해 놓다	청소해 놓다, 요리해 놓다, 준비해 놓다

불규칙	듣다	–아/어 놓다	들어 놓다	
	짓다		지어 놓다	
	자르다		잘라 놓다	

유사 문법 비교 So sánh với ngữ pháp tương tự

–아/어 놓다	–아/어 두다
부정적 의미의 동사와 결합할 수 있다. Có thể kết hợp với động từ mang nghĩa tiêu cực. 그 일은 이미 엎질러 놓은 물이다. 네가 망쳐 놓은 일을 다시 복구하느라 정말 힘들었어.	부정적 의미의 동사와 결합하지 않는다. Không kết hợp với động từ mang nghĩa tiêu cực. 그 일은 이미 엎질러 둔 물이다. (X) 네가 망쳐 둔 일을 다시 복구하느라 정말 힘들었어. (X)
형용사, '이다'와 결합하여 '–어 놓아서', '–어 놓으니'의 구성으로 쓰인다. Kết hợp với tính từ, '이다'(là), sử dụng dưới dạng '–어 놓아서', '–어 놓으니'. 그 가방은 너무 비싸 놓으니 잘 팔리지가 않는다.	동사와만 결합한다. Chỉ kết hợp với động từ. 그 가방은 너무 비싸 두니 잘 팔리지가 않는다. (X)

(2) –아/어 가다

의미와 용법 Ý nghĩa và cách sử dụng

- 동사에 붙어 어떤 동작이나 상태가 계속 변화하거나 진행됨을 나타낸다.
  Kết hợp với động từ, thể hiện động tác hay trạng thái nào đó liên tục biến đổi hoặc được tiến hành.

- 말하는 이 또는 말하는 이가 정하는 어떤 기준점에서 멀어지면서 앞 말이 뜻하는 행동이나 상태가 계속 진행됨을 나타낸다.
  Thể hiện hành động hay trạng thái nào đó do từ ngữ phía trước diễn đạt được tiếp diễn một cách liên tục, trong đó hành động hay trạng thái đó ngày càng rời xa người nói hoặc điểm tham chiếu do người nói đặt ra.

예문 Ví dụ

담화 예문 Hội thoại mẫu	가 : 유진 씨는 아버지와 어머니 중에 누구를 닮았어요? 나 : 어렸을 때는 아버지를 닮았다고 들었는데 점점 자라면서 어머니를 **닮아 가요**. 가 : Giữa bố và mẹ, Yujin giống ai? 나 : Lúc bé thì tôi nghe bảo giống bố, lớn lên thì dần dần **trở nên giống** mẹ.

문장 예문
Câu mẫu
	• 저도 점심을 거의 다 **먹어 가요**.
	  Tôi cũng **ăn sắp xong** bữa trưa rồi.
	• 마이클 씨가 한국에 산 지도 벌써 5년이 **되어 가요**.
	  Anh Michael sống ở Hàn Quốc **sắp được** 5 năm rồi.
	• 날씨를 **봐 가면서** 여름휴가 계획을 세워야겠어.
	  Tôi phải **xem dần** thời tiết và lên kế hoạch nghỉ hè mới được.

형태 정보 Hình thức sử dụng

	어간 'ㅏ, ㅗ'	-아 가다	사 가다, 앉아 가다, 끝나 가다, 봐 가다
동사	어간 'ㅏ, ㅗ' 이외	-어 가다	먹어 가다, 만들어 가다, 되어 가다, 쉬어 가다
	-하다	-해 가다	변화해 가다, 더해 가다, 준비해 가다, 유지해 가다
불규칙	싣다	-아/어 가다	실어 가다
	굽다		구워 가다
	짓다		지어 가다

제약 정보 Quy tắc sử dụng

형용사와 결합하지 않는다. 단, 상태의 변화나 정도를 나타내는 일부 형용사와는 결합할 수 있다. Không kết hợp với tính từ. Tuy nhiên, có thể kết hợp với một số tính từ thể hiện sự biến đổi hoặc mức độ của trạng thái.	11월이 되니 날씨가 점차 추워 가요. (X) 크리스마스가 다가오니 명동에 사람이 많아 가요. (X) 흐엉 씨가 고향 음식이 먹고 싶어서 자꾸 여위어 간다. 겨울이 다가오니 날이 빠르게 어두워 간다.

유사 문법 비교 So sánh với ngữ pháp tương tự

-아/어 가다	-고 있다
어떤 동작이 목표점을 향해 진행 중임을 나타낸다. Thể hiện động tác nào đó đang hướng đến điểm mục tiêu rồi diễn ra. 수지 씨가 커피를 거의 다 마셔 간다.	어떤 동작이 그 순간에 진행 중임을 나타낸다. Thể hiện động tác nào đó đang diễn ra tại thời điểm đó. 수지 씨가 커피를 마시고 있다.

③ 변화 Biến đổi, thay đổi

● **-아/어지다**

의미와 용법 Ý nghĩa và cách sử dụng

• 형용사에 붙어 어떤 상태가 조금씩 변화함을 나타낸다.
  Kết hợp với tính từ, thể hiện trạng thái nào đó đang biến đổi từng chút một.

예문 Ví dụ

담화 예문 Hội thoại mẫu	가 : 요즘 한국 날씨가 어때요? 나 : 지난달보다 더 **더워졌어요.** 가 : Dạo này thời tiết Hàn Quốc thế nào? 나 : Trời **trở nên nóng** hơn so với tháng trước.

문장 예문 Câu mẫu	• 이 식당이 방송에 나온 이후로 손님이 **많아졌어요.** Quán ăn này sau khi được lên truyền hình thì **trở nên đông** khách. • 한국에서 오래 살다 보니 이제 한국이 더 **좋아졌어요.** Sống ở Hàn Quốc lâu nên giờ tôi **trở nên** thích Hàn Quốc hơn. • 연말이 다가오면 점점 **바빠질 거예요.** Cuối năm đến gần thì dần dần sẽ **trở nên** bận rộn.	

형용사	어간 'ㅏ, ㅗ'	–아지다	작아지다, 많아지다, 높아지다, 좋아지다
	어간 'ㅏ, ㅗ' 이외	–어지다	길어지다, 적어지다, 커지다, 예뻐지다
	–하다	–해지다	착해지다, 날씬해지다, 편해지다, 친절해지다
불규칙	덥다	–아/어지다	더워지다
	그렇다		그래지다
	다르다		달라지다

–아/어지다	–게 되다
변화하는 과정을 더 강조한다. Nhấn mạnh hơn về quá trình biến đổi. 할아버지가 돌아가시면서 집안 사정이 어려워졌어요.	변화한 결과를 더 강조한다. Nhấn mạnh hơn về kết quả. 할아버지가 돌아가시면서 집안 사정이 어렵게 되었어요.
형용사와 결합하여 동사로 사용된다. Kết hợp với tính từ và được sử dụng như động từ. 과일 값이 비싸졌어요. 마음이 따뜻해졌다. 얼굴이 고와졌다.	일부 형용사 결합에 제약이 있다. Có một số tính từ bị hạn chế kết hợp. 과일 값이 비싸게 되었어요. (X) 마음이 따뜻하게 되었다. (X) 얼굴이 곱게 되었다. (X)

❹ 당연 Sự tất nhiên, lẽ thường

(1) –기 마련이다

- 동사, 형용사에 붙어 어떤 일이 일어나거나 어떤 상태가 되는 것이 당연함을 나타낸다.
  Kết hợp với động từ, tính từ, thể hiện một việc nào đó xảy ra hoặc trở thành một trạng thái nào đó là điều hiển nhiên.

- '–기 마련이다'와 '–게 마련이다'는 같은 뜻이며, 서로 바꾸어 쓸 수 있다.
  '–기 마련이다' và '–게 마련이다' có cùng ý nghĩa với nhau và có thể dùng thay thế cho nhau.

예문 Ví dụ

담화 예문	가 : 유민이는 거짓말을 왜 그렇게 많이 하는지 모르겠어. 나 : 맞아. 거짓말은 언젠가 **들통나기 마련인데** 말이야. 가 : Không biết sao mà Yumin nói dối nhiều như thế. 나 : Đúng rồi. Lời nói dối thì **dĩ nhiên là sẽ bị lộ ra** một ngày nào đó thôi.
문장 예문	• 어떤 일도 시간이 지나면 기억에서 **흐려지기 마련이다**. Bất cứ việc gì cũng **tất nhiên sẽ trở nên nhạt nhòa** trong ký ức nếu thời gian trôi qua. • 과식을 하면 배탈이 **나기 마련이다**. Nếu ăn quá nhiều thì **tất nhiên sẽ bị** rối loạn tiêu hóa. • 겨울이 아무리 추워도 시간이 지나면 봄이 **오기 마련이다**. Mùa đông dù lạnh đến mức nào đi nữa, nếu thời gian trôi qua thì **dĩ nhiên mùa xuân sẽ đến**.

형태 정보 Hình thức sử dụng

동사	받침 ○, X	-기 마련이다	찾기 마련이다, 가기 마련이다, 만들기 마련이다
형용사	받침 ○, X	-기 마련이다	좋기 마련이다, 크기 마련이다, 길기 마련이다
이다, 아니다		-기 마련이다	학생이기 마련이다, 책이 아니기 마련이다

(2) -(으)ㄴ/는 법이다

의미와 용법 Ý nghĩa và cách sử dụng

• 동사, 형용사, '이다, 아니다'에 붙어 어떤 동작이나 상태가 이미 그렇게 정해져 있거나 그런 것이 당연하다는 뜻을 나타낸다.
Kết hợp với động từ, tính từ, '이다, 아니다'(là, không phải là), thể hiện một động tác hoặc trạng thái nào đó đã được định trước sẵn như thế, hoặc việc như thế là đương nhiên.

예문 Ví dụ

담화 예문 Hội thoại mẫu	가 : 이렇게 쓴 약을 어떻게 먹어요? 나 : 입에 쓴 약이 몸에는 **좋은 법이니** 참고 먹으렴. 가 : Thuốc đắng như vầy thì uống thế nào? 나 : **Vốn dĩ** thuốc đắng miệng thì **tốt** cho cơ thể nên cố chịu và uống đi.
문장 예문 Câu mẫu	• 겨울이 가면 봄이 **오는 법이다**. Nếu mùa đông đi qua thì **đương nhiên** mùa xuân đến. • 잘못을 하면 벌을 **받는 법이다**. Nếu làm sai thì **đương nhiên phải chịu** phạt. • 포기하지 않고 노력하는 사람이 **성공하는 법이다**. Người không bỏ cuộc và nỗ lực thì **đương nhiên thành công**.

	받침○	–는 법이다	먹는 법이다, 읽는 법이다, 찾는 법이다 * 재미있는 법이다, 맛없는 법이다
동사	받침×	–는 법이다	가는 법이다, 만나는 법이다, 마시는 법이다
	ㄹ 받침	–는 법이다 (어간의 'ㄹ' 탈락)	만드는 법이다, 노는 법이다, 아는 법이다
	받침○	–은 법이다	작은 법이다, 좋은 법이다, 많은 법이다
형용사	받침×	–ㄴ 법이다	큰 법이다, 바쁜 법이다, 깨끗한 법이다
	ㄹ 받침	–ㄴ 법이다 (어간의 'ㄹ' 탈락)	긴 법이다, 먼 법이다, 힘든 법이다
불규칙	덥다	–(으)ㄴ/는 법이다	더운 법이다
	그렇다		그런 법이다
이다, 아니다		–ㄴ 법이다	학생인 법이다, 가족이 아닌 법이다

❺ 한정 Hạn định

• –(으)ㄹ 뿐이다

의미와 용법 Ý nghĩa và cách sử dụng

• 동사, 형용사, '이다, 아니다'에 붙어 앞에 오직 그 상태나 동작만 있고, 다른 상태나 동작의 가능성은 없음을 나타낸다.
Kết hợp với động từ, tính từ, '이다, 아니다'(là, không phải là), thể hiện ý nghĩa chỉ có trạng thái hoặc động tác xuất hiện phía trước mà không có khả năng cho trạng thái hoặc động tác khác.

예문 Ví dụ

담화 예문 Hội thoại mẫu	가 : 어떻게 매번 시험에서 1등을 하는 거예요? 나 : 별다른 방법은 없고요, 전 그저 학교에서 배운 것을 빠짐없이 **복습했을 뿐이에요**. 가 : Làm thế nào mà lần nào thi em cũng hạng nhất thế? 나 : Không có phương pháp gì đặc biệt ạ, em **chỉ luyện tập** đầy đủ những cái đã học ở trường.
문장 예문 Câu mẫu	• 어려운 이웃을 위해 적은 액수를 **기부했을 뿐인데** 주변에서 칭찬을 하시니 부끄럽군요. Tôi **chỉ quyên góp** một số tiền nhỏ cho hàng xóm gặp khó khăn nhưng xung quanh lại khen ngợi nên tôi thấy xấu hổ. • 지수는 물만 **먹었을 뿐인데** 왜 살이 찌는지 모르겠다고 야단이다. Jisu làm náo loạn lên là **chỉ uống nước thôi** mà không biết sao lại tăng cân. • 촉망되던 작가가 젊은 나이에 저세상에 갔다니 **안타까울 뿐이다**. **Chỉ tiếc** là tác giả đầy triển vọng đã đi về thế giới bên kia ở độ tuổi còn trẻ.

형태 정보 Hình thức sử dụng

동사	받침 ○	-을 뿐이다	먹을 뿐이다, 읽을 뿐이다, 찾을 뿐이다
	받침 ×	-ㄹ 뿐이다	갈 뿐이다, 만날 뿐이다, 마실 뿐이다
	ㄹ 받침	-ㄹ 뿐이다 (어간의 'ㄹ' 탈락)	만들 뿐이다, 놀 뿐이다, 알 뿐이다
형용사	받침 ○	-을 뿐이다	작을 뿐이다, 좋을 뿐이다, 많을 뿐이다
	받침 ×	-ㄹ 뿐이다	클 뿐이다, 바쁠 뿐이다, 깨끗할 뿐이다
	ㄹ 받침	-ㄹ 뿐이다 (어간의 'ㄹ' 탈락)	길 뿐이다, 멀 뿐이다, 힘들 뿐이다
불규칙	걷다	-(으)ㄹ 뿐이다	걸을 뿐이다
	덥다		더울 뿐이다
	짓다		지을 뿐이다
	그렇다		그럴 뿐이다
이다, 아니다		-ㄹ 뿐이다	학생일 뿐이다, 가족이 아닐 뿐이다

제약 정보 Quy tắc sử dụng

① 과거 '-었-'과는 결합하지만 미래·추측의 '-겠-'과는 결합하지 않는다. Kết hợp với vĩ tố '-었-' thể hiện quá khứ nhưng không kết hợp với vĩ tố '-겠-' thể hiện tương lai và suy đoán.	다리다 좀 아팠을 뿐이에요. 다리다 좀 아프겠을 뿐이에요. (X) 다리가 좀 아플 뿐이겠어요. (X)
② '-은/ㄴ 뿐이다', '-는 뿐이다'의 형태로 쓰지 않는다. Không sử dụng theo hình thái '-은/ㄴ 뿐이다', '-는 뿐이다'.	어제는 기분이 좀 나쁜 뿐이었다. (X) 이제 집에 가고 있는 뿐이다. (X) 아까 이 책을 읽은 뿐이다. (X) 피곤해저 잠깐 조는 뿐이다. (X)

유사 문법 비교 So sánh với ngữ pháp tương tự

-(으)ㄹ 뿐이다	-(으)ㄹ 따름이다
'-을 뿐 아니라'의 형태로 사용될 수 있다. Có thể sử dụng dưới dạng '-을 뿐 아니라'. 배가 고플 뿐 아니라 졸리기도 해요. 여행을 갈 시간이 없을 뿐 아니라 돈도 없어요.	'-을 따름 아니라'의 형태로 사용될 수 없다. Không thể sử dụng dưới dạng '-을 따름 아니라'. 배가 고플 따름 아니라 졸리기도 해요. (X) 여행을 갈 시간이 없을 따름 아니라 돈도 없어요. (X)

⑥ 종결, 완료 Kết thúc, hoàn thành

(1) –고 말다

의미와 용법 Ý nghĩa và cách sử dụng

- 동사에 붙어 어떤 일이 결국 실현됨을 나타낸다.
  Kết hợp với động từ, thể hiện một việc nào đó cuối cùng cũng được thực hiện.

- 어떤 일이 이루어진 것에 안타까운 마음을 나타내거나, 어떤 일을 이루려는 강한 의지를 나타낼 때 사용한다.
  Sử dụng để thể hiện lòng tiếc nuối về một việc nào đó đã được hoàn thành, hoặc thể hiện ý chí mạnh mẽ để hoàn thành một việc nào đó.

예문 Ví dụ

담화 예문 Hội thoại mẫu	가 : 왕밍 씨, 여자 친구와 잘 지내요? 나 : 아니요, 여자 친구와 **헤어지고 말았어요**. 가 : Wangmin, mối quan hệ với bạn gái dạo này tốt chứ? 나 : Không, tôi **rốt cuộc chia tay** với bạn gái rồi.
문장 예문 Câu mẫu	• 선물 받은 화분의 꽃이 결국 **죽고 말았어요**. Hoa ở bình hoa mà tôi được tặng **rốt cuộc đã chết rồi**. • 그 가방이 너무 예뻐서 결국 **사고 말았어요**. Cái túi xách đó quá đẹp nên **rốt cuộc tôi đã mua**. • 술을 마시지 않기로 결심했지만 술을 **마시고 말았습니다**. Tôi đã quyết tâm không uống rượu nhưng **rốt cuộc đã uống rồi**.

형태 정보 Hình thức sử dụng

동사	받침 ○	–고 말다	먹고 말다, 읽고 말다, 찾고 말다
	받침 X	–고 말다	가고 말다, 만나고 말다, 마시고 말다

제약 정보 Quy tắc sử dụng

① 형용사와 결합하지 않는다. Không kết hợp với tính từ.	저는 예쁘고 말았어요. (X) 기분이 좋고 말아요. (X)	
② 과거의 '–었–'과 미래 · 추측의 '–겠–'은 '말다'에 붙여 쓴다. '–고'에 붙이지 않는다. '–었–' thể hiện quá khứ và '–겠–' thể hiện tương lai, suy đoán đứng sau '말다', không đứng sau '–고'.	약속을 어기고 말았어요. 약속을 어겼고 말아요. (X) 약속을 어겼고 말았어요. (X)	약속을 지키고 말겠어요. 약속을 지키겠고 말아요. (X) 약속을 지키겠고 말겠어요. (X)

유사 문법 비교 So sánh với ngữ pháp tương tự

–고 말다	–아/어 버리다
대체로 의도적인 행위에 쓰지 않는다. (의도하지 않은 일이 일어난 데에 대한 안타까움을 나타낸다.) Không sử dụng cho hành vi mang tính có chủ ý nói chung. (Thể hiện sự tiếc nuối về một việc không mang tính chủ ý đã xảy ra.) 꽃병을 깨고 말았다. (일부러 깨지 않음) 사고로 그가 크게 다치고 말았다. (안타까움) 그가 떠나고 말았다. 결국 오늘도 지각을 하고 말았다. 살을 빼야 하는데 과식을 하고 말았다.	주어가 1인칭일 때는 의도적으로 그 행위를 했음을 나타낸다. 주어가 3인칭일 때는 주로 그 행위가 원하지 않았던 결과였음을 낸다. 또한 부담스러운 일을 끝내서 시원한 느낌을 나타내기도 한다. Khi chủ ngữ là ngôi thứ nhất, thể hiện đã làm hành vi nào đó mang tính có chủ ý. Khi chủ ngữ là ngôi thứ ba, chủ yếu thể hiện hành vi đó mang đến kết quả không mong muốn. Và cũng thể hiện cảm giác thoải mái do kết thúc một việc đẩy gánh nặng. 꽃병을 깨 버렸다. (일부러 깸) 그가 떠나 버렸다. (원하지 않은 결과) 밤을 새워 일을 다 해 버렸다. (시원한 느낌) 김장을 끝내 버렸더니 마음이 편해요. 시험을 봐 버리니 속이 시원해요.
명령문이나 청유문에 잘 사용되지 않는다. Thường không sử dụng ở câu mệnh lệnh hoặc câu để nghị. 담배를 끊고 마. (X) 담배를 끊고 마세요. (X)	명령문이나 청유문에 사용된다. Sử dụng được ở câu mệnh lệnh hoặc câu để nghị. 담배를 끊어 버려. 담배를 끊어 버리세요.

(2) –아/어 버리다

의미와 용법 Ý nghĩa và cách sử dụng

- 동사에 붙어 어떤 행위가 완료되어 어찌할 수 없는 상태로 바뀌었음을 나타낸다.
  Kết hợp với động từ, thể hiện một hành vi nào đó đã được hoàn thành rồi chuyển sang tình trạng không thể làm gì khác được.

예문 Ví dụ

담화 예문	**가** : 어디서 타는 냄새가 나는 것 같아. **나** : 어머! 통화하다가 생선이 다 **타 버렸**네! 가 : Hình như có mùi khét ở đâu đó. 나 : Ôi trời! Mải lo nói chuyện điện thoại nên cá **cháy** hết **rồi**!

문장 예문	• 배가 너무 고파서 밥솥의 밥을 다 **먹어 버렸**다.
	  Do đói bụng quá nên tôi **đã ăn** hết cơm trong nồi cơm.
	• 남자 친구가 약속을 잘 안 지켜서 **헤어져 버렸**다.
	  Vì bạn trai thường không giữ lời hứa nên tôi **đã chia tay luôn rồi**.
	• 다리가 너무 아파서 노약자석에 **앉아 버렸**어요.
	  Vì chân đau quá nên tôi **đã ngồi** ở ghế dành cho người già yếu.

형태 정보 Hình thức sử dụng

동사	어간 'ㅏ, ㅗ'	–아 버리다	사 버리다, 앉아 버리다, 끝나 버리다, 봐 버리다
	어간 'ㅏ, ㅗ' 이외	–어 버리다	먹어 버리다, 만들어 버리다, 입어 버리다, 써 버리다
	–하다	–해 버리다	시작해 버리다, 공부해 버리다, 청소해 버리다

	싣다		실어 버리다
불규칙	굽다	-아/어 버리다	구워 버리다
	짓다		지어 버리다

제약 정보 Quy tắc sử dụng

① 형용사와 결합하지 않는다. Không kết hợp với tính từ.	밥을 못 먹어서 배가 고파 버렸어요. (X) 저도 한번 예뻐 버리고 싶어요. (X) 마이크가 고장 나서 소리가 작아 버렸다. (X) 기분이 나빠 버렸어. (X)
② 과거 '-었-', 미래 · 추측의 '-겠-'이 '-어'에 붙지 않는다. '-었-' thể hiện quá khứ và '-겠-' thể hiện tương lai, suy đoán không đứng trước '-어'.	이 책까지 다 읽어 버렸어요. 이 책까지 다 읽었어 버려요. (X) 이 책까지 다 읽었어 버렸어요. (X) 이 책까지 다 읽겠어 버려요. (X) 이 책까지 다 읽겠어 버리겠어요. (X)

❼ 정도, 판단 Mức độ, phán đoán

(1) -(으)ㄴ/는 셈이다

의미와 용법 Ý nghĩa và cách sử dụng

- 동사, 형용사, '이다, 아니다'에 붙어 '따져 보면 결국 이러이러한 것과 같다'의 뜻을 나타낸다.
  Kết hợp với động từ, tính từ, '이다, 아니다'(là, không phải là), thể hiện ý nghĩa 'nếu xét kỹ thì cuối cùng cũng giống như thế này thế kia'.

예문 Ví dụ

담화 예문 Hội thoại mẫu	가 : 오늘 하루 종일 물 한 잔하고 사과 한 개만 먹었어. 나 : 진짜? 그러면 하루 종일 거의 **굶은 셈이**네. 가 : Cả ngày hôm nay tớ đã chỉ uống một cốc nước và ăn một quả táo. 나 : Thật à? Vậy **chẳng khác gì nhịn đói** cả ngày rồi.
문장 예문 Câu mẫu	• 10명 중 9명이 찬성했으니까 거의 다 **찬성한 셈이다.** Vì 9 trong 10 người đã tán thành nên **chẳng khác gì** hầu hết **đã tán thành.** • 태어나자마자 서울에 이사를 왔으니까 서울이 **고향인 셈이다.** Vì ngay khi tôi sinh ra gia đình tôi đã chuyển đến Seoul nên Seoul **chẳng khác gì là quê hương** của tôi. • 과외 교사로 계속해서 일한 것을 보면 그는 꽤 **착실한 셈입니다.** Nhìn vào việc anh ấy vẫn còn làm giáo viên dạy kèm thì anh ấy **cũng được coi là** khá **kiên định.**

형태 정보 Hình thức sử dụng

동사	받침 ○	–는 셈이다	먹는 셈이다, 읽는 셈이다, 찾는 셈이다
	받침 ×	–는 셈이다	가는 셈이다, 만나는 셈이다, 마시는 셈이다
	ㄹ 받침	–는 셈이다 (어간의 'ㄹ' 탈락)	만드는 셈이다, 노는 셈이다, 아는 셈이다
형용사	받침 ○	–은 셈이다	작은 셈이다, 좋은 셈이다, 많은 셈이다
	받침 ×	–ㄴ 셈이다	큰 셈이다, 바쁜 셈이다, 깨끗한 셈이다
	ㄹ 받침	–ㄴ 셈이다 (어간의 'ㄹ' 탈락)	긴 셈이다, 먼 셈이다, 힘든 셈이다
불규칙	덥다	–(으)ㄴ/는 셈이다	더운 셈이다
	그렇다		그런 셈이다
	짓다		지은 셈이다
이다, 아니다		–ㄴ 셈이다	학생인 셈이다, 가족이 아닌 셈이다

(2) –(으)ㄴ/는 편이다

의미와 용법 Ý nghĩa và cách sử dụng

- 동사, 형용사에 붙어 대체로 어디에 가깝거나 그 부류에 속함을 나타낸다.
  Kết hợp với động từ, tính từ, cho thấy chủ thể gần với nơi nào đó, hoặc thuộc về phạm trù đó.

예문 Ví dụ

담화 예문 Hội thoại mẫu	가 : 영화를 보는 것이 취미라고 하셨는데 영화를 자주 보세요? 나 : 일주일에 한 편 이상 보니까 자주 **보는 편이에요**. 가 : Anh đã nói sở thích của anh là xem phim, anh có thường xem phim không? 나 : Một tuần tôi xem trên một phim, nên **thuộc diện** thường **xem**.
문장 예문 Câu mẫu	• 지수는 키가 중학생 오빠와 비슷해서 초등학생치고는 키가 **큰 편이다**. 　Jisu cao bằng anh trai là học sinh trung học nên so với học sinh tiểu học thì **thuộc diện cao**. • 승규는 키가 크고 **잘생긴 편이라서** 친구들 사이에 인기가 많다. 　Seunggyu **thuộc diện đẹp trai** và cao nên được các bạn yêu mến. • 유민이는 외국인 친구와 자주 영어로 이야기해서 그런지 영어를 **잘하는 편이에요**. 　Yumin **thuộc diện giỏi** tiếng Anh có lẽ vì thường nói chuyện bằng tiếng Anh với bạn người nước ngoài.

형태 정보 Hình thức sử dụng

동사	받침 ○	–는 편이다	먹는 편이다, 읽는 편이다, 찾는 편이다 * 재미있는 편이다, 맛없는 편이다
	받침 ×	–는 편이다	가는 편이다, 만나는 편이다, 마시는 편이다
	ㄹ 받침	–는 편이다 (어간의 'ㄹ' 탈락)	만드는 편이다, 노는 편이다, 아는 편이다

형용사	받침 ○	–은 편이다	작은 편이다, 좋은 편이다, 많은 편이다
	받침 ×	–ㄴ 편이다	큰 편이다, 바쁜 편이다, 깨끗한 편이다
	ㄹ 받침	–ㄴ 편이다 (어간의 'ㄹ' 탈락)	긴 편이다, 먼 편이다, 힘든 편이다
불규칙	덥다	–(으)ㄴ/는 편이다	더운 편이다
	그렇다		그런 편이다
	낫다		나은 편이다

(3) –(으)ㄹ 만하다

의미와 용법 Ý nghĩa và cách sử dụng

- 동사, 형용사에 붙어 어떤 일이 꽤 가능하거나, 할 가치가 있음을 나타낸다.
  Kết hợp với động từ, tính từ, thể hiện một việc nào đó khá khả thi, hoặc có giá trị để làm.

예문 Ví dụ

담화 예문 Hội thoại mẫu	가 : 여기 경치가 정말 아름다워. 나 : 그러게. 멀어도 **올 만하다**. 가 : Phong cảnh ở đây thật sự đẹp. 나 : Đúng vậy. Dù xa cũng **đáng để đến**.
문장 예문 Câu mẫu	• 다이어트 중이더라도 우유나 요구르트는 걱정 없이 **먹을 만하다**. Ngay cả khi đang giảm cân thì sữa hoặc sữa chua cũng **đáng để ăn** mà không phải lo lắng gì. • 그 꽃은 무궁화와 매우 닮아 무궁화라고 해도 충분히 **속을 만했다**. Hoa đó giống với hoa Mugung quá, nên dù có nói là hoa Mugung cũng **đủ để bị lừa**. • 이사 온 집이 너무 더워서 처음에는 힘들었지만 익숙해지니 **버틸 만하다**. Ngôi nhà tôi mới chuyển đến nóng quá nên lúc đầu đã rất vất và nhưng quen rồi thì thấy **có thể chịu được**.

형태 정보 Hình thức sử dụng

동사	받침 ○	–을 만하다	믿을 만하다, 속을 만하다, 먹을 만하다
	받침 ×	–ㄹ 만하다	올 만하다, 갈 만하다, 놀랄 만하다, 버틸 만하다
	ㄹ 받침	–ㄹ 만하다 (어간의 'ㄹ' 탈락)	살 만하다, 놀 만하다, 알 만하다, 만들 만하다
형용사	받침 ○	–을 만하다	좋을 만하다, 싫을 만하다
	받침 ×	–ㄹ 만하다	피곤할 만하다, 배울 만하다, 비쌀 만하다
	ㄹ 받침	–ㄹ 만하다 (어간의 'ㄹ' 탈락)	힘들 만하다, 달 만하다, 길 만하다

불규칙	걷다	-(으)ㄹ 만하다	걸을 만하다
	덥다		더울 만하다
	짓다		지을 만하다
	그렇다		그럴 만하다

⑧ 계획, 의도 Kế hoạch, ý định

(1) –(으)ㄹ까 하다

의미와 용법　Ý nghĩa và cách sử dụng

- 동사에 붙어 어떤 행위에 대한 불확실한 의지를 나타낸다.
  Kết hợp với động từ, thể hiện ý định không chắc chắn về một hành vi nào đó.

예문　Ví dụ

| 담화 예문
Hội thoại mẫu | 가 : 방학 때 뭐 할 거예요?
나 : 특별한 계획은 없고 중국어 공부나 **할까 해요.**

가 : Bạn sẽ làm gì vào kỳ nghỉ?
나 : Mình không có kế hoạch gì đặc biệt, **đang nghĩ hay là** học tiếng Trung Quốc. |
| 문장 예문
Câu mẫu | • 졸려서 커피를 **마실까 해요.**
　Tôi buồn ngủ nên **đang nghĩ có nên** uống cà phê.
• 저녁에 영화를 보러 **갈까 해요.**
　Tôi **đang nghĩ hay là** đi xem phim vào buổi tối.
• 한국어 공부를 위해 뉴스를 **들을까 해요.**
　Tôi **đang nghĩ hay là** xem tin tức để học tiếng Hàn Quốc. |

형태 정보　Hình thức sử dụng

동사	받침 ○	–을까 하다	먹을까 하다, 읽을까 하다, 찾을까 하다
	받침 ×	–ㄹ까 하다	갈까 하다, 만날까 하다, 마실까 하다
	ㄹ 받침	–ㄹ까 하다 (어간의 'ㄹ' 탈락)	만들까 하다, 놀까 하다, 알까 하다

제약 정보　Quy tắc sử dụng

| ① 형용사와 결합하지 않는다.
　Không kết hợp với tính từ. | 저는 배가 아플까 해요. (X)
저는 왕밍 씨와 생각이 다를까 해요. (X)
식당에 사람이 많을까 해요. (X)
이 음악이 좋을까 해요. (X) |

② 주어는 1인칭인 '나/우리/저/저희' 등만 쓴다. Chỉ sử dụng với chủ ngữ ngôi thứ nhất như '나/우리/저/저희'	저는 자전거를 탈까 해요. 왕밍 씨는 자전거를 탈까 해요. (X) 왕밍 씨, 자전거를 탈까 해요? (X)
③ 과거 '-었-', 미래 · 추측의 '-겠-'과 결합하지 않는다. Không kết hợp với '-었-' thể hiện quá khứ và '-겠-' thể hiện tương lai, suy đoán.	어제 운동을 했을까 해요. (X) 어제 운동을 할까 했어요. (X) 어제 운동을 했을까 했어요. (X) 내일 운동을 하겠을까 해요. (X) 내일 운동을 할까 하겠어요. (X)

유사 문법 비교 So sánh với ngữ pháp tương tự

-(으)ㄹ까 하다, -(으)ㄹ까 싶다	-(으)ㄹ까 보다
과거 '-었-'이 '하다', '싶다'와 결합할 수 있다. '-었-' thể hiện quá khứ có thể kết hợp với '하다', '싶다'. 어제 수지 씨랑 쇼핑하러 갈까 했어요. 어제 수지 씨랑 쇼핑하러 갈까 싶었어요.	과거 '-었-'이 '보다'와 결합하지 않는다. '-었-' thể hiện quá khứ không thể kết hợp với '보다'. 어제 수지 씨랑 쇼핑하러 갈까 봤어요. (X)

(2) -(으)려고 하다

의미와 용법 Ý nghĩa và cách sử dụng

- 동사에 붙어 어떤 행위를 하는 의도나 어떤 일이 곧 일어날 조짐이 있음을 나타낸다.
  Kết hợp với động từ, thể hiện ý định làm một hành vi nào đó hoặc có dấu hiệu việc nào đó sắp xảy ra.

예문 Ví dụ

담화 예문 Hội thoại mẫu	가 : 서울 박물관에 **가려고 하는데** 뭘 타고 가야 해요? 나 : 여기서 지하철을 타고 가면 돼요. 가 : Tôi **định đi** viện bảo tàng Seoul mà tôi phải đi bằng gì? 나 : Anh lên tàu điện ngầm ở đây là được.
문장 예문 Câu mẫu	• 오후 수업이 끝나면 식당에 **가려고 해요.** Tôi **định đi** đến quán ăn sau khi lớp học buổi chiều kết thúc. • 오늘은 오랜만에 친구에게 편지를 **쓰려고 합니다.** Hôm nay tôi **định viết** thư cho bạn sau một thời gian dài. • 이번 방학에 미국 여행을 많이 **하려고 해요.** Kỳ nghỉ này tôi **định đi** du lịch nhiều ở Mỹ.

형태 정보 Hình thức sử dụng

	받침 ○	-으려고 하다	먹으려고 하다, 읽으려고 하다, 찾으려고 하다
동사	받침 ×	-려고 하다	가려고 하다, 만나려고 하다, 마시려고 하다
	ㄹ 받침	-려고 하다	만들려고 하다, 놀려고 하다, 알려고 하다

제약 정보 Quy tắc sử dụng

① 뒤 절에는 청유문이나 명령문이 올 수 없다. Vế sau không thể là câu để nghị hoặc câu mệnh lệnh.	환전을 하려고 은행에 갈까요? (X) 건강하려고 운동을 하세요. (X)
② '-(으)려고' 다음에 미래 시제를 사용하지 않는다. Không sử dụng thì tương lai ở sau '-(으)려고'.	친구를 만나려고 지하철역에 갈 거예요. (X) 대학에 가려고 한국어를 공부하겠어요. (X)
③ 앞 절과 뒤 절의 주어가 일치해야 한다. Chủ ngữ của vế trước và vế sau phải đồng nhất với nhau.	민수 씨가 숙제를 하려고 리타 씨가 도서관에 가요. (X) 리타 씨가 밥을 먹으려고 왕리 씨가 식당에 가요. (X)

(3) -(으)려던 참이다

의미와 용법 Ý nghĩa và cách sử dụng

- 동사에 붙어 어떤 행동을 하려고 하거나 곧 어떤 일이 일어날 것 같은 상황을 나타낸다.
  Kết hợp với động từ, diễn đạt tình huống định làm một hành động nào đó hoặc một việc nào đó có lẽ sắp xảy ra.

예문 Ví dụ

담화 예문 Hội thoại mẫu	**가** : 지금 출발하지 않으면 늦을 것 같아요. **나** : 그렇지 않아도 지금 막 **출발하려던 참이었어요.** **가** : Nếu bây giờ không xuất phát thì chắc là sẽ muộn mất. **나** : Không nói thì bây giờ tôi cũng **đang định xuất phát.**
문장 예문 Câu mẫu	• 점심을 먹고 지금 막 커피를 **마시려던 참이에요.** Tôi đã ăn trưa và bây giờ **đang định uống** cà phê. • 돈이 없어서 은행에 찾으러 **가려던 참이었어요.** Vì không có tiền mặt nên tôi **đang định đi** ngân hàng để rút tiền. • 지금 막 **전화하려던 참이었어요.** Bây giờ tôi **đang định gọi điện thoại.**

형태 정보 Hình thức sử dụng

동사	받침 ○	-으려던 참이다	먹으려던 참이다, 읽으려던 참이다, 찾으려던 참이다
	받침 ×	-려던 참이다	가려던 참이다, 만나려던 참이다, 마시려던 참이다
	ㄹ 받침	-려던 참이다	만들려던 참이다, 열려던 참이다, 울려던 참이다

제약 정보 Quy tắc sử dụng

① 뒤 절에 청유문이나 명령문이 올 수 없다. Câu để nghị hoặc câu mệnh lệnh không thể xuất hiện ở vế sau.	환전을 하려던 참일까요? (X) 외국어를 배우려던 참이세요. (X)
② '-(으)려던 참이다' 다음에 미래 시제를 사용하지 않는다. Không sử dụng thì tương lai ở sau '-(으)려던 참이다'.	지하철역에 가려던 참이었어요. 지하철역에 가려던 참일 거예요. (X) 카페에서 커피를 마시려던 참이겠어요. (X)

③ 앞 절과 뒤 절의 주어가 일치해야 한다. Chủ ngữ của vế trước và vế sau phải đồng nhất với nhau.	민수 씨가 책을 빌리려고 왕리 씨가 도서관에 가려던 참이에요. (X) 리타 씨가 밥을 먹으려고 왕리 씨가 식당에 가려던 참이에요. (X)

⑨ 습관, 태도 Thói quen, thái độ

(1) -곤 하다

의미와 용법 Ý nghĩa và cách sử dụng

- 동사에 붙어 어떤 일이 반복됨을 나타낸다.
  Kết hợp với động từ, thể hiện một việc nào đó được lặp đi lặp lại.

예문 Ví dụ

담화 예문 Hội thoại mẫu	가 : 그렇게 커피를 너무 많이 마시는 건 건강에 좋지 않아. 나 : 근데 일 년 정도 계속 **마시곤 해서** 버릇이 됐는지 자꾸 마시고 싶더라. 가 : Uống cà phê nhiều như thế thì không tốt cho sức khỏe. 나 : Nhưng vì **thường hay uống** trong khoảng 1 năm qua nên không biết có phải đã trở thành thói quen không mà tôi cứ muốn uống.
문장 예문 Câu mẫu	• 예전에는 만화책도 곧잘 **읽곤 했지만** 요새는 잘 보지 않는다. Trước đây tôi **thường hay đọc** truyện tranh nhưng dạo này thì không đọc nữa. • 딸아이는 아빠가 집에 돌아올 때면 쏜살같이 달려가 아빠에게 덥석 **안기곤 한다**. Hễ bố về nhà là con gái **thường hay** chạy như tên bắn đến và **xà vào lòng** bố. • 지수는 방학만 되면 서울에 있는 고모 댁에 놀러 **가곤 했다**. Hễ vào kỳ nghỉ thì Jisu **thường đi** chơi nhà cô ở Seoul.

형태 정보 Hình thức sử dụng

동사	받침 ○	-곤 하다	먹곤 하다, 읽곤 하다, 찾곤 하다
	받침 ×	-곤 하다	가곤 하다, 만나곤 하다, 마시곤 하다

제약 정보 Quy tắc sử dụng

① 뒤 절에 청유문이나 명령문이 올 수 없다. Câu đề nghị hoặc câu mệnh lệnh không thể xuất hiện ở vế sau.	주말에 도서관에 가곤 할까요? (X) 방학 동안 여행을 하곤 하세요. (X)
② '-곤 하다' 다음에 미래 시제를 사용하지 않는다. Không sử dụng thì tương lai ở sau '-곤 하다'.	학교에 가려고 지하철을 타곤 할 거예요. (X) 대학에 가려고 한국어를 공부하곤 하겠어요. (X)
③ 앞 절과 뒤 절의 주어가 일치해야 한다. Chủ ngữ của vế trước và vế sau phải đồng nhất với nhau.	민수 씨가 숙제를 하고 리타 씨가 도서관에 가곤 했어요. (X)

(2) -아/어 대다

의미와 용법 Ý nghĩa và cách sử dụng

- 동사에 붙어 어떤 행동을 반복하거나 정도가 지나치게 혹은 심하게 함을 나타낸다.
  Kết hợp với động từ, thể hiện sự lặp đi lặp lại hành động nào đó hoặc làm gì đó với mức độ nghiêm trọng hoặc quá mức.

예문 Ví dụ

담화 예문 Hội thoại mẫu	**가** : 왜 잠을 자지 못했어요? **나** : 옆집 아기가 계속 **울어 대서** 잠을 못 잤어요. 가 : Vì sao anh không ngủ được? 나 : Vì đứa bé nhà bên **cứ khóc** liên tục nên tôi đã không ngủ được.

문장 예문
Câu mẫu
	• 어젯밤부터 마이클 씨가 노래를 **불러 대요**.
	  Từ đêm hôm qua Michael **cứ hát mãi**.
	• 줄리아 씨가 자꾸 인터넷 쇼핑으로 옷을 **사 댄다**.
	  Julia **cứ hay mua** quần áo qua internet.
	• 어젯밤에 공원에서 계속 폭죽을 **쏘아 대서** 잠을 한숨도 못 잤다.
	  Đêm qua ở công viên **cứ bắn** pháo hoa liên tục nên tôi chẳng thể ngủ được chút nào.

형태 정보 Hình thức sử dụng

동사	어간 'ㅏ, ㅗ'	-아 대다	사 대다, 찾아 대다, 잡아 대다, 쏘아 대다
	어간 'ㅏ, ㅗ' 이외	-어 대다	울어 대다, 먹어 대다, 떠들어 대다, 피워 대다
	-하다	-해 대다	계속해 대다, 비난해 대다, 전화해 대다
불규칙	묻다	-아/어 대다	물어 대다
	굽다		구워 대다
	짓다		지어 대다
	부르다		불러 대다

유사 문법 비교 So sánh với ngữ pháp tương tự

-기(가) 일쑤이다
'자주 습관적으로 어떤 일을 잘못하거나, 바람직하지 않게 된다'의 뜻을 나타내고 일부 부정적인 의미를 가진 동작동사하고만 결합한다. Thể hiện ý nghĩa 'thường xuyên làm sai việc gì đó theo thói quen, hoặc trở nên không mong muốn' và chỉ kết hợp với một số động từ động tác mang ý nghĩa tiêu cực.

⑩ 간접 화법 Tường thuật gián tiếp

• −다고/냐고/자고 하다

의미와 용법 | Ý nghĩa và cách sử dụng

• 동사, 형용사, '이다, 아니다'에 붙어 다른 사람이나 매체의 말을 간접적으로 인용함을 나타낸다.

Kết hợp với động từ, tính từ, '이다, 아니다'(là, không phải là), thể hiện sự trích dẫn gián tiếp lời nói của người khác hoặc của phương tiện truyền thông.

• 자신이 한 말을 다시 한번 말할 때 사용하기도 한다.

Cũng dùng khi nhắc lại lời nói của bản thân.

예문 | Ví dụ

담화 예문 Hội thoại mẫu	**가** : 언니, 내일 엄마 생신인데 어떤 선물을 준비해야 할까? **나** : 엄마가 이번 생일 선물로 소설책을 갖고 **싶다고 하셨어.** **가** : Chị ơi, ngày mai là sinh nhật mẹ, chúng ta phải chuẩn bị quà gì? **나** : Mẹ **đã nói là muốn có** sách tiểu thuyết làm quà sinh nhật lần này.
문장 예문 Câu mẫu	• 흐엉 씨는 매일 오전 7시에 **일어난다고 했어요.** Hương **đã nói là thức dậy** lúc 7 giờ sáng mỗi ngày. • 친구는 나에게 전화를 해서 집에서 무엇을 **하느냐고 물었다.** Bạn tôi đã gọi điện thoại cho tôi rồi **hỏi tôi làm** gì ở nhà. • 내일 학교 앞에서 **만나자고 약속했다.** Tôi đã **hẹn gặp** ở trước trường học vào ngày mai.

형태 정보 | Hình thức sử dụng

① 평서문 Câu tường thuật

	받침○	−는다고 하다	먹는다고 하다, 읽는다고 하다, 찾는다고 하다
동사	받침 ×	−ㄴ다고 하다	간다고 하다, 만난다고 하다, 마신다고 하다
	ㄹ 받침	−ㄴ다고 하다 (어간의 'ㄹ' 탈락)	만든다고 하다, 논다고 하다, 안다고 하다
형용사	받침○	−다고 하다	작다고 하다, 좋다고 하다, 많다고 하다, 힘들다고 하다
	받침 ×	−다고 하다	크다고 하다, 바쁘다고 하다, 깨끗하다고 하다
이다, 아니다		−(이)라고 하다	학생이라고 하다, 가족이 아니라고 하다

② 의문문 Câu nghi vấn

	받침○	−냐고 하다	먹냐고 하다, 읽느냐고 하다, 찾느냐고 하다
동사	받침 ×	−냐고 하다	가냐고 하다, 만나냐고 하다, 마시냐고 하다
	ㄹ 받침	−냐고 하다 (어간의 'ㄹ' 탈락)	만드냐고 하다, 노냐고 하다, 아냐고 하다

	받침 ○	–냐고 하다	작냐고 하다, 좋냐고 하다, 많냐고 하다
형용사	받침 ×	–냐고 하다	크냐고 하다, 바쁘냐고 하다, 깨끗하냐고 하다
	ㄹ 받침	–냐고 하다 (어간의 'ㄹ' 탈락)	기냐고 하다, 머냐고 하다, 힘드냐고 하다
이다, 아니다		–(이)냐고 하다	학생이냐고 하다, 가족이 아니냐고 하다

※ '–냐고 하다'는 '–느냐고 하다'로 쓰기도 한다.
'–냐고 하다' cũng được sử dùng thành '–느냐고 하다'.

③ 명령문 Câu mệnh lệnh

	받침 ○	–으라고 하다	먹으라고 하다, 읽으라고 하다, 찾으라고 하다
동사	받침 ×	–라고 하다	가라고 하다, 만나라고 하다, 마시라고 하다
	ㄹ 받침	–라고 하다	만들라고 하다, 열라고 하다, 팔라고 하다

④ 청유문 Câu đề nghị

	받침 ○	–자고 하다	먹자고 하다, 읽자고 하다, 찾자고 하다, 만들자고 하다
동사	받침 ×	–자고 하다	가자고 하다, 만나자고 하다, 마시자고 하다

⑪ 피동 Thể bị động

(1) –이/히/리/기–

의미와 용법 Ý nghĩa và cách sử dụng

• 동사에 붙어 어떤 행동이 주체의 힘이 아닌 다른 힘에 의해 이루어짐을 나타낸다.
Kết hợp với động từ, thể hiện một hành động nào đó được thực hiện không phải nhờ vào sức của chủ thể mà nhờ vào một lực khác.

예문 Ví dụ

담화 예문 Hội thoại mẫu	가 : 왜 이렇게 늦었어요? 나 : 길이 많이 **막혔어요.** 가 : Sao anh lại muộn thế này? 나 : Vì đường **bị tắc.**
문장 예문 Câu mẫu	• 여름에는 아이스크림이 잘 **팔려요.** 　Kem **được bán** rất chạy vào mùa hè. • 동생이 형에게 사탕을 **빼앗겼어요.** 　Em trai **bị** anh **giành mất** kẹo. • 도둑이 경찰에게 **잡혔어요.** 　Tên trộm **bị** cảnh sát **bắt.**

피동형	예시
−이−	놓이다, 바뀌다, 보이다, 쌓이다, * 잠기다, * 담기다
−히−	닫히다, 막히다, 먹히다, 밟히다, 업히다, 읽히다, 잡히다
−리−	걸리다, 날리다, 달리다, 물리다, 열리다, 팔리다, 풀리다
−기−	끊기다, 담기다, 빼앗기다, 안기다, 쫓기다

※ 잠그다 > '_' 탈락 '_' bị mất đi > 잠기다, 담그다 > '_' 탈락 '_' bị mất đi > 담기다

(2) −아/어지다

의미와 용법 Ý nghĩa và cách sử dụng

- 동사에 붙어 어떤 행동이 주체의 힘이 아닌 다른 힘에 의해 이루어짐을 나타낸다.
  Kết hợp với động từ, thể hiện một hành động nào đó được thực hiện không phải nhờ vào sức của chủ thể mà nhờ vào một lực khác.

예문 Ví dụ

담화 예문 Hội thoại mẫu	가 : 저 식당 앞에 사람들이 줄을 서 있네. 나 : 저 집이 맛있는 집으로 널리 **알려진** 곳이거든. 가 : Nhiều người đang đứng xếp hàng ở trước quán ăn đó. 나 : Vì quán ăn đó **được nhiều người biết đến** là quán ăn ngon.
문장 예문 Câu mẫu	• 이 절은 삼국 시대에 **지어졌다고** 한다. 　Người ta nói là ngôi chùa này **đã được xây dựng** vào thời Tam Quốc. • 미스터리에 대한 비밀이 드디어 **밝혀졌다**. 　Bí mật về sự thần bí cuối cùng **đã được làm sáng tỏ**. • 방금 오븐에서 **구워져** 나온 빵 냄새가 무척 구수하다. 　Mùi bánh vừa **được nướng** trong lò thơm ngon quá.

형태 정보 Hình thức sử dụng

동사	어간 'ㅏ, ㅗ'	−아지다	사지다, 찾아지다, 앉아지다, 닫아지다
	어간 'ㅏ, ㅗ' 이외	−어지다	웃어지다, 먹어지다, 입어지다, 만들어지다
	−하다	−해지다	시작해지다, 계속해지다, 말해지다
불규칙	듣다	−아/어지다	들어지다
	굽다		구워지다
	짓다		지어지다
	부르다		불러지다

⑫ 사동 Thể sai khiến

(1) -이/히/리/기/우-

의미와 용법 Ý nghĩa và cách sử dụng

- 동사에 붙어 문장의 주체가 스스로 행동하지 않고 다른 사람에게 그 행동이나 동작을 하게 함을 나타낸다.
  Kết hợp với động từ, thể hiện việc chủ thể của câu không tự hành động mà khiến cho người khác làm hành động hoặc động tác đó.

예문 Ví dụ

담화 예문 Hội thoại mẫu	가 : 동생이 혼자 밥을 먹을 수 있어요? 나 : 아니요, 엄마가 동생에게 밥을 **먹이고** 있어요. 가 : Em trai/gái có thể ăn cơm một mình không? 나 : Không, mẹ đang **cho** em ấy **ăn** cơm.
문장 예문 Câu mẫu	• 선생님은 차를 **세우고** 우리를 태워 주셨다. Thầy/cô giáo đã **dừng** xe lại và chở chúng tôi. • 물을 **얼리려고** 냉동고에 넣어 두었다. Tôi định **làm đông** nước nên đã cho vào tủ lạnh. • 친구는 나에게 남자 친구 사진을 **보여** 달라고 했다. Bạn tôi đã bảo tôi **cho xem** ảnh của bạn trai.

형태 정보 Hình thức sử dụng

사동형	예시
-이-	끓이다, 높이다, 먹이다, 보이다, 붙이다, 속이다, 죽이다, 줄이다, 끝내다
-히-	넓히다, 눕히다, 맞히다, 앉히다, 읽히다, 입히다
-리-	날리다, 돌리다, 살리다, 알리다, 울리다
-기-	감기다, 남기다, 맡기다, 벗기다, 숨기다, 씻기다, 웃기다
-우-	깨우다, 비우다, 세우다, 씌우다, 태우다, 재우다

(2) -게 하다

의미와 용법 Ý nghĩa và cách sử dụng

- 동사에 붙어 다른 사람에게 어떤 일을 하도록 시키거나 허용함을 나타낸다.
  Kết hợp với động từ, thể hiện việc bắt hoặc cho phép người khác làm một việc nào đó.

예문 Ví dụ

담화 예문 Hội thoại mẫu	가 : 아이가 한국어 공부를 재미없어 하는데 어떻게 해야 하죠? 나 : 공부를 책으로만 하면 재미없잖아요. 아이에게 한국 드라마나 영화도 자주 **보게 하세요**. 가 : Con tôi không thấy thú vị khi học tiếng Hàn, phải làm thế nào đây? 나 : Nếu chỉ học bằng sách thôi thì không thú vị. Chị hãy **để cho** bé **xem** phim truyền hình hoặc phim điện ảnh Hàn Quốc thường xuyên.

		• 너무 더워서 학생들에게 창문을 **열게 했어요.** Trời nóng quá nên tôi đã **bắt** học sinh **mở** cửa sổ.
문장 예문 Câu mẫu		• 아이가 피곤해 할 때는 일찍 **자게 하세요.** Khi trẻ mệt mỏi thì chị nên **cho** trẻ **ngủ** sớm.
		• 선배님이 저희에게 매일 신문을 **읽게 하셨어요.** Anh/chị khóa trước đã **bắt** chúng tôi **đọc** báo mỗi ngày.

동사	받침○	–게 하다	먹게 하다, 읽게 하다, 찾게 하다, 만들게 하다
	받침×	–게 하다	가게 하다, 만나게 하다, 마시게 하다

과거 시제는 '하다'에 '–았/었–'을 붙여 쓴다. '–게'에 '–았/었–'을 붙이지 않는다. Khi sử dụng thì quá khứ thì cho '–았/었–' đứng sau '하다'. Không cho '–았/었–' đứng sau '–게'.	선생님께서 학생에게 책을 가져오게 했어요. 선생님께서 학생에게 책을 가져왔게 하세요. (X) 선생님께서 학생에게 책을 가져왔게 하셨어요. (X)

–게 하다	–이–, –히–, –리–, –기–, –우–
다른 사람이 어떤 동작을 하도록 주어가 간접적으로 지시함. Chủ ngữ gián tiếp chỉ thị người khác làm một hành động nào đó. 엄마가 아이에게 옷을 **입게 해요.** (엄마가 시킴/아이가 행동함)	주로 주체가 직접 행동하여 어떤 행동을 하도록 함. Chủ thể trực tiếp làm hành động nào đó. 엄마가 아이에게 옷을 **입혀요.** (엄마가 옷을 입혀 줌/엄마가 행동함)
'–게 하다'는 모든 동사와 결합하여 사동의 의미를 나타낼 수 있다. '–게 하다' có thể kết hợp với tất cả động từ để thể hiện ý nghĩa sai khiến.	일부 동사에만 결합된다. Chỉ kết hợp được với một số động từ.

⑬ 기타 Các ngữ pháp khác

(1) –(으)ㄹ 뻔하다

• 동사에 붙어 어떤 일이 일어나려다가 일어나지 않음을 나타낸다.
  Kết hợp với động từ, thể hiện một việc nào đó định xảy ra rồi lại không xảy ra.

예문 Ví dụ

담화 예문 Hội thoại mẫu	가 : 눈이 와서 길이 정말 미끄럽죠? 걷기가 너무 힘드네요. 나 : 맞아요. 오다가 길에서 **넘어질 뻔했어요**. 가 : Tuyết rơi nên đường trơn lắm phải không? Đi bộ khó quá. 나 : Đúng vậy. Trên đường đến tôi đã **suýt bị ngã**.

문장 예문
Câu mẫu
	• 친구하고 통화하다가 학교에 **지각할 뻔했어요**.
	  Tôi nói chuyện điện thoại với bạn rồi **suýt bị muộn** giờ học.
	• 영화 시간을 착각해서 영화를 못 **볼 뻔했어요**.
	  Vì tôi nhầm giờ xem phim nên **suýt nữa thì** không thể **xem** phim được.
	• 약속 시간에 늦어서 뛰어가다가 **넘어질 뻔했어요**.
	  Vì muộn giờ hẹn nên tôi chạy đi rồi **suýt bị ngã**.

형태 정보 Hình thức sử dụng

동사	받침 ○	−을 뻔하다	죽을 뻔하다, 먹을 뻔하다, 받을 뻔하다, 맞을 뻔하다
	받침 ×	−ㄹ 뻔하다	넘어질 뻔하다, 떨어질 뻔하다, 깨질 뻔하다, 빠질 뻔하다
	ㄹ 받침	−ㄹ 뻔하다 (어간의 'ㄹ' 탈락)	놀 뻔하다, 만들 뻔하다, 알 뻔하다

(2) −기 나름이다

의미와 용법 Ý nghĩa và cách sử dụng

• 동사에 붙어 어떤 일이 그 일을 어떻게 하느냐에 달려있음을 나타낸다.
  Kết hợp với động từ, thể hiện sự phụ thuộc vào tiến hành việc nào đó như thế nào.

예문 Ví dụ

담화 예문 Hội thoại mẫu	가 : 아름답다는 것은 **정의하기 나름**인 것 같아. 나 : 맞아. 사람마다 기준도 다르고. 가 : Cái đẹp có lẽ **tùy thuộc vào định nghĩa**. 나 : Đúng vậy. Tiêu chuẩn của mỗi người cũng khác nhau.

문장 예문
Câu mẫu
	• 불행과 행복은 **생각하기 나름이다**.
	  Sự bất hạnh và hạnh phúc thì **tùy thuộc vào suy nghĩ**.
	• 아이의 습관은 부모가 **교육하기 나름이다**.
	  Thói quen của trẻ nhỏ **tùy thuộc vào sự giáo dục** của bố mẹ.
	• 가전제품의 수명은 **사용하기 나름이다**.
	  Tuổi thọ của đồ điện gia dụng **tùy vào việc sử dụng**.

형태 정보 Hình thức sử dụng

동사	받침 ○	−기 나름이다	입기 나름이다, 벌기 나름이다, 만들기 나름이다
	받침 ×	−기 나름이다	쓰기 나름이다, 생각하기 나름이다, 꾸미기 나름이다

(3) -(으)ㄴ/는 척하다

• 동사, 형용사, '이다, 아니다'에 붙어 실제로 그렇지 않은데도 어떤 행동이나 상태를 거짓으로 꾸밈을 나타낸다.
  Kết hợp với động từ, tính từ, '이다, 아니다'(là, không phải là), thể hiện việc làm giả một hành động hoặc trạng thái nào đó dù sự thật không phải như thế.

담화 예문 Hội thoại mẫu	가 : 기차에서 오는 길에 좀 잤니? 나 : 옆 사람이 자꾸 말을 걸어 **졸린 척하다가** 정말 잠들었지 뭐야. 가 : Cậu đã ngủ trong tàu hỏa trên đường đến à? 나 : Vì người bên cạnh cứ bắt chuyện nên tớ đã **giả vờ buồn ngủ** rồi ngủ thật luôn.

문장 예문
Câu mẫu
	• 나는 **태연한 척하며** 웃었지만 마음속으로는 아주 불안했다.
	  Tôi đã **giả vờ bình tĩnh** và cười nhưng trong lòng đã rất bất an.
	• 아이가 놀아 달라고 졸랐지만 아빠는 피곤해서 **자는 척했다**.
	  Đứa bé năn nỉ bố chơi cùng nhưng bố vì mệt nên đã **giả vờ ngủ**.
	• 민준이는 자기의 실수라는 게 드러날까 봐 자기 짓이 **아닌 척했다**.
	  Minjun vì sợ bị phát hiện là sai sót của mình nên **đã giả vờ không phải là** hành vi của bản thân.

※ '-는 척하다'는 '-는 체하다'와 바꾸어 사용할 수 있다.
  '-는 척하다' có thể dùng thay thế với '-는 체하다'.

동사	받침 ○	-는 척하다	먹는 척하다, 읽는 척하다, 찾는 척하다
	받침 ×	-는 척하다	가는 척하다, 만나는 척하다, 마시는 척하다
	ㄹ 받침	-는 척하다 (어간의 'ㄹ' 탈락)	만드는 척하다, 노는 척하다, 아는 척하다
형용사	받침 ○	-은 척하다	작은 척하다, 좋은 척하다, 많은 척하다
	받침 ×	-ㄴ 척하다	큰 척하다, 바쁜 척하다, 깨끗한 척하다
	ㄹ 받침	-ㄴ 척하다 (어간의 'ㄹ' 탈락)	긴 척하다, 먼 척하다, 힘든 척하다
불규칙	덥다	-(으)ㄴ/는 척하다	더운 척하다
	그렇다		그런 척하다
	낫다		나은 척하다
이다, 아니다		-ㄴ 척하다	학생인 척하다, 가족이 아닌 척하다

어휘	길잡이말	어휘	길잡이말
가꾸다 **동** cắt tỉa, chăm chút	정원을 가꾸다	고객 **명** khách hàng	고객을 맞다
가난 **명** cái nghèo, sự nghèo khó	가난을 겪다	고궁 **명** cố cung	고궁을 산책하다
가능 **명** sự có khả năng, có thể, khả thi	주차 가능	고백 **명** sự bày tỏ, thổ lộ	사랑 고백
가득하다 **형** tràn đầy	물이 가득하다	고생 **명** sự cực khổ	고생이 심하다
가렵다 **형** ngứa	몸이 가렵다	고속 **명** cao tốc	고속 도로
가입하다 **동** gia nhập	회원 가입하다	곤란 **명** sự khó xử, sự trở ngại	처리 곤란
가전제품 **명** đồ điện gia dụng	가전제품을 구매하다	곧장 **부** liền, ngay	곧장 가다
가정 **명** gia đình	가정을 이루다	골고루 **부** một cách đồng đều, đủ	골고루 먹다
갈다 **동** thay	전구를 갈다	골목 **명** ngõ, hẻm	좁은 골목
-감 **접** cảm giác	책임감	곱다 **형** thanh thoát, thanh tao	고운 얼굴
감각 **명** cảm giác	감각이 없다	곱하다 **동** nhân lên, nhân	수를 곱하다
감다 **동** quấn	붕대를 감다	공간 **명** không gian	공간을 차지하다
감독 **명** sự quản lý, giám sát	감독을 강화하다	공공 **명** công cộng	공공 기관
감동 **명** sự cảm động	감동을 받다	공공장소 **명** nơi công cộng	공공장소를 이용하다
감정 **명** cảm xúc, cảm tình	감정이 풍부하다	공과금 **명** tiền thuế và phí (điện, nước v.v…)	공과금을 내다
강사 **명** giảng viên	시간 강사	공동 **명** cộng đồng	공동 개최
개다01 **동** (trời) trở nên quang đãng	날씨가 개다	공사 **명** công trình	신축 공사
개인 **명** cá nhân	개인의 자유	공식 **명** chính thức	공식 발표
거꾸로 **부** ngược lại	거꾸로 뒤집다	공연 **명** buổi biểu diễn	공연을 보다
거스름돈 **명** tiền thừa, tiền thối lại	거스름돈을 받다	공연장 **명** nơi biểu diễn	공연장에 몰려들다
거품 **명** bọt	거품이 나다	공중전화 **명** điện thoại công cộng	공중전화 박스
건조 **명** sự khô ráo	건조 기후	공통 **명** chung	공통 화제
검색 **명** sự kiểm tra, tra xét, tìm kiếm	인터넷 검색	공포 **명** sự khiếp sợ	공포를 느끼다
검토 **명** sự xem xét	서류 검토	과로 **명** sự quá sức, sự làm việc quá mức	과로로 쓰러지다
게시 **명** sự đưa lên, đăng lên	안내문 게시	과목 **명** môn học	시험 과목
게시판 **명** bảng thông báo	게시판에 붙이다	과식 **명** sự ăn uống quá nhiều	과식 습관
겨우 **부** chỉ, vừa đủ	겨우 몇 개	과장01 **명** sự phóng đại, cường điệu	과장이 심하다
결국 **부명** rốt cuộc, cuối cùng, kết cục	결국 해내다	과장02 **명** chức quản lý	과장으로 승진하다
결제 **명** sự thanh toán	카드 결제	과정 **명** quá trình	과정을 겪다
경제 **명** kinh tế	경제 개발	과학 **명** khoa học	과학 기술
계약 **명** hợp đồng	계약을 맺다	관객 **명** khán giả, người xem	관객이 모여들다
계좌 **명** tài khoản	계좌 번호	관계없다 **형** không có liên quan	관계없는 일

어휘	길잡이말
관람 명 sự tham quan, xem	연극 관람
관람객 명 khán giả, người xem	영화 관람객
관련 명 mối liên quan	관련이 있다
관리 명 sự quản lý	학생 관리
관찰 명 sự quan sát	식물 관찰
광경 명 quang cảnh	광경을 보다
굉장히 부 vô cùng, hết sức	굉장히 좋아하다
교시 의존 tiết (học)	1교시
교외 명 vùng ngoại ô	교외로 나가다
교통편 명 chuyến giao thông	교통편을 예약하다
구 명 quận	행정 구역
구수하다 형 thơm ngon	맛이 구수하다
구역 명 khu vực	금연 구역
구입 명 sự mua vào	물품 구입
구조01 명 cấu trúc	구조를 바꾸다
구체적 관 명 cụ thể	구체적 성과
구하다01 동 tìm, kiếm	일자리를 구하다
국가 명 quốc gia	민주 국가
국내선 명 tuyến quốc nội	국내선으로 갈아타다
국립 명 công lập, quốc lập	국립 미술관
국민 명 nhân dân, quốc dân	국민 소득
군대 명 quân đội	군대에 가다
굶다 동 nhịn ăn	밥을 굶다
권하다 동 khuyên bảo	입원을 권하다
규칙적 관 명 có quy tắc, quy tắc	규칙적 생활
그만하다 동 ngừng, thôi	일을 그만하다
근무 명 sự làm việc, công việc	근무를 마치다
근육 명 cơ bắp	근육 운동
금액 명 số tiền	금액을 지불하다
긋다 동 vạch, gạch	선을 긋다
긍정적 관 명 mang tính tích cực	긍정적 태도
-기 접 máy ~	세탁기

어휘	길잡이말
기계 명 máy móc	기계가 작동하다
기관 명 cơ quan	공공 기관
기구 명 dụng cụ	운동 기구
기념 명 kỷ niệm	결혼 기념
기능 명 chức năng	기능이 다양하다
기대 명 sự mong đợi	기대를 받다
기대다 동 dựa vào	벽에 기대다
까다 동 lột, bóc, tách	껍데기를 까다
깜빡 부 chớp chớp	깜빡 켜지다
깨지다 동 bị vỡ	유리가 깨지다
껍질 명 vỏ	과일 껍질
꼼짝 부 nhúc nhích, động đậy	꼼짝 못하다
꽂다 동 cắm, gắn vào	열쇠를 꽂다
꽃무늬 명 hoa văn, có hình hoa	꽃무늬 커튼
꽤 부 khá	꽤 멀다
꾸준히 부 một cách đều đặn	꾸준히 노력하다
끊기다 동 bị đứt, bị gián đoạn	도로가 끊기다
끌다 동 kéo	신발을 끌다
끝내 부 kết cục, rốt cuộc	끝내 모르다
나르다 동 chuyển, mang	이삿짐을 나르다
낡다 형 cũ	옷이 낡다
낳다 동 sinh	아기를 낳다
내 의존 bên trong, trong	기간 내
내달 명 tháng sau	내달 초
내려놓다 동 đặt xuống, buông xuống	책을 내려놓다
내성적 관 명 nội tâm	내성적 성격
내주다 동 đưa cho, trao cho	거스름돈을 내주다
냉동 명 sự đông lạnh	냉동 창고
냉방 명 việc làm lạnh (phòng)	냉방과 난방
냉정하다 형 lạnh lùng, trầm tĩnh	성격이 냉정하다
널다 동 phơi	빨래를 널다
널리 부 một cách rộng rãi	널리 알려지다

어휘	길잡이말	어휘	길잡이말
넓이 명 chiều rộng	넓이를 재다	대단하다 형 nghiêm trọng, khủng khiếp	추위가 대단하다
넘어서다 동 băng qua, vượt qua	산을 넘어서다	대상 명 đối tượng	연구 대상
년대 의존 niên đại, thập niên	이천 년대	대신 명 sự thay thế	나 대신
노선 명 tuyến (xe, tàu)	지하철 노선	대중 명 công chúng, đám đông	대중과 소통하다
노약자 명 người già yếu	노약자를 보호하다	대체로 부 nói chung	대략
녹다 동 tan, tan chảy	얼음이 녹다	대통령 명 tổng thống	대통령을 선출하다
녹음 명 sự ghi âm	녹음을 듣다	대표 명 đại biểu, tiêu biểu	대표 작품
놀이공원 명 công viên trò chơi	놀이공원에 가다	대표적 관명 mang tính tiêu biểu	대표적 작품
농부 명 nông dân	농부가 씨를 뿌리다	대하다 동 giáp mặt	얼굴을 대하다
농사 명 việc đồng án	농사를 짓다	대형 명 loại to, loại lớn	대형 냉장고
높임말 명 kính ngữ	높임말을 쓰다	더하다 동 cộng thêm	숫자를 더하다
눈가 명 quanh mắt	눈가에 바르다	덜 부 đỡ, thiếu, ít hơn	덜 익다
눈병 명 bệnh về mắt	눈병에 걸리다	덜다 동 múc (cơm, thức ăn)	밥을 덜다
눈부시다 형 chói mắt, sáng chói	조명이 눈부시다	덮다 동 đắp, đậy	이불을 덮다
다운로드 명 tải xuống	다운로드를 받다	데다 동 bị bỏng	불에 데다
다정 명 sự giàu tình cảm	다정한 연인	데리다 동 dẫn, dẫn theo	데리고 가다
다지다 동 băm nhỏ	마늘을 다지다	도 명 tỉnh	행정 구역
다행히 부 một cách may mắn	다행히 찾다	도구 명 công cụ, dụng cụ	청소 도구
단단하다 형 rắn chắc	뼈가 단단하다	도둑 명 tên trộm	도둑을 잡다
단점 명 khuyết điểm	단점을 극복하다	도망가다 동 chạy trốn	도둑이 도망가다
단정하다 형 chỉnh tề	옷차림이 단정하다	도서 명 sách	도서 대출
단체 명 tập thể, tổ chức	단체에 가입하다	도시락 명 hộp cơm, cơm hộp	도시락을 싸다
닫히다 동 bị đóng lại	창문이 닫히다	도장 명 con dấu	도장을 찍다
달다 동 đính	단추를 달다	도중 명 giữa đường, giữa chừng	도중에 끼어들다
담그다 동 ngâm	발을 담그다	독감 명 cảm cúm, cúm mùa	독감에 걸리다
담다 동 chứa, đựng	쌀을 담다	돌 명 의존 thôi nôi	돌잔치
당신 대 từ chỉ người nghe (anh, ông, bà v.v…)		돌려받다 동 nhận lại	책을 돌려받다
당연하다 형 đương nhiên, hiển nhiên	당연한 결과	돌보다 동 chăm sóc	아이를 돌보다
당연히 부 một cách hiển nhiên	당연히 다르다	돌아다니다 동 đi lanh quanh	거리를 돌아다니다
당장 명 ngay bây giờ, lập tức	지금 당장	동 명 phường	행정 구역
당황 명 sự ngỡ ngàng, sự bối rối	당황을 감추지 못하다	동그랗다 형 tròn	얼굴이 동그랗다
닿다 동 chạm	손에 닿다	동료 명 đồng nghiệp	직장 동료

어휘	길잡이말	어휘	길잡이말
동아리 명 câu lạc bộ	동아리에 가입하다	뛰어나다 형 vượt trội	솜씨가 뛰어나다
동작 명 động tác	동작이 느리다	뛰어넘다 동 nhảy qua	담을 뛰어넘다
동창 명 bạn cùng trường, bạn cùng khóa	동창 모임	뜨다01 동 mọc, nổi	달이 뜨다
동호회 명 hội những người cùng sở thích	동호회에 가입하다	로그인 명 đăng nhập	자동 로그인
되돌아오다 동 quay về	편지가 되돌아오다	−률 접 tỉ lệ ~	출생률
되찾다 동 tìm lại	안정을 되찾다	마음대로 부 tùy ý	마음대로 되다
두께 명 độ dày	두께가 얇다	마침 부 đúng lúc, vừa khéo	
둥글다 형 tròn	지구가 둥글다	막01 부 vừa mới	막 잠들다
들어주다 동 lắng nghe, nhận lời	부탁을 들어주다	막02 부 tùy tiện	막 쓰다
등 의존 vân vân	딸기, 사과 등의 과일	막내 명 út	막내 동생
등록 명 sự đăng ký	등록 기간	막다 동 ngăn chặn, bịt	귀를 막다
등록금 명 phí đăng ký, phí nhập học	등록금을 내다	만남 명 sự gặp gỡ	만남과 헤어짐
등록증 명 thẻ đăng ký	등록증을 발급받다	만족 명 sự hài lòng	만족을 느끼다
디지털 명 digital	디지털 방송	만족스럽다 형 hài lòng	만족스러운 결과
따다 동 hái	사과를 따다	말다01 동 cuốn, cuộn	김밥을 말다
따라가다 동 đi theo	앞사람을 따라가다	말리다01 동 làm khô, sấy khô	빨래를 말리다
따라서 부 theo đó		맞다01 동 chào đón, tiếp đón	손님을 맞다
따로따로 부 riêng rẽ	따로따로 움직이다	맞다02 동 bị (đánh)	매를 맞다
따르다 동 theo	뒤를 따르다	맞은편 명 phía đối diện	맞은편에 앉다
딱 부 vừa đúng, vừa ngay	딱 알맞다	맞이하다 동 đón, đón tiếp	새해를 맞이하다
딱딱하다 형 cứng	딱딱한 껍질	맡기다 동 gửi	수리를 맡기다
땅속 명 trong lòng đất	땅속에 묻다	맡다01 동 tiếp nhận, nhận, đảm trách	임무를 맡다
때때로 부 thỉnh thoảng, đôi khi	때때로 변하다	맡다02 동 ngửi	냄새를 맡다
떠나가다 동 rời đi	고향을 떠나가다	매 명 sự đánh đòn, cây roi	매를 맞다
떠오르다 동 hiện lên, nổi lên	하늘에 떠오르다	매달다 동 treo lên, buộc lên	문에 매달다
떠올리다 동 chợt nhớ ra	추억을 떠올리다	매장 명 cửa hàng, tiệm	의류 매장
떨다 동 run rẩy	무서움에 떨다	매진 명 sự bán hết, sự hết vé	영화표의 매진
떨어뜨리다 동 đánh rơi, làm rơi	바닥에 떨어뜨리다	맨발 명 chân trần	맨발로 걷다
또한 부 và lại, hơn nữa, cũng như thế	나 또한	먼지 명 bụi	먼지를 닦다
똑똑히 부 một cách rõ ràng	똑똑히 기억하다	멀미 명 sự say tàu xe	멀미가 나다
뚫다 동 khoét, đục	구멍을 뚫다	멋지다 형 tuyệt vời	경치가 멋지다
뛰다 동 chạy	빨리 뛰다	멍 명 vết bầm	멍이 들다

어휘	길잡이말	어휘	길잡이말
메뉴판 명 thực đơn	메뉴판을 찾다	문학 명 văn học	문학 작품
메모지 명 giấy nhớ	메모지에 쓰다	문화재 명 tài sản văn hóa, di sản văn hóa	문화재를 보호하다
면적 명 diện tích	면적이 넓다	묻다01 동 bị dính, bám (bẩn)	흙이 묻다
면접 명 cuộc phỏng vấn	면접 장소	−물 접 vật, đồ	농산물
면허증 명 giấy phép	면허증을 따다	물가 명 vật giá	물가가 비싸다
명단 명 danh sách	합격자 명단	물다 동 cắn	개가 물다
명함 명 danh thiếp	명함을 교환하다	물러나다 동 lùi lại	뒤로 물러나다
몇몇 관 수 một vài	몇몇 사람	미끄럽다 형 trơn	길이 미끄럽다
모범 명 hình mẫu, sự gương mẫu	모범이 되다	미루다 동 dời lại, trì hoãn	숙제를 미루다
모자 명 mẹ con	모자가 닮다	미만 명 dưới, chưa đến	19세 미만
모집 명 việc tuyển sinh	학생 모집	미성년자 명 trẻ vị thành niên	미성년자 관람불가
목록 명 mục lục	단어 목록	미술 명 mĩ thuật	미술 작품
목적지 명 điểm đến	목적지에 도착하다	밀리다 동 dồn lại, tồn đọng	차가 밀리다
목표 명 mục tiêu	목표를 세우다	밉다 형 ghét	하는 짓이 밉다
몰래 부 một cách lén lút, một cách bí mật	몰래 도망가다	및 부 và	설계 및 시공
몸무게 명 cân nặng cơ thể	몸무게를 재다	밑줄 명 gạch dưới	밑줄을 긋다
몸살 명 sự đau nhức toàn thân	몸살이 나다	바 의존 điều, cái	느낀 바
몸짓 명 cử chỉ, điệu bộ	우아한 몸짓	바퀴 명 의존 bánh xe	자동차 바퀴
묘사 명 sự miêu tả	상황 묘사	바탕 명 nền tảng	바탕을 이루다
무늬 명 họa tiết	나무의 무늬	박 의존 đêm	1박 2일
무대 명 sân khấu	콘서트 무대	박사 명 tiến sĩ	박사 학위
무더위 명 cái nóng oi bức	무더위가 꺾이다	반납 명 sự trả lại	책 반납
무덤 명 nấm mồ, ngôi mộ	무덤을 파다	반면 명 ngược lại	반면에
무서워하다 동 sợ	물을 무서워하다	반복 명 sự lặp lại	반복 연습
무역 명 thương mại, mậu dịch	무역 회사	반팔 명 áo cộc tay, ngắn tay	반팔을 입다
무용 명 môn múa	고전 무용	반하다 동 phải lòng	첫눈에 반하다
무조건 부 명 vô điều kiện	무조건 화를 내다	발급 명 sự cấp phát	카드 발급
묵다 동 lưu lại, nghỉ lại	호텔에서 묵다	발달 명 sự phát triển	뇌의 발달
묶다 동 buộc, cột, thắt	머리를 묶다	발명 명 sự phát minh	발명 아이디어
문구점 명 cửa hàng văn phòng phẩm	학교 앞 문구점	발목 명 cổ chân	발목 부상
문병 명 việc thăm bệnh	문병을 가다	발음 명 phát âm	발음 연습
문자 명 tin nhắn	문자 메시지	발전 명 sự phát triển	경제 발전

어휘	길잡이말	어휘	길잡이말
발표 **명** sự phát biểu, công bố	결과 발표	보험 **명** bảo hiểm	보험에 가입하다
발행 **명** sự phát hành	신문 발행	보호 **명** sự bảo vệ	자연 보호
밝히다 **동** chiếu sáng	전등을 밝히다	복 **명** phúc	복을 받다
밟다 **동** đạp	브레이크를 밟다	복도 **명** hành lang	건물 복도
밤늦다 **형** khuya	밤늦은 시각	복사 **명** sự sao y, photocopy	문서 복사
밤새 **명** thâu đêm, cả đêm	밤새 일하다	복용 **명** sự sử dụng thuốc	약물 복용
방송사 **명** đài truyền hình, đài phát thanh	방송사에 다니다	복통 **명** sự đau bụng	복통이 심하다
방식 **명** phương thức	생활 방식	본인 **명 대** bản thân	본인 명의
방해 **명** sự cản trở	방해를 받다	볼거리 **명** cái để xem	볼거리가 많다
배웅 **명** sự đưa tiễn	손님을 배웅하다	볼일 **명** việc phải làm	볼일이 생기다
배치 **명** sự bài trí, sự bố trí	자리 배치	봉사 **명** sự làm tình nguyện	봉사 활동
배터리 **명** pin	배터리를 갈다	봉지 **명** túi, bao	봉지에 넣다
배편 **명** đường thủy	배편으로 보내다	부 **명 의존** bộ phận	회사 부(서)
번역 **명** sự biên dịch	한국어 번역	부담 **명** gánh nặng	업무 부담
번지 **명** số nhà	주소	부동산 **명** bất động sản	부동산 거래
번호표 **명** phiếu số thứ tự	대기 번호표	부러워하다 **동** ganh tỵ	성공을 부러워하다
벌 **명** sự trừng phạt	벌을 받다	부러지다 **동** bị gãy	뼈가 부러지다
벌금 **명** tiền phạt	벌금을 부과하다	부리다 **동** khoe, phô diễn	멋을 부리다
범죄 **명** tội phạm	범죄를 저지르다	부모 **명** bố mẹ	부모를 공경하다
법 **명** luật pháp	법을 지키다	북 **명** hướng bắc, miền bắc	북으로 향하다
법칙 **명** phép tắc, nguyên tắc	법칙을 따르다	분단 **명** sự chia cắt	국토 분단
벗기다 **동** cởi, lột bỏ	옷을 벗기다	분리 **명** sự phân li	공간 분리
변경 **명** sự thay đổi	계획 변경	분명히 **부** một cách rõ ràng	분명히 기억하다
변화 **명** sự biến hóa, thay đổi	온도 변화	분실 **명** sự thất lạc	분실 사고
-별 **접** theo ~	학년별	분실물 **명** đồ vật bị thất lạc	분실물 센터
별 **관** đặc biệt	별 볼 일	불- **접** bất ~	불가능
병실 **명** phòng bệnh	병실을 옮기다	불규칙 **명** sự bất quy tắc	불규칙한 생활
보고 **명** sự báo cáo	업무 보고	불균형 **명** sự không cân đối	영양 불균형
보고서 **명** bản báo cáo	보고서를 작성하다	불만 **명** sự bất mãn	불만을 말하다
보관 **명** sự bảo quản	냉장 보관	불만족 **명** sự không hài lòng	불만족한 표정
보람 **명** ý nghĩa, sự bổ ích	보람을 느끼다	불완전 **명** sự chưa hoàn hảo	불완전한 상태
보행자 **명** người đi bộ	보행자를 배려하다	불평 **명** sự bất bình	불평을 늘어놓다

어휘	길잡이말	어휘	길잡이말
붐비다 **통** đông đúc	사람들로 붐비다	사인 **명** ký tên	계약서에 사인하다
붓다01 **통** sưng	얼굴이 붓다	사적 **관명** mang tính riêng tư	사적인 생활
붓다02 **통** đổ, rót	물을 붓다	사전01 **명** từ điển	백과사전
–비 **접** phí ~	휴가비	사전02 **명** trước	사전 준비
비밀번호 **명** mật khẩu	비밀번호를 누르다	사진관 **명** tiệm chụp ảnh	사진관을 운영하다
비비다 **통** chà, dụi, cọ	눈을 비비다	사촌 **명** anh chị em họ	사촌 언니
비상구 **명** lối thoát hiểm	비상구로 대피하다	사항 **명** hạng mục	주의 사항
비용 **명** chi phí	비용을 지불하다	사회 **명** xã hội	상류 사회
비키다 **통** tránh	옆으로 비키다	사회자 **명** người dẫn chương trình	사회자가 질문하다
비타민 **명** vitamin	비타민을 섭취하다	사회적 **관명** mang tính xã hội	사회적 문제
비행 **명** việc bay	비행 스케줄	삭제 **명** sự xóa đi	파일 삭제
비행장 **명** phi trường, sân bay	비행장에 도착하다	산꼭대기 **명** đỉnh núi	산꼭대기에 오르다
빈자리 **명** chỗ trống	빈자리에 앉다	산업 **명** công nghiệp	자동차 산업
빌다 **통** cầu, cầu xin	소원을 빌다	살아나다 **통** sống lại, phục hồi	겨우 살아나다
빗다 **통** chải	머리를 빗다	살인 **명** sự sát nhân	살인을 저지르다
빛 **명** ánh sáng	형광등 빛	살짝 **부** một cách thoăn thoắt	살짝 움직이다
빠지다 **통** rơi, rơi ra	앞니가 빠지다	살찌다 **통** tăng cân	살찐 몸
빨다 **통** mút, liếm	사탕을 빨다	살펴보다 **통** quan sát	주위를 살펴보다
뺏다 **통** lấy mất, giành mất	돈을 뺏다	살피다 **통** quan sát	주위를 살피다
뼈 **명** xương	동물의 뼈	삶 **명** cuộc sống	삶을 누리다
뿌리다 **통** phun, rải	물을 뿌리다	삶다 **통** luộc	국수를 삶다
삐다 **통** trẹo	발목을 삐다	상관없다 **형** không liên quan	상관없는 문제
사건 **명** chuyện, sự vụ	사건이 발생하다	상대방 **명** đối phương	상대방의 입장
사과 **명** sự xin lỗi	잘못을 사과하다	상식 **명** thường thức	상식에 어긋나다
사교적 **관명** mang tính hòa đồng	사교적 성격	상영 **명** sự trình chiếu	영화 상영
사나이 **명** con trai, đàn ông	씩씩한 사나이	상점 **명** cửa hàng, tiệm bán hàng	상점의 주인
사라지다 **통** biến mất	사람들이 사라지다	상태 **명** tình trạng	건강 상태
사무 **명** việc văn phòng	사무 담당	상하다 **통** bị thương	뼈가 상하다
사생활 **명** đời tư	사생활 간섭	상황 **명** tình hình	주변 상황
사업가 **명** doanh nhân	사업가로서 성공하다	–생 **접** ~ sinh	실습생
사용법 **명** phương pháp sử dụng	사용법을 설명하다	생년월일 **명** ngày tháng năm sinh	생년월일을 적다
사이트 **명** trang web	사이트에 접속하다	생활비 **명** chi phí sinh hoạt	생활비를 벌다

어휘	길잡이말	어휘	길잡이말
서명 몡 việc ký tên, chữ ký	사인	소설가 몡 tiểu thuyết gia	소설가의 작품
서투르다 혱 chưa thành thạo	서투른 운전	소요 몡 sự cần thiết	소요 시간
선 몡 vạch, ranh giới	선을 긋다	소원 몡 mong ước, nguyện vọng	소원을 빌다
선약 몡 cuộc hẹn trước	선약이 있다	소화 몡 sự tiêu hóa	소화를 돕다
설명서 몡 bản hướng dẫn	제품 설명서	속담 몡 tục ngữ	속담을 인용하다
설문 몡 sự khảo sát	설문에 답하다	속상하다 혱 phiền lòng, tổn thương	속상한 마음
성당 몡 nhà thờ	성당에 다니다	손등 몡 mu bàn tay	손등으로 문지르다
성명 몡 họ tên	이름	손목 몡 cổ tay	손목이 가늘다
성별 몡 giới tính	성별에 관계없이	손목시계 몡 đồng hồ đeo tay	손목시계를 차다
성실 몡 sự thành thật	성실한 사람	손발 몡 tay chân	손발이 저리다
성인 몡 người trưởng thành	성인 여성	손뼉 몡 lòng bàn tay	손뼉을 치다
세다 통 đếm	수를 세다	손자 몡 cháu (nội, ngoại) trai	손자와 손녀
세련되다 혱 lịch thiệp, sành điệu	옷차림이 세련되다	솜씨 몡 sự khéo tay	솜씨가 좋다
세로 몡 부 chiều dọc	세로와 가로	송별회 몡 tiệc chia tay	송별회를 열다
세월 몡 năm tháng	세월이 흐르다	송이 몡 bông (hoa), đóa, chùm	송이가 맺히다
세일 몡 sự giảm giá	세일 가격	수다 몡 sự tán gẫu, chuyện phiếm	수다를 떨다
세제 몡 nước tẩy rửa	세제로 닦아내다	수단 몡 phương tiện	결제 수단
세차 몡 sự rửa xe	세차를 하다	수도01 몡 đường ống nước	수도가 새다
세탁물 몡 đồ giặt	세탁물을 맡기다	수도02 몡 thủ đô	나라의 수도
세트 몡 set	선물 세트	수량 몡 số lượng	수량이 모자라다
센티 의존 centimet	1센티	수리 몡 sự sửa chữa	수리를 맡기다
셔츠 몡 áo sơ mi	셔츠를 입다	수면 몡 sự ngủ	수면을 취하다
-소 젭 trung tâm, nơi ~	연구소	수선 몡 sự phục hồi, tu bổ	수선을 맡기다
소- 젭 ~ nhỏ	소규모	수수료 몡 lệ phí	수수료가 붙다
소감 몡 cảm tưởng, cảm nghĩ	소감을 말하다	수입01 몡 thu nhập	수입이 많다
소개팅 몡 buổi xem mặt	소개팅을 나가다	수입02 몡 sự nhập khẩu	수입을 허용하다
소극장 몡 rạp hát nhỏ	소극장에서 공연하다	수정 몡 sự chỉnh sửa	계획의 수정
소나기 몡 mưa rào	소나기가 내리다	수집 몡 sự sưu tập	우표 수집
소독 몡 sự khử trùng	상처 소독	수출 몡 sự xuất khẩu	해외 수출
소문 몡 tin đồn	소문이 퍼지다	수표 몡 ngân phiếu	수표를 발행하다
소방관 몡 nhân viên cứu hỏa	소방관이 출동하다	수학 몡 toán	수학 문제
소방서 몡 trạm cứu hỏa	소방서에 신고하다	숙박 몡 sự ở trọ, trú ngụ	숙박 시설

어휘	길잡이말	어휘	길잡이말
숙소 **명** chỗ ở, chỗ trọ	숙소에 머물다	신문사 **명** tòa soạn báo	신문사 기자
순간 **명** khoảnh khắc	위기의 순간	신문지 **명** giấy báo, tờ báo	신문지에 싸다
숨다 **동** trốn, nấp	몰래 숨다	신부 **명** linh mục	신부와 수녀
숲 **명** rừng	숲이 우거지다	신분 **명** thân phận	사회적 신분
쉬다 **동** khàn tiếng, khàn giọng	목이 쉬다	신사 **명** quý ông	신사와 숙녀
습기 **명** hơi ẩm	습기가 차다	신용 **명** tín dụng	신용을 잃다
습도 **명** độ ẩm	습도가 높다	신입 **명** sự mới gia nhập, mới vào	신입 사원
습하다 **형** ẩm	습한 공기	신입생 **명** sinh viên mới, học sinh mới	신입생을 모집하다
승객 **명** hành khách	승객을 태우다	신청서 **명** đơn đăng ký	신청서를 접수하다
승무원 **명** tiếp viên (hàng không)	비행기 승무원	신혼 **명** tân hôn, mới cưới	신혼 생활
승진 **명** sự thăng tiến	승진 시험	실내 **명** trong nhà	실내 수영장
승차 **명** sự lên xe	승차 거부	실력 **명** thực lực, năng lực	실력이 뛰어나다
시 **명** thơ	시를 읽다	실망 **명** sự thất vọng	실망이 크다
시각01 **명** thời khắc, thời điểm	일출 시각	실종 **명** sự mất tích	실종 사건
시기 **명** thời kỳ, thời điểm	등록 시기	실컷 **부** một cách thỏa thích	실컷 놀다
시대 **명** thời đại	조선 시대	싫증 **명** sự chán ghét	싫증이 나다
시설 **명** cơ sở vật chất	교육 시설	-심 **접** lòng ~	배려심
시외 **명** ngoại thành	시외로 나가다	심각하다 **형** nghiêm trọng	문제가 심각하다
시외버스 **명** xe buýt ngoại thành	시외버스를 타다	심리 **명** tâm lí	기대 심리
시장 **명** thị trưởng	시장을 뽑다	싱싱하다 **형** tươi	싱싱한 꽃
시집 **명** gia đình chồng	시집 식구	싸다 **동** tiểu tiện	오줌을 싸다
시험지 **명** giấy thi, bài thi	시험지를 채점하다	쌓이다 **동** chất đống	책들이 쌓이다
식기 **명** chén bát	식기를 닦다	썩다 **동** thối, mục rữa	고기가 썩다
식료품 **명** nguyên liệu thực phẩm	식료품 가게	쏟다 **동** đổ ra	기름을 쏟다
식비 **명** chi phí ăn uống	식비가 들다	쏟아지다 **동** bị trút, bị đổ ra	물이 쏟아지다
식사량 **명** lượng thức ăn	식사량을 조절하다	쓸다 **동** quét	낙엽을 쓸다
식중독 **명** chứng ngộ độc thực phẩm	식중독에 걸리다	-씩 **접** mỗi, từng ~	조금씩
식후 **명** sau khi ăn	식후 30분	아끼다 **동** tiết kiệm, tiện tặn	돈을 아끼다
식히다 **동** làm mát	더위를 식히다	아랫사람 **명** người dưới, cấp dưới	아랫사람의 도리
신경 **명** thần kinh, đầu óc	신경이 예민하다	아쉽다 **형** tiếc nuối	작별이 아쉽다
신고 **명** sự khai báo	도난 신고	아픔 **명** nỗi đau	육신의 아픔
신기하다 **형** kì diệu, thần kì, mới lạ	신기한 일	악수 **명** sự bắt tay	화해의 악수

어휘	길잡이말	어휘	길잡이말
안내판 **명** bảng hướng dẫn	안내판을 세우다	얼른 **부** một cách nhanh chóng	얼른 일어나다
안방 **명** phòng ngủ chính	아늑한 안방	얼마간 **명** một ít, không đáng bao nhiêu	얼마간의 돈
안부 **명** sự hỏi thăm	안부를 묻다	업다 **동** cõng	아이를 업다
안색 **명** sắc mặt	안색이 나쁘다	업무 **명** công việc	업무를 끝내다
안심 **명** sự an tâm	안심 귀가	없애다 **동** xóa bỏ, loại bỏ	근심을 없애다
안전띠 **명** dây an toàn	안전띠를 매다	없어지다 **동** bị mất đi, không cần	말이 없어지다
안정 **명** sự ổn định	안정을 유지하다	없이 **부** (mà) không có	사고 없이
알 **명 의존** trứng	알을 까다	엊그제 **부 명** mấy hôm trước	엊그제 아침
알레르기 **명** dị ứng	알레르기 증상	에스컬레이터 **명** thang cuốn	에스컬레이터에 오르다
알아내다 **동** tìm hiểu, làm rõ	사실을 알아내다	-여 **집** hơn ~	십여 년
알아듣다 **동** nghe hiểu	말귀를 알아듣다	여가 **명** thời gian nhàn rỗi	여가를 즐기다
앞날 **명** sau này, ngày sau	앞날을 기약하다	여기다 **동** xem như là	친구로 여기다
애완동물 **명** thú cưng	애완동물을 기르다	여름철 **명** mùa hè	여름철 날씨
야경 **명** cảnh đêm	야경을 감상하다	여름휴가 **명** kỳ nghỉ hè, sự nghỉ hè	여름휴가를 떠나다
야근 **명** sự làm thêm giờ	야근이 잦다	여유 **명** sự thong thả	여유가 넘치다
야외 **명** vùng ven	야외로 나가다	여쭈다 **동** hỏi	선생님께 여쭈다
약도 **명** lược đồ, sơ đồ	약도를 그리다	역사적 **관 명** mang tính lịch sử	역사적 기록
약품 **명** dược phẩm	약품 개발	역할 **명** vai trò	역할을 맡다
양01 **관** hai bên	양 볼	연 **명** năm	연 강수량
양02 **명** lượng	알맞은 양	연고 **명** thuốc mỡ, thuốc bôi ngoài da	연고를 바르다
양념 **명** gia vị	양념을 뿌리다	연구 **명** sự nghiên cứu	연구 성과
양력 **명** dương lịch	양력과 음력	연기01 **명** sự hoãn lại	무기한 연기
양보 **명** sự nhượng bộ	자리 양보	연기02 **명** sự diễn xuất	배우의 연기
양식 **명** mẫu	양식에 맞추다	연인 **명** người yêu	연인 관계
-어 **집** tiếng ~	한국어	연장 **명** sự tăng cường thêm	연장 근무
어기다 **동** làm trái, vi phạm	약속을 어기다	연주 **명** sự biểu diễn	피아노 연주
어느새 **부** lúc nào không hay	어느새 다 자라다	연하다 **형** mềm, mềm mại	고기가 연하다
어려움 **명** sự khó khăn	어려움을 겪다	열리다 **동** đơm quả, kết trái	사과가 열리다
어지럽다 **형** chóng mặt	머리가 어지럽다	열쇠고리 **명** móc chìa khóa	열쇠고리를 사오다
어휘 **명** từ vựng	풍부한 어휘	영리하다 **형** lanh lợi	영리한 학생
언덕 **명** đồi	언덕을 오르다	영상01 **명** hình ảnh, video	영상에 담다
얼룩 **명** đốm, vệt	옷의 얼룩	영상02 **명** trên 0 độ C	영상의 온도

어휘	길잡이말	어휘	길잡이말
영양 **명** dinh dưỡng	영양 상태	외식 **명** sự ăn uống ở ngoài, ăn tiệm	외식 산업
영양제 **명** thuốc bổ	영양제를 챙기다	요리법 **명** phương pháp nấu ăn	요리법을 개발하다
영웅 **명** anh hùng	전쟁 영웅	욕실 **명** phòng tắm	욕실을 청소하다
영원히 **부** mãi mãi	영원히 사랑하다	−용 **접** dùng cho ~	어린이용
영향 **명** ảnh hưởng	영향을 미치다	용기 **명** dũng khí	용기를 내다
예01 **명** ví dụ	대표적인 예	용돈 **명** tiền tiêu vặt	용돈을 벌다
예02 **명** lễ (nghĩa)	예가 바르다	용품 **명** vật dụng	등산 용품
예금 **명** sự gửi tiền	예금을 인출하다	우선 **명** sự ưu tiên	노약자 우선
예방 **명** sự phòng ngừa	산불 예방	우수 **명** ưu tú	우수 학생
예보 **명** sự dự báo	날씨 예보	우연히 **부** một cách tình cờ	우연히 발견하다
예상 **명** sự dự kiến, dự đoán	예상과 다르다	우울 **명** chứng trầm uất, trầm cảm	우울에 빠지다
예식장 **명** nhà hàng tiệc cưới	예식장을 예약하다	우정 **명** tình bạn	우정을 나누다
예의 **명** lễ nghĩa	예의가 바르다	우주 **명** vũ trụ	우주 만물
예절 **명** lễ nghi phép tắc	예절을 지키다	우편 **명** bưu phẩm	등기 우편
예정 **명** sự dự định	예정 시간	우회전 **명** sự rẽ phải	우회전을 허용하다
예측 **명** sự tiên đoán	예측이 어긋나다	운 **명** vận may	운이 좋다
예컨대 **부** chẳng hạn như		운전면허 **명** giấy phép lái xe	운전면허를 따다
오피스텔 **명** officetel, nhà văn phòng	오피스텔을 분양하다	울리다 **동** vang lên, reo	전화기가 울리다
오해 **명** sự hiểu lầm	오해를 풀다	웃어른 **명** người lớn, bề trên	웃어른을 공경하다
온 **관** tất cả, toàn thể	온 집안	−원 **접** viện ~	대학원
온천 **명** suối nước nóng	온천 관광	원래 **부명** vốn dĩ	원래 그렇다
올 **명** năm nay	올 삼월	원인 **명** nguyên nhân	원인을 밝히다
올바르다 **형** đúng đắn	올바른 태도	월세 **명** tiền thuê nhà hàng tháng	월세를 내다
옮기다 **동** chuyển	숙소를 옮기다	웬일 **명** việc gì, vụ gì	웬일로 일찍
완성 **명** sự hoàn thành	완성을 시키다	위 **의존** hạng, vị trí	1위
왕복 **명** khứ hồi	왕복 열차	위하다 **동** vì, cho	가족을 위하다
외 **의존** ngoài	그 외	윗사람 **명** người trên, cấp trên	윗사람을 모시다
외교 **명** ngoại giao	외교 관계	유람선 **명** du thuyền, tàu tham quan	유람선을 타다
외교관 **명** nhà ngoại giao	외교관을 임명하다	유료 **명** sự mất/có phí	유료 주차장
외모 **명** ngoại hình	준수한 외모	유머 **명** sự khôi hài, hài hước	유머 감각
외박 **명** sự ngủ bên ngoài, đi qua đêm	외박이 잦다	유물 **명** di vật	유물을 전시하다
외부 **명** bên ngoài	외부 공사	유적 **명** di tích	유적이 발견되다

어휘	길잡이말	어휘	길잡이말
유적지 명 khu di tích	유적지를 조사하다	일자리 명 chỗ làm	일자리를 구하다
-율 접 tỉ lệ ~	할인율	일정01 명 nhất định	일정 기준
음력 명 âm lịch	음력 생일	일정02 명 lịch trình	여행 일정
음성 명 âm thanh	음성을 듣다	일출 명 bình minh	일출을 보다
음주 명 sự uống rượu	음주 운전	일행 명 người đồng hành, người đi cùng	일행과 헤어지다
응급실 명 phòng cấp cứu	병원 응급실	입국 명 sự nhập cảnh	입국 수속
응원 명 sự cổ vũ	응원 소리	입맛 명 khẩu vị	입맛이 좋다
의견 명 ý kiến	의견을 나누다	입장료 명 phí vào cửa	입장료를 내다
의논 명 sự thảo luận	의논 주제	잇다 동 nối lại, tiếp nối	끈을 잇다
이곳저곳 명 nơi này nơi kia	이곳저곳을 살피다	자가용 명 xe ô tô cá nhân	자가용으로 출근하다
이국적 관 명 mang tính ngoại quốc	이국적 풍경	자격 명 tư cách	보호자 자격
이끌다 동 dẫn dắt	단체를 이끌다	자동 명 tự động	자동으로 움직이다
이동 명 sự di động, di chuyển	장소 이동	자료 명 tài liệu	자료를 찾다
이력서 명 sơ yếu lí lịch	이력서를 내다	자리 명 tấm trải	자리를 펴다
이루다 동 đạt được	꿈을 이루다	자매 명 chị em	쌍둥이 자매
이메일 명 email	이메일을 보내다	자세하다 형 chi tiết	자세한 설명
이미지 명 hình ảnh	청각적 이미지	자신 명 sự tự tin	자신이 있다
이성01 명 khác giới	이성 친구	자유롭다 형 tự do	자유로운 생각
이자 명 lãi suất	은행 이자	작성 명 sự soạn thảo	보고서 작성
이하 명 dưới	수준 이하	잔돈 명 tiền còn thừa, tiền còn lại	잔돈을 모으다
익히다 동 làm quen	기술을 익히다	잠그다 동 khóa	문을 잠그다
인구 명 dân số	수도권 인구	잠기다 동 bị khóa	문이 잠기다
인도 명 đường dành cho người đi bộ	인도로 걷다	잠옷 명 quần áo ngủ	잠옷을 입다
인상01 명 ấn tượng	인상에 남다	장단점 명 ưu nhược điểm	성격의 장단점
인상적 관 명 ấn tượng	인상적 작품	장래 명 tương lai	장래 희망
인생 명 nhân sinh, cuộc đời	인생을 바치다	장례식 명 lễ tang	장례식을 치르다
인쇄 명 sự in ấn	인쇄가 선명하다	장마철 명 mùa mưa dầm	장마철이 다가오다
인심 명 sự an tâm	인심이 넉넉하다	장면 명 cảnh, cảnh tượng	경기 장면
인원 명 số người, thành viên	인원이 부족하다	장수 명 sự trường thọ	장수 마을
일반 명 thông thường, bình thường	일반 가정	장점 명 ưu điểm	장점과 단점
일부러 부 cố tình, cố ý		장학금 명 học bổng	장학금을 받다
일상생활 명 sinh hoạt đời thường	일상생활에서 사용하다	재다 동 cân đo	무게를 재다

어휘	길잡이말	어휘	길잡이말
재학 **명** sự đang theo học	재학 증명서	젓다 **동** khuấy	커피를 젓다
재활용 **명** sự tái sử dụng	재활용 쓰레기	정 **명** cảm tình, tình cảm	정이 들다
저렴하다 **형** rẻ	저렴한 물건	정답 **명** đáp án	정답을 고르다
저축 **명** sự tiết kiệm, tích lũy	저축 예금	정보 **명** thông tin	여행 정보
−적 **접** mang tính ~	일반적	정신 **명** tinh thần	절약 정신
적어도 **부** chí ít, tối thiểu		정오 **명** chính ngọ, buổi trưa	정오 뉴스
적응 **명** sự thích nghi	시차 적응	정원 **명** số người quy định	정원 미달
전국 **명** cả nước, toàn quốc	전국 대회	정장 **명** quần áo công sở, com lê	정장을 입다
전국적 **관** **명** mang tính toàn quốc	전국적 규모	정치 **명** chính trị	정치 활동
전날 **명** ngày trước	시험 전날	정확히 **부** một cách chính xác	정확히 계산하다
전달 **명** sự chuyển đi, sự truyền đạt	물건 전달	제공 **명** sự cung cấp	자료 제공
전망 **명** tầm nhìn, view	아파트 전망	제대로 **부** một cách đúng đắn, đúng cách	제대로 갖추다
전문 **명** chuyên môn	전문 분야	제시간 **명** đúng thời gian đã định	제시간에 도착하다
전문가 **명** chuyên gia	전문가를 초빙하다	제안 **명** sự đề nghị	제안을 받다
전세 **명** việc thuê nhà theo kiểu jeonsae	전세로 살다	제출 **명** sự đệ trình	보고서 제출
전시 **명** sự trưng bày	전시 상품	제품 **명** sản phẩm	가죽 제품
전용 **명** chuyên dùng, dành cho	외국인 전용	조건 **명** điều kiện	성공 조건
전원01 **명** nguồn điện	전원을 끄다	조사 **명** sự điều tra	조사 결과
전원02 **명** tất cả thành viên	전원이 참가하다	조상 **명** tổ tiên	조상을 모시다
전자 **명** điện tử	전자 제품	조언 **명** lời khuyên	조언을 구하다
전쟁 **명** chiến tranh	한국 전쟁	존경 **명** sự kính trọng	존경을 받다
전통 **명** truyền thống	전통 의상	졸리다 **동** **형** buồn ngủ	졸린 눈
전통적 **관** **명** mang tính truyền thống	전통적 방식	졸업생 **명** sinh viên/học sinh tốt nghiệp	졸업생을 배출하다
절01 **명** chùa	절에 가다	졸업식 **명** lễ tốt nghiệp	졸업식을 하다
절02 **명** sự vái lạy	절을 받다	종교 **명** tôn giáo	종교를 믿다
절대 **명** **부** sự tuyệt đối/tuyệt đối	절대 안정	종합 **명** tổng hợp	종합 검사
절대로 **부** tuyệt đối	절대로 아니다	좌석 **명** ghế/chỗ ngồi	좌석에 앉다
절약 **명** sự tiết kiệm	시간 절약	좌측 **명** phía bên trái	좌측과 우측
−점 **접** tiệm, cửa hàng ~	백화점	좌회전 **명** sự rẽ trái	좌회전 신호
점원 **명** nhân viên cửa hàng	백화점 점원	주간 **명** **의존** trong tuần	주간 계획
점차 **부** **명** dần dần	점차 좋아지다	주고받다 **동** trao đổi, cho và nhận	인사를 주고받다
접수 **명** sự tiếp nhận	원서 접수	주민 **명** cư dân	동네 주민

어휘	길잡이말
주요 명 chủ yếu, trọng yếu	주요 인물
주의 명 sự chú ý	주의가 산만하다
주제 명 chủ đề	대화 주제
죽음 명 cái chết	죽음을 맞다
줄넘기 명 trò nhảy dây	줄넘기를 하다
줄무늬 명 họa tiết kẻ sọc	줄무늬 옷
중고 명 cũ, đã qua sử dụng	중고 자동차
중급 명 trung cấp	중급 수준
중단 명 sự gián đoạn	운행 중단
중부 명 miền trung	중부 지방
중순 명 trung tuần, giữa tháng	내달 중순
즉 부 tức là, tức	
즉시 명 부 tức thì, ngay lập tức	즉시 통과
즐거움 명 sự vui vẻ, cảm giác vui	즐거움을 느끼다
증가 명 sự gia tăng	인구 증가
증명서 명 giấy chứng nhận	증명서를 발급하다
증상 명 triệu chứng	감기 증상
증세 명 triệu chứng	독감 증세
지각 명 sự muộn giờ	지각이 생기다
지나치다 형 quá mức	지나친 운동
지난날 명 ngày đã qua	지난날을 기억하다
지다 동 tàn, lặn	해가 지다
지도 명 sự hướng dẫn, chỉ đạo	지도를 받다
지방 명 mỡ	식물성 지방
지역 명 khu vực	서울 지역
지원01 명 sự đăng ký tham gia	입사 지원
지저분하다 형 bẩn	길이 지저분하다
직진 명 sự đi thẳng	직진 신호
진단서 명 giấy chuẩn đoán, bệnh án	진단서를 떼다
진심 명 sự thật lòng	진심을 전하다
진찰 명 sự chuẩn đoán, khám	진찰을 받다
진통제 명 thuốc giảm đau	소염 진통제

어휘	길잡이말
진학 명 việc học lên cao hơn	진학 상담
진행 명 sự tiến hành	진행이 순조롭다
진행자 명 người dẫn chương trình	뉴스 진행자
질 명 chất lượng	질이 좋다
집중 명 sự tập trung	정신 집중
짜다01 동 đan, dệt	목도리를 짜다
짜다02 동 nặn	치약을 짜다
쪽 명 trang	쪽 번호
–쯤 접 khoảng~	이쯤
찌르다 동 đâm	바늘로 찌르다
찢다 동 xé	종이를 찢다
차리다 동 bày, chuẩn bị	밥상을 차리다
차이 명 chênh lệch, sự khác nhau	나이 차이
차이점 명 điểm khác nhau	공통점과 차이점
찬성 명 sự tán thành	찬성과 반대
참가 명 sự tham gia	대회 참가
참고 명 sự tham khảo	참고 자료
참석 명 sự tham gia	회의 참석
창 명 cửa sổ	창을 열다
창가 명 phía cửa sổ, mép cửa sổ	창가에 앉다
창고 명 kho	창고에 보관하다
창구 명 quầy (giao dịch)	예매 창구
창밖 명 ngoài cửa sổ	창밖을 보다
창피 명 sự xấu hổ, ngượng	창피를 당하다
채우다01 동 lấp đầy	자리를 채우다
처방 명 đơn thuốc	처방을 내리다
천둥 명 sấm	천둥이 치다
천장 명 trần nhà	천장이 높다
철01 명 mùa	철이 바뀌다
철도 명 đường sắt	도시 철도
첫인상 명 ấn tượng đầu tiên	첫인상이 좋다
체력 명 thể lực	체력을 단련하다

어휘	길잡이말
체하다 **동** khó tiêu, đầy bụng	과식으로 체하다
체험 **명** sự trải nghiệm	문화 체험
촌스럽다 **형** quê mùa	옷차림이 촌스럽다
총01 **명** súng	총을 쏘다
촬영 **명** sự quay hình, chụp ảnh	사진 촬영
최고급 **명** cao cấp nhất	최고급 호텔
최선 **명** sự hết mình	최선을 다하다
최저 **명** thấp nhất, tối thiểu	최저 임금
추억 **명** ký ức	추억으로 남다
추천 **명** sự tiến cử	추천 도서
추측 **명** sự suy đoán	추측이 맞다
축제 **명** lễ hội	불꽃 축제
출국 **명** sự xuất cảnh	출국 수속
충분히 **부** một cách đầy đủ	충분히 쉬다
취하다 **동** say	술에 취하다
취향 **명** gu	개인 취향
치다01 **동** kẻ, vẽ	밑줄을 치다
치르다 **동** trả	값을 치르다
치수 **명** số đo	치수를 재다
치우다 **동** thu dọn	물건들을 치우다
친- **접** ~ ruột	친부모
탑승 **명** sự lên (tàu, xe, máy bay)	비행기 탑승
태우다 **동** chở	차에 태우다
터뜨리다 **동** làm nổ, làm vỡ tung	풍선을 터뜨리다
털 **명** lông	털이 빠지다
털다 **동** giũ, phủi	이불을 털다
토론 **명** sự thảo luận	찬반 토론
토하다 **동** nôn, ói	음식을 토하다
통신 **명** viễn thông	통신 상태
통역 **명** sự thông dịch	영어 통역
통하다 **동** thông thoáng	바람이 통하다
특성 **명** đặc tính	신체적 특성

어휘	길잡이말
특징 **명** đặc điểm	독특한 특징
틀림없이 **부** chuẩn xác, không sai	틀림없이 맞다
틈틈이 **부** giữa những lúc rảnh rỗi	틈틈이 하다
파다 **동** đào	구멍을 파다
파일 **명** tập tin, file	서류 파일
판매 **명** sự bán hàng	판매 가격
퍼센트 **의존** phần trăm %	백 퍼센트
편 **의존** phía	저쪽 편
평가 **명** sự đánh giá	평가 기준
포기 **명** sự từ bỏ	중도 포기
포함 **명** sự bao gồm	세금 포함
표 **명** bảng	표를 그리다
표시 **명** sự biểu thị	가격 표시
표정 **명** vẻ mặt	표정이 밝다
표지판 **명** biển báo, biển hiệu	안내 표지판
표현 **명** sự biểu hiện	감정 표현
품질 **명** chất lượng	품질이 뛰어나다
풍습 **명** phong tục	전통 풍습
피로 **명** sự mệt mỏi	피로가 쌓이다
피부 **명** da	피부 미용
피서 **명** sự nghỉ mát	피서를 가다
피하다 **동** tránh, né tránh	책임을 피하다
피해 **명** sự tổn thất, thiệt hại	피해를 입다
피해자 **명** người bị thiệt hại	사고 피해자
하차 **명** sự xuống xe	하차 벨
-학 **접** ~ học	경제학
학과 **명** khoa	전공 학과
한동안 **명** một lúc lâu, một thời gian lâu	한동안 계속되다
한숨 **명** sự thở dài, sự thở phào	한숨을 쉬다
한자 **명** Hán tự	한자를 읽다
합격 **명** sự thi đỗ, đạt tiêu chuẩn	시험 합격
합계 **명** tổng cộng	합계를 구하다

어휘	길잡이말
합치다 통 hợp lại	하나로 합치다
해결 명 sự giải quyết	문제 해결
해변 명 bãi biển	해변을 거닐다
해산물 명 hải sản	해산물 요리
햇볕 명 ánh nắng	햇볕을 쬐다
−행 접 chuyến đi ~	서울행
행운 명 vận may	행운이 오다
향하다 통 hướng đến	눈길이 향하다
허락 명 sự cho phép	결혼 허락
현대 명 hiện đại	현대 문명
형태 명 hình thái, kiểu dáng	건물의 형태
홈페이지 명 trang chủ	홈페이지에 접속
화면 명 màn hình	텔레비전 화면
화장 명 sự trang điểm	화장이 진하다
화재 명 hỏa hoạn	화재 신고
화폐 명 tiền tệ	전자 화폐
화해 명 sự hòa giải, sự làm hòa	화해를 청하다
확인 명 sự xác nhận, sự kiểm tra lại	사실 확인
환불 명 sự hoàn tiền	요금 환불
환상적 명관 mang tính ảo tưởng, hoang tưởng	환상적인 이야기
환승역 명 ga đổi tàu	지하철 환승역
환율 명 tỉ giá	환율이 오르다
환하다 형 sáng bừng, sáng sủa	불빛이 환하다
활동 명 hoạt động	야외 활동
활발하다 형 hoạt bát, sôi động	교류가 활발하다
활짝 부 (mở) toang	활짝 열다
회비 명 hội phí	회비를 내다
회식 명 buổi liên hoan (công ty, tổ chức)	부서 회식
회의실 명 phòng họp	회의실에 모이다
회장 명 chủ tịch	회장을 뽑다
횟수 명 số lần	횟수를 세다
효과 명 hiệu quả	약 효과

어휘	길잡이말
후반 명 nửa sau, nửa cuối	후반 경기
후식 명 món tráng miệng	후식을 먹다
후회 명 sự hối hận	늦은 후회
휴가철 명 mùa nghỉ phép	휴가철이 시작되다
휴대 명 sự cầm tay, sự xách tay	휴대가 간편하다
휴식 명 sự nghỉ ngơi	휴식 시간
휴학 명 sự bảo lưu, nghỉ học tạm thời	휴학 신청
희생 명 sự hy sinh	희생을 감수하다

어휘	길잡이말	어휘	길잡이말
가능성 명 tính khả thi	가능성이 높다	강의 명 bài giảng, việc giảng dạy	강의를 듣다
가라앉다 동 chìm	바닥에 가라앉다	강제 명 sự cưỡng chế, sự ép buộc	강제로 시키다
가로막다 동 chắn ngang	길을 가로막다	강조 명 sự nhấn mạnh	강조 사항
가르다 동 chẻ, xẻ, cắt	칼로 가르다	갖추다 동 có, trang bị	시설을 갖추다
가리다 동 chỉ ra	잘잘못을 가리다	개념 명 khái niệm	개념을 이해하다
가만히 부 một cách lặng lẽ, không nhúc nhích	가만히 두다	개다02 동 gấp	옷을 개다
가뭄 명 hạn hán	가뭄이 들다	개발 명 sự khai phá, sự phát triển	재능 개발
가사 명 lời bài hát	노래 가사	개방 명 sự mở ra	개방 시간
가장 명 trụ cột	집안의 가장	개별 명 theo từng cá nhân, riêng lẻ	개별 행동
가치 명 giá trị	가치가 높다	개선 명 sự cải thiện	제도 개선
가치관 명 giá trị quan	가치관이 바뀌다	개성 명 cá tính	개성이 강하다
각국 명 mỗi/từng quốc gia	아시아 각국	개최 명 sự tổ chức	공동 개최
각오 명 sự lường trước, sự quyết tâm	각오를 다지다	개혁 명 sự cải cách, đổi mới	경제 개혁
각종 명 các loại	각종 과일	객관적 관 명 khách quan	객관적 증거
-간 접 giữa/trong ~	이틀간	거대 명 đồ sộ, to lớn	거대 규모
간격 명 khoảng cách	간격을 넓히다	거두다 동 thu gom	빨래를 거두다
간섭 명 sự can thiệp	간섭을 받다	거들다 동 đỡ đần, giúp đỡ	일을 거들다
간신히 부 một cách chật vật, họa hoằn lắm mới	간신히 견디다	거래 명 sự giao dịch	거래가 이루어지다
간절하다 형 thiết tha, thành khẩn	간절한 기도	거짓 명 sự giả dối	거짓으로 꾸미다
간접적 관 명 gián tiếp	간접적 영향	거칠다 형 sần sùi	피부가 거칠다
간편하다 형 giản tiện, tiện	사용이 간편하다	건너 명 phía đối diện	길 건너
간혹 부 명 đôi khi, thỉnh thoảng	간혹 생기다	건네다 동 trao, đưa	돈을 건네다
갇히다 동 bị nhốt	감옥에 갇히다	건드리다 동 chạm, đụng	물건을 건드리다
갈등 명 sự bất đồng	갈등이 심하다	건설 명 sự xây dựng	아파트 건설
갈수록 부 ngày càng	갈수록 늘어나다	건전지 명 pin	건전지를 갈다
감소 명 sự giảm xuống	인구 감소	건지다 동 vớt lên	그물을 건지다
감시 명 sự giám sát	감시를 당하다	건축 명 kiến trúc	건축 공사
감싸다 동 quấn quanh, quấn kín	얼굴을 감싸다	걷다 동 xắn lên, vén lên	소매를 걷다
감추다 동 che giấu	모습을 감추다	걸치다 동 lơ lửng	언덕에 걸치다
감히 부 dám	감히 대들다	검사 명 công tố viên	검사가 되다
강수량 명 lượng mưa	강수량이 많다	겁나다 동 sợ hãi	말하기가 겁나다
강요 명 sự ép buộc, sự bắt buộc	강요를 받다	겉모습 명 vẻ ngoài, bề ngoài	겉모습만 보다

어휘	길잡이말	어휘	길잡이말
게다가 **부** hơn nữa		고장 **명** quê hương, xứ sở	고장 특산물
겨울철 **명** mùa đông	겨울철 준비	고전 **명** cổ điển	고전 소설
격려 **명** khích lệ	격려를 받다	고정 **명** cố định	고정 수입
겪다 **동** chịu, trải qua	고통을 겪다	고집 **명** sự bướng bỉnh, cố chấp	고집을 부리다
견디다 **동** chịu đựng	고통을 견디다	고층 **명** cao tầng	고층 빌딩
견학 **명** kiến tập	박물관 견학	고통 **명** sự đau đớn, sự đau khổ	고통을 견디다
견해 **명** quan điểm, cách nhìn nhận	견해 차이	곡식 **명** ngũ cốc	곡식을 거두다
결론 **명** kết luận	결론을 내리다	곧다 **형** thẳng, liền một mạch	다리가 곧다
결승 **명** chung kết	결승 경기	곧바로 **부** ngay lập tức	곧바로 처리하다
결코 **부** chưa bao giờ, chưa hề	결코 어렵지 않다	곧잘 **부** tốt, giỏi, hay	곧잘 하다
결합 **명** sự kết hợp	결합 관계	골 **명** bàn thắng, lưới	골을 넣다
겸손 **명** khiêm tốn	겸손한 태도	공감 **명** sự đồng cảm	공감을 얻다
겹치다 **동** trùng lặp, chất chồng	불행이 겹치다	공개 **명** công khai	공개 수배
경계 **명** biên giới, ranh giới	경계 지역	공격 **명** sự công kích, sự tấn công	공격을 받다
경고 **명** sự cảnh cáo	경고를 주다	공급 **명** sự cung cấp	공급을 받다
경기 **명** tình hình kinh tế	경기가 회복되다	공동체 **명** cộng đồng	공동체에 속하다
경력 **명** kinh nghiệm (làm việc)	경력을 쌓다	공손하다 **형** sự lễ phép và khiêm tốn	공손한 태도
경영 **명** quản trị kinh doanh	회사 경영	공업 **명** công nghiệp	공업이 발달하다
경쟁 **명** sự cạnh tranh	경쟁 상대	공적 **관명** công, mang tính công	공적 제도
경쟁력 **명** sức cạnh tranh	경쟁력을 키우다	공지 **명** thông báo, công bố	공지를 돌리다
경제력 **명** năng lực kinh tế	경제력 차이	공해 **명** sự ô nhiễm môi trường	소음 공해
경향 **명** khuynh hướng	새로운 경향	과소비 **명** việc tiêu xài quá mức	과소비를 줄이다
계기 **명** lý do, dịp	사건의 계기	과연 **부** quả nhiên	과연 대단하다
계산기 **명** máy tính	계산기로 계산하다	과제 **명** nhiệm vụ cần giải quyết, bài tập	과제를 해결하다
계산대 **명** quầy tính tiền	계산대에서 계산하다	과학적 **관명** mang tính khoa học	과학적 방법
계층 **명** giai cấp, tầng lớp	상류 계층	-관 **집** ~ quan	가치관
고국 **명** cố hương, tổ quốc	고국으로 돌아가다	관계자 **명** người có liên quan	관계자를 만나다
고급 **명** cao cấp	고급 시계	관심사 **명** mối quan tâm	관심사가 다르다
고독 **명** sự cô độc	고독을 느끼다	관점 **명** quan điểm	관점이 다르다
고등 **명** bậc cao	고등 교육	괜히 **부** một cách vô ích	괜히 이야기하다
고려 **명** sự cân nhắc	고려 사항	괴롭다 **형** day dứt, đau khổ	마음이 괴롭다
고유 **명** cố hữu, đặc trưng vốn có	고유 음식	굉장하다 **형** tuyệt vời	굉장한 발전

어휘	길잡이말	어휘	길잡이말
교내 **명** trong trường	교내 방송	권위 **명** quyền uy	권위를 세우다
교대 **명** ca (làm việc)	교대 근무	권유 **명** sự khuyên nhủ	간곡한 권유
교류 **명** sự giao lưu	문화 교류	귀가 **명** sự trở về nhà	귀가 시간
교양 **명** học vấn, tri thức	교양을 쌓다	귀국 **명** sự trở về nước	귀국과 출국
교육비 **명** chi phí học tập	교육비로 지출하다	귀중하다 **형** quý trọng	귀중한 보석
교재 **명** giáo trình	학습 교재	귀하다 **형** quý giá, cao quý	귀한 신분
교체 **명** sự thay thế, sự thay đổi	건전지 교체	규모 **명** quy mô	규모가 크다
교훈 **명** giáo huấn	교훈을 얻다	규정 **명** quy định	규정을 지키다
구르다 **동** lăn, lăn tròn	공이 구르다	균형 **명** sự cân bằng	균형을 잡다
구매 **명** sự mua, việc mua	상품 구매	그나마 **부** tuy thế, dù sao thì cũng	그나마 낫다
구별 **명** sự phân biệt	남녀 구별	그다지 **부** (không)…lắm, (không)…đến nỗi	그다지 춥지 않다
구부리다 **동** bẻ cong, gập	허리를 구부리다	그런대로 **부** cũng	그런대로 괜찮다
구분 **명** sự phân loại	구분이 뚜렷하다	그림자 **명** bóng (phản chiếu)	그림자가 지다
구석 **명** góc, xó	한쪽 구석	그만큼 **부** chừng đó, mức đó	그만큼 남다
구성 **명** sự cấu thành, kết cấu	구성 인원	그야말로 **부** chính cái đó, quả thực	그야말로 최고다
구세대 **명** thế hệ cũ	구세대와 신세대	그토록 **부** đến tận như thế, đến thế	그토록 아름답다
구속 **명** sự khống chế, sự gò ép	구속이 심하다	극복 **명** sự khắc phục	위기 극복
구조02 **명** sự cứu hộ, việc cứu hộ	구조를 요청하다	극히 **부** cực kì	극히 드물다
구하다02 **동** cứu, giải cứu	목숨을 구하다	근거 **명** căn cứ	법적 근거
국경일 **명** ngày quốc khánh	국경일로 정하다	근교 **명** vùng ngoại ô, ngoại thành	서울 근교
국산 **명** hàng nội địa	국산을 애용하다	근대 **명** cận đại	근대의 사상
국외 **명** ngoài nước	국외와 국내	근래 **명** gần đây	근래의 소식
국제선 **명** tuyến quốc tế	국제선으로 갈아타다	근로자 **명** người lao động	근로자를 해고하다
국제화 **명** quốc tế hóa	국제화 시대	근본 **명** nguồn gốc, cội nguồn	근본을 밝히다
국회 **명** quốc hội	대한민국 국회	근심 **명** sự lo lắng, sự lo sợ	근심이 많다
군데 **의존** nơi, chỗ	여러 군데	긁다 **동** gãi, cào	머리를 긁다
군사 **명** quân sự	군사 조직	금년 **명** năm nay	금년 여름
굳다 **동** đông, đông cứng	땅이 굳다	금융 **명** tài chính	금융 분야
굳이 **부** nhất thiết	굳이 말하다	금하다 **동** cấm	출입을 금하다
-권 **접** quyền ~	투표권	급격히 **부** một cách đột ngột	급격히 감소하다
권력 **명** quyền lực	권력을 강화하다	급속히 **부** một cách cấp tốc, gấp gáp	급속히 진행되다
권리 **명** quyền lợi	권리를 누리다	급증 **명** sự tăng nhanh	인구 급증

어휘	길잡이말
급히 [부] một cách gấp gáp, vội vàng	급히 먹다
기념일 [명] ngày kỉ niệm	기념일을 축하하다
기록 [명] sự ghi chép, bản ghi chép	기록을 남기다
기반 [명] điều cơ bản	기반을 다지다
기본 [명] cơ bản	기본을 익히다
기부 [명] sự quyên góp, sự cho tặng	장학금 기부
기술 [명] kĩ thuật	기술을 개발하다
기업가 [명] doanh nhân	기업가가 되다
기여 [명] sự đóng góp	발전에 기여하다
기운 [명] sức lực, sinh khí	기운이 없다
기울다 [동] nghiêng	액자가 기울다
기울이다 [동] nghiêng, làm nghiêng	몸을 기울이다
기원 [명] khởi nguồn, nguồn gốc	인류의 기원
기적 [명] kì tích	기적이 일어나다
기존 [명] hiện có	기존 시설
기지개 [명] sự vươn vai	기지개를 켜다
기혼 [명] (sự, tình trạng) đã kết hôn	기혼 여성
기획 [명] kế hoạch, dự án	기획 상품
기후 [명] khí hậu	기후가 좋다
깊이 [명] độ sâu, chiều sâu	강물의 깊이
까다롭다 [형] rắc rối, cầu kỳ	조건이 까다롭다
까닭 [명] nguyên nhân	까닭을 묻다
깔다 [동] trải	이불을 깔다
깔리다 [동] được trải ra	잔디가 깔리다
깜깜하다 [형] tối tăm	방이 깜깜하다
깜박하다 [동] nhấp nháy	등불이 깜박하다
깨다 [동] làm vỡ	그릇을 깨다
깨닫다 [동] nhận ra, nhận thức được	의미를 깨닫다
깨뜨리다 [동] làm vỡ, đập	거울을 깨뜨리다
깨물다 [동] cắn	사탕을 깨물다
꺾다 [동] hái, ngắt, bẻ	꽃을 꺾다
껴안다 [동] ôm ấp, ôm chặt	아이를 껴안다

어휘	길잡이말
꼼꼼하다 [형] kỹ lưỡng, tỉ mỉ	꼼꼼한 성격
꼽다 [동] đếm (bằng ngón tay)	날짜를 꼽다
꾸다 [동] vay, mượn	돈을 꾸다
꾸리다 [동] bọc lại, gói lại	이삿짐을 꾸리다
꾸미다 [동] tô điểm, tô vẽ, trang trí	외모를 꾸미다
꾸준하다 [형] đều đặn, bền bỉ, liên tục	꾸준한 인기
꾸중 [명] sự quở mắng, sự rầy la	꾸중을 듣다
꿇다 [동] quỳ, quỳ xuống	무릎을 꿇다
꿈속 [명] trong mơ	꿈속에서 만나다
끄덕이다 [동] gật gù	고개를 끄덕이다
끊임없다 [형] liên tục, không ngớt	손님이 끊임없다
끌어당기다 [동] kéo lại	의자를 끌어당기다
끝없다 [형] không có điểm dừng	욕심이 끝없다
끼다 [동] bị kẹt, bị mắc kẹt	문에 끼다
끼어들다 [동] chen vào	틈으로 끼어들다
나란히 [부] song song	나란히 걷다
나무라다 [동] chỉ trích, trách mắng	잘못을 나무라다
나서다 [동] bước ra ngoài, bước ra phía trước	거리에 나서다
나아가다 [동] tiến về phía trước	거리로 나아가다
난리 [명] sự náo loạn, sự đảo lộn	난리를 피하다
난처하다 [형] khó xử	입장이 난처하다
날리다 [동] thổi bay, làm bay	눈발이 날리다
날카롭다 [형] sắc bén, sắc sảo	칼날이 날카롭다
남매 [명] anh trai và em gái	삼 남매
낭비 [명] sự lãng phí	낭비를 막다
낮추다 [동] giảm xuống, hạ xuống	온도를 낮추다
내놓다 [동] để ra, chìa ra	밖으로 내놓다
내밀다 [동] chìa ra, đưa ra	손을 내밀다
내부 [명] nội bộ, phía trong	내부로 들어가다
내세우다 [동] dựng lên	무대에 내세우다
내외 [명] trong và ngoài	건물 내외
내쫓다 [동] đuổi đi	밖으로 내쫓다

어휘	길잡이말	어휘	길잡이말
너그럽다 [형] rộng lượng, hào phóng	마음이 너그럽다	다듬다 [동] cắt tỉa, gọt bỏ	콩나물을 다듬다
너머 [명] phía bên kia	산 너머	다루다 [동] xử lý	업무를 다루다
너무나 [부] quá đỗi, quá	너무나 좋다	다리다 [동] là, ủi	옷을 다리다
넉넉하다 [형] dư dả, đẩy đủ	시간이 넉넉하다	다만 [부] tuy nhiên, tuy vậy	
넘겨주다 [동] để lại	물건을 넘겨주다	다물다 [동] khép, ngậm (miệng)	입을 다물다
넘어뜨리다 [동] xô ngã, lật đổ	나무를 넘어뜨리다	다수 [명] đa số	다수 의견
넘치다 [동] tràn, đẩy tràn	강물이 넘치다	다짐 [명] sự đảm bảo, sự cam kết	다짐을 받다
네모 [명] hình vuông	네모 모양	다투다 [동] tranh cãi	친구와 다투다
년도 [의존] năm, niên độ	이천 년도	다행스럽다 [형] may mắn	참 다행스럽다
노동 [명] sự lao động, sự làm việc	노동 시간	단 [관] duy chỉ, chỉ	단 하루
노려보다 [동] nhìn chằm chằm, quắc mắt nhìn	상대를 노려보다	단계 [명] bước, giai đoạn	마무리 단계
논리 [명] logic, luận lý	논리에 맞다	단골 [명] khách quen, mối quen	단골 고객
논리적 [관][명] mang tính logic	논리적 근거	단기 [명] ngắn hạn	단기 교육
논의 [명] sự thảo luận, sự bàn luận	논의를 거치다	단독 [명] một mình, đơn độc	단독 결정
논쟁 [명] sự tranh luận	논쟁을 벌이다	단속 [명] việc truy bắt, kiểm soát	단속을 피하다
놀랍다 [형] đáng ngạc nhiên, đáng sợ	위력이 놀랍다	단순히 [부] một cách đơn thuần	단순히 생각하다
놀리다 [동] giễu cợt, trêu chọc	친구를 놀리다	단지 [부] chỉ	
농민 [명] nông dân	농민이 농사짓다	달래다 [동] dỗ dành	아이를 달래다
농산물 [명] nông sản	농산물을 판매하다	달리 [부] khác, khác hẳn	달리 보이다
농업 [명] nông nghiệp	농업에 종사하다	달성 [명] sự đạt được	목표 달성
농촌 [명] nông thôn	농촌에서 농사를 짓다	달하다 [동] đạt đến, đạt được	한계에 달하다
놓아두다 [동] đặt xuống, để xuống	책상에 놓아두다	닳다 [동] mòn, cùn	신발이 닳다
놔두다 [동] đặt xuống, để xuống	탁자에 놔두다	담 [명] hàng rào	담을 쌓다
뇌 [명] não	뇌 세포	담당 [명] sự phụ trách	담당 부서
눈치 [명] sự tinh ý	눈치가 없다	담백하다 [형] thanh đạm	맛이 담백하다
눕히다 [동] đặt nằm xuống	침대에 눕히다	담임 [명] việc đảm nhiệm, giáo viên chủ nhiệm	담임을 맡다
느긋하다 [형] chậm rãi, khoan thai	마음이 느긋하다	답변 [명] sự trả lời, câu trả lời	답변을 듣다
느끼하다 [형] ngậy, béo	튀김이 느끼하다	당기다 [동] kéo	의자를 당기다
늘어놓다 [동] nói vòng vo	변명을 늘어놓다	당당하다 [형] đường đường chính chính	태도가 당당하다
늦가을 [명] cuối thu	늦가을 낙엽	당분간 [부][명] tạm thời	당분간 쉬다
늦어지다 [동] trở nên muộn, muộn đi	일이 늦어지다	당시 [명] lúc đó, thời đó	그 당시
늦추다 [동] dời lại, làm chậm lại	시기를 늦추다	당첨 [명] sự trúng thưởng, sự trúng giải	복권 당첨

어휘	길잡이말	어휘	길잡이말
당하다 **동** bị ~, bị thiệt hại	사기꾼에게 당하다	도대체 **부** rốt cuộc, tóm lại	도대체 누구냐?
대- **접** ~ lớn	대가족	도로 **부** nguyên trạng	도로 돌아가다
대가 **명** giá tiền	대금	도리어 **부** trái lại, ngược lại	
대개 **부명** phần lớn	대개의 경우	도망 **명** sự chạy trốn	도망을 다니다
대규모 **명** quy mô lớn	대규모 행사	도망치다 **동** chạy trốn	감옥에서 도망치다
대기01 **명** bầu khí quyển	대기가 오염되다	도무지 **부** hoàn toàn không	도무지 모르다
대기02 **명** sự chờ đợi, sự đợi lệnh	대기 장소	도입 **명** sự đưa vào	기술 도입
대기업 **명** doanh nghiệp lớn	대기업에 취직하다	도저히 **부** hoàn toàn (không ~)	도저히 안 되다
대다수 **명** đại đa số	대다수가 찬성하다	도전 **명** thách thức, sự thử sức	도전을 계속하다
대단히 **부** vô cùng, rất đỗi	대단히 좋다	독 **명** chất độc	독이 퍼지다
대략 **부명** đại khái, chung chung	대략 설명하다	독립 **명** độc lập	경제적 독립
대량 **명** số lượng lớn	대량 주문	독자 **명** độc giả	독자와 작가
대리 **명** sự làm thay, sự làm hộ	대리 운전	독특하다 **형** độc đáo	취향이 독특하다
대립 **명** sự đối lập	대립을 벌이다	독하다 **형** độc hại, nặng (mùi)	냄새가 독하다
대비01 **명** sự so sánh	대비를 이루다	돌아보다 **동** nhìn quanh	주변을 돌아보다
대비02 **명** sự phòng bị	노후 대비	돌아서다 **동** thay đổi, lay chuyển (lòng dạ)	마음이 돌아서다
대응 **명** sự ứng phó	법적 대응	동기 **명** động cơ, lí do	동기를 유발하다
대접 **명** sự tiếp đãi	손님 대접	동영상 **명** video	동영상을 보다
대조 **명** đối chiếu	지문 대조	동의 **명** sự đồng ý	동의를 구하다
대중문화 **명** văn hóa đại chúng	대중문화가 발전하다	동일 **명** đồng nhất	동일 조건
대책 **명** đối sách	대책을 마련하다	동포 **명** đồng bào, kiều bào	재미 동포
대처 **명** sự ứng phó	대처 방안	되도록 **부** nếu có thể được	되도록 빨리
대체 **명** sự thay thế	대체 방안	되돌리다 **동** quay ngược lại	시간을 되돌리다
대출 **명** sự vay mượn	도서 대출	되풀이 **명** sự lặp lại	되풀이가 계속되다
대충 **부** đại khái, qua loa	대충 읽다	두드리다 **동** gõ	방문을 두드리다
더구나 **부** thêm vào đó		두렵다 **형** sợ, sợ sệt	두려운 마음
더불다 **동** cùng làm	더불어 살다	두르다 **동** mang, choàng, mặc	목도리를 두르다
더욱이 **부** thêm vào đó		두리번거리다 **동** nhìn dáo dác	주위를 두리번거리다
더위 **명** cái nóng	더위를 피하다	둘러보다 **동** nhìn quanh	주위를 둘러보다
덕택 **명** nhờ vào	부모님 덕택	둘러싸다 **동** gói lại, bao trùm lại	겹겹이 둘러싸다
덩어리 **명** khối, cục, tảng	고기 덩어리	뒤따르다 **동** theo sau	앞사람을 뒤따르다
도난 **명** nạn trộm cắp	도난을 당하다	뒤떨어지다 **동** rớt lại sau, tụt hậu	열 걸음 뒤떨어지다

어휘	길잡이말	어휘	길잡이말
뒤지다 **동** rớt lại sau, tụt hậu	십 미터쯤 뒤지다	마음먹다 **동** quyết tâm, quyết chí	굳게 마음먹다
뒤집다 **동** lộn trái, lộn ra	옷을 뒤집다	마주 **부** sự đối mặt, sự đối diện	마주 서다
드나들다 **동** ra vào, lui tới	차량이 드나들다	마찬가지 **명** sự tương tự	마찬가지의 결과
드러나다 **동** lộ ra, hiện ra	사실이 드러나다	마치 **부** giống như, như thể	마치 천사 같다
드물다 **형** hiếm	인적이 드물다	마침내 **부** cuối cùng, kết cục	
든든하다 **형** vững tâm	든든한 기분	막연하다 **형** mờ mịt, không rõ ràng	앞날이 막연하다
들려오다 **동** vẳng tới, vang tới, truyền tới	소식이 들려오다	만만하다 **형** xem thường, xem kinh	만만한 상대
들이다 **동** cho vào, đưa vào	손님을 들이다	만원 **명** sự hết chỗ, đủ người	만원 버스
들키다 **동** bị phát hiện, bị lộ	몰래 하다가 들키다	말끔히 **부** một cách gọn gàng, tươm tất	말끔히 닦다
등장 **명** sự xuất hiện	주인공의 등장	말다02 **동** chan, khuấy, trộn	국에 밥을 말다
따르다 **동** rót	물을 따르다	말다툼 **명** sự tranh cãi, sự cãi cọ	말다툼이 벌어지다
따지다 **동** vặn vẹo, tính toán thiệt hơn	원인을 따지다	말리다02 **동** ngăn, can ngăn	싸움을 말리다
때로 **부** đôi khi, có lúc	때로는 한계를 느끼다	말없이 **부** lặng lẽ, không một lời	말없이 사라지다
때리다 **동** đánh, gõ	종아리를 때리다	말투 **명** lối nói chuyện, khẩu khí	거친 말투
떼 **명** đàn, bầy	떼를 지어 다니다	맘껏 **부** thỏa thích	맘껏 놀다
떼다 **동** tháo, gỡ	스티커를 떼다	맘대로 **부** tùy ý	맘대로 고르다
뚜렷하다 **형** rõ ràng, rõ rệt	의식이 뚜렷하다	망가지다 **동** bị phá hỏng, bị phá vỡ	컴퓨터가 망가지다
뜨다02 **동** múc, vớt	물을 뜨다	망설이다 **동** chần chừ, do dự	잠시 망설이다
뜯다 **동** tháo, mở	봉투를 뜯다	망치다 **동** làm hỏng, hủy hoại	일을 망치다
뜻대로 **부** theo ý nguyện, theo ý muốn	뜻대로 되다	망하다 **동** sụp đổ, suy tàn, tiêu vong	쫄딱 망하다
뜻밖에 **부** ngoài ý muốn, ngoài dự tính	뜻밖에 마주치다	맞벌이 **명** việc vợ và chồng cùng kiếm tiền	맞벌이 부부
띄다 **동** nổi bật, đập vào (mắt)	눈에 띄다	맞서다 **동** đối đầu	원수와 맞서다
띠 **명** dây, băng	띠를 매다	맞춤법 **명** quy tắc chính tả	맞춤법이 틀리다
량 **명** lượng	작업량	매력 **명** sự thu hút, nét quyến rũ	매력을 느끼다
-력 **접** năng lực ~	경제력	매번 **부명** mỗi lần, lần nào (cũng)	매번 늦다
-료 **접** phí ~	통화료	매체 **명** phương tiện	대중 매체
마땅하다 **형** phù hợp, hợp ý	마땅한 장소	맨 **관** (trên, dưới v.v...) cùng, nhất	맨 꼭대기
마땅히 **부** một cách phù hợp, một cách hợp ý	마땅히 해야 하다	맺다 **동** đọng lại	이슬이 맺다
마련 **명의존** sự chuẩn bị, sự sắp xếp	용돈 마련	머무르다 **동** nghỉ lại, lưu lại	여관에 머무르다
마무리 **명** sự hoàn tất, sự kết thúc	마무리를 짓다	머물다 **동** nghỉ lại, lưu lại	오래 머물다
마음가짐 **명** lòng quyết tâm	마음가짐을 가지다	머뭇거리다 **동** ngập ngừng, phân vân	말을 머뭇거리다
마음껏 **부** thỏa thích	마음껏 쓰다	먹이 **명** mồi, thức ăn	먹이를 주다

어휘	길잡이말	어휘	길잡이말
멀쩡하다 혱 lành lặn, nguyên vẹn	팔다리가 멀쩡하다	무사히 뷔 vô sự	무사히 돌아오다
멋대로 뷔 tự ý, theo ý mình	멋대로 살다	무시 몡 sự khinh thường, sự xem thường	무시를 당하다
멎다 됭 ngừng, dừng	바람이 멎다	무책임 몡 vô trách nhiệm	무책임한 사람
면담 몡 sự trao đổi, sự gặp gỡ nói chuyện	면담을 요청하다	묵묵히 뷔 một cách lặng thinh, một cách lầm lì	묵묵히 일하다
면하다 됭 miễn	책임을 면하다	묶이다 됭 được/bị cột	끈이 묶이다
면허 몡 giấy phép	면허 시험	문득 뷔 bất chợt, bổng dưng	문득 떠오르다
명 몡 tên	작품명	문명 몡 văn minh	고대 문명
명령 몡 mệnh lệnh	명령을 내리다	문서 몡 tư liệu, tài liệu, giấy tờ	문서를 작성하다
명예 몡 danh dự	명예 훼손	문제점 몡 vấn đề	문제점을 해결하다
명확하다 혱 chính xác rõ ràng, minh bạch	근거가 명확하다	문화적 괜몡 mang tính văn hóa	문화적 차이
모 뗴괜 nào đó	박 모 씨	묻다02 됭 chôn	땅속에 묻다
모금 몡 việc quyên góp	모금 운동	물감 몡 màu nước, màu nhuộm	물감으로 그리다
목숨 몡 tính mạng, sinh mạng	목숨을 다하다	물들다 됭 nhuộm, nhuốm	노을로 물들다
몫 몡 phần	몫을 챙기다	물질 몡 vật chất	물질과 정신
몰다 됭 dồn	구석으로 몰다	미디어 몡 media, truyền thông	영상 미디어
몰라보다 됭 không nhìn ra, không nhận ra	친구를 몰라보다	미련 몡 sự luyến tiếc	미련이 남다
몰려들다 됭 kéo đến, dồn vào	사람들이 몰려들다	미지근하다 혱 nhạt nhẽo	국물이 미지근하다
몸매 몡 dáng người, vóc dáng	몸매가 좋다	미처 뷔 trước, trước đó	미처 모르다
몹시 뷔 hết sức, rất	몹시 춥다	미치다 됭 đạt đến, đáp ứng	기대에 미치다
못 몡 cây đinh	못을 박다	미혼 몡 sự/tình trạng chưa kết hôn	미혼 남녀
못나다 혱 xấu	못난 얼굴	민족 몡 dân tộc	민족의 역사
못되다 혱 xấu tính	성격이 못되다	민주주의 몡 chủ nghĩa dân chủ	민주주의 사회
못지않다 혱 không thua kém	전문가 못지않다	믿음 몡 lòng tin	믿음이 생기다
무- 젭 vô/không có ~	무감각	바람 몡 lòng mong ước, sự mong muốn	바람이 성취되다
무관심 몡 sự không quan tâm, sự vô tâm	무관심이 지나치다	바람직하다 혱 đáng ao ước, lý tưởng	바람직한 행동
무관하다 혱 không liên quan	사건과 무관하다	바르다 혱 đúng, đúng đắn	바른 자세
무기 몡 vũ khí	무기를 들고 싸우다	바치다 됭 dâng, hiến tặng	꽃을 바치다
무너지다 됭 sập	건물이 무너지다	박다 됭 đóng (cọc, đinh v.v)	못을 박다
무덥다 혱 oi bức, nóng bức	날씨가 무덥다	반기다 됭 tiếp đón vui vẻ	친구를 반기다
무려 뷔 những, tận	무려 백 개가 넘다	반발 몡 sự phản bác	반발 심리
무렵 의존 khoảng, vào lúc	저녁 무렵	반성 몡 sự tự vấn, sự tự kiểm điểm	반성의 시간
무리 몡 sự quá sức	무리가 되다	반영 몡 sự phản ánh	현실을 반영하다

어휘	길잡이말	어휘	길잡이말
반응 **명** phản ứng	반응이 빠르다	변덕스럽다 **형** thất thường	성격이 변덕스럽다
반짝이다 **동** lấp lánh	눈빛이 반짝이다	변동 **명** sự biến động	가격 변동
반품 **명** sự trả lại hàng hóa, hàng hóa trả lại	반품 신청	변명 **명** sự biện minh, lời biện minh	변명을 늘어놓다
받아들이다 **동** tiếp nhận, chấp nhận	기술을 받아들이다	별도 **명** riêng	별도로 마련하다
발걸음 **명** bước chân	발걸음이 느리다	보급 **명** sự phổ cập	기술 보급
발견 **명** sự phát hiện	새로운 발견	보도 **명** sự đưa tin, sự đăng bài	보도 기사
발생 **명** sự phát sinh	사건 발생	보살피다 **동** chăm sóc, trông coi	아이들을 보살피다
발표회 **명** buổi công bố, buổi ra mắt	음악 발표회	보상 **명** sự bồi thường, tiền bồi thường	보상을 받다
밝혀내다 **동** làm sáng tỏ	원인을 밝혀내다	보수 **명** lương thưởng	보수를 받다
밤낮 **명부** ngày đêm	밤낮으로 일하다	보안 **명** bảo an	보안 점검
밤새다 **동** thức trắng đêm, thức sáng đêm	밤새도록 일하다	보완 **명** sự hoàn thiện	문제점 보완
방면 **명** phía, hướng	시내 방면	보장 **명** sự đảm bảo	원금 보장
방안 **명** phương án	해결 방안	보전 **명** sự bảo tồn	생태계 보전
방지 **명** sự phòng ngừa	사고 방지	보조 **명** sự hỗ trợ, sự bổ trợ	보조를 받다
배경 **명** bối cảnh	사진의 배경	보존 **명** sự bảo tồn	보존 상태
배다 **동** thấm vào, bám vào	냄새가 배다	보충 **명** sự bổ sung	보충 수업
배려 **명** sự quan tâm	세심한 배려	복수 **명** sự báo thù	복수를 계획하다
배송 **명** sự vận chuyển	우편 배송	본능 **명** bản năng	본능에 따르다
배우자 **명** bạn đời	배우자를 만나다	본래 **명** vốn có, nguyên thủy	본래의 성격
뱉다 **동** nhổ (nước bọt, thức ăn)	침을 뱉다	본부 **명** trụ sở chính, bản doanh	지휘 본부
버티다 **동** chịu đựng	끝까지 버티다	본질 **명** bản chất	삶의 본질
번갈다 **동** thay phiên	번갈아 입다	부- **접** không ~	부정확
번거롭다 **형** rắc rối, phức tạp	절차가 번거롭다	부대 **명** doanh trại quân đội	육군 부대
번화하다 **형** sầm uất, nhộn nhịp	번화한 거리	부딪치다 **동** chạm, đụng phải	손바닥을 부딪치다
벌떡 **부** phắt dậy, bật dậy	벌떡 일어나다	부문 **명** mảng, lĩnh vực	미술 부문
벌이다 **동** vào việc, bắt đầu	사업을 벌이다	부분적 **관명** mang tính bộ phận	부분적 차이
범위 **명** phạm vi	범위가 넓다	부상 **명** vết thương, chấn thương	발목 부상
법률 **명** pháp luật	법률을 위반하다	부서 **명** bộ phận (của tổ chức, công ty)	담당 부서
법원 **명** tòa án	법원에서 일하다	부서지다 **동** vỡ nát, vỡ tan	의자가 부서지다
법적 **관명** mang tính pháp lí	법적 조치	부수다 **동** đập vỡ, phá hủy	건물을 부수다
벗어나다 **동** ra khỏi, thoát khỏi	시내를 벗어나다	부위 **명** bộ phận (cơ thể)	상처 부위
베풀다 **동** thết đãi	잔치를 베풀다	부작용 **명** tác dụng phụ	부작용이 생기다

어휘	길잡이말
부정 **명** sự bất chính	부정 입학
부정적 **관명** mang tính tiêu cực	부정적 태도
부정확 **명** không chính xác	부정확한 발음
부족 **명** bộ tộc, dân tộc	부족 공동체
부주의 **명** sự thiếu chú ý, sự bất cẩn	운전 부주의
부처 **명** đức Phật	부처의 가르침
부치다 **동** rán, chiên	전을 부치다
부품 **명** linh kiện, phụ tùng	자동차 부품
분노 **명** sự bùng nổ	분노에 차다
분량 **명** phân lượng	분량을 조절하다
분류 **명** sự phân loại	분류 기준
분명 **부** một cách rõ ràng	분명 맞다
분석 **명** sự phân tích	원인 분석
분수 **명** thân phận, phận số	분수에 맞다
분야 **명** lĩnh vực	경제 분야
분포 **명** sự phân bổ, sự phân bố	인구 분포
불가 **명** sự không thể, sự không có khả năng	입장 불가
불가능 **명** sự bất khả thi	불가능한 일
불가피하다 **형** bất khả kháng	불가피한 선택
불구하다 **동** bất chấp, bất kể	그럼에도 불구하고
불러일으키다 **동** khơi dậy, gây ra	관심을 불러일으키다
불리 **명** sự bất lợi	불리한 입장
불법 **명** bất hợp pháp, phạm pháp	불법 주차
불이익 **명** sự bất lợi, thế bất lợi	불이익을 당하다
불쾌 **명** sự khó chịu, sự bực mình	기분이 불쾌하다
불행 **명** sự bất hạnh	불행한 사람
붙잡다 **동** giữ chặt, nắm chắc	치맛자락을 붙잡다
비- **접** phi/không ~	비공식
비결 **명** bí quyết	건강 비결
비교적 **부관** khá, tương đối	비교적 가깝다
비극 **명** bi kịch	비극 배우
비기다 **동** hòa, bất phân thắng bại	경기에서 비기다

어휘	길잡이말
비난 **명** sự chỉ trích, sự phê bình	비난을 받다
비로소 **부** mới	비로소 깨닫다
비록 **부** dù, tuy	비록 가난하지만
비롯되다 **동** được bắt đầu, được khởi nguồn	경험에서 비롯되다
비만 **명** sự béo phì	하체 비만
비명 **명** tiếng la hét	비명을 지르다
비법 **명** phương pháp bí truyền	요리 비법
비상 **명** sự khẩn cấp, tình trạng khẩn cấp	비상 대책
비웃다 **동** cười nhạo	비웃는 말투
비유 **명** thí dụ, ví dụ	비유로 설명하다
비율 **명** tỉ lệ	비율이 증가하다
비중 **명** tỉ trọng	비중을 차지하다
비추다 **동** tỏa sáng, rọi sáng	조명이 비추다
비치다 **동** soi bóng, tỏa sáng	달빛이 비치다
비틀거리다 **동** loạng choạng, lảo đảo	비틀거리며 걷다
비판 **명** sự phê phán	잘못을 비판하다
비판적 **관명** mang tính phê phán	비판적 사고
빚 **명** nợ	빚을 갚다
빚다 **동** nhào nặn, nặn	도자기를 빚다
빛나다 **동** tỏa sáng, phát sáng	별빛이 빛나다
빠뜨리다 **동** đánh rơi, làm rơi xuống	바다에 빠뜨리다
빠져나오다 **동** thoát ra	몰래 빠져나오다
빠짐없이 **부** không sót, không thiếu gì	빠짐없이 적다
빼놓다 **동** rút ra, lấy ra	책을 빼놓다
빼앗다 **동** giành mất, lấy mất	돈을 빼앗다
뻗다 **동** duỗi ra, vươn ra	가지가 뻗다
뽑히다 **동** được/bị nhổ	머리카락이 뽑히다
뿌리치다 **동** vẩy	손을 뿌리치다
사고방식 **명** lối tư duy, phương thức tư duy	사고방식이 다르다
사기 **명** sự lừa đảo	사기를 치다
사내 **명** đàn ông	사내 녀석
사례 **명** ví dụ điển hình, tiền lệ	성공 사례

어휘	길잡이말	어휘	길잡이말
사로잡다 **동** bắt sống, bắt giữ	짐승을 사로잡다	상반기 **명** nửa đầu năm	상반기 매출
사립 **명** tư thục, dân lập	사립 학교	상사 **명** cấp trên	직장 상사
사망 **명** sự tử vong	사망 소식	상상 **명** sự tưởng tượng	상상의 세계
사무직 **명** công việc văn phòng	사무직에 종사하다	상상력 **명** trí tưởng tượng	상상력이 풍부하다
사방 **명** tứ phương, bốn hướng, khắp nơi	사방을 살피다	상승 **명** sự tăng lên	물가 상승
사상 **명** theo lịch sử	사상 최초	상업 **명** thương nghiệp	상업에 종사하다
사설 **명** bài xã luận	신문 사설	상징 **명** biểu tượng	평화의 상징
사소하다 **형** nhỏ nhặt	사소한 문제	상쾌하다 **형** sảng khoái	상쾌한 공기
사업자 **명** người kinh doanh	사업자 등록	상하 **명** trên dưới	위아래
사연 **명** câu chuyện	사연을 보내다	새다01 **동** rỉ, dột	비가 새다
사이좋다 **형** hòa thuận	사이좋은 형제	새다02 **동** hừng sáng, bừng sáng	날이 새다
사정 **명** sự tình	집안 사정	새삼 **부** một cách mới lạ, một cách mới mẻ	새삼 느끼다
사춘기 **명** thời kì dậy thì	사춘기 소녀	새우다 **동** thức trắng đêm, thức sáng đêm	밤을 새우다
사태 **명** tình trạng, tình huống	위기 사태	색다르다 **형** mới lạ, tươi mới	색다른 기분
사표 **명** đơn xin nghỉ việc	사표를 내다	생김새 **명** diện mạo, tướng mạo	생김새가 예쁘다
사회생활 **명** đời sống xã hội (sự vào đời)	사회생활에 적응하다	생략 **명** sự giản lược	생략 표현
살리다 **동** cứu sống	목숨을 살리다	생명 **명** sinh mạng	생명 존중
살림 **명** cuộc sống	살림을 차리다	생산 **명** sự sản xuất	대량 생산
살아가다 **동** sinh tồn, sống qua ngày	하루하루 살아가다	생생하다 **형** sinh động, rõ mồn một	기억이 생생하다
살아남다 **동** còn sống, sống sót	전쟁에서 살아남다	생존 **명** sự sinh tồn	생존을 위협하다
삼다 **동** xem như, coi như	며느리로 삼다	서늘하다 **형** lạnh lẽo	서늘한 날씨
상가 **명** cửa hàng thương mại, thương xá	상가 건물	서럽다 **형** buồn bã, não nề	서러운 마음
상관 **명** mối liên quan	나와 상관없는	서서히 **부** từ từ	서서히 나타나다
상금 **명** tiền thưởng	상금을 받다	서양인 **명** người phương Tây	동양인과 서양인
상담실 **명** phòng tư vấn	고객 상담실	서운하다 **형** luyến tiếc, tiếc nuối	헤어지기 서운하다
상담원 **명** nhân viên tư vấn	전화 상담원	서적 **명** ấn phẩm, sách	전공 서적
상당하다 **형** kha khá	실력이 상당하다	서툴다 **형** chưa thành thạo	바느질에 서툴다
상당히 **부** khá	상당히 잘하다	선거 **명** cuộc bầu cử	대통령 선거
상대 **명** đối phương, đối tượng	대화 상대	선정 **명** sự tuyển chọn, sự lựa chọn	수상자 선정
상대적 **관·명** mang tính tương đối	상대적 평가	선진 **명** sự tiên tiến	선진 기술
상대편 **명** phía đối phương	상대편 선수	선진국 **명** quốc gia phát triển/tiên tiến	선진국과 후진국
상류 **명** thượng lưu	상류와 하류	선호 **명** sự ưa thích hơn	소비자 선호

어휘	길잡이말
설득 **명** sự thuyết phục	설득을 당하다
설레다 **동** xao xuyến	가슴이 설레다
설립 **명** sự thành lập	회사 설립
설마 **부** chẳng nhẽ, không lẽ	
설정 **명** sự thiết lập, sự lập mới	목표 설정
설치 **명** sự cài đặt	인터넷 설치
섭씨 **명** độ C	섭씨 영 도
-성 **접** tính ~	인간성
성공적 **관명** thành công	성공적 삶
성과 **명** thành quả	성과를 올리다
성립 **명** sự thành lập, sự lập thành	계약이 성립하다
성숙 **명** sự trưởng thành, sự chững chạc	성숙한 행동
성장 **명** sự tăng trưởng, sự phát triển	성장 시기
성적표 **명** bảng thành tích, bảng điểm	시험 성적표
성질 **명** tính cách, tính tình	성질이 사납다
세계적 **관명** tầm thế giới, mang tính thế giới	세계적 예술가
세금 **명** thuế	세금을 내다
세대 **명** thế hệ	세대를 잇다
세력 **명** thế lực	세력을 확장하다
세모 **명** tam giác, ba góc	세모 모양
소규모 **명** quy mô nhỏ	소규모 집단
소극적 **관명** thụ động	소극적 성격
소득 **명** thu nhập	소득이 많다
소리치다 **동** hét, gào, thét	크게 소리치다
소문나다 **동** có tin đồn, tin đồn xuất hiện	사업가로 소문나다
소비 **명** sự tiêu xài, sự tiêu dùng	소비가 늘다
소비자 **명** người tiêu dùng	소비자 물가
소수 **명** thiểu số	소수의 의견
소용 **명** công dụng, lợi ích	소용이 없다
소용없다 **형** vô ích, vô tác dụng	아무 소용없다
소유 **명** sự sở hữu	개인 소유
소음 **명** tiếng ồn	소음을 줄이다

어휘	길잡이말
소재 **명** chất liệu, vật liệu	소재로 삼다
소중히 **부** một cách trân trọng, một cách quý báu	소중히 여기다
소지품 **명** vật sở hữu	소지품을 보관하다
소형 **명** loại nhỏ, kích cỡ nhỏ	소형 자동차
소홀하다 **형** chểnh mảng, hời hợt	일에 소홀하다
속다 **동** bị lừa	거짓말에 속다
속하다 **동** thuộc, thuộc về	범위에 속하다
손길 **명** tầm tay, tay	손길을 내밀다
손끝 **명** đầu ngón tay	손끝에 닿다
손질 **명** sự chăm chút, sự chỉnh sửa	머리 손질
손해 **명** sự tổn thất, sự thiệt hại	손해를 입히다
솔직하다 **형** thành thật, trung thực	성격이 솔직하다
솟다 **동** phụt lên, vụt lên	불길이 솟다
수도권 **명** khu vực thủ đô	수도권에 거주하다
수동적 **관명** mang tính thụ động	수동적 자세
수리비 **명** chi phí sửa chữa	수리비를 내다
수명 **명** tuổi thọ	수명이 길다
수사 **명** sự điều tra	경찰 수사
수상 **명** thủ tướng	국가의 수상
수속 **명** thủ tục	수속을 밟다
수시로 **부** thường, thường xuyên	수시로 열다
수십 **수관** hàng chục	수십 명
수없이 **부** vô số	수없이 많다
수요 **명** nhu cầu	수요가 늘다
수용 **명** sự tiếp thu, sự tiếp nhận	조건 수용
수준 **명** tiêu chuẩn	교육 수준
수행 **명** sự thực hiện	작업 수행
순간적 **관명** trong khoảnh khắc	순간적 방심
순수하다 **형** thuần khiết, ngây thơ	마음이 순수하다
순식간 **명** trong nháy mắt	순식간의 일
순위 **명** thứ hạng	순위를 매기다
순진 **명** hồn nhiên, ngây thơ	순진한 아이

어휘	길잡이말	어휘	길잡이말
순하다 형 ngoan ngoãn	순한 양	신제품 명 sản phẩm mới	신제품 출시
숨 명 hơi thở, sự hô hấp	숨을 내쉬다	신중 명 sự thận trọng	신중을 기하다
스치다 동 sượt qua, lướt qua	옷깃이 스치다	신체적 관 명 về mặt thân thể	신체적 기능
슬쩍 부 sơ qua, sơ sơ	슬쩍 묻다	신화 명 thần thoại	단군 신화
승낙 명 sự chấp thuận, sự đồng ý	승낙을 받다	실감 명 cảm giác thật	실감이 나다
승리 명 chiến thắng	승리를 기뻐하다	실례 명 ví dụ thực tế	실례를 들다
승패 명 sự thắng thua	승패를 겨루다	실습 명 việc thực tập	실습을 나가다
시각02 명 tầm nhìn	긍정적인 시각	실시 명 sự thực thi	훈련 실시
시달리다 동 khổ sở, chật vật	업무에 시달리다	실업 명 sự thất nghiệp	실업 위기
시댁 명 gia đình nhà chồng	시댁 식구	실용적 관 명 mang tính thực tiễn, mang tính thiết thực	실용적 기술
시도 명 sự thử nghiệm	시도가 성공하다	실장 명 chánh văn phòng, trưởng phòng	실장으로 승진하다
시들다 동 tàn úa, héo khô	꽃이 시들다	실제 명 부 thực tế	실제 모습
시력 명 thị lực	시력 교정	실천 명 việc thực hiện, việc đưa vào thực tiễn	실천에 옮기다
시선 명 cái nhìn, ánh mắt	시선이 마주치다	실험 명 thí nghiệm	성능 실험
시야 명 tầm mắt	시야를 가리다	실현 명 sự thực thiện	꿈의 실현
시인 명 nhà thơ	시인의 작품	심리적 관 명 mang tính tâm lý	심리적 변화
시일 명 thời gian, ngày giờ	시일이 걸리다	심부름 명 việc sai vặt, việc vặt	심부름을 보내다
시절 명 thời, thời kì	어린 시절	심사 명 sự thẩm tra	심사를 받다
시점 명 thời điểm	과거의 시점	심정 명 tâm tư, lòng dạ, tâm tình	답답한 심정
시중 명 thị trường	시중 가격	심지어 부 thậm chí	
시집가다 동 lấy chồng, kết hôn	시집가는 날	심판 명 sự phán xét	법의 심판
시청 명 sự nghe nhìn	텔레비전 시청	싸움 명 sự đấu đá, sự cãi vã	싸움이 나다
시합 명 trận đấu, việc thi đấu	시합에서 이기다	썩 부 hẳn, rất, nhanh chóng	썩 잘하지 못하다
시행 명 việc thi hành	시행 예정	썰렁하다 형 lạnh lẽo	썰렁한 날씨
식량 명 lương thực	식량을 구하다	쏘다 동 bắn	총을 쏘다
식물 명 thực vật	식물 채집	쐬다 동 hóng, hứng	바람을 쐬다
식욕 명 sự thèm/muốn ăn uống	식욕이 떨어지다	쑤시다 동 nhức	몸이 쑤시다
신- 접 ~ mới	신세계	쑥스럽다 형 ngượng, ngại ngùng, xấu hổ	쑥스러운 표정
신념 명 lòng tin, niềm tin	굳은 신념	쓰다듬다 동 vuốt	머리를 쓰다듬다
신비 명 sự thần bí	자연의 신비	쓰러지다 동 ngã	나무가 쓰러지다
신세 명 số phận, hoàn cảnh	찬밥 신세	쓸데없다 형 vô dụng	쓸데없는 물건
신앙 명 tín ngưỡng	신앙이 깊다	쓸데없이 부 một cách vô ích, một cách vô dụng	쓸데없이 돈을 쓰다

어휘	길잡이말
쓸쓸하다 [형] vắng vẻ, hiu quạnh	쓸쓸한 풍경
씨앗 [명] hạt, hạt giống	씨앗을 심다
씩씩하다 [형] mạnh mẽ	씩씩한 사람
아깝다 [형] tiếc, tiếc rẻ, tiếc nuối	돈이 아깝다
아동 [명] nhi đồng, thiếu nhi	아동 교육
아마도 [부] có lẽ	
아무래도 [부] dù gì đi nữa, dù sao đi nữa	아무래도 이상하다
아무런 [관] ~ nào cả, bất kỳ ~	
아무렇다 [형] bất kể thế nào, bất kể ra sao	아무렇건 상관없다
아무튼 [부] tóm lại, gì thì gì	
아쉬움 [명] sự luyến tiếc	아쉬움이 남다
아울러 [부] và, cùng với	실력과 아울러
악몽 [명] ác mộng	악몽을 꾸다
악취 [명] mùi hôi thối	악취가 나다
악화 [명] sự xấu đi, trở nên trầm trọng	갈등 악화
안내소 [명] trung tâm hướng dẫn	관광 안내소
안되다 [형] không ổn, không tốt	형편이 안되다
안타깝다 [형] tiếc nuối, tiếc rẻ	안타까운 광경
안팎 [명] trong và ngoài	나라 안팎
알차다 [형] bổ ích, có lợi	내용이 알차다
앓다 [동] đau, ốm	감기를 앓다
암기 [명] sự học thuộc lòng	암기 과목
압력 [명] áp lực	압력이 높다
앞길 [명] đường cái	앞길을 넓히다
앞두다 [동] đứng trước, trước	시험을 앞두다
앞바다 [명] vùng biển gần đất liền	인천 앞바다
앞서 [부] trước, sớm hơn	앞서 도착하다
앞서다 [동] đứng trước, làm trước	한발 앞서다
앞세우다 [동] cho đứng trước, cho làm trước	반장을 앞세우다
앞장서다 [동] làm đầu tàu, đứng trước	앞장서 가다
애 [명] sự nóng lòng	애가 타다
애쓰다 [동] gắng sức, cố gắng	애쓴 보람

어휘	길잡이말
애정 [명] tình cảm, tình yêu	애정이 식다
액수 [명] số tiền, món tiền	액수가 많다
야간 [명] ban đêm	야간 근무
야단 [명] sự xôn xao, sự nhốn nháo	야단을 떨다
야하다 [형] hở hang, khêu gợi	옷차림이 야하다
약점 [명] điểm yếu, yếu điểm	약점을 잡다
약혼 [명] sự đính hôn	약혼을 발표하다
얌전 [명] sự trầm tĩnh	얌전을 떨다
양국 [명] hai quốc gia, hai đất nước	양국이 협력하다
양심 [명] lương tâm	양심에 찔리다
얕다 [형] nông, cạn	강이 얕다
어긋나다 [동] chệch, lệch, trật	뼈가 어긋나다
어느덧 [부] thoáng chốc, lúc nào không hay	어느덧 사라지다
어둠 [명] bóng tối	어둠이 깔리다
어려워하다 [동] thấy khó, thấy khó gần	선배를 어려워하다
어르신 [명] người lớn	어르신을 뵙다
어리석다 [형] ngốc nghếch	어리석은 대답
어린애 [명] trẻ nhỏ, trẻ con	어린애 응석
어색하다 [형] gượng gạo, ngượng ngịu, không tự nhiên	어색한 관계
어쩌다 [부] làm thế nào mà	
어쩌면 [부] biết đâu, làm thế nào mà	
어차피 [부] dù sao, dù gì	어차피 안 되다
억양 [명] ngữ điệu	강한 억양
억울하다 [형] oan ức	억울한 누명
억지로 [부] một cách cưỡng ép, miễn cưỡng	억지로 웃다
언급 [명] sự đề cập	자세한 언급
언론 [명] ngôn luận	언론 매체
얹다 [동] để, đặt, lợp	지붕을 얹다
얻어먹다 [동] ăn nhờ, ăn chực	밥을 얻어먹다
엄격 [명] sự nghiêm khắc	엄격 규제
엄숙하다 [형] nghiêm trang, nghiêm chỉnh	엄숙한 분위기
엄청나다 [형] ghê gớm, khủng khiếp	엄청난 피해

어휘	길잡이말	어휘	길잡이말
업계 **명** ngành, giới	서비스 업계	영원 **명** sự vĩnh viễn	영원을 약속하다
업적 **명** thành tích, chiến công	연구 업적	영향력 **명** sức ảnh hưởng	영향력을 미치다
업체 **명** doanh nghiệp, công ty	업체와 거래하다	영혼 **명** linh hồn	영혼이 되다
엉뚱하다 **형** lộn xộn, không có liên quan	엉뚱한 생각	영화감독 **명** đạo diễn phim	영화감독이 되다
엉망 **명** lôi thôi, bừa bãi, lộn xộn	엉망인 생활	예03 **명** trước đây, xa xưa	예로부터 내려오다
엎드리다 **동** nằm sấp	바닥에 엎드리다	예감 **명** dự cảm, linh cảm	불길한 예감
여건 **명** điều kiện	좋은 여건	예고 **명** sự báo trước, phần giới thiệu trước	예고 방송
여럿 **명** nhiều (cái, việc)	여럿 가운데	예비 **명** sự dự bị	예비 식량
여전히 **부** vẫn	여전히 똑같다	예산 **명** dự toán	예산 낭비
역사상 **명** trong lịch sử	한국 역사상	예선 **명** vòng loại	예선 통과
엮다 **동** kết, đan, bện	실을 엮다	예술적 **관****명** mang tính nghệ thuật	예술적 작품
연간 **명** theo năm, hằng năm	연간 수입	예외 **명** sự ngoại lệ	예외 현상
연관 **명** mối liên quan	연관이 없다	오락 **명** sự giải trí, môn giải trí	오락 문화
연구소 **명** trung tâm nghiên cứu	연구소를 설립하다	오래도록 **부** thật lâu, trong thời gian dài	오래도록 간직하다
연구자 **명** nhà/người nghiên cứu	연구자의 이론	오로지 **부** chỉ	오로지 공부만 하다
연기03 **명** khói	담배 연기	오염 **명** sự ô nhiễm	오염 물질
연도 **명** năm, niên độ	졸업 연도	오직 **부** chỉ	오직 일만 하다
연령 **명** độ tuổi	연령 제한	오히려 **부** thà rằng, chi bằng	오히려 화를 내다
연봉 **명** lương theo năm	연봉이 오르다	온갖 **관** đủ mọi, mọi	온갖 방법
연설 **명** sự diễn thuyết	연설을 듣다	온종일 **부****명** cả ngày	하루 온종일
연속 **명** sự liên tục	고난의 연속	온통 **부****명** toàn bộ, cả thảy	온통 그 생각뿐이다
연애 **명** sự yêu đương	연애 감정	완벽 **명** sự hoàn hảo	완벽을 추구하다
연체 **명** sự quá hạn, sự trả (đồ vật, tiền) muộn	연체 도서	왠지 **부** không hiểu sao, không biết sao	왠지 기분이 좋다
연출 **명** sự đạo diễn	영화 연출	외면 **명** mặt ngoài, bên ngoài	외면이 화려하다
연합 **명** liên hiệp	유럽 연합	외아들 **명** con trai một	외아들을 두다
열기 **명** hơi nóng	뜨거운 열기	외출복 **명** quần áo mặc đi ra ngoài	외출복을 입다
열매 **명** trái, quả	열매가 열리다	외치다 **동** la, hét, gào	크게 외치다
열정 **명** lòng nhiệt huyết, nhiệt tình	열정을 쏟다	요구 **명** sự yêu cầu/đòi hỏi	요구를 들어주다
열중 **명** sự miệt mài, sự say mê	일에 열중하다	요소 **명** yếu tố	구성 요소
엿보다 **동** nhìn lén	몰래 엿보다	요약 **명** sự tóm lược, sự tóm tắt	내용 요약
영업 **명** sự kinh doanh, sự bán hàng	영업 정지	요인 **명** lý do chủ yếu, nguyên nhân chủ yếu	성공 요인
영역 **명** lĩnh vực, lãnh thổ	활동 영역	요청 **명** sự yêu cầu/đề nghị, lời yêu cầu/đề nghị	삭제 요청

어휘	길잡이말
욕망 명 tham vọng	욕망을 이루다
욕심 명 lòng tham	욕심을 내다
용감하다 형 dũng cảm	용감한 행동
용건 명 chuyện, việc	급한 용건
용도 명 mục đích sử dụng	용도가 다르다
용서 명 sự tha thứ	용서를 구하다
용어 명 từ chuyên ngành	법률 용어
우기다 명 khăng khăng, cố chấp	주장을 우기다
우려 명 sự lo ngại, sự lo nghĩ	우려가 크다
우승 명 sự chiến thắng, chức vô địch	우승 후보
우아하다 형 thanh lịch, trang nhã	분위기가 우아하다
우연 명 sự tình cờ, sự ngẫu nhiên	우연의 일치
운반 명 sự vận chuyển, sự vận tải	이삿짐 운반
운영 명 sự điều hành	기업 운영
운행 명 sự vận hành	지하철 운행
울음소리 명 tiếng khóc	울음소리가 들리다
움직임 명 sự dịch chuyển	움직임을 따라가다
웃음소리 명 tiếng cười	웃음소리가 들리다
워낙 부 quá, quá đỗi	워낙 비싸다
원리 명 nguyên lí	원리를 발견하다
원만하다 형 dễ chịu	원만한 성격
원서 명 hồ sơ, đơn đăng kí	입학 원서
원칙 명 nguyên tắc	원칙을 따르다
웬 관 sao, gì	웬 영문인지
위기 명 nguy cơ	위기를 극복하다
위대하다 형 vĩ đại	위대한 업적
위로 명 sự an ủi	위로를 받다
위반 명 sự vi phạm	신호 위반
위험성 명 tính nguy hiểm	위험성이 크다
위협 명 sự uy hiếp	위협을 주다
유난히 부 một cách đặc biệt, một cách khác thường	유난히 작다
유능 명 có tài	유능과 무능

어휘	길잡이말
유도 명 sự dẫn dắt, sự khơi gợi	대화 유도
유리 명 có lợi, có lợi thế	유리한 조건
유산 명 di sản	유산을 물려받다
유일 명 sự duy nhất	세계 유일
유지 명 sự duy trì	질서 유지
유창하다 형 lưu loát, trôi chảy	영어가 유창하다
유치하다 형 ấu trĩ	유치한 생각
유쾌 명 thoải mái, khoan khoái	유쾌한 성격
유통 명 sự lưu thông	자본의 유통
유형 명 loại hình	유형을 나누다
유혹 명 sự cám dỗ, sự quyến rũ	뇌물의 유혹
육체 명 thân thể, thể xác	건강한 육체
은혜 명 ân huệ, ơn	은혜를 갚다
음반 명 album nhạc, đĩa hát	음반을 내다
응답 명 sự trả lời, sự ứng đáp	응답을 기다리다
응시 명 sự ứng thí	응시 원서
의도 명 ý đồ, ý định	의도를 파악하다
의류 명 quần áo, trang phục	여성 의류
의무 명 nghĩa vụ	의무를 다하다
의무적 관명 mang tính nghĩa vụ	의무적 규정
의문 명 sự nghi vấn	의문이 생기다
의복 명 y phục	의복을 갈아입다
의사 명 ý, ý định	의사를 밝히다
의상 명 trang phục	무대 의상
의식01 명 ý thức	의식을 잃다
의식02 명 nghi thức	종교 의식
의심 명 sự nghi ngờ	의심을 받다
의외 명 ngoài dự đoán	의외의 결과
의욕 명 lòng đam mê	의욕이 넘치다
의존 명 sự phụ thuộc	알코올 의존
의지01 명 sự dựa dẫm vào	난간에 의지하다
의지02 명 ý chí	의지가 강하다

어휘	길잡이말	어휘	길잡이말
이기적 관명 ích kỉ	이기적 성격	일단 부 trước mắt, trước tiên	
이내 명 trong vòng	한 시간 이내	일반인 명 người bình thường	일반인 대상
이념 명 ý niệm	교육 이념	일반적 관명 thông thường, bình thường	일반적 생각
이론 명 lí luận	철학 이론	일부분 명 một phần	일부분에 속하다
이롭다 형 có lợi	몸에 이롭다	일상 명 cuộc sống thường nhật	일상에 만족하다
이르다01 동 đến nơi	목적지에 이르다	일생 명 một đời	일생을 살다
이르다02 동 nói, bảo, mách	자세히 이르다	일손 명 bàn tay làm việc (người làm việc)	일손을 구하다
이른바 부 cái gọi là		일시 명 ngày giờ	모임 일시
이만큼 부명 cỡ này, đến mức này		일시불 명 (trả) một lần	일시불로 내다
이별 명 sự chia tay, sự li biệt	이별을 선언하다	일시적 관명 nhất thời	일시적 감정
이상적 관명 mang tính lí tưởng	이상적 방법	일으키다 동 vực dậy, nhắc lên	상체를 일으키다
이성02 명 lí trí	이성을 잃다	일일이 부 từng thứ, từng cái	일일이 검사하다
이외 명 ngoại trừ, ngoài	관계자 이외	일종 명 một dạng, một kiểu	일종의 자유
이익 명 lợi ích	이익과 손해	일찍이 부 sớm	일찍이 떠나다
이전 명 sự chuyển dời, sự di dời	주소 이전	일체 명부 toàn bộ	여행비 일체
이제야 부 phải đến bây giờ, giờ đây mới	이제야 알다	일치 명 sự đồng nhất, sự giống nhất	의견 일치
이혼 명 sự li hôn	이혼 서류	일회용품 명 sản phẩm dùng một lần	일회용품을 사용하다
익다 형 quen, quen thuộc	손에 익다	임금 명 lương	임금을 올리다
인간 명 con người	인간 사회	임무 명 nhiệm vụ	임무를 맡기다
인격 명 nhân cách	인격을 존중하다	임시 명 tạm thời	임시로 맡다
인공 명 nhân tạo	인공 호수	임신 명 sự mang thai	임신 초기
인력 명 nhân lực	인력을 양성하다	입금 명 sự nộp tiền (vào tài khoản)	입금 통장
인류 명 nhân loại	인류 공동체	입력 명 sự nhập vào	자료 입력
인물 명 nhân vật	인물 사진	입사 명 sự vào công ty làm việc	입사 시험
인상02 명 ấn tượng	인상이 좋다	입시 명 cuộc thi tuyển sinh	대학 입시
인상03 명 sự tăng lên	요금 인상	입장01 명 sự vào cửa	입장 시간
인식 명 nhận thức	인식이 달라지다	입장02 명 lập trường	입장을 밝히다
인연 명 nhân duyên	인연을 맺다	입히다 동 mặc (quần áo) cho	옷을 입히다
인재 명 nhân tài	우수한 인재	-자 접 nhà/người ~	과학자
인정 명 sự công nhận, sự thừa nhận	소유권 인정	자격증 명 chứng chỉ	자격증을 따다
인하 명 sự giảm xuống	가격 인하	자극 명 sự kích thích, kích động	외부 자극
일교차 명 sự chênh lệch nhiệt độ trong ngày	일교차가 크다	자라나다 동 lớn lên, sinh trưởng	몸이 자라나다

어휘	길잡이말	어휘	길잡이말
자랑스럽다 **형** đáng tự hào	아들이 자랑스럽다	재활용품 **명** sản phẩm tái sử dụng	재활용품을 모으다
자막 **명** phụ đề	영어 자막	저- **접** ~ thấp	저학년
자본 **명** tiền vốn	자본이 부족하다	저마다 **부 명** mỗi người, mỗi cái	저마다 다르다
자부심 **명** lòng tự hào, lòng tự phụ	자부심을 느끼다	저만큼 **부 명** mức đó, chừng đó, bằng thế	저만큼 느끼다
자세 **명** tư thế	바른 자세	저장 **명** sự lưu trữ	파일 저장
자신감 **명** sự tự tin, cảm giác tự tin	자신감이 넘치다	저절로 **부** tự, một cách tự động	저절로 가다
자연스럽다 **형** tự nhiên	자연스러운 모습	저지르다 **동** làm ra, gây ra	실수를 저지르다
자연환경 **명** môi trường tự nhiên	자연환경을 보호하다	적 **명** quân địch, địch, kẻ thù	적을 공격하다
자원 **명** tài nguyên	자원이 풍부하다	적극 **명** sự tích cực	적극 검토하다
자존심 **명** lòng tự tôn, lòng tự trọng	자존심을 지키다	적극적 **관 명** mang tính tích cực	적극적 태도
작가 **명** tác giả	시나리오 작가	적당히 **부** một cách vừa phải	적당히 마시다
작곡가 **명** nhạc sĩ	가요 작곡가	적성 **명** khả năng, năng lực (phù hợp với việc nào đó)	적성을 고려하다
작동 **명** sự hoạt động, sự vận hành	작동을 멈추다	적용 **명** sự áp dụng	적용을 받다
작업 **명** sự tác nghiệp, sự làm việc	준비 작업	적자 **명** thâm hụt, lỗ	적자가 발생하다
작용 **명** tác dụng	상호 작용	적절하다 **형** phù hợp	적절한 시기
작품 **명** tác phẩm	예술 작품	전개 **명** sự triển khai	새로운 전개
잔뜩 **부** đầy	잔뜩 사다	전문적 **관 명** mang tính chuyên môn	전문적 지식
잔소리 **명** lời càu nhàu	잔소리가 많다	전문직 **명** công việc mang tính chuyên môn	전문직에 종사하다
잡아당기다 **동** nắm kéo	문을 잡아당기다	전제 **명** tiền đề	전제 조건
장관 **명** bộ trưởng	장관에 임명되다	전체적 **관 명** mang tính toàn thể	전체적 분위기
장기간 **명** thời gian dài, dài hạn	장기간 머물다	전후 **명** trước và sau	전후 사정
장기적 **관 명** trường kì	장기적 목표	절대적 **관 명** tuyệt đối	절대적 신뢰
장사 **명** việc buôn bán	장사가 잘되다	절망 **명** tuyệt vọng	절망을 느끼다
장애 **명** trở ngại, chướng ngại vật	장애 요인	절차 **명** quy trình	수속 절차
재- **접** ~ lại, tái ~	재등록	점검 **명** sự kiểm nghiệm, sự kiểm định	점검을 받다
재능 **명** tài năng	예술적 재능	점잖다 **형** đạo mạo, đàng hoàng	점잖은 말투
재빨리 **부** thoăn thoắt, một cách nhanh nhẹn	재빨리 도망치다	접근 **명** sự tiếp cận	접근을 막다
재산 **명** tài sản	재산을 모으다	접속 **명** sự kết nối	접속이 끊어지다
재생 **명** sự tái sinh, sự hồi sinh	재생의 기회	접어들다 **동** bước vào	가을에 접어들다
재주 **명** tài năng	재주가 많다	접촉 **명** sự tiếp xúc, sự va quẹt	접촉 사고
재판 **명** sự xét xử	재판이 열리다	접하다 **동** đón nhận, tiếp nhận	소식을 접하다
재학생 **명** học sinh đang theo học	재학생이 늘다	정기 **명** định kì	정기 휴일

어휘	길잡이말	어휘	길잡이말
정기적 관명 mang tính định kì	정기적 모임	조명 명 sự chiếu sáng, đèn chiếu sáng	조명이 밝다
정면 명 mặt trước, chính diện	건물의 정면	조심스럽다 형 thận trọng	행동이 조심스럽다
정반대 명 sự trái ngược hoàn toàn	정반대로 행동하다	조작 명 việc ngụy tạo, sự làm giả	음성 조작
정보화 명 thông tin hóa	정보화 사회	조절 명 sự điều chỉnh, sự điều tiết	컨디션 조절
정부 명 chính phủ	한국 정부	조정 명 sự điều chỉnh, sự điều đình	날짜 조정
정상 명 sự bình thường	정상 수업	조화 명 sự cân bằng, sự hòa hợp	조화를 이루다
정상적 관명 bình thường	정상적 생활	존재 명 sự tồn tại	특별한 존재
정성 명 sự hết lòng, sự chân thành	정성을 다하다	존중 명 sự tôn trọng	존중을 받다
정식 명 chính thức	정식 회원	좀처럼 부 ít khi, hiếm khi	
정신적 관명 về mặt tinh thần	정신적 여유	종종 부 thỉnh thoảng, đôi khi	종종 나타나다
정의 명 định nghĩa	사전 정의	좌우 명 bên trái và bên phải	좌우 날개
정작 부 thực ra, thực tế		죄 명 tội, tội lỗi	죄와 벌
정지 명 sự đình chỉ, sự ngừng	운행 정지	주관적 관명 mang tính chủ quan	주관적 생각
정직 명 sự ngay thẳng, sự chính trực	정직을 추구하다	주목 명 sự quan tâm theo dõi, sự chú ý	주목을 끌다
정착 명 sự yên vị, sự an cư	정착 생활	주장 명 chủ trương	주장을 내세우다
정책 명 chính sách	정책 수립	주택 명 nhà riêng	주택을 짓다
정치적 관명 mang tính chính trị	정치적 대립	줄곧 부 liên tục, không ngừng	줄곧 생각하다
-제 접 thuốc/chất ~	영양제	중독 명 sự trúng độc, sự nghiện	중독을 일으키다
제거 명 sự loại bỏ, sự loại trừ	냄새 제거	중소기업 명 doanh nghiệp vừa và nhỏ	중소기업에 취직하다
제도 명 chế độ	결혼 제도	중요성 명 tính quan trọng	환경의 중요성
제때 명 sự đúng hẹn, sự đúng lúc	제때를 놓치다	즉석 명 tại chỗ, liền	즉석 떡볶이
제법 부 khá		증거 명 chứng cứ	증거를 찾아내다
제사 명 sự cúng tế, sự cúng giỗ	제사를 지내다	증명 명 sự chứng minh, minh chứng	과학적 증명
제시 명 sự đưa ra	의견 제시	지겹다 형 chán ngấy	지겨운 일상
제약 명 sự giới hạn	제약을 받다	지극히 부 vô cùng, cực kì	지극히 간단하다
제외 명 sự loại ra, sự trừ ra	제외 대상	지금껏 부 cho đến bây giờ, mãi cho đến nay	지금껏 모르다
제자 명 đệ tử, học trò	스승과 제자	지급 명 việc chi trả	지급 내역
제작 명 sự chế tác	음반 제작	지능 명 trí năng, khả năng hiểu biết	지능이 높다
제한 명 giới hạn	나이 제한	지도자 명 người lãnh đạo	지도자를 뽑다
조각 명 mảnh, mẩu, miếng	빵 조각	지름길 명 đường tắt	지름길로 가다
조기 명 giai đoạn đầu, thời kì đầu	조기에 발견하다	지불 명 sự chi trả, sự thanh toán	비용 지불
조르다 동 xin xỏ, vòi vĩnh	사 달라고 조르다	지시 명 chỉ thị	지시 사항

어휘	길잡이말
지식 명 kiến thức	전문 지식
지식인 명 nhà trí thức	지식인 사회
지원02 명 sự hỗ trợ	생활비 지원
지위 명 chức vị	지위가 높다
지적 명 sự chỉ trích	지적을 당하다
지정 명 sự chỉ định	지정 좌석
지진 명 động đất	지진이 발생하다
지출 명 sự chi tiêu	지출이 늘다
지치다 동 mệt mỏi, kiệt sức	몸이 지치다
지켜보다 동 canh giữ, dòm chừng	몰래 지켜보다
지폐 명 tiền giấy	지폐를 세다
지하실 명 phòng ở tầng hầm	지하실로 내려가다
지혜 명 sự khôn khéo, trí tuệ	지혜를 모으다
직선 명 đường thẳng	직선 도로
직접적 관 명 một cách trực tiếp	직접적 피해
직후 명 ngay sau khi	식사 직후
진단 명 sự chuẩn đoán	건강 진단
진동 명 sự rung lắc	휴대폰 진동
진로 명 con đường đi tới, tiến đồ	진로를 결정하다
진리 명 chân lí	진리를 깨닫다
진술 명 sự tường trình, sự trình bày	진술을 듣다
진실 명 sự chân thật, sự thật	진실과 거짓
진정하다 형 chân thành	진정한 친구
진지하다 형 nghiêm túc	진지한 태도
진출 명 sự thâm nhập vào, sự tiến vào	사회 진출
질병 명 bệnh tật	질병을 치료하다
질서 명 trật tự	질서를 유지하다
질투 명 sự ganh ghét, đố kị	질투가 나다
짐승 명 thú vật	짐승을 잡다
짐작 명 sự suy đoán, sự phỏng đoán	짐작이 가다
집단 명 nhóm, tập thể	집단을 이루다
집중적 관 명 mang tính tập trung	집중적 관심

어휘	길잡이말
짖다 동 sủa	강아지가 짖다
짙다 형 đậm	화장이 짙다
짚다 동 chống	지팡이를 짚다
짜증스럽다 형 bực bội	말투가 짜증스럽다
짝수 명 số chẵn	홀수와 짝수
쫓겨나다 동 bị đuổi	집에서 쫓겨나다
쫓기다 동 bị truy đuổi, bị rượt bắt	경찰에게 쫓기다
쫓다 동 đuổi	범인을 쫓다
쫓아가다 동 đuổi theo, chạy theo	학교에 쫓아가다
찌푸리다 동 u ám, âm u	찌푸린 날씨
찍다 동 đóng, bổ	나무를 찍다
찡그리다 동 cau có, nhăn mặt	얼굴을 찡그리다
차도 명 đường dành cho xe ô tô	차도를 넓히다
차라리 부 thà là, thà rằng	차라리 그게 낫다
차마 부 hoàn toàn (không ~)	
차별 명 sự phân biệt, sự đối xử khác	인종 차별
차비 명 tiền vé xe, tiền tàu xe	차비를 내다
차선 명 làn xe	차선을 변경하다
차원 명 góc độ, mức độ, chiều	차원이 다르다
차차 부 từ từ, dần dần	차차 좋아지다
차창 명 kính xe	차창을 열다
차츰 부 dần dần, từng bước	차츰 나아지다
착각 명 sự nhầm lẫn	착각에 빠지다
참석자 명 người tham dự	참석자 명단
참여 명 sự tham gia	주민 참여
참으로 부 thật sự, quả thực là	참으로 잘되다
참조 명 sự tham khảo	사진 참조
창작 명 sự sáng tác, tác phẩm sáng tác	창작과 모방
창조 명 sự sáng tạo	한글 창조
찾아내다 동 tìm thấy, tìm ra	보물을 찾아내다
찾아다니다 동 đi tìm	명소를 찾아다니다
채우다02 동 đóng, khóa, cài khóa	자물쇠를 채우다

어휘	길잡이말	어휘	길잡이말
채택 **명** sự lựa chọn	답변 채택	추가 **명** sự bổ sung	추가 모집
책임 **명** trách nhiệm	책임을 지다	추위 **명** cái lạnh	추위를 타다
처리 **명** sự xử lí	업무 처리	추진 **명** sự xúc tiến	사업 추진
처벌 **명** sự xử phạt, hình phạt	처벌을 받다	추천서 **명** thư đề cử	추천서를 쓰다
처하다 **동** rơi vào, đối mặt với	위험에 처하다	축소 **명** sự giảm thiểu	예산 축소
천국 **명** thiên đường	천국과 지옥	출산 **명** sự sinh con	출산 예정일
철02 **명** sự lớn khôn, sự chững chạc	철이 들다	출신 **명** xuất thân	서울 출신
철저히 **부** một cách triệt để, một cách nghiêm ngặt	철저히 예방하다	출연 **명** trình diễn, tham gia (phim, show truyền hình v.v.)	드라마 출연
첨부 **명** sự đính kèm	첨부 서류	출판 **명** sự xuất bản	도서 출판
청하다 **동** xin, cầu xin, thỉnh cầu	도움을 청하다	출현 **명** sự xuất hiện	출현 시기
체계 **명** hệ thống	체계가 잡히다	충격 **명** cú sốc	충격을 받다
체면 **명** thể diện	체면이 깎이다	충격적 **관명** mang tính gây sốc	충격적인 사실
체온 **명** nhiệt độ cơ thể, thân nhiệt	체온을 재다	충고 **명** sự khuyên bảo, lời khuyên	충고를 듣다
체조 **명** môn thể dục dụng cụ	체조 경기	충돌 **명** sự xung đột, sự va chạm	자동차 충돌
체중 **명** cân nặng cơ thể	체중 조절	취업 **명** sự tìm việc	취업 준비
초- **접** đầu ~	초봄	취재 **명** sự lấy tin	취재 기자
초기 **명** sơ kì, ban sơ, thời kì đầu	초기 단계	측 **의존** phía, bên	학교 측
초반 **명** đầu (hiệp đấu, độ tuổi v.v.)	경기 초반	측면 **명** mặt bên, phương diện	오른쪽 측면
초보 **명** vỡ lòng, chưa có kinh nghiệm	초보 운전	치다02 **동** tràn về	눈보라가 치다
초여름 **명** đầu mùa hè	초여름 더위	치다03 **동** rắc vào, nêm vào	후추를 치다
초저녁 **명** chạng vạng tối	초저녁이 지나다	친정 **명** bên cha mẹ ruột (cách gọi của con gái sau khi đi lấy chồng)	친정 부모님
초점 **명** tiêu điểm, tâm điểm	논의의 초점	침묵 **명** sự im lặng	침묵을 깨다
초조 **명** sự nhấp nhổm, thấp thỏm	불안과 초조	캄캄하다 **형** tối đen, tối tăm	밖이 캄캄하다
초청 **명** sự mời	초청 강연	커다랗다 **형** to lớn	덩치가 커다랗다
총02 **관** tổng, tổng cộng	총 인원	쾌적하다 **형** sảng khoái	공기가 쾌적하다
총리 **명** thủ tướng	총리로 임명되다	타고나다 **동** thiên bẩm, bẩm sinh	재능을 타고나다
최대 **명** tối đa	최대로 늘리다	타다 **동** nhận, lĩnh	월급을 타다
최대한 **부** nhất có thể	최대한 노력하다	타인 **명** người khác	타인의 입장
최소 **명** tối thiểu	최대와 최소	탄생 **명** sự ra đời	아이의 탄생
최신 **명** mới nhất	최신 기술	탈출 **명** sự trốn thoát	비상 탈출
최종 **명** cuối cùng	최종 목표	택하다 **동** chọn, lựa	방법을 택하다
최초 **명** đầu tiên	최초로 발견하다	터지다 **동** vỡ ra, nổ ra	풍선이 터지다

어휘	길잡이말
토의 圆 sự thảo luận	토의 주제
통계 圆 thống kê	통계 자료
통과 圆 sự thông qua	국경 통과
통증 圆 triệu chứng đau	통증을 느끼다
통행 圆 sự thông hành, sự qua lại	통행을 금지하다
퇴직 圆 sự nghỉ việc	퇴직 연금
투자 圆 sự đầu tư	시간 투자
투표 圆 sự bỏ phiếu bầu	찬반 투표
특수 圆 sự đặc thù, đặc chủng	특수 부대
특정 圆 sự chuyên biệt	특정 집단
틀림없다 圆 chắc chắn, không sai	범인이 틀림없다
틈 圆 圆 khe hở, kẽ hở	창문 틈
판단 圆 sự phán đoán	상황 판단
판사 圆 thẩm phán	판사와 검사
펴내다 圆 phát hành	책을 펴내다
편견 圆 thành kiến, thiên kiến	편견을 깨다
편의 圆 sự tiện lợi	편의를 봐주다
편히 圆 thoải mái, tiện lợi	편히 살다
평 圆 sự đánh giá	평이 좋다
평균 圆 bình quân	평균 점수
평등 圆 bình đẳng	남녀평등
평범하다 圆 bình thường, không có gì nổi trội	외모가 평범하다
평상시 圆 lúc bình thường	평상시 습관
평생 圆 圆 bình sinh, suốt đời, trọn đời	평생 교육
평화 圆 hòa bình	세계 평화
평화롭다 圆 thanh bình, yên bình	마음이 평화롭다
폐지 圆 sự bãi bỏ, sự xóa bỏ	프로그램 폐지
포근하다 圆 ấm cúng, ấm áp	잠자리가 포근하다
폭넓다 圆 rộng, rộng rãi	폭넓은 주제
폭력 圆 bạo lực	폭력을 쓰다
폭발 圆 sự bùng nổ	감정 폭발
폭설 圆 bão tuyết	폭설 주의보

어휘	길잡이말
폭우 圆 trận mưa to, mưa to	집중 폭우
표면 圆 bề mặt	표면이 거칠다
표준 圆 chuẩn, tiêu chuẩn	표준 시간
표준어 圆 ngôn ngữ chuẩn	표준어를 사용하다
표지 圆 trang bìa, bìa sách	책 표지
품다 圆 ấp	알을 품다
풍기다 圆 bốc mùi, tỏa ra	냄새를 풍기다
풍부하다 圆 phong phú	자원이 풍부하다
풍속 圆 phong tục	세시 풍속
필기 圆 sự ghi chép	필기를 하다
필수 圆 cần thiết, bắt buộc	필수 조건
필수적 圆 圆 mang tính bắt buộc, cần thiết	필수적인 요인
필수품 圆 vật dụng cần thiết	여행 필수품
필요성 圆 tính cần thiết	필요성을 느끼다
핑계 圆 cớ, sự viện cớ	핑계로 삼다
하 圆 phía dưới	아래
학력 圆 học lực	최종 학력
학문 圆 học vấn, sự học hành	학문에 정진하다
학부모 圆 phụ huynh	학부모 회의
학비 圆 học phí	학비를 내다
한가운데 圆 chính giữa	한가운데에 놓다
한겨울 圆 giữa mùa đông	한겨울 추위
한결 圆 hơn hẳn, thêm một bậc	한결 낫다
한계 圆 giới hạn	한계를 넘다
한꺼번에 圆 một lượt, vào một lần	한꺼번에 갚다
한낮 圆 giữa trưa	한낮 더위
한눈 圆 cái nhìn đầu tiên, sự nhìn thoáng qua	한눈에 알아보다
한순간 圆 một khoảnh khắc, phút chốc	한순간에 사라지다
한여름 圆 giữa mùa hè	한여름의 더위
한창 圆 圆 lúc đỉnh điểm, lúc đỉnh cao	한창 붐비다
한편 圆 một phía, cùng phía	한편을 이루다
할부 圆 việc trả góp, sự trả góp	할부 기간

어휘	길잡이말
함부로 부 hàm hồ, một cách tùy tiện	함부로 말하다
합격자 명 người thi đỗ	합격자를 발표하다
합리적 관명 hợp lí	합리적인 방법
합의 명 sự thỏa thuận	합의를 보다
합하다 동 hợp lại	힘을 합하다
항의 명 sự chống đối, sự phản kháng	항의 전화
해 명 sự tổn thất, sự thiệt hại	해를 끼치다
해결책 명 giải pháp	해결책을 마련하다
해내다 동 hoàn thành, làm được	거뜬히 해내다
해당 명 cái tương ứng	해당 부서
해롭다 형 có hại	건강에 해롭다
해방 명 sự giải phóng	노예 해방
해석 명 sự phân tích, sự giải nghĩa	영어 해석
해설 명 sự diễn giải	정답 해설
해소 명 sự giải tỏa	스트레스 해소
핵심 명 cốt lõi, nòng cốt	핵심 인물
행사 명 sự thực thi, sự thi hành	권력 행사
행위 명 hành vi	불법 행위
행정 명 hành chính	행정 업무
행하다 동 hành động, cư xử	폭력을 행하다
향 명 hương, nhang	향을 피우다
향기 명 hương thơm, hương	향기를 맡다
향상 명 sự cải tiến, sự nâng cao	기술 향상
허가 명 sự cho phép	입국 허가
허용 명 sự chấp thuận, sự cho phép	입학 허용
헌 관 cũ	헌 책
험하다 형 hiểm trở, nguy hiểm	길이 험하다
헤매다 동 đi lòng vòng, đi lạc	길에서 헤매다
헤아리다 동 đếm	숫자를 헤아리다
헤엄치다 동 bơi lội, lặn ngụp	물에서 헤엄치다
현대적 관명 hiện đại	현대적으로 바꾸다
현상 명 hiện tượng	열대야 현상

어휘	길잡이말
현실 명 hiện thực	현실 도피
현실적 관명 mang tính hiện thực	현실적으로 생각하다
현장 명 hiện trường	서식 현장
협력 명 sự hợp tác, sự hợp sức	경제 협력
협조 명 sự hiệp trợ, sự hợp tác	자발적인 협조
-형 접 loại hình ~	기본형
형성 명 sự hình thành	가치관 형성
형식 명 hình thức	형식을 갖추다
형편 명 tình hình, hoàn cảnh	돌아가는 형편
혜택 명 sự ưu đãi, sự đãi ngộ	혜택을 누리다
호감 명 thiện cảm, cảm tình	호감을 얻다
호기심 명 tính tò mò, tính hiếu kì	호기심이 강하다
호흡 명 sự hô hấp	호흡이 멎다
혼내다 동 la mắng, mắng mỏ	아이를 혼내다
홀수 명 số lẻ	홀수와 짝수
홍보 명 sự quảng bá	신제품 홍보
홍수 명 lũ lụt	홍수가 나다
-화 접 ~ hóa	간편화
화제 명 tiêu đề, tiêu điểm	화제를 바꾸다
화창하다 형 quang đãng	날씨가 화창하다
확대 명 sự mở rộng, sự khuếch đại	확대와 축소
확보 명 sự bảo đảm, sự đảm bảo	인력 확보
확산 명 sự lan rộng, sự khuếch tán	확산을 막다
확신 명 sự vững tin, niềm tin vững chắc	확신이 서다
확실하다 형 chắc chắn, xác thực	증거가 확실하다
확장 명 sự khuếch trương, sự nới rộng	확장 공사
환경 명 môi trường	자연 환경
환상 명 mộng tưởng, sự ảo tưởng	환상이 깨지다
활기 명 sinh khí, sức sống	활기를 띠다
활동적 관명 năng động, hiếu động, lanh lẹ	활동적인 성격
활발히 부 một cách hoạt bát	활발히 활동하다
활용 명 sự tận dụng	공간 활용

어휘	길잡이말
회담 명 hội đàm	회담을 열다
회복 명 sự hồi phục	피로 회복
회화 명 hội thoại	영어 회화
효과적 관 명 có hiệu quả	효과적인 방법
효도 명 sự hiếu thảo, hiếu đạo	효도 관광
효율적 관 명 tính năng suất, hiệu quả	효율적인 관리
효자 명 hiếu tử, người con (trai) có hiếu	효자와 효녀
후보 명 ứng cử viên	대통령 후보
후회스럽다 형 hối hận	후회스러운 과거
훈련 명 sự huấn luyện	민방위 훈련
훔치다 동 trộm	물건을 훔치다
휴양지 명 nơi nghỉ dưỡng	휴양지로 떠나다
흐름 명 dòng chảy	강물의 흐름
흔들리다 동 rung lắc, chao đảo	비행기가 흔들리다
흔적 명 vết tích, dấu vết	흔적을 남기다
흔하다 형 thường thấy, phổ biến	흔한 이름
흔히 부 thường, thường hay	흔히 듣다
흘러나오다 동 chảy ra	폐수가 흘러나오다
흙 명 đất, bùn	흙을 파다
흡수 명 sự hấp thụ, sự thấm vào	땀 흡수
흥미 명 sự hứng thú	흥미가 생기다
흥미롭다 형 hứng thú	이야기가 흥미롭다
흥분 명 sự hưng phấn, sự phấn khích	흥분을 가라앉히다
흩어지다 동 vương vãi, rải rác	사방으로 흩어지다
힘껏 부 một cách hết sức	힘껏 밀다
힘쓰다 동 dành công sức, nỗ lực	학업에 힘쓰다
힘없이 부 không có sức lực, uể oải	힘없이 걷다
힘차다 형 mạnh mẽ, đầy sức lực	힘찬 목소리

Chuẩn bị hoàn hảo cho cấp 3-4 TOPIK II

TOPIK II

한국어 능력시험 **3-4**급

토픽